फॉर हिअर, ऑर टू गो?

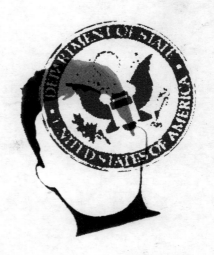

फॉर हिअर, ऑर टू गो?

चार दशकांपूर्वी महासागर ओलांडून उत्तर अमेरिकेत गेलेल्या
मराठी माणसांच्या देशान्तराची कहाणी

अपर्णा
वेलणकर

मेहता पब्लिशिंग हाऊस

For Here Or To Go? by APARNA VELANKAR
फॉर हिअर, ऑर टू गो? । अनुभवकथन

© अपर्णा वेलणकर

२, 'मधुलिका', रामदास कॉलनी,
शरणपूर रस्ता, नाशिक ४२२ ००५
E-mail : aparnavelankar@gmail.com

प्रकाशक
सुनील अनिल मेहता,
मेहता पब्लिशिंग हाऊस,
१९४१, सदाशिव पेठ,
माडीवाले कॉलनी,
पुणे - ४११ ०३०

मुद्रक
जंगम ऑफसेट प्रा. लि., २५/१० नांदेड फाटा,
सिंहगड रोड, पुणे ४११०४१.

प्रथमावृत्ती
जून, २००७
(बृहन्महाराष्ट्र मंडळाच्या सिॲटल येथील अधिवेशनात प्रसिद्ध)
द्वितीयावृत्ती : फेब्रुवारी, २००८
तृतीयावृत्ती : जून, २००८
चौथी आवृत्ती : जानेवारी, २००९
पाचवी आवृत्ती : जुलै, २००९
(बृहन्महाराष्ट्र मंडळाच्या फिलाडेल्फिया येथील अधिवेशनात प्रसिद्ध)
सहावी आवृत्ती : मार्च, २०१०
सातवी आवृत्ती : ऑगस्ट, २०११

मुखपृष्ठ
चंद्रमोहन कुलकर्णी

किंमत
₹ २६०/-

ISBN : 978-81-7766-862-9

माझे गुरू
दत्ता सराफ
नाशिक

आणि
ताराताई पटवर्धन
न्यूयॉर्क

ऐल आणि पैलतीरावरच्या
या दोन
प्रिय सुहृदांना...

प्रारंभापूर्वी...

या पुस्तकातलं जग हे माझं आहे.
गेली चाळीस वर्षं मी या दुनियेत जगतो आहे.
आनंदानं.
अभिमानानं.
नैराश्याचा, झगडण्याचा, धडपडण्याचा, धडपडून पुन्हा उठून उभं रहाण्याचा काळ
केव्हाच मागं पडला.

या पुस्तकातली माणसं माझी आहेत.
त्यांच्या यशापयशाच्या कथा या माझ्या कथा आहेत-
आणि त्यांचे मान-अपमान, जय-पराजय,
महत्त्वाकांक्षा, अपेक्षा, उपेक्षा-
सगळंच माझं आहे.
कारण,
गेली चाळीस वर्षं मी या दुनियेत जगतो आहे.
म्हणूनच कदाचित मला 'प्रस्तावना' लिहिण्यास पाचारण केलं गेलं असावं.

आम्ही स्थलान्तरित.
देश सोडून परदेशात वित्त-विवंचनेपोटी, अनुभव गाठी बांधण्यासाठी,
उच्च शिक्षणासाठी... अशा विविध कारणांनी आलेले.
दोन-चार-पाच-दहा वर्षांत परत जाण्याच्या आणाभाका घेऊन आलेले.
कवी अनिलांच्या शब्दात सांगायचं तर
"तिथे पुन्हा दोन वाटा फुटलेल्याच्या खुणा दिसतात
एक जरा सरावलेली-दुसरीवरती ठसे नसतात-''

त्या ठसे नसलेल्या दुसऱ्याच वाटेवरून स्वखुषीनं अवघड प्रवासाला निघालेले.
पण त्या अवघड प्रवासाचा आवाका, त्यातले खाचखळगे, धोके लक्षात आल्यावरही
भेकडपणानं मागे न फिरता, त्या 'गोठलेल्या वाटां'वरूनही
"पण जायचेच आम्हाला, या नव्याच वाटेवरूनी"
या आत्मविश्वासानं निघालेले.

अपर्णा वेलणकर यांनी - खरं म्हणजे हिनं -
(तिला 'हिनं' असं एकेरी संबोधणंच तिच्या माझ्या वयाच्या फरकानं व
आपलेपणाच्या भावनेनं मला अधिक उचित वाटतं) लिहिलेली ही एक कहाणी आहे.
साठा उत्तरांची पाचा उत्तरी सुफळ संपूर्ण झाली असं जरी तिनं शेवटलं वाक्य

सात

लिहिलं असलं तरी, न होणारी.
पुढे चालूच राहाणारी.

अमेरिका हा संपूर्ण देशच स्थलान्तरितांचा. गेल्या दोनशे, सव्वा दोनशे वर्षांच्या इतिहासात ब्रिटिश, जर्मन, फ्रेंच, इटालियन, जपानी, चिनी, स्पॅनिश असे विविध देशातले स्थलान्तरित अमेरिकेत येऊन स्थिरावले. शिक्षणासाठी, पोटासाठी बाहेर पडलेली सुशिक्षित भारतीयांची कायदेशीर लाट इथवर यायला मात्र १९६०चं दशक उजाडावं लागलं. म्हणजे, सर्वार्थानं अमेरिकेतील भारतीयांची ही 'यंगेस्ट इमिग्रंट्स जनरेशन' आहे असं म्हणायला हरकत नाही.

स्थलान्तराची कारणं अनेक.
पारतंत्र्यात पिडलेला समाज, त्या काळातली अर्थव्यवस्था, सामाजिक परिस्थिती, दुर्बलांची होणारी गळचेपी, धर्म आणि जाती-व्यवस्था यांच्या झगड्यात अडकलेले लोक आणि त्यामुळे निर्माण झालेली आपल्या समाजाची सांस्कृतिक वीण.
मग अमेरिकन इमिग्रेशन कायद्यात फट निर्माण होताच नवी क्षितिजं धुंडाळण्यासाठी, नवी आव्हानं पेलण्यासाठी वारुळं फुटून मुंग्या बाहेर पडाव्यात तशी या दिशेनं लागलेली तरुणांची रीघ.
हे सगळंच एका नव्या युगाच्या नांदीसारखं होतं.
पण, त्या काळातली परिस्थिती, राजकारण, अर्थव्यवस्था, समाजशास्त्र या सगळ्यांचा परामर्श घेत घेत अतिशय अभ्यासपूर्ण, तरीही साध्या, सोप्या भाषेत अपर्णानं तौलनिक दृष्टीतून घेतलेला त्या काळाचा हा आढावा नुसताच मनोरंजनात्मक आहे असं नाही; तर तो विस्मयचकित करणारा एक आलेख आहे.
ही जवळ जवळ एका अर्धशतकाची कहाणी. त्या कहाणीच्या वृक्षाच्या फांद्या आभाळाला जाऊन भिडल्या आहेत, तर मुळं खोलवर पसरली आहेत.

अपर्णाचा मूळ पिंड आणि व्यवसाय हा पत्रकारितेचा.
त्यामुळे अत्यंत शोधक नजरेनं तिनं माणसं टिपली आहेत. त्यांना 'बोलतं' करून, त्यांच्या मनाची कवाडं उघडून थेट त्यांच्या अंतरंगात प्रवेश करून त्यांची सुख-दुःखं, शल्यं, यशापयश, मान-सन्मान साऱ्यांनाच तिनं कुशलतेनं हात घातला आहे.
हे पुस्तक म्हणजे ललित लेखनाच्या शैलीत लिहिलेला, देशान्तरितांच्या एका पिढीच्या जीवनाचा एक ऐतिहासिक 'दस्तावेज' आहे. भविष्यात याला शैक्षणिक मूल्य प्राप्त होणार आहे; आणि या विषयाच्या अभ्यासकांच्या पिढ्या या ग्रंथाचा शिडीसारखा उपयोग करणार आहेत.

'स्थलान्तरित', 'देशान्तरित' म्हणजे देशद्रोही का?
मुळीच नाही.

केवळ स्वार्थापोटी बाहेर पडलेले का?
मुळीच नाही.

काही तरी भव्य-दिव्य करून दाखवण्याच्या उद्देशानंच बाहेर पडलेले का?
कुठल्यातरी पराक्रमाच्या इर्षेनं बाहेर पडलेले का?
मुळीच नाही.

केशवसुतांच्या 'नव्या मनूतिल नव्या दमाच्या' शूर शिपायाप्रमाणे 'सर्वत्र खुणा माझ्या घरच्या' शोधत बाहेर पडलेले का?
तर तसंही नाही.

डोळ्यांत उद्याची स्वप्नं घेऊन, रिंगणाची चाकोरी सोडून, न पाहिलेलं विश्व अनुभवण्यासाठी, एका प्रगल्भ उत्सुकतेपोटी इथं आलेल्या भारतीयांच्या पिढीचा अपर्णानं या पुस्तकात अचूक वेध घेतला आहे. आनंदीबाई जोशी यांची त्या काळात उच्च-शिक्षणासाठी अमेरिकेत येण्याची जिद्द आणि चाळीस-पंचेचाळीस वर्षांपूर्वी अमेरिकेत आलेली आमची पिढी यांचाही तौलनिक दृष्टिकोन तिनं इथं मांडला आहे.

केवळ सुखलोलुप वृत्तीची माणसं अमेरिकेत आली का?
ऐश्वर्याच्या शोधात माणसं भरकटत राहिली का?
बहिणाबाईंनी म्हटलं असतं,
''आधी जीवाला चटके
मग मिळती डॉलर—''
'पण मग जीवाला चटके द्यायला सांगितलं होतं कुणी तुम्हाला?'
असा वादाचा प्रश्न साहजिकपणे विचारला जातो. तरी अपर्णानं कुठलेही निष्कर्ष न काढता 'इन्व्हेस्टिगेटिव्ह रिपोर्टिंग' करावं तसं हे संशोधन केलं आहे. सगळं स्वच्छ, उघड तरीही बोचणारी, घायाळ करणारी विधानं न करता अत्यंत साध्या, सुटसुटीत, क्वचित काव्यात्म भाषेत हा अर्धशतकाचा अवघड पट तिनं उलगडला आहे.

स्थलान्तरितांची पहिली पिढी अमेरिकेत यायला सुरुवात झाली, त्या काळात अमेरिकेविषयी असलेल्या आकर्षणाची प्रत आता खूपच बदलली आहे. त्या आणि आज असलेल्या आकर्षणाचा दर्जा हा वेगळा आहे त्याची उच्च-नीचता मापून

पहाण्याचा उद्देश नाही; पण अमेरिकेविषयी जगभर काहीही म्हटलं गेलं तरी आपल्याकडे ते आकर्षण आणि अमेरिकन जीवनपद्धतीचं अनुकरण वाढतं आहे हे नाकारून चालणार नाही.

सव्वीस एप्रिल २००७ च्या 'लोकसत्ता'मधील अग्रलेखात कुमार केतकरांनी या 'अमेरिकापणा'वर नेमकं बोट ठेवलं आहे.
ते म्हणतात,
''अमेरिकेचे 'अमेरिकापण' नक्की कशात आहे? अक्राळविक्राळ लष्करी सामर्थ्यात? सातही समुद्र व्यापणाऱ्या नौदलात? अवघे अवकाश-अंतराळ व्यापणाऱ्या वायुदलात? वा अवकाशयानात? अमेरिकेची ही वैश्विक महासत्तागिरी प्रस्थापित होण्याआधीपासून त्या देशाबद्दल जगात आकर्षण आहे. अमेरिकेत स्वातंत्र्य आहे, स्वच्छंद जगता येतं, एकूण समाजात उत्फुल्लता आहे, ही अमेरिकेची एक सार्वत्रिक प्रतिमा आहे. जगात असा एकही देश नाही, की जेथे अमेरिकन वकिलातीसमोर व्हिसासाठी भलीमोठी रांग नाही. अगदी चीन, जपान आणि 'फंडामेन्टॅलिस्ट इस्लामी' देशांमध्येही अमेरिकेबद्दल हे कुतूहल व आकर्षण आहे. या 'अमेरिकापणा'बद्दल जगातील अनेक लेखक, विचारवंत, पत्रकार, नाटककार, चित्रपटकार सतत काही ना काही लिहीत, सांगत वा चित्रण करीत असतात. तरीही, 'अमेरिकापणा'चे रहस्य पूर्णपणे उलगडत नाही वा आकर्षण आटत नाही...
...आनंदी रहाणे आणि मन खुले ठेवणे हे त्यांच्या (अमेरिकनांच्या) दृष्टीने 'अमेरिकापणा'चे वैशिष्ट्य. अमेरिका म्हणजे याच गोष्टी. त्यांचे सामर्थ्य, समृद्धी आणि साम्राज्य या दुय्यम बाबी.''

पण बहुतांश मराठी लेखकांनी मात्र आजवर कुठल्या आकसातून किंवा मत्सरातून अमेरिकेविषयी आणि इथल्या भारतीय-मराठी जनतेविषयी लिहून तत्कालीन भाबड्या मराठी वाचकाची दिशाभूल केली नकळे. पंधरा दिवस-महिनाभराच्या पर्यटनासाठी येऊन त्यांनी इथल्या मराठी समाजाचे सांस्कृतिक अध:पतन पाहिल्याचा आव आणला. आपल्यालाच त्यांचे प्रश्न समजले असल्याचा बुरखा चढवला. काहींनी तर शेवटी टीकास्त्र सोडायचे म्हणून, 'गांधी हत्येनंतर ज्यांना भारतात करण्यासारखे दुसरे काही उरले नाही ती मंडळी अमेरिकेत गेली' अशा अर्थाची मूर्ख आणि बेजबाबदार विधानंही केली.

जलाशयाच्या पोटात दडलेली सुख-दुःखं काठावर बसून गळाला लागत नाहीत. त्यासाठी जलाशयात सूर मारून तळापर्यंत जाण्याची तयारी असावी लागते. जे

जीवन तुम्ही जगत नाही, जे चटके तुम्ही अनुभवले नाहीत त्यावर भाष्य करण्याचा तुम्हाला अधिकार नाही; असं मी आजवर मानत आलो.
पण अपर्णानं तो समज चुकीचा असल्याचं सिद्ध केलं.
तिनं अमेरिकाभर भ्रमंती केली. निरनिराळ्या कुटुंबांमधून ती राहिली. पूर्वग्रहदूषित विचारांचा काळा चष्मा भिरकावून देऊन, मनाची पाटी कोरी ठेवून, अभ्यासपूर्ण नितळ नजरेनं दिसेल ते 'पहाण्याचा', न दिसू शकणारं 'पहाता' यावं म्हणून धडपडण्याचा अट्टाहास केला. माणसं टिपली, त्यांचे अनुभव टिपले. त्यांच्या संगतीतून सुसंगती साधून त्यांच्या जीवनाला पारदर्शी तार्किकतेचं परिमाण लावून कृष्ण-धवल कहाणीचं विश्लेषणात्मक आख्यान मांडलं. नुसता कल्पनाशक्तीला ताण न देता वास्तवाचं भान ठेवलं.
इथल्या विविध थरातील कुटुंबांच्या सामाजिक, आर्थिक परिस्थितीचा वेध घेत घेत त्यांची मानसिकता जाणली. कानाकोपऱ्यात केरसुणी फिरून घर लख्ख उजळून स्वच्छ व्हावं तसा स्थलान्तरितांच्या प्रत्येक प्रश्नाला स्पर्श केला आणि सुंदर कलात्मक घाट असलेल्या भाषेच्या अभिव्यक्तीत आमच्याच जीवनाच्या दीर्घ चित्रपटाची रिळं उलगडली.

त्या रिळांमधून –
'सुटी सुटी माणसं पहावी तर आनंदी. उत्फुल्ल. रसरसून जगणारी. पण कम्युनिटीचा सार्वत्रिक चेहरा मात्र जरा वेगळा. 'कधी टेम्पररिली पर्मनंट... कधी पर्मनंटली टेम्पररी' अशा रंगरूपाचा.' – अशी वरवर पहाता हलकी फुलकी वाटणारी पण प्रत्यक्षात अंतर्मुख करून टाकणारी विधानं आली.
'जयदेवचा 'डेव्ह' आणि कॅनेडियन पत्नी 'मॅन्डी' हिची 'मंदा' करण्याची अपरिहार्यता आली.
'दुसऱ्याची रेघ पुसून ती आपल्याहून छोटी करण्याकरता धडपडण्यापेक्षा आपली रेघ मोठी मारण्यातला आनंद' मिळवण्यातली वैचारिक समृद्धता आली.
'अमेरिकेतले प्रश्न दिसतात हे खरं. पण त्यांच्याशी आपला संबंधच नाही; तर आपण कसे जबाबदार? – आणि भारतात तर आपण रहातच नाही. तिकडले प्रश्न तिकडल्या लोकांनी निर्माण केलेले. ते सोडवायचे त्यांनी; आपला काय संबंध?, – तेल लावलेल्या पहिलवानाहून भारी स्ट्रॅटेजी असलेल्या अशा प्रश्नांची रोखठोक मालिकाही आली.
अनेकानेक.
वाचता वाचता गुंतत जावं. दाद देत रहावं.
संशोधनात्मक आणि संदर्भ-सूचींच्या प्रदीर्घ अभ्यासातून निर्माण झालेलं हे लेखन –

'व्यक्तींवर आधारलेलं नसून तो एका समूहाचा अभ्यास आहे' – अशी कबुलीही लेखिकेने सुरुवातीलाच दिली हे उचित आहे.

पण या समूहाच्या वाटचालीची दिशा उद्या बदलेल काय?
ज्या धर्मात समुद्र पार करणं निषिद्ध मानलं जात असे तिथल्या धर्ममार्तंडांच्या स्वाऱ्या इकडे येण्याची लाट आंता उफाळली आहे. देवळांची संख्या वाढते आहे. भारत हा फक्त हिंदूंचाच देश असावा असा आग्रह धरणाऱ्यांना इथे-अमेरिकेत मात्र मुक्त स्वातंत्र्य नि अधिकार हवे आहेत. आपल्या धर्माबद्दलचा कडवेपणा अचानक उफाळून आलेला आहे. एक प्रकारच्या असुरक्षित भावनेतून, कमकुवत मनांच्या माणसांचं बुवा-बायांच्या मागे जाणं वाढतं आहे. अंधश्रद्धेची कीड जोपासली जात आहे. थोडक्यात, 'आमची' संस्कृती जतन करण्याचा अट्टाहास टिकवून धरला जात आहे. म्हणजे, अर्धशतकानंतर पुन्हा आम्ही आमची 'आयडेन्टिटी' घोषित करण्याचा चंग बांधला आहे.

उद्याचं कुणी सांगावं?
पण आज अमेरिकेत बृहन्महाराष्ट्र मंडळानं या पुस्तकाचा प्रकल्प प्रायोजित केला ही अभिमानाची बाब आहे. मंडळाच्या आजी आणि माजी अध्यक्षांना मी वैयक्तिक धन्यवाद देतो. अशा तऱ्हेचे सर्जनशील प्रयोग मंडळानं स्वीकारायलाच हवेत.

या पुस्तकाची निर्मिती ही शाश्वत गोष्ट आहे.
अमेरिकेतल्या व भारतातल्या मराठी वाचकांनी आवर्जून वाचावं असं हे पुस्तक. सर्व स्थलान्तरितांना हे पुस्तक वाचताना कुठेतरी स्वत:चं प्रतिबिंब सापडून 'बिते हुए दिन...' पुन्हा जगल्याच्या पुन:प्रत्ययाचा आनंद निश्चित मिळेल. क्वचित् कुठेतरी, भरत आलेल्या जखमेवरची खपली निघून किंचित वेदना झाल्याचंही जाणवेल. स्वतःचे कळप करून रहाणाऱ्या, भारतातून येणाऱ्या नव्या 'एच वन' पिढीच्या तरुणांनीसुद्धा ही कहाणी अवश्य वाचायला हवी. या कहाणीच्या निरूपणात त्यांच्या राजरस्त्यांखाली दडलेल्या, देशान्तरितांच्या पहिल्या पिढीच्या खडकाळ, उंचसखल पाऊलवाटा त्यांना आढळतील.

अपर्णानं भाषांतरं अनेक केली.
अरुंधती रॉयच्या 'The God of Small Things' या पुस्तकाच्या भाषांतराला साहित्य अकादमीचं पारितोषिक मिळण्याचा सन्मानही तिनं पटकावला. परंतु प्रस्तुत पुस्तक हे तिचं पहिलंच स्वतंत्र लेखन.

त्यात प्रामुख्याने जाणवतं आहे ते हे, की –
तिला 'दिसण्यापलीकडचं पहाण्याचा' एक डोळा आहे.
त्या डोळ्याला स्निग्धतेची, भावुकतेची, कधी त्यातून हळवेपणानं टचकन् पाणी येण्याची, तर कधी भेदकतेनं खोल खोल पहाण्याची तीक्ष्ण नजर आहे. मांगल्याला, महानतेला डोक्यावर उचलून धरण्याची तिला आवड आहे. खोटेपणाचा बुरखा टराटरा फाडून असली रूपं चव्हाट्यावर आणण्याची हिंमत आहे. नीर-क्षीर विवेकानं बऱ्या-वाईट, जुन्या-नव्या, चूक-अचूक साऱ्या गोष्टींकडे, घटनांकडे अलिप्तपणे पाहून त्यांच्यावर तौलनिक भाष्य करण्याची शक्ती आहे.
हळूवार, हलक्या फुलक्या भाषेत वाचकाला गुंगवून गंभीर विचारांच्या औषधाचे कडू डोस पाजण्याची युक्ती आहे.
आणि परिश्रमपूर्वक साध्य केलेल्या निर्मितीतल्या आनंदाची मुक्ती आहे.

अतिशय मार्मिक आणि भावोत्कट असा पुस्तकाचा शेवट करताना ती म्हणते, 'जगाचे डोळे दीपवणाऱ्या या आधुनिक जल्लोषात ऐकू येत नाही तो रात्रीच्या नीरव अंधारात समुद्राच्या पोटात घुसलेल्या वल्ह्यांभोवती उठलेला लाटांचा कल्लोळ. ज्याचा ठाव लागणं मुश्कील अशा अफाट महासागरात पातळ शीड उभारलेली आपली होडी लोटून नेणारे कित्येक नावाडी. लाटांच्या तांडवाशी त्यांनी एकेकट्याने झुंज घेतली ती निधड्या छातीत भरलेल्या हिंमतीच्या बळावर!'

हे वाचलं आणि पाणावलेल्या डोळ्यांनी आढ्याकडे पहात कितीतरी वेळ स्वस्थ बसून राहिलो.
कानांभोवती घुमत राहिले फक्त लाटांचे आवाज.
डोळ्यांपुढे दिसत राहिली ती त्या लाटांवर आरूढ झालेली, आत्मविश्वासानं आपलं तारू पुढे रेटणारी –
माझी माणसं...!

- दिलीप चित्रे
१५ मे, २००७
309, Caloosa Palms Court, Sun City Center,
Florida 33573-6932 USA.

बृहन्महाराष्ट्र मंडळातर्फे...

उत्तर अमेरिकेतील बृहन्महाराष्ट्र मंडळाचा चालू घडीचा अध्यक्ष या नात्यानं प्रथम मी अपर्णा वेलणकर यांचं प्रस्तुत पुस्तकाच्या उत्तम कामगिरीबद्दल अभिनंदन करतो.

अमेरिकेत स्थलान्तरित झालेल्या मराठी समाजाची ही जीवन कहाणी आहे. भूतकाळात अनेक लेखक महाराष्ट्रातून इथे आले, थोड्या वेळात अनेक ठिकाणी फिरले आणि आपल्या त्या तुटपुंज्या अनुभवावर त्यांनी अमेरिकेतील आमच्या जीवनपद्धतीवर पुस्तकं 'पाडली.' त्यांच्या पुस्तकांत आणि अपर्णा वेलणकर यांच्या या पुस्तकात फरक एवढाच आहे, की अपर्णाने १९६०च्या दशकात स्थलान्तरित झालेल्या मराठी समूहाचा एकूण जीवन संघर्ष, परदेशात पाय रोवून उभं रहाण्यासाठी व स्वत:चं अस्तित्व प्रस्थापित करण्यासाठी केलेला झगडा इत्यादी गोष्टींचं सूक्ष्म अवलोकन करून हे पुस्तक लिहिलं आहे.

बृहन्महाराष्ट्र मंडळाचे माजी अध्यक्ष डॉ. श्रीनिवास ठाणेदार यांनी आपल्या कारकिर्दीत या पुस्तकासाठी मंडळातर्फे आर्थिक मदत पुरविल्याबद्दल मी त्यांचा आभारी आहे. बृहन्महाराष्ट्र मंडळाच्या नव-विचारांची ही सुरूवात आहे असं मी मानतो. गेल्या पंचवीस वर्षांत बृहन्महाराष्ट्र मंडळाने सांस्कृतिक व करमणुकीच्या कार्यक्रमांवर व घटनांवर आपलं लक्ष केंद्रीत केलं. परंतु आता इथल्या समाजाचे स्थानिक प्रश्न व वैचारिक घटकांकडे वळण्याची वेळ आली आहे.

मंडळातर्फे 'मैत्र' या नावाने मराठी तरूण-तरुणींची अधिवेशनं दर दोन वर्षांनी भरतात. त्यात त्यांच्या पिढीच्या प्रश्नांची चर्चा होते. मंडळाने अशा प्रवृत्ती जोपासण्यावर अधिक भर द्यायला हवा. ही तरूण पिढी आपला भारतीय सांस्कृतिक वारसा जतन करण्याची धडपड करीत असतानाच इथल्या समाजजीवनात मिसळण्याची व नेत्रदीपक यश मिळवण्याची कसरत करीत आहे. या पिढीतील काही मुलं दूरदर्शन, इन्व्हेस्टमेन्ट, बँकिंग, मार्केटिंग, सोशल वर्क यासारख्या अपारंपरिक क्षेत्रात धडपडत आहेत. त्यांच्यासाठी बृहन्महाराष्ट्र मंडळ काय करू शकेल? त्या त्या क्षेत्रातील यशस्वी मंडळींनी या तरूण-तरुणींना प्रशिक्षण व मार्गदर्शन द्यायला हवं.

इथल्या राजकारणातही आता मराठी तरुणांनी शिरकाव करायला सुरुवात केली आहे. पण ती संख्या तुलनेने कमी असण्याचं कारण काय असावं?

चौदा

बृहन्महाराष्ट्र मंडळानेच इथल्या समाजाच्या गरजा ओळखून त्यांना सांस्कृतिक, सामाजिक व व्यावसायिक क्षेत्रात मार्गदर्शन पुरविण्यासाठी पुढाकार घ्यायला हवा. अमेरिकेच्या या समृद्ध भूमीवर आम्ही सारे एकत्र येऊन आमची जास्तीत जास्त उन्नती करू व भारताची प्रतिमा अधिक उज्ज्वल करू असा मला विश्वास वाटतो.

पुन्हा एकवार अपर्णा वेलणकर यांचं अभिनंदन!
आभार!

- जगदीश वासुदेव
अध्यक्ष, बृहन्महाराष्ट्र मंडळ,
उत्तर अमेरिका

२१ मे २००७

प्रारंभ...

सुरुवात झाली विजय तेंडुलकरांपासून...

२००३च्या जून महिन्यात मी पहिल्यांदा अमेरिकेला गेले. बृहन्महाराष्ट्र मंडळाच्या न्यूयॉर्क अधिवेशनात डॉ. प्रकाश आणि डॉ. मंदा आमटे यांची जाहीर मुलाखत घेण्याची जबाबदारी हा त्या अमेरिका भेटीचा प्रमुख हेतू. न्यूयॉर्कनंतर अमेरिकेचे पूर्व-पश्चिम किनारे पालथे घालून पुढे कॅनडातही प्रवासाचा बेत ठरला होता. त्याआधी २००१ मध्ये कॅनडाला जाऊन, तिथे महिनाभर राहून बरीच फिरून आले होते. त्यामुळे 'केवढे सुंदर रस्ते... किती उंच इमारती... कस्सली कमालीची स्वच्छता' हा पश्चिम-भेटीतला प्रारंभिक थरार येऊन ओसरून गेला होता. पश्चिमेतल्या शिस्तबद्ध, देखण्या, रेखीव समृद्धीला नजर सरावली, की मग हळूहळू तिथली माणसं 'दिसू' लागतात. माझ्याबाबतीत हे जरा लवकर झालं, त्याला कारण विजय तेंडुलकर.

न्यूयॉर्कला बृहन्महाराष्ट्र मंडळाच्या अधिवेशनात तेंडुलकर महनीय अतिथी होते. तिथे आम्ही भेटलोच. न्यूयॉर्कचं अधिवेशन आटोपून अमेरिका आणि कॅनडाच्या पुढल्या प्रवासाला निघण्यापूर्वी न्यूजर्सीला जरा निवांत भेट झाली. अमान मोमीन यांच्या घरी. गप्पा झाल्या.

तेंडुलकरांशी गप्पा म्हणजे ते मन लावून प्रेमानं सगळं 'ऐकतात'.. मग एखादाच पण नेमका प्रश्न 'विचारतात'. तो प्रश्नच असा मर्माचा असतो, की किती बोललं तरी कमीच! हा नेहमीचाच हवासा, समृद्ध करणारा अनुभव. न्यूजर्सीच्या त्या भेटीतही तेंडुलकरांनी सहज विचारावं असं विचारलं,

'मग? कशी वाटली अमेरिका?'
– मला तर बरंच काही काही वाटायला लागलं होतं. माझ्यासमोर बसून हलकंसं हसणाऱ्या या माणसाने गेल्या पन्नास वर्षांत अनेकदा अमेरिका 'पाहिली' आहे याचा विसर पडून मी बोलत राहिले.

तेंडुलकरांनी विचारलं,
'आता इतके दिवस इथे इतक्या शहरांत फिरणार आहेस.. काय काय बघशील?'
माझ्याजवळ एक लहानसं उत्तर होतं. इंटरनेटच्या प्रेमात पडल्यानंतरच्या नव्या नवलाईचे ते दिवस. भारतातून निघतानाच मी कम्प्युटरसमोर तासन्तास तयारीला

बसले होते. म्हटलं, आमटे दांपत्याबरोबर इतक्या ठिकाणी फिरणार आहोत; तर प्रकाशकाका-मंदाताईंच्या जाहीर मुलाखती घेता घेता आपल्याला काही वेगळं सापडलं अमेरिकेत, शोधता आलं तर बघू.

इंटरनेटवरच्या शोधाशोधीत मला एक 'इंटरेस्टिंग' विषय सापडला - ए.बी.सी.डी. 'अमेरिका बॉर्न कन्फ्यूज्ड देसीज्'. म्हणजे भारतातून अमेरिकेत गेलेल्या स्त्री-पुरुषांची अमेरिकेत जन्मलेली, तिथेच वाढलेली आणि 'पूर्व-पश्चिमे'च्या असह्य ओढाताणीत सापडून गोंधळलेली तरुण मुलं.
तेंडुलकरांना म्हटलं, 'मला या मुलांशी बोलायचंय.'
– पण एक गडबड होती.
न्यूयॉर्कच्या अधिवेशनात असे खूप ए.बी.सी.डी.ज् भेटले; त्यात कुणीच मला 'कन्फ्यूज्ड' वगैरे वाटलं नव्हतं. ही मुलं इतकी हुशार, कर्तबगार 'आय ॲम प्राऊड अमेरिकन ॲण्ड आय रिस्पेक्ट माय इंडियन रूटस्' असं स्वच्छ सांगणारी... 'कन्फ्यूजन' वगैरे नव्हतंच काही!

...खरंतर होतं.
पण ते या मुलांच्या आई-वडिलांच्याच चेहऱ्यावर असावं, असा भास अनेकदा मला झाला होता.
कॅनडातल्या कॅलगरीनंतर बृहन्महाराष्ट्र मंडळाच्या सलग दुसऱ्या अधिवेशनात न्यूयॉर्कला इतकी 'अमेरिकन मराठी माणसं' एकत्र भेटली. मी त्यांच्यात रमलेही होते. पण त्यांच्याकडे 'पाहाण्याची नजर' नीटशी नव्हती आली.
त्या दिशेनं मला वळवलं ते तेंडुलकरांनी.
'ए.बी.सी.डी.ज् मध्ये मला काही 'कन्फ्यूजन' वगैरे दिसलं नाही,' असं त्यांना सांगत होते; तर तेंडुलकर म्हणाले,
'एकदम पुढे कशी उडी मारतेस? आधी त्या मुलांच्या आई-वडिलांच्या पिढीशी बोल. तो महत्त्वाचा विषय आहे. डोक्याला चांगला त्रास देईल तुझ्या.'
'डोक्याला चांगला त्रास देणारा विषय' ही तेंडुलकरांच्या आनंदाची कल्पना.
मी त्या क्षणीच तेंडुलकरांना 'हो' म्हटलं; आणि या विषयात अडकले. चांगलीच अडकले.

●●

अमेरिका आणि कॅनडामध्ये पुष्कळ प्रवास घडला. खूप माणसं भेटली. गप्पा झाल्या. एव्हाना उत्तर अमेरिकेतल्या मराठी माणसांकडे पाहाण्याची 'नजर' आली होती.

त्यांच्या साध्या उत्स्फूर्त बोलण्यातले 'मुद्दे' टिपण्याला कान सरावले होते. माझ्यामधला उत्सुक (भोचक) पत्रकार शिळोप्याच्या गप्पांनासुद्धा मुद्देसूद चर्चेचं वळण देण्याकरता माझ्याही नकळत धडपडू लागला होता.

...भारतात परत येताना पुष्कळच पुंजी जमली; आणि या विषयात मी चांगलीच गुरफटले.

पण एवढंच पुरेसं नव्हतं.

विषयाचा पैस इतका मोठा आणि इतका खोल; सहज जाता जाता केलेल्या कामावर अभ्यासाचा डोलारा उभा राहू शकणार नाही, याची मला जाणीव होती.

१९६०च्या दशकात मायभूमी सोडून दहा हजार मैलांवरच्या परक्या देशात उडालेले हे पहिल्या पिढीतले पक्षी. मराठी मध्यमवर्गाला 'सॉफ्टवेअर'ची लॉटरी फुटण्याच्या तब्बल तीस-चाळीस वर्षं आधी देशान्तराच्या दिव्यातून गेलेल्या या माणसांची कहाणी थरारक होती. नुसत्या स्पर्शाने धग जाणवावी; असा रोमांचक थरार!

त्या कहाणीत शिरायचं; तर संशोधनाची शिस्त सांभाळणाऱ्या अभ्यासाची बैठक हवी. त्या दिशेनं जायला मदत करणारं वाचन, थोडी पूर्वतयारी आणि मनाशी काही एक सूत्र हवं. ज्यांच्या कहाणीचा थरार अनुभवायचा; त्यांचंच बोट धरून त्यांच्याच जगण्यात शिरता यायला हवं.

– म्हणजे पुन्हा एकदा उत्तर अमेरिकेचा प्रवास करायला हवा!

या टप्प्यावर माझ्या पाठीवर प्रोत्साहनाचा हात ठेवला उत्तर अमेरिकेतल्या महाराष्ट्र मंडळाची मातृसंस्था असणाऱ्या बृहन्महाराष्ट्र मंडळाने.

२००४च्या प्रारंभी बृहन्महाराष्ट्र मंडळाचे (तत्कालीन) अध्यक्ष डॉ. श्रीनिवास ठाणेदार भारत भेटीवर मुंबईत आले होते. त्यांच्याशी भेट झाली. चर्चा झाली. गप्पांच्या ओघात माझ्या मनात आकार घेत असलेल्या या विषयाची रूपरेखा मी त्यांच्यासमोर मांडली. डॉ. ठाणेदार म्हणाले, 'विषय अतिशय महत्त्वाचा आहे. तू प्रवासाच्या तयारीला लाग. बाकी सगळी जबाबदारी बृहन्महाराष्ट्र मंडळ घेईल.'

– डॉ. ठाणेदार अमेरिकेत परतले आणि खरोखरच अक्षरशः महिनाभराच्या आत बृहन्महाराष्ट्र मंडळाने माझ्या संशोधन प्रकल्पासाठी आर्थिक साहाय्य मंजूर केल्याची ई-मेल मला मिळाली.

प्रवासाच्या खर्चाची तजवीज झाल्यावर मी उत्साहाने तयारीला लागले, याचं पहिलं श्रेय डॉ. श्रीनिवास ठाणेदार यांना आणि अर्थातच बृहन्महाराष्ट्र मंडळाला!

२००४च्या सप्टेंबर-ऑक्टोबरमध्ये मी पुन्हा एकदा उत्तर अमेरिकेचा प्रवास केला.

एकोणीस

या प्रदीर्घ प्रवासात गप्पांनी ओथंबलेले दिवस आणि पहाटेपर्यंत जागवलेल्या रात्री हा या पुस्तकाचा आत्मा आहे. उत्तर अमेरिकाभर राहाणाऱ्या अनेक मराठी कुटुंबांनी आपली घरं तर माझ्यासाठी खुली केलीच; पण कड्याकुलपं खोलून आपल्या मनाची दारंही त्यांनी विश्वासाने उघडली. आपापल्या आयुष्याच्या तळघरात मला उतरू दिलं. समृद्धीने सजलेली, आनंद आणि अभिमानाने भरलेली सुखाची दालनं दाखवली... अपमान आणि अपयशाचे अंधारे कोपरेही माझ्यापासून लपवून ठेवले नाहीत.

यातल्या बहुतेक माणसांना मी आयुष्यात पहिल्यांदाच भेटले. ना ओळख, ना पाळख. फक्त संदर्भ. तोही याच्या-त्याच्या ओळखीचा. तेवढ्या काडीचा आधार घेऊन मी अनेक कुटुंबांबरोबर राहिले. त्यांच्यातलीच एक झाले. त्यांच्याबरोबर प्रवास घडले. गप्पांना तर खळ नव्हता. बघता बघता अशी घट्ट दोस्ती जमली; की आज उत्तर अमेरिकेतल्या बहुतेक सगळ्या शहरांमध्ये 'माझं' असं कुणी ना कुणी आहेच. या सर्वांनी मला जी 'दृष्टी' दिली, जो अपरंपार स्नेह दिला, त्यातून जन्मभराचे जे बंध जुळले त्यांचं मोल या पुस्तकाहून कितीतरी जास्त आहे.

●●

अमेरिकेहून परतताना मी बरोबर एवढा 'ऐवज' आणला होता; की त्याला हात लावण्याला मन धजेना. इतक्या माणसांकडून ऐकलेले आयुष्याचे इतके रूपरंग.. इतके पदर.. इतके मुद्दे... कोलंबिया आणि प्रिन्स्टनसारख्या जगन्मान्य युनिव्हर्सिटीज्च्या ग्रंथालयांमध्ये दिवसच्या दिवस घालवले होते. 'इमिग्रन्ट स्टडीज्'च्या विद्याशाखांमध्ये आजवर झालेल्या महत्त्वपूर्ण अभ्यासांच्या नोंदी घेतल्या होत्या. इतक्या साऱ्या संदर्भांनी गजबजलेलं मन. एखादी वाट पकडून पुढे जाण्याचा प्रयत्न करावा; तर दुसऱ्या दहा वाटा अधिक आकर्षक वाटायला लागत. एका मुद्द्याचा हात धरावा, तर दुसरा अधिक महत्त्वाचा आहे अशी खात्री देणारं मन पुन्हा द्विधा होई.

स्वत:च केलेल्या अभ्यासाशी आणि इतक्या कष्टाने जमवलेल्या संदर्भांशी झगडण्याची वेळ आली होती. त्यात खूप दिवस गेले.

खरंतर खूप दिवस कोरडे गेले. वाया गेले.

...आणि २००५ साली अटलान्टाला झालेल्या बृहन्महाराष्ट्र मंडळाच्या अधिवेशनाचा मुहूर्त चुकला. त्यावेळी हे पुस्तक प्रसिद्ध व्हावं, अशी योजना होती.

वर्षभर अखंड अभ्यास करून पूर्ण तयारीने परीक्षेला गेलेल्या विद्यार्थ्याला प्रश्नपत्रिका हाती पडताच काही म्हणता काही आठवू नये; अशी सुन्न अवस्था आली होती.

– त्या अंधाऱ्या, खोल विहिरीतून मला खेचून वर काढण्याचं संपूर्ण श्रेय दोन व्यक्तींचं : माझे गुरू दत्ता सराफ आणि त्या अस्वस्थ काळात दर दिवसाआड कॅनडाहून फोन करून नवी टोचणी देणारे माझे ज्येष्ठ स्नेही डॉ. जगन्नाथ वाणी. या दोघांनी माझ्या नजरेसमोरचा अंधार हटवला. संभ्रमाची काजळी झाडली.

उन्हात होरपळ होईल म्हणून पदराखाली घेण्याऐवजी चटका सहन करण्याची ताकद वाढावी म्हणून उन्हातच उभं करण्याची माझ्या गुरुजींची रीत आहे. या पुस्तकाच्या बाबतीतही त्यांनी तेच केलं... आणि या लेखनाच्या एकूण प्रवासात माझ्या बरोबरीने; कदाचित माझ्याहून जास्तच धगही सोसली. माझं हे पहिलं स्वतंत्र पुस्तक; त्यावर माझ्यापेक्षा माझ्या गुरुजींचा – दत्ता सराफ यांचा जास्त हक्क आहे.

परदेशातल्या माझ्या पालकत्त्वाची जबाबदारी स्वत:हून उचलणारे आणि ती अत्यंत प्रेमाने मन:पूर्वक निभावणारे डॉ. जगन्नाथ वाणी यांचं वर्णन करणं जरा कठीण आहे. गेल्या सात-आठ वर्षांतली ओळख. पण या माणसाने माझ्याकरता काही म्हणता काही करणं बाकी ठेवलेलं नाही. सातासमुद्रापार इतका निरपेक्ष स्नेह लाभणं ही खरंच या जन्मी केलेल्या काही बऱ्या गोष्टींची पुण्याई असावी.
– खरंतर मी आयुष्यात पहिल्यांदा 'देशान्तर' केलं ते डॉ. वाणींच्याच पुढाकारानं. २००१ साली कॅनडात कॅलगरीला झालेल्या बृहन्महाराष्ट्र मंडळाच्या अधिवेशनाला त्यांनीच आग्रहाने बोलावलं होतं.

त्यावर्षी मी पहिल्यांदा देशाची सीमा ओलांडली ती आणखी एका आदरणीय व्यक्तिमत्त्वाचं ऋण बरोबर घेऊन. लोकमत वृत्तपत्र समूहाचे अध्यक्ष विजय दर्डा. 'लोकमत'मधलं माझं तेव्हाचं वय जेमतेम दोन वर्षांचं. पण कॅलगरीच्या अधिवेशनाचं निमंत्रण येताच 'लोकमत'च्या वतीने माझी सारी व्यवस्था करून विजयबाबू म्हणाले होते,
'अवश्य जा. आय वॉन्ट यू टू सी द वर्ल्ड. तुझ्यासारख्या मुलीने चौकटीबाहेर पडलं पाहिजे.'
– आज ही झेप घेताना सहा वर्षांपूर्वी विजयबाबूंनी मला पंख दिले होते; याचं कृतज्ञ स्मरण माझ्या मनाशी आहे.

●●

या पुस्तकाच्या एकूण प्रवासात मी तीन व्यक्तींचं डोकं खाल्लं.
एक दहा हजार मैल अलीकडे.

उरलेली दोघं दहा हजार मैल पलीकडे.

'इकडे' माझे गुरुजी दत्ता सराफ.

'तिकडे' – म्हणजे अमेरिकेत दिलीप आणि शोभा चित्रे.

मी लिहिलेला प्रत्येक शब्द या तिघांनीही बारकाईने पारखला आहे. मी अडले; तिथे मला वाट दाखवली आहे. पायाखालचा रस्ता भरकटत गेला; तेव्हा हात धरून मला 'लायनीवर' आणलं आहे.

– त्यांच्याबद्दलची कृतज्ञता व्यक्त करायला आता कुठले शब्द शोधून आणू?

मी निवडलेल्या विषयाचा आवाका किती मोठा आहे, त्याचं रंगरूप किती गुंतागुंतीचं आणि तळ किती खोल आहे; याची जाणीव मला पहिल्यापासून होती. महिना-दोन महिने अमेरिकेत भटकून यायचं आणि तिकडल्या मराठी माणसांबद्दल अधिकारवाणीने काही(ही) लिहा-बोलायचं अशी वृत्ती असणाऱ्या 'ठोकून देतो ऐसाजे' परिवारात सामील होणं सोपं; पण मला ते मान्य नव्हतं. 'तिकडे' आयुष्य घालवलेल्या जाणत्या, विचक्षण माणसांनी माझं लेखन तोलून मापून पाहावं; अशी माझी इच्छा होती.

अशी जाणती, विचक्षण माणसं कोण हेही मनाशी पक्कं होतं...

दिलीप आणि शोभा चित्रे.

दोघांनीही आपल्या कामाच्या, लेखन-वाचनाच्या व्यापातून वेळ काढून माझं हे पुस्तक अत्यंत प्रेमाने दत्तक घेतलं. त्यांनी केलेल्या पालनपोषणामुळे या लेखनाची प्रकृती अधिक सतेज, सुदृढ झाली; याची मी मनःपूर्वक कृतज्ञतेनं नोंद करते.

दिला तेवढा त्रास कमी की काय; म्हणून बृहन्महाराष्ट्र मंडळाचे अध्यक्ष जगदीश वासुदेव यांच्याशी संगनमत करून पुस्तकाची प्रस्तावनाही चित्रे दाम्पत्याकडे सोपवली.

– मी केलेल्या कामाची पारख इतक्या कसलेल्या, तज्ज्ञ नजरांनी झाली; याचं समाधान खूप मोठं आहे.

●●

या संशोधनाला काही मर्यादा घालून घेणं जरूरीचं होतं.

त्यातली पहिली म्हणजे हे संशोधन व्यक्तींवर आधारलेलं नाही. हा एका समूहाचा अभ्यास आहे. अत्यंत गौरवास्पद कामगिरी केलेल्या अमेरिकेतल्या अनेक मराठी माणसांचे उल्लेख या पुस्तकात नाहीत; कारण ती अभ्यासाची दिशाच नव्हती.

हा अभ्यासप्रकल्प बृहन्महाराष्ट्र मंडळाने प्रायोजित केलेला असला तरी महाराष्ट्र मंडळांसह उत्तर अमेरिकाभरच्या सर्व साहित्यिक-सांस्कृतिक-सामाजिक संघटनांच्या कामाचा आढावा, 'एकता' – 'बृहन्महाराष्ट्र वृत्त'सारख्या प्रयत्नांचं व्यापक मूल्यमापन

यात गृहित धरलेलं नाही.

महाराष्ट्रातल्या सामाजिक कामांना अब्जावधी रुपयांचा हातभार लावणाऱ्या महाराष्ट्र फाऊंडेशन, महाराष्ट्र सेवा समिती यासारख्या उत्तर अमेरिकेतल्या संस्थांच्या कामाची दखल घेता आली... पण त्यांच्या प्रयत्नांना, तळमळीला उचित असा 'सलाम' या पुस्तकाच्या मर्यादेत शक्य झाला नाही, याची मला जाणीव आहे.

भारतातून मराठी माणसं अमेरिकेत गेली; त्याच्या कित्येक पटीने गुजराथी, पंजाबी, तमीळ-तेलगू भाषिकांनी याच काळात देशान्तर केलं. त्यांच्या अनुभवविश्वाशी मराठी माणसांचं जगणं ताडून पाहाणं संशोधनाच्या शिस्तीच्या दृष्टीने आवश्यक होतं; पण विस्तार भयास्तव तो मोह टाळला.

१९६५ साली अमेरिकेच्या इमिग्रेशन कायद्यात दुरुस्ती झाली. त्यानंतर पहिल्या दहा वर्षांत महाराष्ट्रातून स्थलान्तर केलेल्या मोठ्या समूहाचं उत्तर अमेरिकेतलं 'रुजणं' हा या अभ्यासाचा केंद्रबिंदू आहे. त्यानंतरही मराठी माणसं अमेरिकेत स्थलान्तरीत होत राहिली. 'वाय टु के'चा हल्ला परतवायला अमेरिकेने आमंत्रण देऊन बोलावलेल्या भारतीय सायबर सैनिकांमध्ये मराठी तरुण-तरुणींची संख्या मोठी होती. नंतर 'एच वन व्हिसा'वाल्यांची लाटच्या लाट महासागर ओलांडून गेली. ही स्थलान्तरितांची दुसरी पिढी. त्यांच्या अमेरिकेतल्या जगण्याचे रंग खूपच वेगळे आहेत. पण या पुस्तकात ते रंग दिसणार नाहीत.

'अमेरिका बॉर्न कॉन्फिडन्ट देसीज्'ची दुनिया आणखीच वेगळी. अधिक आकर्षक, अधिक रोमांचक अनुभवांनी गजबजलेली. त्यांना 'स्वतंत्रपणेच' भेटायला हवं.

खरंतर विषयच इतका मोठा, इतका व्यापक आणि इतका विविधरंगी; की हे पुस्तक हा त्या अभ्यासाचा प्रारंभच फक्त. हा पहिला टप्पा पुरा होत असताना पुढल्या प्रवासाची, पुढल्या अभ्यासाची दिशा मनाशी स्पष्ट होऊ लागली आहे.

●●

बृहन्महाराष्ट्र मंडळाच्या आर्थिक साहाय्याखेरीज हे संशोधन आकारच घेऊ शकलं नसतं. इतक्या विश्वासाने माझ्याकडे ही जबाबदारी सोपवल्याबद्दल बृहन्महाराष्ट्र मंडळाची मी ऋणी आहे.

बृहन्महाराष्ट्र मंडळाचे अध्यक्ष जगदीश वासुदेव यांनी हा संशोधन प्रकल्प तडीला नेण्यात मोठा हातभार लावला. त्यांचे मन:पूर्वक आभार.

माझी आजवरची सर्व अनुवादित पुस्तकं प्रकाशित करणाऱ्या 'मेहता पब्लिशिंग हाऊस'ला माझं पहिलं स्वतंत्र पुस्तक प्रसिद्ध करताना केवढा आनंद आणि अभिमान वाटतो आहे; याची मला जाणीव आहे. अनिल मेहता, सुनील मेहता आणि 'मेहता पब्लिशिंग हाऊस' परिवाराचे आभार कसे मानणार? – मी त्या परिवारातलीच आहे.

...आणि चंद्रमोहन कुलकर्णी.
रंग-रेषांच्या दुनियेत मश्गुल असलेल्या या माणसाला फक्त दिलदार दोस्ती समजते.
आभार वगैरे संकल्पना त्याच्यापर्यंत पोचणं मुश्किलच... तेवढं मात्र करत नाही.

●●

बृहन्महाराष्ट्र मंडळाच्या सिॲटल इथल्या अधिवेशनात हे पुस्तक प्रसिद्ध होत
असताना मला मदत करणाऱ्या, प्रोत्साहन आणि उमेद देणाऱ्या, आपली आयुष्यं
माझ्याशी शेअर करणाऱ्या उत्तर अमेरिकेतल्या सुहृदांच्या कितीतरी कृतज्ञ आठवणी
मनाशी उचंबळून येतील.
पण डोळ्यांत पाणी उभं राहील; ते मात्र उच्चार न करण्याच्या अटीवर मला 'हात'
दिलेल्या तीन व्यक्तींच्या अबोल मदतीचं.
डलासचे सुभाष-सरिता गायतोंडे.
...आणि न्यूयॉर्कच्या ताराताई पटवर्धन.

हे पुस्तक या साऱ्यांचं आहे.
आणि माझ्यासाठी हा एका नव्या प्रवासाचा प्रारंभ...

— अपर्णा वेलणकर
नाशिक,
१९ एप्रिल, २००७ अक्षयतृतीया

अनुक्रम

Contact : ✆ 020-24476924 / 24460313
Website : www.mehtapublishinghouse.com
info@mehtapublishinghouse.com
production@mehtapublishinghouse.com
sales@mehtapublishinghouse.com

सूट- कमीत कमी २ (त्यातला एक extreme ब्लॅक. फॉर पार्टी)
वूलन पॅण्टस् - २
टेरिलिन आणि कॉटन शर्टस् - ४
कलर्ड/स्पोर्टस् शर्टस्
नाईट सूट - सेपरेट.
हॅण्डलूम टाय - ४
नायलॉन + वूलनचे सॉक्स - ४ जोड
बूट (शूज्) - २ जोड
हँडकरचिफ् - ६
बो-टाय (वन मस्ट बी ब्लॅक) - २
स्कार्फ - २
नीटेड पुलओव्हर्स -
लेदर स्लिपर्स फॉर हाऊस
यूज - १ जोड
हॅण्डग्लोव्हज् आणि मंकी कॅप - २ जोड

एक

बो, टाय, लिंबाचं लोणचं आणि वन वे तिकीट

– क्रेडिट कार्डांची चळत खिशात टाकून 'शॉपिंग'ला निघालेल्या कुणा आधुनिक तरुणाच्या 'ब्लॅकबेरी'वर स्टोअर करून ठेवलेलं 'रिमाईण्डर' वाटावं, अशी ही यादी.

...पण आता जीर्ण झालेल्या, स्पर्श केला तर कागदाचा तुकडा मोडेल अशा अवस्थेतही जपून ठेवलेल्या डायरीत ही यादी लिहिली गेली, तेव्हा साल होतं १९६४.

– एरवी खरेदी संपली की याद्या चुरगळून फेकल्या जातात. दुकानात मांडलेली स्वप्नं खरेदी करून 'घरी' आली, मालकीची झाली; की ती ज्यावर रेखली गेली होती; त्या कागदांच्या नशिबी कचऱ्याची टोपली येते किंवा 'डिलीट'चं बटण.

पण या यादीचं नशीब इतकं क्षणभंगुर नाही.

त्रेचाळीस वर्षं होऊन गेली; तरी नव्या खरेदीच्या औत्सुक्याने ओथंबलेली ही यादी कॅनडामधल्या एका मराठी घरात आजही जीवापाड जतन करून ठेवलेली आहे.

जीवाची काहिली करणाऱ्या मुंबईच्या घामट उकाड्यात लोकरीचे पुलओव्हर्स, हातमोजे आणि स्कार्फ खरेदी करायला निघालेली ही 'यादी' केवळ 'खरेदी'ची नाही... तो आहे एका 'स्वप्ना'चा प्रारंभ.

जी कधी पाहिली नाही; अशा अपरिचित आव्हानांच्या अनोळखी दुनियेत पाऊल ठेवण्याची हुरहुरती तयारी!

खरं तर ही 'यादी' नाहीच!

क्लिपवाला पायजमा आणि लांब बाह्यांच्या ढगळ-सुती शर्टातून; नुकत्याच बुशशर्ट-पॅण्टीत आलेल्या एका मराठी तरुणाने त्रेचाळीस वर्षांपूर्वी आपल्या डायरीत लिहिलेलं हे एक स्वप्न आहे.

आपल्या कनिष्ठ मध्यमवर्गीय जगण्याचं रिंगण तोडून, खाऊन-पिऊन सुखी राहाण्याची कोमट महत्त्वाकांक्षा नाकारून, ओळखीच्या विहिरीतल्या उथळ पाण्यात हातपाय चुबकत बसण्याची सुरक्षितता झिडकारून घराबाहेर.... देशाबाहेर निघालेल्या एका महत्त्वाकांक्षी तरुणाचं स्वप्न!

१९६४ सालची गोष्ट.

मराठी ब्राह्मण कुटुंबातला, संसाराचा गाडा ओढून थकलेल्या वडिलांच्या हाताशी आलेला कमावता मुलगा. नवलाईच्या नव्या हपिसात चिकटून संसार मांडण्याचा धोपट मार्ग सोडून त्याला खुणावणारं 'क्षितिज' किती वेगळं आहे- आणि किती दूर- हे या यादीत स्वच्छ वाचता येतं.

तो निघाला आहे परदेशात. नशीब काढायला. नव्या वाटेनं चालून पाहाण्याची उमेद मनाशी धरून. स्वदेशाची माती आणि स्वकीयांच्या सहवासाची ऊब सोडून जिथे जाणार तिथल्या जीवघेण्या आव्हानांची त्याला कल्पना असणार... म्हणून तर लोकरीचे गरम कपडे, हातमोजे-पायमोज्यांचा जामानिमा. (कमीत कमी) २ सूट शिवून घेणं कदाचित आवाक्याबाहेरचं; पण आवश्यक! शिवाय टेरिलिनचे शर्टस् आणि वूलनच्या पॅण्टस्.

'साहेबा'च्या देशात नशीब काढायला जायचं म्हणून सुटा-बुटाच्या तयारीची धामधूम... साध्या सवयीच्या 'रुमाला'ला आलेला 'हँडकरचिफ्'चा इंग्रजी रूबाब आणि बो-टायचं अप्रुपही समजण्यासारखं!

पण या यादीत 'आणखी'ही काही आहे.

– नव्या दुनियेची 'नवी चव' घेण्याची अनिवार ओढ!

२ । फॉर हिअर, ऑर टू गो?

मुंबईतल्या दोन खणी जागेतून जग पाहिलेल्या या तरुणाच्या कर्तृत्वाला खुली होणारी दिशा त्याला खुणावते आहेच; पण परदेशी जाऊन आपल्या 'सांस्कृतिक वर्तना'चं काय होणार असल्या भलत्या शंकेचं ओझं त्याच्या डोक्यावर नाही. उलट नव्या संस्कृतीच्या स्वीकाराची एक निर्भर उत्सुकता त्याच्या मनाशी उमलते आहे. म्हणून तर परदेशी जाण्यापूर्वी पोटाला चिमटा घेऊन शिवायच्या दोन सुटांपैकी एक त्याला 'एक्स्ट्रीम ब्लॅक' हवा आहे. का?- तर पार्टीत 'तसा' सूट घालायची 'तिकडे' पद्धत आहे म्हणून.

एक 'अंगावर' आणि दुसरा 'दांडीवर' अशा दोन जोड कपड्यांत आयुष्य निभावण्याचे जुने संस्कार हे (पुस्तकातल्या) सचोटीचं प्रतिक असले; तरी नव्यानं अंगावर येणाऱ्या 'नाईट सूट'चं अप्रूप- 'हवाच' या शब्दांखाली अधोरेखित केलेलं स्पष्ट दिसतं. शिवाय घरात घालायच्या चपलांचा स्वतंत्र जोड.

पूर्वतयारी पक्की आहे... मन लावून, माहिती जमवून, कष्टाने केलेली.

एका 'क्लिक्'सरशी जगाचे दरवाजे खुले करण्याची जादू संगणकाच्या 'माऊस'ला अवगत होण्यापूर्वी; तब्बल त्रेचाळीस वर्षांपूर्वी केलेल्या या यादीत दहा हजार मैलांवरच्या अनोळखी देशात पॅण्टचा बॉटम किती इंच असतो; हे नेमकेपणाने नोंदवलेलं आहे.

VERY IMP

** पॅण्टचा बॉटम १४ ते १५ इंचांच्या दरम्यान.*

** कोट टू हॅव स्मूथ शोल्डर्स.*

** शूज् टू बी पॉईन्टेड इन ब्लॅक कलर.*

** टाय- मिडियम नॅरो. व्ही कट.*

नव्या देशात जाण्याची ओढ, तिथल्या संस्कृतीत- रीतीरिवाजात सामावून जाण्याची (उत्सुक) तयारी, 'तिकडे' जाऊन 'तिकडल्या'सारखंच होऊन राहावं लागणार याची जाणीव... न लिहिलेलं असं किती काय काय वाचता येतं या यादीत! मातृभूमीतल्या सामाजिक-राजकीय परिस्थितीने, कुटुंब-कर्तव्यांच्या अपरिहार्य जबाबदाऱ्यांनी, रूढी-परंपरांच्या जुन्या चिवट धाग्यांनी व्यक्तित्वाभोवती विणलेला कोश फोडून, रंगबिरंगी पंखांनी मोकळ्या आकाशात उडण्यासाठी आसुसलेल्या फुलपाखरासारखी या यादीची मन:स्थिती आहे.

...पण हे फुलपाखरू नि:संग व्हायला तयार नाही. त्याला मोकळ्या आभाळात भरारी घ्यायची आहे; पण जमिनीशी नाळ न तोडता. 'इथल्या' चवी, 'इथले' रंग, 'इकडले' सूर घेऊन 'तिकडे' रुजायला निघालेल्या या तरुणाची उलघाल त्याच्या

डायरीतल्या यादीने अजून जपून ठेवली आहे. 'थिंग्ज टू डू' या शीर्षकाखाली न झालेली तातडीची कामं अजून रेंगाळलेली आहेत –

त्याला रिझर्व्ह बँकेकडून परकीय चलनाचा परवाना मिळवायचा आहे, पासपोर्टवर त्याची 'एन्डॉर्समेन्ट' करून घ्यायची आहे, विमानाचं तिकीट काढायचं आहे, परदेशी भूमीवर पाऊल ठेवायला 'पात्र' होण्याकरता काही इंजेक्शन्स दंडावर टोचून घ्यायची आहेत... आणखी एक.

न विसरता काही विशिष्ट वस्तू बॅगेत भरायच्या आहेत –

ब्रुक बॉण्ड चहा.
लिंबाचं लोणचं.
सुई-दोरा. बुटांची लेस.
आणि डिक्शनरी.

'एक्स्ट्रीम ब्लॅक' कलरचा सूट घालून आणि 'व्ही कट'वाला अरुंद टाय लावून 'तिकडल्या' पार्टीत सहभागी होण्याची ओढ असली; तरी आपली जीभ लिंबाच्या लोणच्याची चव विसरणार नाही आणि सकाळी ब्रुक बॉण्डचा चहा नसेल तर आपला दिवस सुरू होणार नाही; याची त्या तरुणाला जाणीव आहे.

'इकडची' धूळ झटकलेल्या पंखांनी 'तिकडल्या' आकाशात भरारी घेण्याचं, सोयी-संधीने तिथल्या मातीत रुजण्याचं स्वप्न आत्मविश्वासाच्या टेकूंवर उभं असलं; तरी मनात कुठेशी एकटं पडण्याची, एकाकी, असाहाय्य होण्याची भीतीही नक्की डहुळली असणार. एरवी सोबत न्यायच्या सामानात निवडक गाण्यांच्या रेकॉर्डस् 'न विसरता घ्याव्यात' अशी नोंद कशी झाली असती?

दूरदेशी नेण्यासाठी बरोबर बांधून घ्यायचे हे सूरही नेमके वेचलेले... त्यात 'जयशंकरा गंगाधरा', 'जय गंगे भागिरथी', 'प्रेम सेवा शरण'सारखी नाट्यगीतं आहेत... 'क्षणभर उघडी नयन देवा'सारखी भावगीतं... शिवाय 'तिन्ही सांजा सखे मिळाल्या'चा आर्त कल्लोळ... 'निसदिन बरसत नैन हमारे'सारखी हिंदी गाणी... डी. व्ही. पलुस्करांचे अभंग... आणि जयोस्तुते...

● ●

त्रेचाळीस वर्षांपूर्वीची ही डायरी- आज कॅनडात टोरान्टोमध्ये आहे. विनायक गोखल्यांच्या घरी. खिशात फक्त सहा पौंड आणि ज्याचं मोल लावणं कठीण अशी उमेद घेऊन अनोळखी देशात, अपरिचित आव्हानांशी झुंजायला 'घरा'बाहेर पडलेल्या आपल्या तारुण्याच्या खुणा त्यांनी या जीर्ण डायरीत जीवापाड जपल्या आहेत.

महाराष्ट्राच्या मध्यमवर्गीय मानसिकतेला आवाक्याबाहेरच्या स्वप्नांचे हे असले कोंब फुटायला सुरुवात झाली, तेव्हा साडेचौदा इंच बॉटमवाली वूलनची पॅण्ट शिवायला टाकून रिझर्व्ह बँकेच्या 'फॉरेन एक्स्चेंज परमिट'ची वाट बघत बसलेले गोखले एकटे... एकमेव नव्हते.

१९६०च्या दशकात 'नशीब काढायला' परदेशी निघालेल्या अनेक मध्यमवर्गीय मराठी तरुणांच्या खिशात 'अशा' डायऱ्या होत्या. इंग्लंड-अमेरिकेच्या एम्बसीचे रस्ते तुडवायला सुरुवात झाली होती. 'साहेबा'च्या देशात शिकायला जाणाऱ्या, विलायतेला नोकरी धरलेल्या भाग्यवंतांचे 'बॅलॉर्ड पिअर'वर होणारे निरोप समारंभ सवयीच्या धोपटमार्गाची चाकोरी तोडून मध्यमवर्गीय मानसिकतेत शिरले... स्थिरावले होते. 'बिकट वाट वहिवाट नसावी' हा इशारा झुगारून देशाबाहेर निघालेल्या मराठी 'कोलंबसां'चे निरोप देणाऱ्यांच्या गर्दीने वेढलेले आणि अभिनंदनाच्या पुष्पहारांमध्ये लपलेले चेहरे 'अमूक तमूक परदेशी रवाना' अशा ठळक शीर्षकांखाली वर्तमानपत्रांमध्ये झळकू लागले होते.

जोशी-कुलकर्णी-दीक्षित-नेन्यांच्या, प्रधान-गडकरी-जाधव आणि भोसल्यांच्या घरातले सुशिक्षित, कमावते तरुण कुटुंबकबिल्याचं जोखड मानेवर येण्याआधी 'स्वातंत्र्या'ची चव घ्यायला उत्सुक होते. घर सोडून जाण्याच्या बेजबाबदार, कुळबुडव्या 'बदनामी'पेक्षा 'विलायतेस जाण्या'च्या राजमार्गाला मोठ्या अप्रुपाची प्रतिष्ठा येत होती. मनात खुटखुटणाऱ्या 'मुक्त जगण्या'च्या इच्छेला 'ज्ञानलालसे'चे कोंब फुटले; म्हणजे तो बहर चारचौघांत दाखवता येत होता. चाळीतल्या कोमट आयुष्यावरची साय झटकून तप्त निखाऱ्यासारखं नवं तेजस्वी आव्हान तळहाती घ्यायला जीव आसुसला होता.

– काहींना खरंच मोठं क्षितिज हवं होतं.

महत्त्वाकांक्षांचे पंख पसरायला जरा जास्तीची जागा हवी होती. पश्चिमेकडून येणाऱ्या वाऱ्यांनी त्यांच्या स्वप्नांवर साचलेली राख फुंकरून भविष्याच्या खिडक्या उघडल्या होत्या. त्या खिडकीपल्याड पाहाण्याची 'नजर' कमावलेल्या बुद्धिवंतांना पश्चिमेला येऊ घातलेल्या नव्या युगाची चाहूल लागली होती. मागे खेचणारे धागे तोडून पुढचं पाऊल उचलताना विलक्षण धुंदीत भेटलेली प्रखर ज्ञानलालसा देशाच्या सीमा वितळवून टाकण्याएवढी तीव्र होती... त्यांनी मागे वळून पाहिलंसुद्धा नाही.

सवर्णांची मक्तेदारी भेदून; शिक्षणाचं नवकोरं हत्यार हाती गवसलेल्या बहुजन समाजातले मोजके बहाद्दर समाजातल्या 'कर्ते'पणाच्या नेतृत्वासाठी आसुसले होते. कष्टाने कमावलेली 'लायकी' सवर्णांच्या खांद्याला खांदा भिडवण्यास पुरेशी ठरली नाही तर?– या अपमानास्पद शक्यतेची नांगी मोडण्यासाठी त्यांना अधिकचा हातचा मिळाला तर हवा होता. अज्ञानाच्या बेड्या तोडल्या, पिढ्यान्‌पिढ्यांच्या दारिद्र्याचा

शाप धुतला तरीही आयुष्याला डसलेली हीन जातीत जन्मल्याची इंगळी देशाची सीमा ओलांडल्यावर तरी गळेल; ही शक्यता हुरूप देणारी होती.

...काही कलंदरांना तर महाराष्ट्रात काय, पण भारतातसुद्धा राहायचंच नव्हतं. स्वातंत्र्यानंतर नेहरूंनी दाखवलेली भाबडी स्वप्नं मोडून खाऊन झाली; आता या फडतूस, अशक्त, कर्जबाजारी देशात काही 'राम' नाही; अशा हताशेने पछाडलेले गिनेचुने बहाद्दर पश्चिमेकडेच 'स्वर्ग' आहे अशा खात्रीने पडशी उचलून तयार होते.

हेतू निरनिराळे, कारणं वेगवेगळी; पण सीमेच्या पल्याड सातासमुद्रापार असलेल्या 'त्या' अनोख्या स्वप्नांच्या जादुई नगरीतून 'हाका' ऐकू येऊ लागल्या होत्या; हे खरं.

...यातल्या प्रत्येकाच्या खिशातल्या डायरीतले तपशील वेगळे असणार... असणारच!

...पण दिशा ठरलेली होती.

पश्चिम.

इंग्लंड... किंवा थेट अमेरिकाच.

अनेकांना जायचं होतं.

काहींना पुढे शिकायचं होतं. परदेशी विद्यापीठांमध्ये अभ्यासाची, संशोधन करण्याची ओढ होती. काहींना महत्त्वाकांक्षेच्या पंखांनी पश्चिमेच्या मुक्त आकाशात उंच भरारी घ्यायची होती... पण बहुतेकांना बऱ्या पगाराची नोकरी तेवढी हवी होती. डॉलरला साडेसाताने आणि पाऊंडाला एकविसाने गुणल्यावर हाती येणाऱ्या आकड्यातून इकडला रुपयांतला पगार वजा केला; तरी 'तिकडल्या' कमाईचं पारडं जडच पडतं; हे साधं अंकगणित पुरेसं होतं. हिय्या करून पाऊल उचलण्याचा खरा आधार तेवढाच; बाकी मग 'कर्तृत्वाला नवी क्षितिजं', 'मातृभूमीचे पांग फेडण्यासाठी परदेशी प्रयाण' वगैरे वर्तमानपत्री फुलोऱ्याचे बहाणे.

शिक्षणाचा वारसा (किमान पदवी) आणि 'साहेबा'च्या कृपेने घोटवून घेतलेलं इंग्रजी एवढ्या भांडवलावर 'विलायते'ला निघालेल्या अनेकांनी वूलनच्या पॅण्टी शिवायला टाकल्या... कारण प्रशिक्षित मनुष्यबळाच्या कमतरतेने हैराण झालेल्या इंग्लंड-अमेरिकेने या मंडळींसाठी गालिचे अंथरणंच तेवढं बाकी ठेवलं होतं.

इंग्लंडचं वर्क परमिट, अमेरिकेचं ग्रीन कार्ड, दोन्हीकडल्या विद्यापीठांमधल्या 'स्कॉलरशिप्स'ची ऑफर लेटर्स पोस्टाने घरी येण्याचे ते दिवस. 'तिकडल्या' विद्यापीठांना संशोधक हवे होते. विज्ञानयुगाच्या तयारीत गढलेल्या पश्चिमेतल्या प्रयोगशाळांना प्रशिक्षित सहायक हवे होते, उद्योगक्षेत्राला तज्ज्ञ मनुष्यबळाची गरज होती, डॉक्टर्स-इंजिनिअर्स-आर्किटेक्टस् 'तयार' मिळाले तर तातडीने हवे होते. शिवाय कामापुरतं 'इंग्रजी' जाणणारी, कॅल्क्युलेटरशिवाय भराभर बेरजा-वजाबाक्या

करता येणारी कारकुनांची फौजसुद्धा पश्चिमेत भारताइतकी भराभर उगवत नव्हती.

'तिकडे' साहस होतं, संधी होती, पण पुरेशी 'माणसं' तेवढी नव्हती.

'इकडे' तर काय? 'पदवी'ची टिकली लावून विद्यापीठाबाहेर पडणाऱ्यांचा पाईपच फुटलेला. त्यातल्या काही हिंमतीच्या, धाडसी तरुणांनी (अपवादात्मक तरुणींनीसुद्धा) 'तिकड'च्या संधीसाठी साहसाची जोखीम पत्करली... आयुष्यात पहिल्यांदाच देशाबाहेर पाऊल ठेवलं.

...बॅग उचलून बोटीत/विमानात बसण्याएवढं हे सोपं मात्र नव्हतं.

कोकणात भट-भिक्षुकी करणारे, खानदेश-मराठवड्यातल्या शेतांवर राबणारे वाडवडील नोकरीच्या शोधास 'मुंबईस' आलेच होते. त्यांनी पोटासाठी गाव सोडला. त्यांची मुलं तर देशच सोडायला निघाली होती.

कधी न चाखलेल्या पिझ्झा-हॅम्बर्गरचं 'चविष्ट, क्रांतीकारक आणि नॉनव्हेज' बंड देशाच्या सीमेपल्याड आमंत्रण देऊन बोलवत होतं. शिवाय बरोबर न्यायच्या बॅगेत तुपाची बरणी आणि मेतकुटाची पाकिटंही होतीच.

...ऐन पंचविशीत उमेदीच्या तारुण्याला आणखी काय लागतं?

पण म्हणून ज्या मातीने जन्म दिला, वाढवलं-घडवलं, पदरचे पैसे खर्चून शिकवलं त्या मातृभूमीशी द्रोह? त्याचं काय?

तापल्या पळीने चरचरीत डाग दिल्यासारखा हा 'देशद्रोहा'चा इल्जाम मस्तकी सलत होता हे खरं; पण पापक्षालनाची तयारी आधीच झाली होती. जाणाऱ्यांपैकी बहुतेक सारे 'परत' येणार होते.

उच्च शिक्षण घेऊन, मोलाचा अनुभव गाठीशी बांधून, पुरेशी पुंजी कमावून, जग बघून... कदाचित दोन-चारच वर्षांत. पाच-सात वर्षांत तर नक्कीच! 'तिकडला' अनुभव, 'तिकडलं' शिक्षण अखेर देशाच्याच कारणी लागणार... त्यामुळे समुद्र ओलांडण्याच्या अपराधातून सुटका होणारच होती.

● ●

'तो काळच तसा होता. माझे काही मित्र आधीच लंडनला गेले. मी त्यांना बॅलार्ड पिअरवर पोचवायला गेलो होतो. त्यांची पत्रं येत. त्यातल्या सुरस-रम्य कथा आम्ही चघळत असू. माझे मित्र मला म्हणत, 'विनायक, तू जाच. नशीब काढशील.'

– विनायक गोखल्यांच्या 'डायरी'त या दिवसांची नोंद आहे.

टोरान्टोमधल्या एका संध्याकाळी गप्पांच्या ओघात त्यांच्या मनातला 'ट्रेझर बॉक्स' उघडला आणि कपाटाच्या खणात तळाशी जपून ठेवलेली आपली डायरी त्यांनी माझ्या हवाली केली.

पानापानांवर फक्त कच्च्या नोंदी. सगळं नीट संगतवार टिपलेलं. अक्षरांच्या वळणातसुद्धा हुरहुरती उमेद...

'मला बाहेर पडायचं होतं. पैसे नको होते असं नाही; पण माझ्या चौकटीबाहेरचं जग अनुभवण्याची ओढ मोठी होती. दोन वेळच्या भाजीभाकरीची ददात पडणार नाही याची खात्री होती; पण त्याहून वेगळं काहीतरी हवं होतं. आवाक्यातलं का होईना; 'आव्हान' हवं होतं आयुष्यात... म्हणून आलेली पहिली संधी घेतली'- गोखलेकाका सांगत होते.

जास्तीचे पैसे हवे होते. ते मिळवून देऊ शकेल असा सचोटीचा मार्ग मिळाला तर हवा होता. आव्हान हवं होतं.

पेलेल एवढी जोखीम घेऊन नवीन काहीतरी घडवण्याची संधी हवी होती.

...आणखी एक.

देशापासून वेगळा, कुटुंबापासून निराळा असा स्वतःचा-एकट्याचा-विचार या भूमीत रूजू लागला होता.

रीतिरिवाजांच्या संकेतांचे, कौटुंबिक जबाबदाऱ्यांचे जितके वेढे गळून पडतील; तेवढं बरं!

जे होतं ते फार खुपेल एवढं वाईट नव्हतं.

पण सहज मिळाला, तर 'बदल' हवा होता.

त्यासाठी संघर्ष मांडण्याची, भांडण्या-झगडण्याची कुवत नव्हती असं नाही; पण सहज... पटकन एखाद्या सापटीतून निसटता आलं तर हवं होतं.

त्याच दरम्यान 'पश्चिमे'चे बंद दरवाजे उघडले आणि बघता बघता त्या वाटेवरची वर्दळ वाढली.

धोपटमार्ग सोडून भलतीकडे भरकटण्याचे संस्कार नसलेल्या नाकासमोरच्या नेमस्त मराठी मध्यमवर्गीय मानसिकतेने पंख पसरायला सुरुवात केली होती.

विनायक गोखले म्हणतात तसे ते दिवसच वेगळे होते...

∎

१९४७ साली भारताला स्वातंत्र्य मिळालं.

आधुनिक भारताचं स्वप्न पाहाणाऱ्या नेहरूंनी देशापुढे भविष्याचं चित्र उभं केलं. त्या चित्रात उमेद होती. शिवाय एकजुटीच्या बळावर 'साहेबा'ला हाकलून लावल्याचा आत्मविश्वास गाठीशी होता.

वर्ष-दोन वर्षांतच पहिले आघात झाले.

फाळणीच्या जखमांनी उत्तर भारत कळवळला होताच; १९४८ सालच्या गांधी हत्येनंतर महाराष्ट्र भडकला. गांधींवर गोळ्या झाडणारा माथेफिरू ब्राह्मण होता या अपराधाची शिक्षा म्हणून; कोकण आणि पश्चिम महाराष्ट्रात ब्राह्मणांच्या घरांना चूड लागली. डोळ्यांदेखत घरादाराची, मालमत्तेची राख झालेले सवर्ण उघड्यावर आले. महाराष्ट्रापुरता खरा; पण राजकीय-सामाजिक प्रक्रियांमधून सवर्णांना-विशेषतः ब्राह्मणांना-बाजूला ढकलण्याचा हा प्रारंभ होता. कोणे एकेकाळी गावकुसाबाहेरच्यांच्या सावलीलाही विटाळ मानणारा ब्रह्मवर्ग गांधी हत्येच्या पातकाचा धनी ठरला होता. ती संधी साधून, छुप्या संतप्त 'हेटाळणी'चा शिक्का माथी मारून या वर्गाला सरसकट गुन्हेगार ठरवण्यात आलं.

१९५० च्या दशकात 'चाकरमाने' होऊन पोटासाठी मुंबईत आलेले कनिष्ठ मध्यमवर्गीय, गरीब ब्राह्मण ही तेढ पोटात ठेवूनच आले. बाग-बागायती, कुळं-आगरं सांभाळून असलेल्या, उद्योग-व्यवसायात स्थिरावलेल्यांच्या मानसिकतेलाही एक नकोशी गाठ बसलीच. स्वातंत्र्यलढ्यात

दोन

देशान्तराचे दिवस

आणि स्वातंत्र्योत्तर काळातल्या राजकीय-सामाजिक-सांस्कृतिक जीवनात हा वर्ग नेतेपदी होता हे खरं; पण अशा पुढारपणाची आकांक्षा आणि कुवतही नसलेल्या याच वर्गातल्या सामान्य माणसांना 'काठीस सोने बांधून काशीस जाण्या'इतपत बरं राज्य करणाऱ्या साहेबाचं मनातून आकर्षणच होतं. साहेबाच्या देशातल्या पुढारलेल्या ज्ञान-विज्ञानाची, तिकडल्या आधुनिक वैद्यकाची, साहित्यकलेची आस होती. शिक्षण आणि संस्कारांचा 'हेडस्टार्ट' मिळालेल्या या सवर्णांजवळ क्षमता होत्या. पण जन्मसिद्ध श्रेष्ठत्वाच्या भावनेतून आलेल्या अहंकाराला अंगतोड मेहनतीची सवय लावणं अंमळ कठीण होतं. दिवस बदलले आणि बदलत्या जगाची चाहूल लागलेल्या या शिक्षित वर्गात नव्या आकांक्षांचा शिरकाव झाला.

चाकोरी तोडण्याची हिंमत अंगी नसली तरी 'सकाळपासून रात्रीपर्यंत तेच ते आणि तेच ते' अशा निःसत्त्व, आंबट आयुष्याचा मनातून तिटकारा येऊ लागला तो स्वातंत्र्यानंतरही 'कारकुनी'च नशिबी आली तेव्हा.

अजूनही देशाच्या वरच्या स्तरातच राहिलेल्या उच्चशिक्षित, बुद्धिवादी वर्गात एका विचित्र पण वास्तव अशा 'घाई'चा शिरकाव झाला होता.

पुढे जाण्याची घाई.

काहींना घाईने पैसे कमवायचे होते.

काहींना त्वरित प्रतिष्ठा हवी होती.

– तर ज्ञानप्राप्तीच्या तहानेने व्याकुळलेले काही जण मागे थांबायला, देशी विद्यापीठांमध्ये रेंगाळून वाट पाहाण्यात वेळ घालवायला तयार नव्हते.

'घाई' झाली होती कारण 'पर्याय' तयार होता.

– देशाबाहेर (शिकायला) जाण्याचा पर्याय.

● ●

ब्रिटिशांच्या राजवटीविरोधात लोकभावना तीव्र होती; त्याही काळात इंग्लंडमधल्या प्रगत समाजजीवनाचं आणि तिथल्या ज्ञान-विज्ञान-कलांच्या समृद्ध बहराचं आकर्षण भारतीय जनमानसात (त्यातही इथल्या शिक्षित मध्यमवर्गात) रुजलेलं होतं.

साहेबाने केला कसा कावा, बिनाबैलाची गाडी घेते धावा

असा अचंबा करणारे भारतीय लोक ब्रिटिशांनी आणलेल्या रेल्वे, पोस्टासारख्या आधुनिक सुविधांचे, फिरत्या तबकडीवर सुई टेकवली की ऐकू येणाऱ्या गाण्याचे आणि त्या काळात जादूच वाटावी अशा कित्येक यांत्रिक परिवर्तनांचे साक्षी होते.

'साहेबा'च्या देशात-विलायतेस-जाऊन उच्चशिक्षण घेणं (आणि 'तिकडे' पदवी घेऊन परत आल्यावर 'इकडल्या' देशकार्यास हातभार लावणं) याला तत्कालीन भारतीय मानसिकतेत प्रतिष्ठा होती. राज्यकर्ते म्हणून ब्रिटिशांचा दुःस्वास असला;

तरी त्यांच्या भाषेला, बोलण्या-चालण्याला, रीतिरिवाजांना अभिजनांच्या संस्कृतीत आदराचं स्थान होतं.

विसाव्या शतकाच्या उत्तरार्धात हिंदुस्थानवरची पकड मजबूत झाल्यानंतर ब्रिटिशांनी भारतात आधुनिक शिक्षणाला चालना दिली. 'कारकून तयार करण्याचे कारखाने' असं दूषण लावून नंतर (सकारण) बदनाम झालेल्या या प्रयत्नांमधून जगभरातल्या ब्रिटिश वसाहतींचा कारभार हाकायला मदत करणारं मनुष्यबळ तयार करणं हा ब्रिटिशांचा प्रमुख उद्देश होता. राजकीय स्वातंत्र्याआधी सामाजिक सुधारणा आणि सामाजिक सुधारणांकरता शस्त्र म्हणून 'शिक्षण' यासाठी हिंदुस्थानात रान उठवणाऱ्या सुधारकांनी एतद्देशियांची मनोभूमिका तयार केलीच होती. त्यात इंग्रजी शिक्षणाचं बी पडलं.

पुढे विज्ञानातल्या संशोधनासाठी, आधुनिक वैद्यकाचं शिक्षण घेण्यासाठी, वकिलीची सनद घेण्यासाठी किंवा कंपनी सरकारच्या पदरी उच्चाधिकारावर रुजू करणारी आय.सी.एस.ची पदवी मिळवण्यासाठी मोजके भारतीय तरुण महासागर ओलांडून 'विलायतेस' (म्हणजे प्रामुख्याने लंडनला) जाऊ लागले.

एकोणिसाव्या शतकाच्या प्रारंभी जाती-पोटजाती, धर्म आणि वर्ण व्यवस्थांनी आधीच विभागलेल्या भारतीय समाजाच्या वरच्या स्तरात आणखी एक नवीच जात जन्माला आली. त्यांना म्हणत 'विलायत पलट'. म्हणजे विलायतेहून शिकून परत आलेले. यामध्ये स्वातंत्र्यलढ्यात उडी घेतलेले वीर होते, सामाजिक सुधारणांसाठी स्वत:च्या विदेशी ज्ञानाची ताकद पणाला लावणारे बुद्धिवंत होते; ते देशाच्या इतिहासाला ज्ञात झाले.

– पण विलायतेस जाऊन शिकून येणाऱ्यांमध्ये ब्रिटिश आमदनीतल्या भारतीय अमीर उमरावांची मुलं होती. अपुऱ्या शिष्यवृत्तीवर युरोपातल्या कडाक्याच्या थंडीत अर्धपोटी राहून शिकणारे मध्यमवर्गातले तरुण होते आणि अपवादात्मक तरुणीही होत्या. इंग्लंडच्या विश्वविद्यालयात कुठलीही पदवी घेऊन आलेल्यांना हिंदुस्थानात परतल्यावर कंपनी सरकारच्या शिक्षण खात्यात नोकरी मिळे. हिंदुस्थानातले खासगी उद्योग, विद्यापीठं, शैक्षणिक संस्था, ब्रिटिश कंपन्यांची देशी हपिसे – या सर्वांनाच अशा 'विलायत पलट' लोकांची गरज असे. 'विलायतेत शिकून आल्या'च्या एकमेव लायकीवर या मंडळींना भरघोस पगाराच्या नोकऱ्या मिळत. त्यातून त्यांचा आर्थिक स्तर तर बदलत असेच; पण सामाजिक प्रतिष्ठेच्या गणितातसुद्धा या लोकांना ब्रिटिशांच्या खालोखाल मान होता.

माहिती तंत्रज्ञानातल्या क्रांतीनंतर अमेरिकेचा एच वन व्हिसा – नंतर ग्रीनकार्ड – नंतर सिटीझनशिपकडे डोळा लावून बसलेल्या १९९०च्या दशकातल्या भारतीय मध्यमवर्गाचे हे पूर्वज स्वातंत्र्याच्याही कितीतरी आधी 'सायबा'च्या देशाकडे उत्सुक

नजर लावून आशाळभूतपणे बसलेले असत.

• •

१९५० चं दशक हा नव्या नवलाईच्या स्वातंत्र्यानंतरचा स्वप्नरंजनाचा काळ होता. राजकीय धोरणात पश्चिमेशी वाकुडपणा असला; तरी अवघ्या देशातल्या अभिजनांवर मोहिनी घालणाऱ्या पंडित नेहरूंच्या रसिल्या, चौफेर व्यक्तिमत्त्वाला पाश्चात्त्य शिक्षणाची, मुक्त आचार-विचारांच्या उच्च अभिरुचीची बैठक होती. एकवेळ उपास करायला सांगणाऱ्या लालबहादूर शास्त्री नामक जमिनीवर पाय रोवलेल्या भूमीपुत्राचा जमाना पुष्कळ पुढे होता.

प्रत्येक देशातल्या तारुण्यापुढे त्या त्या काळाचं म्हणून एक सार्वत्रिक स्वप्न असतं. पदवी परीक्षेच्या उंबरठ्यावर उभ्या असलेल्या स्वतंत्र भारतातल्या पहिल्या तरुण पिढीचं स्वप्न नेहरूंच्या नेतृत्वाखाली आकारत होतं... देश-समाज-कुटुंब एवढी रिंगणं तोडून स्वतःचा-एकट्याचा विचार करणाऱ्या वृत्तीला लांच्छन समजणाऱ्या या देशात प्रथमच तरुणांच्या स्वप्नाला व्यक्तिगत महत्त्वाकांक्षांचे धुमारे फुटू लागले होते. व्यक्तिगत प्रतिष्ठा, व्यक्तिगत सन्मान-समृद्धी आणि त्याकरता व्यक्तिगत पातळीवरचा झगडा हा त्या काळाचाच गुणविशेष होता. नव्या आकलनाचा प्रारंभ करणाऱ्या भारतासारख्या गरीब देशात व्यक्तिगत यशाची अवघड चढण चढून जायची; तर रिकाम्या खिशाच्या पण उमेदीने-आत्मविश्वासाने ओतप्रोत तारुण्या-जवळ एकच मार्ग होता : शिक्षण. महाराष्ट्रापुरतं बोलायचं तर आधी खेड्यातून तालुक्याच्या गावी. मग जिल्ह्याच्या आणि नंतर मुंबई-पुण्यात. तिथून पुढे जाऊ इच्छिणाऱ्या मोजक्या गुणवंतांच्या पायाखालची वाट थेट लंडनलाच जाऊ लागली.

१९६० च्या दशकात या वाटांवरचे अडीअडचणीचे काटेकुटे वेचून युरोपातल्या देशांनी स्वतःच त्यावर 'कुठून कसे यावे' हे सांगणारे दिशादर्शक फलक रोवले आणि अव्वल इंग्रजीचं ज्ञान असणाऱ्या, शास्त्र-गणिताचा पाया पक्का असणाऱ्या भारतीय पदवीधरांना आमंत्रणं धाडली. स्वतःच्या पायांनी चालत यायला उत्सुक असलेलं हे 'रेडिमेड' मनुष्यबळ पश्चिमेकडे हवंच होतं.

१९४७ पूर्वी ग्रेट ब्रिटन, कॅनडा, ऑस्ट्रेलिया आणि अमेरिका या पश्चिमी देशांत शिक्षणासाठी गेलेले आणि नंतर नोकरी-उद्योगात स्थिरावलेले मूठभर भारतीय एकतर डॉक्टर्स होते किंवा शास्त्रज्ञ. उरलेले काही व्यावसायिक आणि विद्यार्थी. १९५० च्या दशकात ही परिस्थिती झपाट्याने बदलली. औद्योगिकरणाचा वेग अचानक वाढल्यामुळे ब्रिटनमध्ये सर्वच क्षेत्रात कुशल-अकुशल मनुष्यबळाचा तुटवडा तयार झाला. भारत-पाकिस्तानसह काही आशियाई देशांतल्या पदवीधरांचे लोंढे या

काळात महासागर ओलांडून पोटा पाठी गेले. भारतातून जाणाऱ्या बहुसंख्य पदवीधरांना शिक्षक-प्राध्यापकाच्या नोकऱ्या तर मिळाल्याच; पण प्रत्येक क्षेत्रात सर्व स्तरांवरच्या 'ॲडमिनिस्ट्रेटिव्ह जॉब्स'साठी (म्हणजे शुद्ध मराठीत कारकुनी) गोरा साहेब भारतीय पदवीधरांची वाट पाहू लागला. इथे दीडशे वर्षं राज्य करून गेलेल्या साहेबाचा देश ऐकून/वाचून ठाऊक होता, त्याची भाषा आणि कामाची तंत्रंही परिचित होती; त्यामुळे 'विलायतेस जाणे' म्हणजे साहेबाच्या देशात जाणे...

पण १९६० च्या दशकाच्या प्रारंभी भारताच्या मध्यमवर्गीय मानसिकतेत एका नव्या स्वप्नाने शिरकाव केला – अमेरिका.

तोवर अमेरिका तशी आवाक्याबाहेर होती.

एकतर अंतर दुप्पट लांब. शिवाय सतरा ठिकाणाहून आलेल्या सत्तावीस संस्कृतींच्या कडबोळ्याने घडणारं 'अमेरिका' नावाचं प्रकरण भारतीयांच्या नेमस्त मानसिकतेला तसं चवचालच वाटे. ना शेंडा, ना बुडखा. अमेरिकेकडे युरोपसारखा भारदस्त इतिहास नव्हता. प्राचीन संस्कृतीच्या श्रीमंतीचे संदर्भ नव्हते... 'राज्यकर्ते' म्हणून का असेना; पण ब्रिटिशांसारखी पूर्वसुकृताची नाळ नव्हती.

– शिवाय दोन महासत्तांमधलं शीतयुद्ध ऐन शिगेला असताना पंडित नेहरूंच्या परराष्ट्र धोरणाने रशियाशी मैत्री करून अमेरिकेशी तेढ घेऊन ठेवलेली.

अमेरिकेतली द्राक्षं आंबट होती; हे आणखी एक (खरं) कारण.

अमेरिकेला शिकायला जायचं; तर पन्नास लटपटी कराव्या लागत. वर्क परमिट मिळवणं तर दुष्करच होतं.

पण १९६५ साली अमेरिकेने आपली किलकिली दारं एकदम सताड उघडली.

कारण तेच! तज्ज्ञ, प्रशिक्षित मनुष्यबळाचा तुटवडा आणि पुऱ्या न होणाऱ्या मागण्यांनी रखडलेली, पुरेशा उत्पादनाअभावी अर्थव्यवस्थेला खीळ घालणारी बाजारपेठ. औद्योगिक उत्पादनवाढीचा वेग कायम असतानाच संशोधन आणि सेवा क्षेत्रात विस्तारणाऱ्या अर्थव्यवस्थेचा झपाटा विलक्षण होता. अमेरिकेचं अर्थकारण झेप घेऊ पाहात होतं. इतकी मोक्याची संधी दवडणं आपल्या देशाला परवडणार नाही याचा अचूक अंदाज आलेल्या अमेरिकेच्या राज्यकर्त्यांनी स्थलान्तरित मनुष्यबळ नियंत्रित करणाऱ्या कायद्यात १९६५ साली सुधारणा केली आणि एका आर्थिक वर्षात कोणत्या देशातून किती माणसांनी अमेरिकेत प्रवेश करावा यावर घातलेले कडक निर्बंध हटवले. आधीच अमेरिकेत असलेल्या भारतीयांच्या नातेवाईकांना सवलती दिल्या (फॅमिली रियुनिफिकेशन) आणि ज्या ज्या क्षेत्रात तज्ज्ञ मनुष्यबळाची गरज होती; ती ती कौशल्यं धारण करणाऱ्या भारतीयांना मुक्त हस्ते अमेरिका प्रवेशाचे परवाने (व्हिसा) वाटायला सुरुवात केली.

कॅनडा आणि काही प्रमाणात ऑस्ट्रेलिया या देशांचेही पर्याय पुढे आले होते.

१९६०च्या दशकाच्या प्रारंभी चौफेर मोकळ्या दिशांचं हे आव्हान भारतीय तारुण्यापुढे खुलं झालं.

आजच्या 'डॉट कॉम' जनरेशनच्या भाषेत सांगायचं, तर दॅट वॉज रिअली अ बिग टिकेट...

• •

शिकायला परदेशी जायचं.

नोकरीसाठी देश सोडायचा.

– या संकल्पना आकर्षक असल्या; तरी पर्याय खुला होताक्षणी (हातात व्हिसा पडताक्षणी) तो स्वीकारणं; १९६० च्या दशकात इतकं सोपं नव्हतं.

मागे कुटुंबं होती. संसाराचं ओझं ओढून थकलेले आई-वडील, भावांची शिक्षणं, बहिणींची लग्नं – असं व्यक्तिगत लिप्ताळं होतं. शिवाय विचार अप्रिय म्हणून मनातून कितीही हटवावा म्हटलं; तरी 'देशद्रोहा'चा आरोप चटका बसावा इतका तीव्र होता.

तरीही त्या काळातल्या काही तरुणांनी इंग्लंड-अमेरिकेची वाट धरली.

का?

एकतर डॉलर्स आणि पौंडांचा मोह होता.

पण त्याहीपेक्षा महत्त्वाचं म्हणजे भारतात घेतलेल्या उच्चशिक्षणाने मनाशी निर्माण केलेली ज्ञानसंपादनाची तहान भागवू शकतील; अशा विहिरी इंग्लंड-अमेरिकेतच होत्या. इकडल्या विद्यापीठात शिकवल्या जाणाऱ्या तंत्रविज्ञानाचे, एवढंच काय पण साहित्य आणि कलांचेही झरे आतून पश्चिमेशीच जोडलेले होते. इकडे शिकलेल्या संकल्पना प्रत्यक्षात आणून पाहाण्याची, आत्मसात केलेलं तंत्रज्ञान व्यवहारात वापरून पाहाण्याची आकांक्षा असलेल्या पदवीधरांना 'तिकडची' ओढ होती; कारण या प्रकारच्या 'प्रॅक्टिकल ॲप्लीकेशन'साठी पूर्णत: अनुकूल अशी परिस्थिती तिकडून हाकारत होती. 'इकडे' जे वातावरण/सुविधा उभ्या करण्यासाठी कदाचित जन्म खर्ची घालावा लागला असता; ते सारं 'तिकडे' तयार होतं... आणि अशा तयार सुविधा वापरण्याबद्दल वरून पैसेही मिळणार होते.

'देशातील उच्चशिक्षित तारुण्याला (पश्चिमेकडील) परदेशांची भुरळ पडण्याला इथल्या राजकीय-सामाजिक परिस्थिती एवढीच किंबहुना त्याहून काकणभर जास्तच भारतातली शिक्षणपद्धती जबाबदार आहे... या पद्धतीतून सुशिक्षितांचे ताक घुसळल्यावर वर येणारे (बुद्धिवंतांचे) लोणी पश्चिमेच्याच मुखी लागणार; कारण विरजण लावल्यापासून ताक घुसळण्यापर्यंत सारं काही आपण पश्चिमेकडूनच उचललं आहे' – अशा आशयाचा युक्तिवाद त्या काळातील विचारवंत करीत असत.

स्वातंत्र्य मिळाल्यानंतर इतर अनेक आघाड्यांवर निर्माण झालेली आणीबाणी सांभाळण्यात/निस्तरण्यात गुंतलेल्या इथल्या शासनयंत्रणेने स्वतंत्र देशातल्या स्वतंत्र नागरिकांना द्यायच्या शिक्षणाचा मूलभूत पुनर्विचार स्वतंत्रपणे केलाच नाही. उलट ब्रिटिशांनी घालून दिलेल्या शिक्षणाच्या व्यवस्थेपुढे त्यांनी उभे केलेले ऑक्सफर्ड आणि केंब्रिज विद्यापीठांचे आदर्शच स्वतंत्र भारतात अधिक ठळक केले गेले. १९५०-६० च्या दशकांत देश उभारणीसाठी बुद्धिवंतांची इतकी निकड असताना भारतीय तरुण पाठ फिरवून परदेशी चालते झाले; कारण देशकालाशी संबंधित तातडीच्या प्रश्नांचं भान या पिढीला देण्याची जबाबदारी आपल्या विद्यापीठांना निभावता आली नाही. जे शिक्षण स्वतंत्र भारतात दिलं जात होतं, त्याचा आत्मा मात्र पूर्णत: 'पश्चिमी' होता.

स्वातंत्र्यानंतर १२-१५ वर्षं उलटली; तरी तत्कालीन भारतीय मानसिकता 'पश्चिमे'च्या प्रभावातून बाहेर पडली नव्हती. त्यामुळे आपल्या देशातले प्रश्न सोडवण्यासाठी इंग्लंड/अमेरिकेतलं उच्चशिक्षण घेऊन येणं अत्यावश्यक आहे; असाही एक (प्रमुख) मतप्रवाह होता. पायाभूत संशोधनात काम करण्यासाठी स्थापन झालेल्या प्रमुख संस्थांमध्येसुद्धा परदेशी शिकण्या-शिकवण्याचा अनुभव पदरी बांधून आलेल्यांचीच वर्णी लागत असे. आधुनिक ज्ञान-विज्ञानाची सारी चहलपहल पश्चिमी देशांमध्येच प्रामुख्याने घडत होती; त्यामुळे त्यात पारंगतता मिळवण्यासाठी परदेशी जाणं (आणि पारंगत होऊन परत येणं) ही स्वातंत्र्योत्तर भारतात देशकार्याचीच व्याख्या असणं, स्वाभाविक होतं.

१९६० च्या दशकाच्या उत्तरार्धात मात्र आधीच धूसर असलेले देशकार्याचे संदर्भ आणखीच पुसट होत गेले... आणि देशाला, समाजाला, अगदी कुटुंबालासुद्धा टांग मारून 'स्वत:चा' विचार आधी करणाऱ्या रोकड्या व्यक्तिवादाला धार आली.

...त्यामागे कारणंही तशीच होती.

उत्साहाने सळसळणाऱ्या, स्वप्नांनी भारलेल्या नेहरू युगाच्या अस्तानंतर देशाला नैराश्याने घेरलं होतं. देशाची अर्थव्यवस्था पार कडेलोटाशी येऊन पोचली होती. युद्धभूमीतल्या विश्वासघातकी पराभवाचा खंजीर पाठीत खुपसलेल्या अपमानित देशाच्या हाती भीकेचा कटोरा येण्याची नामुष्की ओढवली होती.

● ●

१९५० च्या दशकात भारतीय अर्थव्यवस्थेच्या वाढीचा वेग नियोजनाच्या उद्दिष्टांपेक्षा आणि इतर आशियाई देशांच्या तुलनेत बराच कमी होता. लोकसंख्येतली अनपेक्षित वाढ आणि अचानक घटलेलं अन्नधान्याचं उत्पादन यामुळे १९५५ च्या आसपास चिंताजनक परिस्थिती तयार झाली.

देशाच्या तिजोरीत माया नाही, दुष्काळाने होरपळलेल्या शेतात पीक नाही आणि धान्याची भांडारं संपत आलेली असा अनावस्था प्रसंग ओढवला. सर्वाधिक गहू पिकवणारा पंजाबचा पश्चिम प्रांत फाळणीनंतर पाकिस्तानात गेलेला. ती तूट भरून काढणं उर्वरित देशाला अशक्य झालं. त्यातच पावसाने पाठ फिरवली, उभी पिकं डोळ्यांदेखत करपली आणि १९५५चा भीषण दुष्काळ पडला.

शेजाऱ्यांकडे आशेने जावं; तर त्यांच्याही चुली थंडच पडलेल्या. चीन स्वत:च उपासमार सोसत होता. बलाढ्य 'मित्रराष्ट्र' असलेल्या रशियाकडे जेमतेम स्वत:पुरते धान्याचे साठे होते. दुसऱ्या महायुद्धाच्या विध्वंसातून नुकता सावरणारा युरोप कुणाला मदत करण्याच्या अवस्थेत नव्हता.

त्यातूनही समजा मदत मिळाली असती; तरी 'मदती'ची किंमत द्यायलाही स्वतंत्र भारताजवळ परकीय चलन नव्हतं.

मदत कसली?– उपाशी भारताला खरंतर भीकच हवी होती.

...अशा अवघड प्रसंगी अमेरिका 'देवा'सारखी मदतीला धावली.

आणि त्या काळात या घडामोडींचा अर्थ समजू शकणाऱ्या भारतीय नागरिकांच्या स्वाभिमानावर आजही मीठ चोळणारा 'पी. एल. ४८०' गहू देशात आला.

जगभरातल्या नव्याने स्वतंत्र झालेल्या राष्ट्रांना मदत करणाऱ्या 'पब्लिक लॉ ४८०' या तरतुदीअंदर्गत अमेरिकेने भारताला दरवर्षी ३.१ मिलियन (३१ लाख टन) गहू द्यायचं मान्य केलं. सलग तीन वर्षं मिळणाऱ्या या मदतीचा करार १९५६ साली अमेरिकेबरोबर झाला. गहू फुकटच मिळणार होता; पण तो धान्यसाठा अमेरिकेतून भारतात वाहून आणण्यासाठी लागणारा खर्च डॉलर्समध्ये देण्याचीही भारताची ऐपत नव्हती. शेवटी हे पैसे भारताने रुपयात द्यावेत असं ठरलं. ती रक्कम अमेरिकन सरकारच्या दिल्लीतील बँक खात्यात (रुपयांत) भरल्यावर गव्हाने भरलेली जहाजं भारताच्या किनाऱ्याला लागली.

मध्यमवर्गीय 'पांढरपेशा' मानसिकतेत अजूनही खड्यासारखा टोचणारा हाच तो 'रेशन'वरचा तांबडा गहू.

एकीकडे अशी अन्नान्न दशा झालेली. १९६२ साली विश्वासघातकी चीनने पाठीत खंजीर खुपसल्याची भळभळती जखम. स्वातंत्र्यानंतरच्या पहिल्या युद्धात माती खाल्लेल्या देशावर नैराश्याचं सावट पसरलेलं आणि आर्थिक आघाडीवर पारच दाणादाण उडालेली!

...अशा बिकट अवस्थेत घराघरात पोरंबाळं उपाशी असताना भारत सरकारला रणगाडे, बंदुका आणि तोफगोळ्यांच्या खरेदीसाठी पाण्यासारखा पैसा ओतावा लागत होता – कारण सीमेवर उभं ठाकलेलं युद्ध!

१९६५ साली पाकिस्तानबरोबरच्या युद्धाने भारतीय अर्थव्यवस्थेचं कंबरडं

आणखीच मोडलं, शिवाय पाकिस्तानधार्जिण्या अमेरिका आणि इतर राष्ट्रांनी भारताची रसद तोडली. त्यातून रुपया आणखी घसरला आणि महागाई भडकली.

त्यात एकादशीच्या घरी शिवरात्र.

१९६५-६६ साली पुन्हा भीषण दुष्काळ पडला.

त्यातून शिकस्तीने सावरणाऱ्या देशाला पुन्हा १९७१-७२ साली युद्धात उतरावं लागलं. पाकिस्तानबरोबरच्या या युद्धांची किंमत नाकासमोर सूत धरलेल्या भारतीय अर्थव्यवस्थेला परवडणारी नव्हती. घरातल्या लोकांना खायला घालण्याची मारामार असताना ७२ साली बांगला देशातून आलेल्या निर्वासितांच्या लोंढ्याचा पूर उसळला... पुढे लगेच वर्षभरात पहिला जागतिक 'ऑईल क्रायसिस' देशावर आदळला. तेलाच्या एका बॅरलची किंमत तीन डॉलर्सवरून एका आठवड्यात बारा डॉलर्सवर पोचली... छोट्या देशांची अर्थव्यवस्थाच कोसळून जावी असा जागतिक अर्थकारणातला हा समर प्रसंग. त्याचे परिणाम पुढली काही वर्षं भारताच्या बोडक्यावर बसले.

...पुढे संप आणि टाळेबंदीचं पर्व सुरू झालं.

महागाई भडकलेली. बेकार जनता रस्त्यावर उतरलेली. भविष्याच्या भीतीने नोकरदारांच्या तोंडचं पाणी पळालेलं. व्यापारी-कारखानदार घायकुतीला आलेले. प्रत्येक गोष्टीची टंचाई. चणचण. रेशनच्या दुकानांसमोर न संपणाऱ्या रांगा. गहू-तांदुळासाठी रांग. कापड-चोपड आणि रॉकेलसाठी रांग. गरजेच्या वस्तूंचा खडखडाट. प्रत्येक छोट्या-मोठ्या कारणासाठी परवाने. भ्रष्टाचार. खाबुगिरी.

हताशा... औदासिन्य...

...आणि खदखदता, धुमसता संताप.

● ●

सामाजिक आणि राजकीय जीवनात हा असला कल्लोळ उसळलेला असताना भारताच्या स्वभावरचनेचे धागे बदलू घातले होते.

वरिष्ठ, उच्चभ्रू वर्गाला कोणत्याच काळात कसलंच सोयरसुतक नसतं... आणि श्रमजीवी, कष्टकरी वर्गात हाता-तोंडाची गाठ घालण्याची लढाई लढता लढताच माणसं घायकुतीला येतात. भारतासारख्या औरसचौरस पसरलेल्या देशाचा खरा चेहरा असतो तो सतत बदलणारा, कालानुरूप वेगवेगळं रंग-रूप आणि रचना धारण करणारा, सातत्याने उत्क्रांत होत राहाणारा मध्यमवर्ग.

जगभरात व्यक्तिस्वातंत्र्याचं वादळ घेऊन आलेला हा काळ. बंद दारं खिडक्यांच्या भारतीय मध्यमवर्गातही त्यातली एखाद-दुसरी झुळूक शिरलीच.

आणखी एक कारण घडलं.

शिकून स्वतःच्या पायावर उभं राहाण्याची स्वप्नं पाहू लागलेल्या भारतीय स्त्रियांची पहिली पिढी याच काळात मोठ्या संख्येने मुख्य प्रवाहात सहभागी झाली. या स्त्रिया सामान्य, संसारी होत्या; त्यांना स्वतःचं मत आलं होतं, उंबरठ्याबाहेर पडून जग पाहाण्याची इच्छा जागी झाली होती; पण त्याहीपेक्षा महत्त्वाचं म्हणजे त्यांनी कमावून आणलेल्या पैशांची मध्यमवर्गीय संसारांना गरज होती. बहुसंख्य सामाजिक परिवर्तनांची मूळ प्रेरणा अर्थशास्त्राशी जोडलेली असते. इथे तर प्रेरणेबरोबर अपरिहार्य रेटाच होता.

स्त्रिया बाहेर पडल्या.

धान्य, इंधन, कापडचोपड सगळ्याचंच रेशनिंग असल्यामुळे सार्वजनिक वितरण व्यवस्थेचा गाडा चालवण्यासाठी मनुष्यबळाची गरज निर्माण झाली होती. सत्तर रुपये बेसिक आणि बावीस रुपये महागाई भत्त्यावर शिकलेल्या मुली-सुना नोकरीत चिकटल्या.

आपल्याआधी कुटुंबाच्या हिताला प्राधान्य देण्याचे संस्कार असलेल्या मध्यमवर्गीय मानसिकतेत 'व्यक्तीवादा'चा उजळ माथ्याने शिरकाव करून देणारा तो काळ होता. 'जे आहे ते नको' असं वाटणारं तारुण्य, 'जे हवं ते शोधण्यासाठी' आणि 'काय हवं ते सापडेस्तो धडपडून' मग 'जे हवं ते निर्माण करण्या'साठी उत्सुक झालं होतं.

– प्रत्येकालाच चौकट तोडायची होती.

मग गाव सोडून मुंबई गाठणं असो, लग्नानंतर स्वतंत्र चूल मांडणं असो, 'इभ्रती'चे अडसर झुगारून नाटका-सिनेमात जाण्यासाठी – गाणं शिकण्यासाठी घर सोडून जाणं असो, की हिय्या करून देश सोडणं!

'रोखून धरणाऱ्या' शक्ती होत्या.

पण झुगारणारी ताकद मोठी होती.

व्यक्तिगत महत्त्वाकांक्षांना खतपाणी घालणारा काळ, मध्यमवर्गाच्या माथी मारलेल्या कारकुनीतून निसटण्याची धडपड, औद्योगिक क्रांतीनंतरच्या विज्ञानयुगाची चाहूल देणाऱ्या तंत्रज्ञानाचं आकर्षण, नव्या जीवनशैलीची ओढ, भौतिक समृद्धीला चिकटलेल्या नैतिक (गैर)समजुती दूर करून अधिक पैसा मिळवण्याला आलेली सामाजिक प्रतिष्ठा... आणि देशात मात्र खडखडाट. ना नोकऱ्या, ना कर्तृत्वाला वाव. ना संधी. नन्नाचा पाढा. शिवाय वरून खाबुगिरीला सरावलेल्या सुस्त-मग्रूर सरकारी यंत्रणांनी सार्वजनिक जीवनातल्या सर्वसाधारण सचोटीला नख लावलेलं.

बहुतेकांनी संतापत, धुसफुसत, मन मारून जुळवून घेतलं.

उरलेले थोडे अधिक हिंमतीचे होते त्यांनी पर्याय शोधले.

शोधणाऱ्यांना पर्याय नेहमीच सापडतात.

पर्याय होते.

त्यातला एक पर्याय होता परदेशी जाण्याचा.

उरलेल्यातल्या काहींनी तो स्वीकारला.

एकूण अवाढव्य देशाचा विचार करता हे लोक तसे मूठभर... चिमूटभरच होते.

– पण त्यांनी योग्य वेळी घेतलेल्या योग्य (व्यक्तिगत/कौटुंबिक संदर्भात कदाचित 'अयोग्य'ही) निर्णयाने त्यांचं आयुष्यच बदलून टाकलं. आणि एरवी सर्वसाधारणतः मध्यमवर्गीय, नोकरदार वृत्तीच्या या सर्वसामान्य माणसांच्या गळ्यात त्यांच्याही नकळत एक मोठीच जबाबदारी अडकली...

स्थलान्तराची. देशान्तराची.

इकडून उपटलेलं रोपटं दुखावल्या मुळांसकट 'तिकडल्या' अपरिचित मातीत खुपसून रुजवण्याची... ना आर ना पार अशा अस्वस्थ, अधांतरी आयुष्याला अर्थ देण्याची...

कडाक्याच्या थंडीत क्षणभराची ऊब मिळेल या मोहाने शेकोटीजवळ सरकावं आणि ध्यानीमनी नसताना अचानक अग्निदिव्य करण्याचीच सक्ती व्हावी; तसंच खरं म्हणजे झालं.

∎

तीन

अमेरिकेची हाक

एरवी स्वत:हून विस्तवात हात घालणं होता होईस्तो टाळण्याकडेच नेमस्त मराठी मनोवृत्तीचा कल. पण शोधायला गेलं तर इतिहासाच्या प्रत्येक टप्प्यावर झळाळत्या, तेजस्वी पाऊलखुणा रोवणारी, हातावर निखारे घेऊनच जन्माला आलेली मराठी माणसं भेटतात.

ज्ञानसंपादनाच्या असीम महत्त्वाकांक्षेपोटी महासागर पोहून देशान्तराच्या अग्निदिव्याला सामोऱ्या जाणाऱ्या डॉ. आनंदीबाई जोशी त्यातल्या अग्रणी. आपल्या पंचक्रोशीपलीकडचा स्वदेशसुद्धा आवाक्याबाहेरचा – अपरिचित असणाऱ्या त्या काळात एकटीच्या जीवावर महासागर ओलांडण्याचं धैर्य अंगी बाणवलेली ही अवघ्या अठरा वर्षांची मध्यमवर्गीय ब्राह्मण तरुणी... आणि स्वस्त्रीने उंबरठा ओलांडणं (धर्मबाह्य म्हणून) मंजूर नसणाऱ्या सनातनी पुरुषांच्या पिढीत जन्मूनही 'डॉक्टर' होण्याच्या जिद्दीला पेटलेल्या आपल्या पत्नीला स्वत:हून जहाजात बसवून देणारा गोपाळ जोशी नावाचा अफाट तरुण... या दोघांनी जे केलं, ज्या काळात केलं; ते अग्निदिव्याहूनही प्रखर होतं.

आनंदीबाई १८८३ सालच्या जूनमध्ये अमेरिकेला गेल्या. त्या आधीही काही 'मराठी' पावलं इंग्लंड-अमेरिकेच्या ओढीने भारताचा किनारा सोडून गेली होती.

पंडिता रमाबाई आनंदीबाईंच्या समकालीन. त्या १८८३ मध्येच इंग्लंडला गेल्या. केशव मल्हार गुरुजीभट नावाच्या गृहस्थांना पुणे सार्वजनिक सभेने निधी उभारून १८८२ साली अमेरिकेत

व्यावसायिक शिक्षण घ्यायला पाठवलं होतं. हे गुरुजीभट आणि भास्कर विनायक राजवाडे असे दोघे आनंदीबाईंना अमेरिकेत भेटायला आल्याची नोंद आनंदीबाईंच्या चरित्रात आहे. त्याच्या आगे-मागे 'इंडिया इंडिपेन्डन्स लीग'ची स्थापना करणारे डॉ. पांडुरंग सदाशिव खानखोजे अमेरिकेला गेले. विसावं शतक सुरू होता होता शंकर आबाजी भिसे नावाच्या हरहुन्नरी गृहस्थांनी अमेरिकेत 'भिसे आयडियल टाईप कास्टर कार्पोरेशन'ची स्थापना केली. इंग्रजांनी बजावलेल्या अटक वॉरन्टपासून बचावासाठी अज्ञातवासात गेलेले काका भाटवडेकर सशस्त्र क्रांतीकारकांबरोबर मालवाहू जहाजाच्या तळघरात लपून शिकागोला पोचले... अशा किती जिगरी कहाण्या!

– पण एकोणिसाव्या शतकात अमेरिकेला गवसणी घालायला झेपावलेल्या 'मराठी'पणावर पहिली ठसठशीत नाममुद्रा कोरलेली आहे ती मात्र अमेरिकन पदवी संपादन करणाऱ्या पहिल्या भारतीय स्त्री डॉक्टर आनंदीबाई जोशी यांचीच! समुद्र उल्लंघन, परदेशगमन, परकीयांचा (हिंदूंचा धर्म बुडवायला टपलेल्या किरिस्तावांचा) सहवास आणि लग्न झालेल्या कुलीन ब्राह्मण स्त्रीने पतीपासून दूर परदेशात राहून शिकणं ही सारीच तत्कालीन समाजाच्या दृष्टीने महापातकं होती. पण 'मी करत्यें ते पातक नसून त्या आत्मोन्नतीच्या वाटा आहेत' असं जाहीरपणे ठणकावून भोचक संस्कृतीरक्षकांची बोलती बंद करणाऱ्या आनंदीबाईंना कुणी अडवू शकलं नाही.

ना त्यांना बहिष्कृत करण्यास निघालेला समाज,
ना त्यांची तोळामासा आर्थिक स्थिती,
ना अज्ञाताचं भय!

कंपनी सरकारच्या सेवेत पोष्टखात्यात चाकरीला असलेल्या गोपाळराव जोशींची १८८१ साली कलकत्त्याला बदली झाली. त्या अनोळखी शहरात संसार मांडण्यासाठी जागा शोधण्याच्या सुरुवातीच्या दिवसांत 'परान्न कसे खावे?' म्हणून या गरीब दाम्पत्याने जवळच्या कोरड्या फराळावर गुजराण केली होती. परक्या चुलीवर शिजवलेलं खाण्यास न धजणाऱ्या या धर्मभोळ्या ब्राह्मण मनांमध्ये 'वाटले तर मडमेचे कपडे घाल. जरूर पडली तर मांस खा. पण आता मागे पाहू नकोस' अशी जिद्द घालणारं अमेरिकेचं स्वप्न रुजलं, तो काळ तब्बल सव्वाशे वर्षांपूर्वीचा होता.

कलकत्त्याजवळ श्रीरामपूर नावाच्या छोट्या गावात नोकरीनिमित्ताने राहाणाऱ्या आनंदी-गोपाळ या दाम्पत्याच्या जीवनाला शिक्षणासाठी अमेरिकेला जाण्याच्या स्वप्नाचा स्पर्श झाला आणि एकाएकी उठलेलं वादळ चोहो दिशांनी घोंघावत आलं.

– एकतर एकटी बाईमाणूस किरिस्तावांच्या देशात जाऊन स्वधर्मास लांच्छन आणणार म्हणून सनातनी समाजात रोष पेटला आणि सर्वसामान्य कुवतीच्या आप्तस्वकीयांपासून तुटून ज्ञानोपासनेच्या तेजस्वी पण एकाकी वाटेवर दूरवर एकलंच

चालत आलेलं हे ब्राह्मण जोडपं प्रदीर्घ विरहाच्या असह्य टप्प्याशी येऊन पोचलं.

दोघांनी जायचं तर एवढी पुंजी आणावी कुठून?

या गुंत्यात अडकलेल्या गोपाळरावांनी शोधलेला मार्ग 'त्या' काळाचा विचार करता अविचारीच होता.

– त्यांनी अठरा वर्षांच्या आनंदीला एकटीच अमेरिकेस धाडायचं ठरवलं.

आधुनिक वैद्यक शिकण्याच्या ध्यासाने झपाटलेल्या आनंदीने तो अग्निदिव्याचा निखारा एका विलक्षण धुंदीत तळहाती घेतला.

आधीच चिडलेल्या सनातनी ब्राह्मणांना एकट्या बाईमाणसाने परदेशगमन करण्याचा हा अगोचरपणा कसा सहन व्हावा?

– विरोध, हेटाळणी आणि जहरी लोकनिंदेचं मोहोळ उठलं.

या लोकविरोधाला उत्तर द्यायचं ठरवून गोपाळरावांनी आनंदीबाईंच्या प्रस्थानाआधी श्रीरामपूरला एका जाहीर सभेचं आयोजन केलं. त्या सभेत अस्खलीत अव्वल इंग्रजीत तरुण, तडफदार आनंदीने स्वत: आपली बाजू मांडली. आनंदीबाईचं ते भाषण म्हणजे देशकालाच्या, रिती-परंपरांच्या चौकटीत आपली स्वप्नं बंदिस्त करण्यास ठाम नकार देणाऱ्या कडव्या आत्मनिष्ठेचं झळझळीत, तेजस्वी प्रतिरूपच आहे.

आपला नवरा, संसार मागे ठेवून, परंपरा झुगारून, देश त्यागून एका विवाहित हिंदुस्थानी स्त्रीने शिकायला परदेशी जाणे हा शुद्ध वेडाचार, देशद्रोह, धर्मद्रोह अशी खात्रीच असलेल्या धर्ममार्तण्डांसमोर ताठ मानेने उभी राहात आनंदी जोशी नावाची तरुणी सव्वाशे वर्षांपूर्वी म्हणाली होती,

'एखाद्या जोखमीच्या कामाचा परिणाम चांगला झाला तर आपण त्यामधील साहसाची तारीफ करतो. परिणाम वाईट झाले; तर अविचारीपणाला नावे ठेवतो. दैव फिरताच जग नेहमीच साहसाला अविचार म्हणायला तयार असते. कोणत्याही छांदिष्ट लहरीपणापोटी मी अमेरिकेला चाललेली नाही... आणि त्यात दु:ख पदरी आलेच तर मला त्याचा बागुलबोवाही (वाटत) नाही. त्याउलट ऐच्छिक अज्ञान हा मला गुन्हा वाटतो. संकटे जितकी जास्त, तितके धैर्यही जास्त.' (डॉ. आनंदीबाई जोशी - काळ आणि कर्तृत्व : अंजली कीर्तने)

संकटांची ही अशी उराउरी भेट घ्यायला निघालेल्या जगभराच्या वाटसरूंना गेली सव्वादोनशे वर्षं हाकारणारा अमेरिका हा जगाच्या पाठीवरला एकमेव देश... संकटांशी झुंजणाऱ्या माणसांनीच शून्यातून उभा केलेला... 'संधी'चा स्वर्ग... द लॅण्ड ऑफ अपॉर्च्युनिटीज्.

पडेल ते संकट झेलून पोटाच्या पाठी वाट्टेल तिथे-तिथवर जाण्याच्या आणि चिकट चिवटपणे जातील तिथे पाय रोवून टिकून राहाण्याच्या गुणासाठी दक्षिण

भारतीय माणसं प्रसिद्ध आहेत. अख्ख्या देशातून धावणाऱ्या महामार्गांच्या धमन्यांच्या कडेकडेने टायर्सची चवड रचून पंक्चर काढण्याच्या टपऱ्या चालवणारे हे लोक चंद्रावर गेले; तरी तिथेही इडली-डोशाचं उडपी हॉटेल चालवून दाखवतील; असं गमतीच्या अचंब्याने म्हटलं जातं.

सातासमुद्रापार-पृथ्वीच्या अगदी दुसऱ्या टोकाला असलेल्या अमेरिकेच्या भूमीवर पाय ठेवणारा 'हिंदुस्थानातला पहिला माणूस' हा मान आजही एका (अनाम) मद्रासी व्यापाऱ्याच्याच नावावर (अनधिकृतरित्या का असेना, पण) नोंदलेला आहे. १७९० मध्ये एका मालवाहू जहाजाच्या कॅप्टनबरोबर हा माणूस मॅसेच्युसेटस्‌मधल्या सेलम नावाच्या बंदरावर उतरला होता; अशी नोंद अठराव्या शतकातल्या एका अमेरिकन डायरीत आहे. पण तेव्हाच्या अधिकृत नोंदी मात्र उपलब्ध नाहीत. त्यानंतरच्या दहा-बारा वर्षांत हिंदुस्थानातले काही व्यापारी, धर्मप्रसारक, समुद्रपर्यटनाला निघालेले मुसाफीर अशा कोणा कोणा अवलियांनी न्यूयॉर्क, सॅनफ्रान्सिस्को यासारख्या महत्त्वाच्या अमेरिकन बंदरांना भेटी दिल्या.

आपला देश सोडून अमेरिकेत वास्तव्याच्या इच्छेने (खरं तर कामधंद्याच्या शोधात) एकेकट्या आलेल्या हिंदुस्थानी लोकांची पहिली अधिकृत नोंद उपलब्ध आहे ती १८२० सालची. देशात अधिकृतपणे प्रवेश दिलेल्या नागरिकांची नोंद ठेवणाऱ्या 'इमिग्रेशन ॲण्ड नॅचरलायझेशन सर्व्हिस' या अमेरिकन सरकारच्या खात्याजवळ असलेल्या आकडेवारीनुसार १८२० ते १९०० या ऐंशी वर्षांच्या काळात एकूण ७१६ हिंदुस्थानी माणसं (बहुतांश पुरुषच) अमेरिकेत दाखल झाली.

पूर्वेच्या तेजस्वी प्रज्ञेची प्रभा अवघ्या एका भाषणातून पश्चिमेवर कायमची कोरून ठेवणारे स्वामी विवेकानंद अमेरिकेत आले १८९३ साली. शिकागोमध्ये भरलेल्या धर्मपरिषदेतल्या त्या 'अजरामर' भाषणानंतर विवेकानंदांनी दोन वर्षांहून अधिक काळ अमेरिका आणि युरोपात प्रवास केला. याच दरम्यान त्यांनी न्यूयॉर्क आणि लंडनमध्ये 'वेदांतिक सेंटर्स'ची स्थापना केली.

या प्रारंभीच्या काळात अमेरिकेचा प्रवास करणाऱ्या हिंदुस्थानी नागरिकांमध्ये मुख्यत: उच्च शिक्षणासाठी आलेले विद्यार्थी होते, धर्मप्रसारक होते आणि ब्रिटिश सरकारच्या पंज्यातून सुटण्यासाठी पसार झालेले, अमेरिकेच्या दक्षिण भागात अज्ञातवासात राहाणारे सशस्त्र क्रांतीकारक.

घरदार मागे ठेवून अमेरिकेत 'जगायला' येणाऱ्या हिंदुस्थानातल्या माणसांचा मोठा ओघ सुरू झाला तो १९०० साली. हे होते पंजाब प्रांतातून स्थलान्तरीत झालेले अशिक्षित, भुकेकंगाल शेतमजूर. १८९० नंतरच्या दहा वर्षांत सलग पडलेल्या दुष्काळाने त्यांच्या तोंडचा घास हिरावून घेतला होता. त्याच दरम्यान

ब्रिटिशांनी जमिनीच्या मालकी हक्कांमध्ये कायद्यांची गुंतागुंत वाढवली; आणि छोटे शेतकरी अक्षरश: देशोधडीला लागले. अस्मानी-सुलतानी संकटांशी एकाचवेळी झगडणारे शीख शेतमजूर आणि छोटे शेतकरी हवालदिल होते. दोन वेळची भ्रांत पडलेल्या पंजाब प्रांतात अचानक हाकाटी उठली-

गोऱ्या सायबाला मजूर हवे आहेत.

ते खरंच होतं.

कॅनडातल्या ब्रिटिश कोलंबिया भागात लाकडाच्या वखारी आणि गिरण्यांवर काम करण्यासाठी स्वस्त मनुष्यबळाची गरज निर्माण झाली होती. कमीत कमी पैशांत जास्तीत जास्त कामाचा पिट्ट्या पाडू शकणारे निर्बुद्ध हमाल हिंदुस्थानाशिवाय कुठे मिळणार? – म्हणून कॅनडातल्या स्टीमशीप कंपन्यांचे एजन्ट दुष्काळाने होरपळलेल्या पंजाबात आले. त्यांनी गावोगाव फिरून दवंड्या दिल्या. पत्रकं वाटली.

उपाशी मुलाबाळांना जगवण्यापुरते पैसे मिळाले तरी पुष्कळ, या आशेने हजारो खेडुतांनी हिंदुस्थानचा किनारा सोडला. पंजाबच्या गावागावातले पुरुष बायका-पोरांना मागे ठेवून सीमेवर लढायला जात, तसे 'जगायला' पश्चिमेकडे गेले.

...पण ब्रिटिश कोलंबियात पाय ठेवताक्षणी त्यांची अवस्था आगीतून फुफाट्यात पडल्यासारखी झाली. हिंदुस्थानसारखीच उपासमारी सोसणाऱ्या चीन आणि जपानमधले कंगाल मजूर कॅनडात घुसून लाकूड गिरण्यांमधल्या कामाला आधीच मुंगळ्यांसारखे डसले होते. स्वत:चे श्रम 'स्वस्तात' विकणाऱ्या या मजुरांनी स्थानिक गोऱ्या मजुरांची जागा घ्यायला सुरुवात केल्यावर वातावरण भडकलं. 'बाहेरच्यांची' कत्तल सुरू झाली. परिस्थिती फारच हाताबाहेर गेल्यावर मजुरीच्या खर्चात बचत करून नफा वाढवू पाहाणाऱ्या गब्बर गिरणीमालकांनी हात वर केले.

...आता कॅनडाची सीमा ओलांडणं भाग होतं.

हिंदुस्थानी मजुरांचे लोंढेच्या लोंढे पॅसिफिकच्या किनाऱ्याने दक्षिणेकडे उतरत उतरत अमेरिकेत वॉशिंग्टनला पोचले. तिथेही लाकडाच्या गिरण्या होत्या. कामं होती.

त्या काळात अमेरिकाभर सर्वत्र रेल्वेमार्गांच्या उभारणीचं प्रचंड सव्यापसव्य सुरू होतं. त्यात अनेकांना कामं मिळाली.

१९०७ आणि १९०८ या दोन वर्षांत सदर्न पॅसिफिक रेलरोड, नॉर्दन इलेक्ट्रिक कंपनी रेलरोड आणि वेस्टर्न पॅसिफिक रेलरोड या आस्थापनांनी सुमारे १५०० ते २००० हिंदुस्थानी शिखांना मजुरीवर ठेवल्याच्या नोंदी आहेत.

'बाहेरून' आलेल्या आणि स्थानिकांचा रोजगाराचा हक्क हिरावणाऱ्या सर्वच विदेशी, निर्वासित मजुरांच्या विरोधात आंदोलन तीव्र झाल्यावर अखेर १९१७मध्ये हिंदुस्थानातून येणाऱ्या मजुरांवर निर्बंध लादले गेले.

...पण अमेरिकेच्या सुवर्णभूमीत ज्यांचा शिरकाव झाला होता; त्यांनी वेगाने हातपाय हलवायला, अविश्रांत कष्ट करून हलकेच माना वर काढायला सुरुवात केली. रेल्वेमार्गांचं काम संपल्यावर हे मजूर पॅसिफिक महासागराच्या कडेकडेने पसरलेल्या शेतांमध्ये शिरले. शेतात मजुरी करता करता काहींनी उक्त्या करारावर जमिनीचे तुकडे कसायला घेणं सुरू केलं. पुढे गटागटांनी आपली एकत्र पुंजी गुंतवून ते तुकडे विकत घेतले. काहींनी मातीमोल किमतीला ओसाड माळरानं विकत घेऊन त्यात रक्त ओतलं, घाम गाळला आणि मैलोन्‌मैल भातशेती पिकवली. दुसऱ्याच्या जमिनी मोलाने कसायला आलेले हे कष्टाळू लोक बघता बघता अमेरिकेच्या पश्चिम किनाऱ्यावर स्थिरावले. भराभर वर चढलेले त्यातले काही तर 'हिंदू राईस किंग' म्हणून ओळखले जाऊ लागले.

अमेरिकन सरकारकडे असलेल्या अधिकृत नोंदीनुसार १९३०च्या सुमारास पश्चिम किनाऱ्यावर जवळपास ३००० हिंदुस्थानी शेतमजूर/शेतकरी होते. देशाच्या पूर्व भागात पसरलेल्या कुशल कामगारांची, व्यापाऱ्यांची संख्या साधारण हजार-अकराशे होती. शिवाय एकूण पाचशे विद्यार्थी आणि पंचवीस-तीस धर्मप्रसारक अमेरिकेच्या विविध प्रांतात राहात होते.

त्यानंतर मात्र दुसरं महायुद्ध संपेपर्यंत हिंदुस्थानातून अमेरिकेकडे येणाऱ्या समुद्रमार्गावर फारशी वर्दळ नव्हती.

हिंदुस्थानातून येणाऱ्या लोकांवर पहिल्यांदा निर्बंध आले ते १९१७ साली. १९२४ साली हे कायदे अधिक कडक झाले. भारतीय वंशाच्या लोकांना अमेरिकन नागरिकत्वापासून वंचित ठेवणारा कायदा अमेरिकन काँग्रेसने १९२३ साली संमत केला होता.

दुसऱ्या महायुद्धाच्या समाप्तीनंतर १९४६च्या सुमारास हे निर्बंध थोडे सैल झाले. प्रत्येक देशासाठी ठरावीक 'कोटा' ठरवण्याची पद्धत याच दरम्यान सुरू झाली. भारतातून प्रतिवर्षी फक्त शंभर नागरिक अमेरिकेत स्थलान्तरीत होऊ शकतील अशी मर्यादा घालून देण्यात आली. आधीच अमेरिकेत असलेल्यांच्या निकटच्या नातेवाईकांना 'कोटाबाह्य' प्रवेशासाठी पात्र ठरवलं गेलं.

याच काळात औद्योगिक क्रांतीचा टप्पा ओलांडून अमेरिकन अर्थव्यवस्था 'पोस्ट-इंडस्ट्रियल' टप्प्यात शिरत होती. सेवाक्षेत्रांचा विस्तार होऊ लागला होता. अमेरिकन समाजव्यवस्थेत शारीरिक श्रमांच्या कामांखेरीज प्रशिक्षित, तज्ज्ञ मनुष्यबळाची गरज वाढत चालली होती. भारतीयांच्या डोक्यावरला 'साहेबा'चा वरदहस्त अमेरिकेने हेरला आणि अव्वल इंग्रजीत नाणावलेल्या (रेडिमेड) भारतीय कारकुनांच्या मोहाने १९५२ साली आणखी एक महत्त्वाचं पाऊल उचललं. भारतीय वंशाच्या लोकांना नागरिकत्वासाठी पात्र ठरवणारी घटनादुरुस्ती मंजूर झाली.

...आता पांढरपेशांचा ओघ सुरू झाला होता. भारताला स्वातंत्र्य मिळाल्यानंतर लगेचच- म्हणजे १९४७ ते १९६५ या अठरा वर्षांत सहा हजारांहून अधिक भारतीय अमेरिकेत दाखल झाल्याची आकडेवारी उपलब्ध आहे.

त्यानंतर १९६५ साली आलेल्या 'इमिग्रेशन ॲण्ड नॅशनॅलिटी ॲक्ट'ने तर सारं चित्रच बदललं.

– ताटातूट झालेल्या कुटुंबांचं एकत्रीकरण (फॅमिला री-युनिफिकेशन) आणि प्रचंड वेगाने वाढत्या औद्योगिकीरणासाठी अत्यावश्यक अशी व्यावसायिक कौशल्यं धारण करणाऱ्या व्यक्तींना तात्काळ प्रवेश असं सरसकट धोरणच अमेरिकेने घोषित केलं.

– नशीब काढायला येऊ शकणाऱ्या (तज्ज्ञ) मुसाफिरांसाठी अमेरिकेने आपले दरवाजे सताड उघडले.

कुणाकुणाला अमेरिकेत प्रवेश मिळेल याचा प्राधान्यक्रम ठरवणारी त्यावेळची ती बहुचर्चित यादी अशी होती.

प्रथम प्राधान्य - अमेरिकन नागरिकत्व मिळालेल्यांची अविवाहित मुले.

दुसरं प्राधान्य - अमेरिकेत कायदेशीर निवास करणाऱ्या परप्रांतियांचे जोडीदार (पती/पत्नी) आणि अविवाहित मुले.

तिसरं प्राधान्य - अत्युच्च/विशेष क्षमता धारण करणारे व्यावसायिक, शास्त्रज्ञ आणि कलावंत.

चौथं प्राधान्य - अमेरिकन नागरिकत्व मिळालेल्यांची विवाहित मुले.

पाचवं प्राधान्य - अमेरिकन नागरिकत्व मिळालेल्यांची सख्खी भावंडे.

सहावं प्राधान्य - अमेरिकेत ज्या ज्या क्षेत्रात मनुष्यबळाचा तुटवडा आहे अशा क्षेत्रात उपयोगी ठरू शकणारे कुशल/अकुशल कामगार.

सातवं प्राधान्य - स्वदेशातून परागंदा शरणार्थी.

भौतिक समृद्धी आणि व्यक्तिविकासाची अमर्याद संधी देऊ करून स्वतंत्र भारतातल्या उच्चशिक्षित/सुशिक्षित मध्यमवर्गाला अमेरिकेकडे आकर्षून घेणारा हा कायदा १९६५ साली संमत झाला आणि एकच धूम उडाली.

याच दरम्यान भारतीयांच्या पथ्यावर पडणारी आणखी एक गोष्ट घडली. युरोपमधून अमेरिकेत स्थलान्तरित होऊ इच्छिणाऱ्यांचा ओघ कमी झाला. १९६०च्या दशकाच्या प्रारंभी युरोपमधली अर्थव्यवस्था वेगाने सुधारल्याचा तो स्वाभाविक परिणाम होता. युरोपमधल्या पश्चिमी देशांमध्ये तर मनुष्यबळाची कमतरताच निर्माण झाली होती. देशातच विपुल संधी उपलब्ध होत असताना परदेशाची वाट कोण

धरील? शिवाय अमेरिकेचा थिल्लर, चवचाल स्वभाव हा संस्कृतीप्रिय युरोपियनांच्या चेष्टेचा विषय होताच. मर्यादित तज्ज्ञ मनुष्यबळ देशाबाहेर जाऊ नये म्हणून पोलंड-सारख्या काही युरोपीय देशांनी स्थलान्तरावर निर्बंधही घातले होते.

युरोपियनांची ही 'अनिच्छा' आशियातल्या लोकांच्या पथ्यावर पडली. त्यातही इतर आशियाई देशांपेक्षा भारतीयांकडे हुकुमाचा एक्का होता – इंग्रजीवरचं प्रभुत्व.

१९६२ मध्ये ब्रिटनने आपले 'इमिग्रेशन कायदे' कडक केल्यामुळे विलायतेला जाऊ इच्छिणाऱ्या भारतीय पदवीधरांपुढे एकच प्रमुख वाट उरली –

अमेरिका.

काळ अनुकूल होता. वेळ जुळून आली होती. आणि तात्कालिक परिस्थितीच्या नाईलाजापोटी का असेना, अमेरिकेने आपले दरवाजे उघडले होते.

• •

जगभरातली उत्तमोत्तम गुणवैशिष्ट्यं, बुद्धिमत्ता आपल्या दिशेने खेचून घेण्याची 'कळ' अमेरिकेला प्रारंभापासून अवगत आहे. या भूमीवर असलेल्या व्यक्तिगत-वैचारिक-भावनिक-सामाजिक-राजकीय... सर्व तऱ्हेच्या असीम स्वातंत्र्याच्या मोहाने जगभरातले लेखक-कलावंत-शास्त्रज्ञ-विचारवंत अमेरिकेकडे आकर्षिले जातात. भुकेल्या पोटासाठी दोन घास मिळावेत म्हणून कष्टणाऱ्या श्रमजीवीपासून बौद्धिक विकासासाठी तळमळणाऱ्या बुद्धिवाद्यांपर्यंत प्रत्येकाला या देशात 'फेअर चान्स' मिळतो; असा अमेरिकेचा लौकिक आहे. जागतिक राजकारणातल्या समकालीन पडझडीनंतर, 'महासत्ते'च्या प्रतिमाभंजनानंतर आजही तो टिकून आहे.

...हा लौकिक कमावण्यासाठी, तिसऱ्या जगातल्या गरीब देशांमधलं 'लोणी' आपल्या 'पावा'वर ओढून घेण्यासाठी अमेरिकेने किती शिस्तबद्ध प्रयत्न केले होते; याचं चित्र १९६०च्या दशकातल्या भारतात डोकावलं; तरी पाहायला मिळतं.

या काळात अमेरिकन विद्यापीठांनी भारतातल्या निवडक प्राध्यापकांना 'फेलो' म्हणून आमंत्रणं धाडली. भारतीय विद्यार्थ्यांना अमेरिकन कुटुंबात वर्षभर राहून तिथल्या शाळा-कॉलेजात शिकण्याची संधी देणारे 'अमेरिकन फिल्ड सर्व्हिस'सारखे उपक्रम सरकारी खर्चाने सुरू झाले. 'युनेस्को'तर्फे 'एक्स्पेरिमेन्ट इन इन्टरनॅशनल लिव्हिंग' ही योजना जाहीर झाली. या योजनेअंतर्गत भारतीय बुद्धिजीवी व्यावसायिक (विशेषत: शास्त्रज्ञ, प्राध्यापक, कलावंत) अमेरिकेत वर्षभराचा कार्यानुभव आणि वास्तव्यासाठी जाऊन आले.

त्या काळात भारतातल्या नोकरदार मध्यमवर्गीय माणसाच्या घरात ट्रान्झिस्टर आणि फोन असणं हीसुद्धा प्रतिष्ठेची दुर्मिळ लक्षणं होती. इतका मर्यादित आवाका असलेल्या या मंडळींनी पहिल्यावहिल्या परदेशवारीत (अमेरिकन सरकारच्या खर्चाने)

पाहिलेली दुनिया अद्‌भुत होती. तिथल्या यांत्रिक सुविधा, स्वच्छ-सुंदर-झुळझुळीत राहणीमान, अभ्यास-संशोधनासाठीचं मुक्त स्वातंत्र्य, मुबलक सुविधा, खाण्या-पिण्याची चंगळ आणि भारताच्या तुलनेत स्वच्छ सार्वजनिक चारित्र्य हे सारं स्वर्गा-समानच होतं.

शिवाय रीतिरिवाजांचे काच नसलेलं, समाजाची-अगदी शेजाऱ्यापाजाऱ्यांचीसुद्धा भोचक ढवळाढवळ नसलेलं मुक्त व्यक्तिगत जीवन जगण्याची मुभा!

– भारतात काचलेल्या तारुण्याला त्या मुक्ततेची ओढ वाटणं स्वाभाविकच होतं.

यातली काही मंडळी 'तिकडेच' राहिली.

बाकीच्यांपैकी अनेकांनी परत आल्यावर 'तिकडल्या' अनुभवांचं झपाटल्यासारखं वर्णन करणारं लेखन केलं.

शिवाय अमेरिकेतल्या सुखसोयींनी युक्त राहणीमानाची सचित्र माहिती देणारं 'अ स्मॉल टाऊन इन यू.एस.ए.', अमेरिकन साहित्य-संस्कृती-कलांशी परिचय घडवणारा 'स्पॅन', तिकडल्या सामाजिक-राजकीय घडामोडीच्या बातम्या देणारा 'अमेरिकन रिपोर्टर' यासारखी नियतकालिकं अमेरिकन माहिती खात्याच्या वतीने मोफत घरपोच पाठवली जाऊ लागली.

हॉलिवूडचे सिनेमे हा एक मोठाच प्रभाव होता.

युनायटेड स्टेट्स इन्फर्मेशन सर्व्हिस- 'युसिस'- या शब्दाला आज वयाची सत्तरी ओलांडलेल्या भारतीय बुद्धिजीवी लोकांच्या भावविश्वात विशेष स्थान आहे. त्यातही मराठी लेखन-वाचनातल्या मंडळींसाठी विशेषच! स्थानिक प्रभावाच्या प्रमुख भारतीय भाषांमधल्या लेखकांना डॉलर्समधल्या पगाराच्या नोकऱ्या 'युसिस'ने दिल्या. शिवाय अमेरिकन (इंग्रजी) साहित्याचं त्या त्या भाषेत भाषांतर करण्याचं काम. फक्त मराठीचा विचार केला तरी त्याकाळातल्या अनेक नामवंत लेखकांना 'युसिस'ने मोठाच आर्थिक हात दिल्याचं दिसेल.

या सगळ्यातून निश्चितपणे अमेरिकेचं एक चित्र उभं राहात होतं. त्या चित्रातले रंग आकर्षक होते, तारुण्याच्या मनातल्या स्वाभाविक उर्मींना आव्हान देण्याची ताकद त्या चित्रात होती आणि इथल्यापेक्षा उज्ज्वल भविष्याची (निश्चित) खात्री होती... दिलासा तरी नक्कीच होता.

'तिकडे' शिकायला/नोकरीला गेलेली मंडळी 'तिकडल्या' (सुखद) अनुभवांविषयी इकडल्या मासिका-साप्ताहिकांमध्ये लिहीत होती. तिकडून येणाऱ्या पत्रांमध्येही मित्रांचा आग्रह सुरू होता. प्रत्यक्ष अनुभव घेऊन परतणारे खासगीत बोलत होते.

'हो'-'नाही'च्या सीमारेषेवर घुटमळणाऱ्यांसाठी या अनुभवांना आयुष्याचं मोल होतं.

‘अमेरिकन फिल्ड सर्व्हिस (AFS)’तर्फे अमेरिकेत एक वर्ष शिकायला गेलेल्या राजेंद्र पटवर्धन या बारावीतल्या तरुणाने आपल्या घरी पाठवलेली पत्रं हे या परात्पर ‘अनुभवा’चं बोलकं उदाहरण.

पुण्याच्या कॉमर्स कॉलेजचे (तत्कालीन) उपप्राचार्य प्रा. भाऊसाहेब पटवर्धन यांचा धाकटा मुलगा राजेंद्र – म्हणजेच राजूची ही पत्रं ‘माणूस’ साप्ताहिकाच्या दिवाळी अंकात १९६८ साली प्रसिद्ध झाली. ‘इतक्या कोवळ्या वयातल्या तरुणांना अमेरिकेत बोलावून त्यांना तिथल्या जीवनाची चव देणं म्हणजे (भारतासारख्या) स्वतंत्र देशांच्या पायात सोन्याच्या बेड्या अडकवण्यासारखंच आहे’ अशा सूचक संपादकीय टिप्पणीसह ही पत्रं प्रसिद्ध झाली.

विमानोड्डाणाच्या अद्‌भुत मजेचं वर्णन करीत सुरू झालेला या पत्रांचा प्रदीर्घ प्रवास ‘अमेरिका’ नावाच्या स्वप्नभूमीचं इतकं वेधक वर्णन करतो; की तब्बल ४० वर्षांपूर्वीची ही पत्रं वाचून एच वन व्हिसासाठी अमेरिकन वकिलातीच्या दारात रांग लावावी, असं आजही कुणाला वाटेल.

विद्यार्थ्यांना सर्वांगाने फुलण्याचा वाव देणारी मोकळी ढाकळी प्रसन्न शाळा, तिथल्या शिकण्या-शिकवण्याच्या रंजक पद्धती, (त्या काळात) शाळेच्या खर्चाने प्रत्यक्ष वापरायला मिळणारा कॉम्प्युटर, वेगवेगळ्या शहरातल्या सहली याचे बारीकसारीक तपशील या पत्रांमध्ये आहेत.

त्याहून वेधक आहे ते शांत, समाधानी आयुष्य जगणाऱ्या रसिक, हौशी आणि अगत्यशील अमेरिकन कुटुंबांचं सुखी चित्र.

१९६८ साली अमेरिकेतल्या ‘होस्ट फॅमिली’त पाऊल ठेवल्या ठेवल्या राजूला दिसलं ते थक्क करणारं सुख आणि सामान्य मध्यमवर्गीय माणसांच्या घरातली सुविधांची रेलचेल. तो लिहितो –

‘रस्ते इतके छान. रुंद. दोन्ही बाजूंना मस्त झाडी. हे घर खूपच मोठे आहे. या घरात चक्क दोन टी.व्ही. आहेत. तीन रेफ्रिजरेटर्स. शिवाय वॉशिंग मशीन. कपडे धुतात मशीनमध्ये आणि वाळवायलापण ड्रायर. प्रत्येक खोलीत गालिचे आहेत. प्रत्येकाला आपली आपली स्वतंत्र गाडी. ही माणसं दर शनिवार-रविवारी पिकनिकला जातात आणि पाण्याऐवजी दूधच पितात. जेवणाबरोबर रोज सॅलड, केक, आईस्क्रिम, दूध आणि भरपूर फळं असतात.’

हा राजू आयुष्यात पहिल्यांदा लिफ्टमधून मजलेच्या मजले क्षणात चढतो-उतरतो, ‘चालती जमीन’ अनुभवतो, पहाटेपर्यंत चालणाऱ्या वीक-एण्डच्या जंगी पार्ट्यांमध्ये मौज करतो, बर्फावरून घसरण्याचा खेळ (स्कीईंग) शिकतो, इलेक्ट्रिक रवी (बीटर) वापरून ‘सावर क्रीम’चं (आंबट सायीचं) श्रीखंड फेटतो... आणि माणूस म्हणून आपला आवाका, समज वाढवण्याची सुंदर संधीही त्याला पावला-पावलावर भेटते.

– या वर्षभरात मायदेशाच्या आठवणीने कासावीस, एकाकी होणं सोडाच, बारावीत शिकणाऱ्या या तरुणाला इकडली साधी आठवणसुद्धा येत नाही. त्याला हुरहूर वाटते, ती फक्त भारत-ऑस्ट्रेलियामधल्या क्रिकेट सामन्यांची.

'यावर्षी भारत-पाक कसोटी सामने होणार का? ऑस्ट्रेलियाच्या दौऱ्यानंतर पत्तौडी निवृत्त होणार का? त्याचे लग्न केव्हा आहे? रणजी ट्रॉफीत काय घडणार? देसाई, नाडकर्णी, इंजिनियर आणि सरदेसाईसुद्धा नसतील तर मुंबईचे काय होणार? आबिद अलीबद्दल ऑस्ट्रेलियाचे कॉमेन्टेटर्स काय म्हणत होते?'- याची त्याला उत्सुकता आहे आणि 'तिकडे अमेरिकेत यातलं काहीच कळत नाही म्हणून पत्रोत्तरात त्याबद्दल सविस्तर लिहा, कात्रणं पाठवा' असं तो मित्रांना कळवत राहातो.

'अमेरिकन ॲब्रॉड' या योजनेतून पुढल्या वर्षी एक अमेरिकन मुलगा पुण्याला आपल्या घरी राहायला येणार, हे राजू विलक्षण उत्साहाने घरी कळवताना दिसतो. याच दरम्यान 'अमेरिकन फिल्ड सर्व्हिस' या योजनेतून बाहेर पडण्याचा निर्णय भारत सरकारने घेतला असल्याचं राजूला कळलं असावं. तो व्यथित होऊन वडिलांना लिहितो,

'ए.एफ.एस.मधून भारताने बाहेर पडणं म्हणजे एक उत्कृष्ट कार्यक्रम उगाचच बंद करणं होणार आहे. ए.एफ.एस.चे अध्यक्ष ऑर्थर हॉव आम्हाला न्यूयॉर्कला भेटले होते. ते म्हणाले- मी स्वत: दिल्लीला जाईन आणि भारत सरकारच्या अधिकाऱ्यांना पटवून देईन की हा कार्यक्रम तुमच्या विद्यार्थ्यांचं कल्याण करतो. त्यांना अमेरिकेचे हस्तक किंवा हेर बनवीत नाही.'

● ●

संशयाची सुई उठू लागली होती.

'शिक्षण' इथे घ्यायचं, त्याचा खर्च पोटाला चिमटे घेऊन भारताने करायचा; आणि या लोकांच्या बुद्धीचा उपयोग मात्र परक्या देशांना; याबद्दल नाराजी, राग व्यक्त होऊ लागला होता. 'पैसे मिळवायला इंग्लंड/अमेरिकेत जायचं असेल तर खुशाल जा; आधी या देशाने तुमच्या शिक्षणावर खर्च केलेले पैसे टाका'- असे सरळ हिशेब घातले जाऊ लागले होते. देशान्तर करणारे आपमतलबी तरुण अप्पलपोटे 'देशद्रोही' आहेत; अशी तिखट टीका सुरू झाली होती.

'एतद्देशीय तरुणांच्या कर्तृत्वाला संधी आणि महत्त्वाकांक्षांना पुरेसा वाव देण्याची क्षमताच या देशात (अजून आली) नसेल; तर अपेक्षित संधीच्या शोधात परदेशी जाणाऱ्या/जाऊ इच्छिणाऱ्या तरुणांचं काय चुकलं?'- असे प्रतिप्रश्नही तेवढ्याच अहमहमिकेने लढवले जाऊ लागले होते.

'अडचणीत फसलेल्या देशाला झिडकारून फक्त स्वत:च्या स्वप्नांचा विचार

करणे म्हणजे आधुनिक देशद्रोहच नव्हे काय?' असा युक्तिवाद सुरू झाला होता. इंग्रजी ज्ञानामुळे शेफारलेल्या 'भारतीय बुद्धिवंतांची निर्यात' अशा रोखठोक शीर्षकांनी 'ब्रेन ड्रेन'ची चर्चा करणारे संतप्त, सचिंत लेख प्रकाशित होऊ लागले होते.

स्वप्नांच्या शोधात स्वदेशाच्या सीमा ओलांडायला निघालेल्यांची संख्या एकूण लोकसंख्येच्या-अगदी त्यातल्या सुशिक्षितांच्याही तुलनेत अत्यल्प होती.

पण हे लोक महत्त्वाच्या आर्थिक-सामाजिक गटातले होते. मूठभर... चिमूटभरच असले तरी ते एका विशिष्ट काळात घडू घातलेल्या महत्त्वपूर्ण सामाजिक बदलाचे प्रतिनिधी होते. (शिवाय परदेशात 'ॲडमिनिस्ट्रेटिव्ह जॉब्ज' करायलाच गेलेल्या/ जाणाऱ्या बहुसंख्य देशी कारकुनांची गणना - त्यांच्या पासपोर्टवर परदेशगमनाचा शिक्का बसताच- थेट 'बुद्धिवंतांमध्येच' होऊ लागली होती.)

...स्वप्नांना अडवण्याची, कोंडून घालण्याची शक्ती कधीच कुठल्या युक्तिवादात नसते.

तसंच झालं.

नुकतीच विमानसेवा सुरू झाली होती. काही वर्षांपर्यंत 'बॅलॉर्ड पिअर'वर होणारे निरोप समारंभ आता मुंबईच्या विमानतळावर होऊ लागले. डोळ्यातलं पाणी आवरत निरोपाचे हात हलवणारे शेकडो आप्त, गळ्यातल्या पुष्पहारांनी भारावलेला आणि डोक्यावरच्या जबाबदारीच्या ओझ्याने गुदमरलेला एक जीव... आणि 'अमूक तमूक यांचे परदेशी प्रयाण' अशा वर्तमानपत्रातल्या बातम्या.

जाणारे बहुतेक लोक 'अनुभव गाठीशी बांधून (आणि पुंजी कमावून) परत येऊ' असा दिलासा देऊन विमानात बसत.

...पण याच काळात आणखीही काही घडू लागलं होतं.

स्वदेशावर नि:सीम प्रेम असलेले, अजून शाळा-कॉलेजात शिकणारे महाराष्ट्रातले काही कनिष्ठ मध्यमवर्गीय विद्यार्थी स्वदेशाच्या हितासाठीच परदेशी जाण्याचं आणि कायम तिकडेच वास्तव्य करून वेगळ्या अर्थाने मातृभूमीचीच सेवा करण्याचं स्वप्न पाहू लागले होते.

देशप्रेमाला घातलेल्या भौगोलिक सरहद्दीच्या सीमा पुसून टाकणारा एकविसाव्या शतकातल्या जागतिकीकरणाचा प्रत्यक्ष अनुभव तब्बल सत्तेचाळीस वर्षांपूर्वी इथल्या तारुण्याच्या विचारांमध्ये रुजू घातला होता. त्याचं विलक्षण प्रत्यंतर १९६०च्या दशकात 'माणूस' साप्ताहिकाने घेतलेल्या 'कसे कुठे जाणार?' या स्पर्धेतल्या लेखनामध्ये स्पष्ट उमटलेलं आहे.

महाराष्ट्रातल्या महाविद्यालयीन तरुण-तरुणींना भविष्यातील स्वप्नरेखनाची संधी

देणाऱ्या या निबंध स्पर्धेचं परीक्षण केलं होतं दुर्गा भागवत यांनी. दुर्गाबाईंनी प्रथम क्रमांकाच्या पारितोषिकासाठी पात्र ठरवलेल्या निबंधात नंदकुमार देशपांडे नावाचा तरुण लिहितो –

'मला खूप शिकायचे आहे. उत्तम मार्कांनी पदवी मिळवल्यावर मी परदेशी जाण्याचा निश्चय केला आहे. उच्चशिक्षणासाठी परदेशगमन आवश्यक आहे. जगातील वाढत्या व अफाट ज्ञानाच्या कक्षा क्षणाक्षणाला विस्तारत आहेत. ही सर्व क्षेत्रे आपल्या देशात उपलब्ध होऊ शकणार नाहीत; त्यामुळे ते ज्ञान आत्मसात करण्यासाठी परदेशाची वाट धरावीच लागेल. ही वाट लांबची व खडतर असली, तरी स्वतःच्या प्रयत्नांनी ते दिव्य साध्य केल्याची अनेक उदाहरणे माझ्या डोळ्यासमोर आहेत.

कायमचे परदेशगमन हे काही जणांना देशद्रोही कृत्य वाटते. पण लोकशाही मतस्वातंत्र्याच्या या जमान्यात माझ्या आवडीच्या विषयात मी विशेष अभ्यास करणे केव्हाही गैर होणार नाही. याउलट माझा अभ्यासविषय माझ्या देशाला उपयुक्त न होण्याची पुष्कळ शक्यता आहे. म्हणून मी अभ्यासासाठी व पुढे नोकरीसाठी कायमचे परदेशगमन केल्यास देशद्रोह होतो, हे म्हणणे बरोबर नाही. कारण आपल्या देशात बेकारीचा प्रश्न तीव्र आहे. संधींची विषमता आहे. आपण मिळवलेल्या ज्ञानाचा उपयोग व वाढ स्वदेशात राहून होणार नसेल तर परदेशात कायमचे वास्तव्य दोषकारक होणार नाही.

एका खेड्यातील तरुण अधिक शिक्षण मिळवून शहरात नोकरीस लागला व तेथेच कायम वास्तव्य करून राहिला, तर तो त्याच्या गावाशी द्रोह होत नाही. खेड्यात परतून आपले ज्ञान संधीअभावी वाया घालवण्यापेक्षा शहरात राहून त्याला आपल्या परीने खेड्याचे हित साधता येईल. परदेशगमन आणि स्वदेशहिताचा संबंध थोड्याफार फरकाने असाच आहे.

कायमच्या वास्तव्यासाठी परदेशगमन करणार असलो; तरी स्वदेशहित नजरेआड होऊ देणार नाही हा निश्चय आजच करीत आहे.'

'आय मस्ट लाँच माय फॉर्च्यून लाईक अ शिप ऑन द ओशन ऑफ लाईफ. टु व्हॉट शोअर शॅल इट गो, टु अ फर्टाईल बँक ऑर अ बॅरन बीच? ऑर विल इट गो टु पिसेस?'

– माझ्या आयुष्याची नौका अफाट समुद्रात लोटून द्यायची वेळ आता आली आहे. पुढे काय होईल? माझं हे आयुष्य समृद्धीने गजबजत्या किनाऱ्याला लागेल की वैराण वाळूवरले ओसाड, एकाकी भोगच येतील नशिबी? उफाळत्या दर्यात फुटून भंगून गेला हा साराच खेळ... तर?

ध्येयधुंद

मायभूमीचा किनारा सोडून एका अज्ञात प्रदेशाच्या रोखाने प्रवासाला निघालेल्या आनंदी जोशी या तरुणीच्या मनातलं हे तुफान. अमेरिकेत रोझेल नावाच्या गावात राहाणाऱ्या थिओडोसिया कार्पेन्टर बाईंना आनंदीने १८८३ साली लिहिलेल्या एका पत्रात या तुफानाची गाज अजून ऐकू येते. आनंदी ना त्यांच्या ओळखीची, ना पाळखीची. ना जातीची, ना वंशाची. अमेरिकेत डॉक्टरकीचं शिक्षण घ्यायला एक हिंदुस्थानी स्त्री एकटी येते आहे; असं काही घडू शकतं या कल्पनेने आनंदीइतक्याच थरारलेल्या या कार्पेन्टर बाईंनी आनंदीशी 'पत्रमैत्री' जोडली होती. तिला आपल्या घरी बोलावलं होतं. 'तुझी बोट न्यूयॉर्कच्या किनाऱ्याला लागेल तेव्हा मी तिथे उभी असेन. मी स्वत: तुला न्यायला येईन' अशी पुन:पुन्हा खात्री दिली होती.

...पलीकडल्या किनाऱ्यावर कुणी आपली वाट पाहाणार आहे, हे ठाऊक असूनही कलकत्ता ते न्यूयॉर्क या दोन महिन्यांच्या

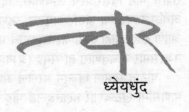

जलप्रवासात अथांग, अफाट महासागराने एकट्या आनंदीचा अंत पाहिला.

आनंदीच्या आधी अशी किती माणसं या वाटेने गेली होती... तिच्यानंतर तर रांगच लागली. विसाव्या शतकाच्या पूर्वार्धात पूर्व-पश्चिमेच्या मध्ये पसरलेल्या महासागरांनी कित्येकांना त्यांच्या स्वप्नाच्या दिशेने वाहून नेलं...

मातृभूमीचा किनारा सोडलेला.

– आणि मध्ये हा एकाकी, भयाण समुद्रवास. आपली माणसं दूर सुटलेली. ओळखीचा किनारा लांब जात दिसेनासा झालेला. ज्या दिशेला जायचं ते सगळं परकं... अनोळखी... आणि मनाशी जपलेल्या एकुलत्या एका स्वप्नाभोवती अचानक उठलेला संशयपिशाच्चांचा कल्लोळ.

...सगळं नीट जमेल ना?

कसे पार पडू आपण?

प्रश्नांचे भाले टोचून टोचून घायाळ झालेल्या अशा किती जीवांनी केवळ मागे जाता येत नाही म्हणून महासागरांमधून प्रवास केला असेल.

'माणूस' म्हणून स्वत:च्या तुच्छ क्षुद्रत्वाची चरचरीत जाणीव देणारा, दिवस-रात्रीचं भान विसरायला लावणारा, दिशांची गणितं पार उलटी पालटी करणारा, अथांग सागराच्या पोटात मधूनच उठणाऱ्या क्रूर-जीवघेण्या वादळांशी झुंजणारा... आणि कोणत्याही क्षणी जलसमाधीचं भय घालणाऱ्या क्रूर नियतीचं नग्न रूप प्रत्यक्ष नजरेसमोर नाचवणारा हा समुद्र (प्र)वास.

पोटात सामान खच्चून भरलेलं आणि अंगाखांद्यावर, कुशी-कडांवर पिटुकल्या माणसांना खेळवणारं हलतंडुलतं मोठ्ठं गलबत-जहाज.

कुठून कुठून आलेल्या कसकसल्या माणसांनी गजबजलेलं, अफाट महासागरातून कोण जाणे कुठे तरंगत निघालेलं, खारट-ओलं, उमाशांचं आणि ओकाऱ्यांचं गावच.

अखंड फिरणाऱ्या इंजिनांचा घरघराट. सेकंदासेकंदाला जळणाऱ्या कोळशांची धग. किनारा सोडताना पिण्यासाठी म्हणून साठवलेलं कित्येक दिवसांपूर्वीचं शिळं पाणी. शिळ्याच भाज्या. आणि झोपणं-उठणं-बसणं-जेवणंसुद्धा नकोसं करणारे अखंड हेलकावे.

स्वदेशापासून क्षणाक्षणाला दूर नेणारा असला भयाण, एकाकी प्रवास करून जिथे जायचं; तिथे आपलं काय होईल; याची कल्पना शून्य.

...तरीही अनेक माणसं या दिव्यातून गेली.

त्यातल्या बहुसंख्यांचं ध्येय आनंदीइतकं कणखर, चिवट नव्हतं. मातृभूमीच्या ओढीने उसळत्या लाटांशी दोन हात करत, पाणी कापत महासागर पोहून जाणाऱ्या 'स्वातंत्र्यवीरां'ची अजोड तेजस्वी ऊर्मी तर कुणाजवळच नव्हती.

– तरीही अनेकांनी हे दिव्य पत्करलं.

ही माणसं सामान्य होती. चारचौघांसारखीच. त्यातल्या काहींनी हार पत्करली. अनेकांना अपयश पदरी घ्यावं लागलं. त्यांच्या कहाण्या भूतकाळाच्या उदरात विरून गेल्या.

– पण काही माणसं तरून गेली.

पडत-झडत-धडपडत उभी राहिली.

उपास काढून, अपमान गिळून, हाडं गोठवणाऱ्या थंडीत अनवाणी फिरून या माणसांनी कष्ट काढले.

काडी काडी जमवून परक्या भूमीवर आपलं आयुष्य उभं केलं. दगड शोधले. चूल मांडली. संसार केले.

या झगड्याच्या पोटी स्वत:चं आयुष्य उभारण्याचा 'स्वार्थ' होता हे तर खरंच; पण म्हणून त्यांच्या कहाणीतला थरार उणावत नाही. रोमांच हरवत नाही.

मातृभूमीसाठी फासावर गेलेले, तळहाती शिर घेऊन लढलेले, महासागर पोहून-अवकाश भेदून जाणारे, ध्येयसिद्धीसाठी वाट्टेल त्या अग्निदिव्याला हसत तयार असलेले वीर अलौकिक. त्यांनी आयुष्यं वाऱ्यावर उधळली; पण त्या उधळून देण्यामागे तसंच ज्वलंत, प्रखर ध्येयही उभं होतं.

चार जास्तीचे पैसे गाठीशी बांधायच्या उद्देशाने, फक्त 'जगायच्या' कोमट महत्त्वाकांक्षेने घराबाहेर-देशाबाहेर पडलेल्या लाखो स्थलान्तरितांच्या कहाण्या इतिहासाने नोंदल्या नसतील; पण त्या आहेत.

सामान्य कुवतीचा माणूस प्रसंग पडला तर काय करू शकतो; याचा अचंबित करणारा पुरावा देणाऱ्या कहाण्या.

चिवटपणे तग धरण्याच्या, मिटल्या ओठांनी सोसण्याच्या आणि तरीही ध्येयाला चिकटून राहाण्याच्या-पडण्या-धडपडण्याच्या-घसरण्याच्या-तरी पुन्हा पाय रोवून उभं राहाण्याच्या कहाण्या.

– या अज्ञात कहाण्यांच्या प्रदेशात मराठी माणसांच्या पाऊलखुणा स्पष्ट उमटलेल्या दिसतात.

● ●

पंढरपूर. क्षेत्राचं गाव. विटेवरचा विठ्ठल सोडला तर १९५० सालात या गावात नाव घ्यावं असं काही नव्हतं. या शांत, सुस्त गावात गोविंद पाच्छापूरकर नावाचा ब्राह्मण घरचा मुलगा ग्रॅज्युएट झाला. बी.कॉम. त्याला पुढे सी.ए. करायचं होतं. त्यासाठी प्रत्यक्ष कामाचा अनुभव (आर्टिकलशिप) हवा म्हणून पुण्यात काही फर्म्समध्ये चौकशी केली. प्रत्येकाने सांगितलं, पंधरा हजार रुपये डिपॉझिट भरा. पाच वर्षांत तेच पैसे तुम्हाला पगार म्हणून परत मिळतील. दरमहा अडीचशे रुपये.

'खिशात दीडशे रुपयेसुद्धा नव्हते. पंधरा हजार कुठून आणावे?' – गोविंद पाच्छापूरकर सांगतात, 'माझे न्यूयॉर्कचे मेहुणे मुंबईत आले होते. ते म्हणाले, मित्रांकडे करतो चौकशी. त्यांचा एक मित्र 'जन्मभूमी' नावाच्या वर्तमानपत्रात मॅनेजर होता. त्याने सुचवलं, तुमचा हा गोविंद अमेरिकेत का जात नाही? तिथे त्याला हवं तेवढं शिकता येईल. छोटं मोठं काम पण मिळेल.'

सहज म्हणून न्यूयॉर्कच्या युनिव्हर्सिटीत अर्ज केला आणि बी.कॉम.च्या डिग्रीवर 'तिकडे' थेट ॲडमिशनच मिळाली.

१९५१ चे दिवस.

अमेरिकेला बोटीने जायचं. त्यातही मालवाहू बोटीतून गेलं तर तिकीट स्वस्तात पडतं म्हणून 'एस.एस. जलकेंद्र' नावाच्या कार्गो शिपने जायचं ठरलं.

'तोवर मी आपला साधा पायजमा-शर्ट घालीत असे. पण बोटीवरून प्रवास करायचा तर हे कपडे चालत नाहीत; हे कोचीन बंदरावर गेल्यावरच कळलं. सूट हवा. निदान शर्ट-पॅन्ट तरी हवीच. शेवटी मेहुण्यांचा जुना सूट बरोबर घेतला. सामानासाठी चोरबाजारातली एक जुनी ट्रंक आणि वीस अमेरिकन डॉलर्स किमतीचा एक ट्रॅव्हलर चेक. एवढंच. बंदरावर देशपांडे नावाचा एक मराठी मॅनेजर होता. त्याने बोटीच्या कॅप्टनला चिठ्ठी दिली – 'या मुलाला फारसं इंग्रजी बोलता येत नाही. त्याच्याजवळ रोख पैसेही नाहीत. सांभाळून न्या.'

– पाच्छापूरकरांचा प्रवास हा असा सुरू झाला.

एका छोट्या होडक्यातून त्यांना बोटीवर सोडण्यात आलं, तेव्हा तिच्या पोटात मॅंगेनीज भरणं सुरू झालं होतं. अख्खा माल भरेतो आठवडा गेला... नंतर ते धूड हललं आणि न्यूयॉर्कच्या दिशेने सरकू लागलं.

'वाटेत सुवेझ कालव्याशी पहिला मुक्काम पडला. तिथे अन्नपाणी ('सप्लाय') घेऊन माणसं आली; तेवढीच. अरुंद कालव्यातून जाताना दोन्ही बाजूंच्या किनाऱ्यावर हलत्या आकृत्या दिसल्या. बाकी चहूकडे नुसतं पाणी'– पाच्छापूरकर सांगतात.

त्यांची बोट प्रवासी वाहतुकीची नव्हती.

त्यामुळे कामात गढलेले खलाशी, हरकामे, खानसामे वगळता बोटीवर चिटपाखरू दिसत नसे.

'मी आपला भुतासारखा एकटा. त्यातून बोटीवर तिन्हीत्रिकाळ मांस शिजे. मी फक्त डाळ-भात एवढंच खाऊ शकायचो. पोळ्या मैद्याच्या; तो चामट लगदा घशाखाली उतरता उतरत नसे. फळं मात्र खूप असत. पुढे पुढे मी फक्त फळंच खायला लागलो.'

अटलांटिक महासागर ओलांडेतो हवा बरी होती. पण त्यानंतर अचानक मोठं समुद्रवादळ घोंघावत येऊन धडकलं. बोटीत कित्येक टन मॅंगेनीज भरलेलं; तरी

१८० अंशात ती डचमळू लागली. बघता बघता वादळाचा जोर वाढला. बोटीवर एकच धावपळ उडाली.

'मला काही कळेना. वाटलं, आता आपण बुडून मरणार. त्या तयारीने जीव मुठीत धरून केबीनमधल्या पलंगाला मिठी घालून थरथरत बसलो होतो. तेवढ्यात एक स्टुअर्ड धावत आला. म्हणाला- बाहेर डेकवर चल. घाबरू नकोस. काही होत नाही.'

– त्या स्टुअर्डने दिलेल्या लिंबू-पाण्याची कृतज्ञ आठवण आज छप्पन वर्षांनंतरही पाच्छापूरकर विसरलेले नाहीत.

तीन दिवसांनी वादळ शमलं. पुढला प्रवास सुखरूप पार पडला.

बावन्न दिवसांनी 'एस.एस. जलकेंद्र' न्यूयॉर्कच्या किनाऱ्याशी आली. पण न्यूयॉर्क बंदरात खलाशांचा संप होता म्हणून बोटीने शेजारच्याच न्यूजर्सीचा किनारा गाठला.

पल्याडच्या किनाऱ्यावर टाटाचारी घ्यायला येणार होते. टाटाचारी हे पाच्छापूरकरांचे न्यूयॉर्कमधले मेहुणे. पॉण्डिचेरीच्या श्री अरबिन्दोंचे अनुयायी. त्यांच्या साहित्याच्या प्रसार-प्रचारासाठी ते पाच्छापूरकरांआधी अमेरिकेत आले होते.

बोटीवर बाकी प्रवासी नव्हतेच. त्यातून बोट न्यूजर्सीच्या बंदरात पुष्कळ आत थांबली. स्टुअर्डने बोटीवरच इस्त्री करून दिलेला जुना सूट घालून आणि त्यानेच बांधून दिलेली 'टाय' नावाची लंगोटी गळ्यात अडकवून गोविंद पाच्छापूरकर नावाचा तरुण अमेरिकेत 'लॅण्ड' होण्याकरता सजूनधजून बसला होता. इमिग्रेशन आणि कस्टम्सचे अधिकारी छोट्या होडीने बोटीवर आले. तपासणी झाली.

जुनी ट्रंक उचकताना अधिकाऱ्यांना एक पुस्तक सापडलं. ती ज्ञानेश्वरी होती. आणि सोन्याची वाटावी अशी एक मूर्ती... तो पितळेचा नटराज होता.

अधिकाऱ्यांपैकी एकाने विचारलं,

'आय यू ब्रिंगिंग एनी गोल्ड ब्रिक्स?'

– या फाटक्या खिशाच्या तरुणाकडे कुठल्या आल्या सोन्याच्या विटा?

पाच्छापूरकरांनी पितळेचा नटराज पुढे करून म्हटलं, 'नो गोल्ड ब्रिक्स. धिस इज अवर गॉड.'

न्यूयॉर्कमध्ये टाटाचारींच्या ओळखीचा आणखी एक संपर्क होता – राम पटवर्धन. त्यांना नानासाहेब म्हणत. नानासाहेब 'पर्मनन्ट मिशन ऑफ इंडिया टु युनायटेड नेशन्स'मध्ये काम करीत. त्याच दरम्यान स्वतंत्र भारताची स्वतंत्र वकिलात उभी रहात होती. सप्टेंबर ते जानेवारी या काळात संयुक्त राष्ट्रसंघात वेगवेगळ्या बैठकांची धामधूम असे. जगभरातून येणाऱ्या विविध देशांच्या प्रतिनिधींना मदतनीस म्हणून या काळात हंगामी 'मेसेन्जर्स'ची भरती होई. नानासाहेबांच्या मदतीने हे काम पाच्छापूरकरांना मिळालं आणि दिवसभर नोकरी-संध्याकाळी कॉलेज-रात्रभर अभ्यास

अशी धावपळ सुरू झाली.

– भारतातून मुळं उपटून आलेलं आणखी एक मराठमोळं रोप अमेरिकेच्या मातीत रुजण्यासाठी धडपडू लागलं.

ज्याला मदत करावी तो नुकताच आलेला. एफ.ओ.बी. म्हणजे फ्रेश ऑफ द बोट. पण मदत करणाराही पुरेसा स्थिरावलेला नाही, असे ते सुरुवातीचे दिवस. नाना पटवर्धनांचंही तसंच होतं.

सात भाऊ, दोन बहिणी, घर जुन्या वळणाचं, गोतावळा मोठा अशा पंढरपुरातून स्वातंत्र्यपूर्व काळात 'मास्टर्स इन इन्टरनॅशनल लॉ'ची पदवी घ्यायला न्यूयॉर्कला आलेले नाना. घरचा प्रचंड विरोध. शिवाय नुकतं लग्न झालेलं, आणि तरणीताठी बायको पंढरपुरास.

नानांचं घराणं म्हणजे कोकणातल्या पोमेन्डीचे पटवर्धन. त्यांचे आजोबा नशीब काढायला कोकण सोडून देशावर आले. पोटासाठी कोकण सोडणं ठीक; पण महत्त्वाकांक्षेसाठी देशच सोडणं मात्र घरी कुणाला मान्य नव्हतं. नानांनी ऐकलं नाही. म्हणाले, 'दोनच वर्षांचा प्रश्न आहे. डिग्री घेऊन परत येतो.'

डिग्री मिळाली... आणि पाठोपाठ न्यूयॉर्कमध्ये नुकत्याच थाटलेल्या भारताच्या वकिलातीत क्लेरिकल जॉब मिळाला. 'एम्प्लॉयी ऑफ फॉरीन गव्हर्नमेंट' या नात्याने आधीचा 'स्टुडण्ट व्हिसा' बदलून न्यूयॉर्कमध्ये नोकरी करण्याचा नवा परवानाही सहज मिळाला.

– नानांनी राहायचं ठरवलं.

आणि घरून येणाऱ्या पत्रांना 'ठीक आहे... बघतो... सहा-आठ महिने जाऊ देत...' अशी टाळाटाळीची उत्तरं धाडायला सुरुवात केली.

नानांचे वडील पंढरपुरात फौजदारी वकील होते. एकूण रागरंग ओळखून शेवटी त्यांनी लेकाला 'अल्टीमेटम' धाडून दिला,

'एकतर तू तरी आत्ताच्या आत्ता परत ये, नाहीतर तुझ्या बायकोला तरी तिकडे घेऊन जा.'

न्यूयॉर्कच्या मॅनहॅटन भागात सिक्स्टी फोर्थ स्ट्रीटवर ऑरबिंदो आश्रमाची लायब्ररी होती. टाटाचारींबरोबर नाना त्या लायब्ररीतच कसेबसे राहात. प्रसंगी जिन्याखालच्या अंधारात रात्री काढाव्या लागत.

स्वत: भारतात जाऊन बायकोला घेऊन येण्याइतके पैसे जवळ नव्हते. एकदा 'तिकडे' गेल्यावर परत येता येईल, याची शक्यता नव्हती आणि बायको आली तर ती राहणार कुठे हा प्रश्नच होता.

...पण इलाज नव्हता.

नानांनी बायकोसाठी बोटीने न्यूयॉर्कला येण्याचं एक तिकीट पुढल्या पत्राबरोबर पंढरपूरला धाडून दिलं.

नवऱ्याच्या भेटीसाठी अधीर झालेली नानांची सहचारिणी लंडनच्या टप्प्यावर येऊन पोचली; तरी 'न्यूयॉर्कमध्ये आल्यावर ती राहणार कुठे?' या प्रश्नाचं उत्तर नानांना सापडलेलं नव्हतं.

– पण वाट्टेल त्या परिस्थितीत तग धरून राहण्याची लस टोचलेलं 'स्थलान्तरित' मन कसा ना कुठून मार्ग शोधतंच.

नानांना हा मार्ग सापडला 'टाईम अ‍ॅण्ड लाईफ' मॅगझीनमध्ये.

'टाईम अ‍ॅण्ड लाईफ'च्या ताज्या अंकात जीन पीयर्सन या अभिनेत्रीची मुलाखत प्रसिद्ध झाली होती. जीन हे त्या काळात हॉलिवूडमध्ये नुकतं उदयाला येणारं नवं सेन्सेशन होतं. ही जीन भगवद्गीता वाचते, उपास करते, दही (योगर्ट) खाते आणि तिला पूर्वेकडल्या भारतीय संस्कृतीत विलक्षण 'इंटरेस्ट' आहे, एवढं नानांना कळलं. जीनला संस्कृत ही देवभाषा शिकायची होती; पण न्यूयॉर्कमध्ये (त्या काळात) शिकवणारा कोण भेटणार?

दिवाळीचे दिवस. भारतीय वकिलातीने दिवाळीची एक मेजवानी आयोजित केली. त्या मेजवानीसाठी निमंत्रितांची यादी तयार करणाऱ्या गृहस्थांना गाठून नानांनी 'जीन पीयर्सन' हे नाव त्या यादीत घालून घेतलं.

जीन आनंदाने पार्टीला आली.

तिला गाठून नानांनी तिच्याशी बोलणं काढलं. म्हणाले, मला इंग्रजी आणि संस्कृत दोन्ही भाषा उत्तम येतात. मी तुम्हाला संस्कृत शिकवू शकतो.

जीन आनंदाने उडालीच.

तिने दुसऱ्याच दिवशी नानांना पेरी स्ट्रीटवरल्या आपल्या अपार्टमेंटमध्ये बोलावलं.

– आणि पुढल्या आठवडाभरातच 'डोन्ट वरी, युवर वाईफ विल स्टे विथ मी' असा दिलासाही दिला.

आधीची जोशी... नंतर पटवर्धनांकडे दिलेली, गोऱ्या-घाऱ्या कोकणस्थ ब्राह्मण कुटुंबातली, रीतीरिवाज-कुळाचार एवढंच जग असलेली तारा पटवर्धन नावाची तरुणी न्यूयॉर्कच्या किनाऱ्यावर उतरली आणि नवा संसार मांडायला बरोबर आणलेल्या सामानाची ट्रंक घेऊन तिने गृहप्रवेश केला तो थेट एका हॉलिवूड नटीच्या अपार्टमेन्टमध्ये...

• •

पुढे विमानं सुरू झाली.

विमानाने जाणं आवाक्यातलं नव्हतं हे खरं; पण अवघ्या काही तासांत पूर्वेहून

पश्चिमेकडे पोचवणारा हवाई मार्ग सोईस्कर होता. पासपोर्ट काढून, कुठे जायचं त्या देशाचे परवाने मिळवून, बॅग भरून तयार असलेल्यांच्या डायरीत आणखी एक कठीण टप्पा लिहिला जाऊ लागला – (एका वेळच्या का असेना) विमानाच्या तिकिटाचे पैसे उभे करणं.

विमानाच्या खुर्चीवर बसलं की पोटाला पट्टा आवळावा लागतो, काडेपेटीच्या आकाराच्या संडासात सगळं उरकावं लागतं, (देखण्या) हवाई सुंदऱ्या खाद्यपदार्थ वाटतात आणि विलायती दारूसुद्धा फुकटात पिता येते... या नवलाईच्या गोष्टी! त्याभोवतालचं ग्लॅमर अफाट होतं हे खरं; पण पोटाला पट्टा आवळून विमानात बसणाऱ्याच्या काळजातली धडधड आणि नजरेपुढलं स्वप्न... यातलं काही बदललं नव्हतं.

● ●

'आर्किटेक्चरच्या चौथ्या वर्षाला असताना मी अमेरिकन विद्यापीठांमध्ये अर्ज करायला सुरुवात केली होती. माझे बरेच मित्र गाड्या उडवणारे होते. फियाट घेऊन कॉलेजात येत. मी बहुदा पायीच. सगळे मला म्हणत- बसचे पैसे नसतात तुझ्या खिशात; तू कसला यू.एस.ला जाणार? वेडा आहेस का? - असं कुणी डिवचलं की मनातल्या चिवट जिद्दीला जास्तच पीळ पडे. तिसऱ्या वर्षी मी कॉलेजात पहिला आलो. त्याने उमेद आणखी वाढली होती. मला वाटे, प्रयत्न केले तर नक्की जमेल. लहानपणापासून भोगलेल्या ओढग्रस्तीतून बाहेर पहायचं तर आय हॅव टु टेक अ बिग लीप. मोठ्ठीच उडी घ्यायला पाहिजे पण अमेरिकन विद्यापीठात अर्ज करायचा; तर एका अर्जाला पन्नास डॉलर्स खर्च येई. म्हणजे माझ्या बाबांचा महिन्याचा पगार. आणायचे कुठून पैसे? शेवटी पार्टटाईम नोकरी सुरू केली. झगडा चालला होता... अखेर शेवटच्या वर्षाला असताना केन्ट आणि सिॲटल अशा दोन ठिकाणी ॲडमिशन मिळाली – सब्जेक्ट टू फिनिशिंग माय फायनल एक्झाम.'

– डलासला राहणारे सुभाष गायतोंडे सांगतात, ही १९६८ सालची गोष्ट. त्या काळाच्या तुलनेत नोकरदार वडिलांच्या खिशाला न परवडणारी भलती स्वप्नं पाहाणाऱ्या या ध्येयवेड्या तरुणाचा मार्ग सोपा नव्हता.

अमेरिकेच्या विद्यापीठात स्कॉलरशीपसह ॲडमिशन मिळाल्याचा त्याचा आनंद विमानात पाऊल ठेवेपर्यंतसुद्धा टिकला नाही. प्रवासी वाहतुकीसाठी सुपरसॉनिक विमानं बनवण्याच्या अमेरिकेच्या निर्णयामुळे 'बोईंग' विमानांचा कारखाना असलेल्या सिॲटलमध्ये तेजी आली होती. हा निर्णय अचानक फिरला, 'बोईंग'ची सबसिडरी गेली, त्यावर अवलंबून असलेले छोटे उद्योग कोलमडले, सिॲटलवर बेकारीचं संकट कोसळलं; आणि कित्येक हजार मैलांवरच्या मुंबईत अमेरिकेला जायच्या

तयारीत गढलेल्या सुभाष गायतोंडे या तरुणाची स्कॉलरशिप रद्द झाली.

पुढे?

'काय करायचं प्रश्नच होता' – गायतोंडे सांगतात, 'मग मी आर्थिक मदतीकरता उंबरठे झिजवायला सुरुवात केली. त्याकाळी 'सेठना ट्रस्ट'ने मला बावीस हजार रुपये कर्जाऊ दिले आणि 'सारस्वत ट्रस्ट'ने आठ हजार. मुंबई ते सिॲटल विमानाचं वन वे तिकीट होतं सहा हजार. त्यासाठी बँक ऑफ इंडियाने कर्ज दिलं. घरात कमावता माणूस एकच. माझे बाबा. वयाची चाळिशी उलटल्यावरसुद्धा त्यांचा संसार जेमतेम हातातोंडाची गाठ पडण्याएवढाच होता. कर्जाने घेतलेले सहा हजार रुपये देऊन मी अमेरिकेला जाणाऱ्या विमानाचं तिकीट काढलं तेव्हा माझ्या खिशात पोस्टाचं तिकीट घ्यायलासुद्धा पैसे नव्हते. सगळे माझ्या मूर्खपणाला हसत. कशात काही नसताना फक्त एका ॲडमिशनच्या बळावर मी छत्तीस हजाराचं कर्ज डोक्यावर घेतलेलं. इतक्या वर्षांच्या नोकरीनंतर माझ्या बाबांचा प्रॉव्हिडंट फंडसुद्धा त्यापेक्षा कमी होता. डोकं भणभणून जाई. पुढे पाहिलं तर अडचणींचे डोंगर आणि अनिश्चितता. 'एवढं कर्ज डोक्यावर घेऊन जातोय, नाहीच जमलं काही तर?' – या भीतीने काही सुचत नसे. पण प्रॉब्लेमच इतके होते; विचार करायला वेळच नव्हता. शेवटी ठरवलं, आजचा प्रॉब्लेम आज सोडवायचा. उद्याचा विचार करायचा; पण काळजी नाही... दॅट वॉज माय प्रिन्सिपल.'

आईची प्रेरणा पाठीशी होती आणि वडिलांचा मानसिक आधार. 'पोरगं परदेशी जाणार' म्हणून गोखले हायस्कूलमध्ये आणि कॉलनीच्या गणेशोत्सवात सत्कार झाले. पोरगं तसं लुकडं. कदकाठी जेमतेम. वजन अवघं ११८ पौंड. व्यक्तिमत्त्वात आकर्षक म्हणावं असं फार काही नाही.

मुंबई-टोकिओ-सिॲटल अशा रूटवरून जाणाऱ्या नॉर्थवेस्ट एअरलाईन्सच्या विमानात या तरुणाने पाऊल ठेवलं तेव्हा खुर्चीचा पट्टा कसा बांधायचा इथपासून तयारी होती. आयुष्यात पहिल्यांदा चाळीतल्या एका खोलीच्या घराबाहेर पाऊल ठेवलं; ते थेट टोकियोमध्येच. तिथे 'आऊचा काऊ तो माझा भाऊ' या नात्याचा वडिलांच्या मित्राचा कुणी लांबचा मित्र होता. त्याने एक दिवसभर टोकियो दर्शन घडवलं.

पुढलं विमान पकडून सिॲटल.

अमेरिकेच्या भूमीवर पाय ठेवताना बरोबर वीस किलो वजनाच्या सामानाची एक बॅग. खिशात आठ डॉलर्स (कारण तेवढेच अलाऊड होते) आणि डोक्यावर छत्तीस हजाराचं कर्ज एवढंच होतं.

ज्याचा ध्यास होता; त्या 'स्वप्ना'चं सत्यात झालेलं दर्शन जीवघेणं होतं. सुभाष गायतोंडे सांगतात,

'अमेरिकेत पाय ठेवला; आणि थंडीने गारठून मरायची वेळ आली. थंडी जास्त असते हे माहिती होतं; पण जास्त म्हणजे किती जास्त? घामट मुंबईशिवाय जग न बघितलेल्या माणसाला हे कसं 'इमॅजिन' करता येणार? जवळ ना पुरेसे कपडे. ना पैसे. विमानतळावर उतरून माझे 'होस्ट' असलेल्या एका अमेरिकन कुटुंबाच्या घरी गेलो तो कुडकुडतच.'

मराठी माध्यमात शिक्षण झालेलं.

इंग्रजी येत होतं; पण भलाथोरला जाड ॲक्सेन्ट. बोलणं अवघड. समोरच्या माणसाचा अमेरिकन ॲक्सेन्ट समजणं त्याहून अवघड. परका प्रदेश. एकाकीपणाची भयावह जाणीव आणि जीवघेणी थंडी.

कुठून तरी साल्वेशन आर्मीचा शोध लागला.

निराधार, बेघर लोकांसाठी तिथे कमी किमतीत ऊबदार कपडे मिळतात हे कळलं. ती अमेरिकेतली पहिली खरेदी. सोबत एक पैसेवाला गुजराथी विद्यार्थी होता. भोचक असावा. म्हणाला, 'अरे, साल्वेशन आर्मीत मिळणारे कपडे लोकांनी वापरलेले, जुने असतात. भिकारी घालतात ते. तू कसे घेतलेस?'

स्वाभिमानी जीवाला इंगळ्या डसल्या; पण फाटक्या खिशाला अभिमानाची मुजोरी परवडणार नव्हती. बावीस वर्षांचं वय. आई-बाबांच्या घरट्यातून पंख पसरून बाहेर पडलेला जीव या परक्या भूमीत एकटा होता. असं उमेद हरून, पंख गाळून चालणार नव्हतं.

अमेरिकेत आल्याच्या तिसऱ्या दिवशी युनिव्हर्सिटीच्या डॉर्मिटरीत रवानगी झाली.

'भोवती सगळे गोरे, दणकट बांध्याचे, रुबाबदार उंचनिंच विद्यार्थी. मी आपला काळाबेंद्रा. पाप्याचं पितर. बोलण्याला लाज येईल असा ॲक्सेन्ट. गोठून जावं अशी थंडी. विचित्र हवा आणि 'आपलं' म्हणावं असं चिटपाखरूसुद्धा नाही' – गायतोंडे सांगतात,

'त्यात दिवस-रात्रीचं गणित भलतंच. सकाळी दहा वाजून गेले तरी सूर्याचा पत्ता नाही आणि संध्याकाळी पाच-साडेपाचच्या सुमारास काळाकुट्ट, चिडीचुप्प अंधार. रात्रीचं जेवण वाढत तेव्हा माझी संध्याकाळच्या चहाची वेळ. त्याला 'सपर' म्हणायचं. मुंबईतल्या घरी रात्री दहाशिवाय कधी जेवलो नव्हतो. पहिल्या पहिल्यांदा घशाखाली घास उतरत नसे. मग अख्खी रात्र तळमळून काढायची. पण खिशात पैसे नसले की सगळ्या खोडी बरोबर जिरतात. शेवटी गपगुमान संध्याकाळी भूक लागायला लागली. आठवड्यातून एकदा 'फिस्ट' असे. म्हणजे काय? - तर बीफ स्टेक. त्याचं कूपन मिळे. प्रत्येकाला एकच. गायीचं मांस खाण्याच्या नुसत्या कल्पनेनेसुद्धा पोटात ढवळून यायचे ते दिवस. माझ्यावाटचं कूपन मी कुणाकुणाला देऊन

टाकायला लागलो. त्यातून 'मित्र' मिळाले. पुढे पुढे तर फिस्टचा दिवस जवळ आला की, जो तो मला विचारी, 'हेऽऽ हूम आर यू गोईंग टु गिव्ह इट टु?'

हळूहळू सवयी बदलल्या. वातावरण, माणसं ओळखीची वाटायला लागली.

– पण 'अभ्यास' म्हणून जे काही, ज्या पद्धतीने समोर आलं ते भयंकर अवघड होतं. मुंबईतल्या आर्किटेक्चर कॉलेजातला पहिला-दुसरा नंबर इथे उपयोगाचा नव्हता.

'हादरलोच.'– गायतोंडे सांगतात, 'सुरुवातीचे काही दिवस ओ की ठो समजत नव्हतं. पण आता पर्याय नव्हता. मागे फिरण्याचे मार्ग बंद. दोर कापलेले. दारं मिटलेली. '...आपण कशासाठी आलो इथे?'– या प्रश्नाचं भूत मानेवर बसलेलं. त्याने पिच्छा सोडला नाही. आवाक्याबाहेरचा होता; पण जिद्दीने अभ्यासाला भिडलो. प्रचंड अभ्यास. दुसरं काही सुचायचंच नाही. त्या दिवसांत फक्त एक आधार होता– भारतातून येणारी बाबांची पत्रं. बाबा दर तीन दिवसांनी एक पत्र लिहीत. एवढ्याशा जागेत जास्त मजकूर बसावा म्हणून वर्तमानपत्रात असतात तसे कॉलम करून मुंगीएवढ्या बारीक बारीक अक्षरात केवढं काय काय लिहीत. मागे राहिलेल्या घराशी, प्रेमाच्या माणसांशी तेवढाच संबंध. कॅम्पसमध्ये स्टुडण्ट युनियनच्या ऑफिसात ही पत्रं येत. 'आज' एक मिळालं तरी 'उद्या' दुसरं येईल या आशेने रोज जायचो. तिथला क्लार्क म्हणायचा, ... बट यू गॉट वन यस्टर्डे.'

कर्ज काढून भरलेल्या फीमध्ये राहाणं – जेवण खाण तेवढं सुटे. हातखर्चाला थोडे पैसे असावेत म्हणून या तरुणाने डॉर्मिटरीच्या स्वयंपाकघरात भांडी घासण्याचं काम धरलं. अमेरिकेत त्याला 'डिश वॉशिंग' असा जरा बरा शब्द होता.

'मोठ्ठा डायनिंग हॉल होता. दोन तासात दोन हजार विद्यार्थ्यांची जेवणं उरकत. एका मोठ्ठ्या कन्व्हेअर बेल्टवरून (सरकता पट्टा) उष्टी ग्लासं भराभर चालत येत. ती धुवून पुसून क्रेटमध्ये ठेवायची. हळूहळू त्या कामात चांगलाच तरबेज झालो. दहा बोटांत दहा ग्लासं धरून नाचत नाचत कामाचा पिट्ट्या पाडायचो. सगळ्यांना गंमत वाटे.'

– पण त्या दिवसांमधून पार पडणं ही गंमत नव्हती. हॉलिवूडच्या सिनेमात अमेरिकेचं ग्लॅमर बघितलेलं; प्रत्यक्ष अनुभवात मात्र एकाकी, असह्य अंधार. वेस्टर्न आर्किटेक्चरचा अभ्यास करताना अमेरिकेच्या ज्या श्रीमंती रुबाबाचा मोह पडला होता; त्यातला एक कवडसासुद्धा वाट्याला आला नाही. जगणं खडतर. टिकून राहाणं असह्य आणि परत जाणं अशक्य.

'सगळं टाकून निघून जावंसं वाटे; पण मी माझ्या हाताने परतीचे दोर तोडले होते. डिग्री न घेता तसाच अर्ध्यावर परतलो तर डोक्यावरचं कर्ज कुठून फेडणार? बाबांचा पगार सोडा; त्यांचा अख्खा फंड उधळला; तरी ते अशक्य होतं. कर्ज फेडणं

पुढची गोष्ट, परतीचं तिकीट काढायलासुद्धा जवळ दमडी नव्हती. दोनच पर्याय होते – एकतर पराभावाची नामुष्की किंवा मग जास्तीचे कष्ट. जास्तीचा अभ्यास. जास्तीची जिद्द. गोईंग एक्स्ट्रा माईल...'

याच टप्प्यावर सुभाष गायतोंडे यांना 'इमिग्रन्ट' माणसाच्या झगड्याचं सूत्र सापडलं –

गोईंग दॅट एक्स्ट्रा माईल.

कट अबव्ह एव्हरीबडी.

जो सगळ्यात जास्त कष्ट करेल; त्याच्याहून आणखी जास्त कष्ट.

जो सर्वाधिक कर्तबगार असेल, त्याच्याहून काकणभर सरस कर्तबगारी.

जे असेल ते मुकाट स्वीकारून त्यात स्वत:चा कस लावणं. जीवात जीव असेतो स्वत:ला सिद्ध करत राहाण्यासाठी अखंड धडपडणं. मागच्या वेदना गाठीशी बांधून पुढच्या वाटेकडे डोळे लावणं.

– आणि आयुष्य सुरू झालं.

परक्या देशात रुजण्याची, पाय रोवण्याची धडपड आकार घेऊ लागली.

सिॲटलच्या युनिव्हर्सिटीतला कोर्स संपला. परीक्षा दिल्यावर निकालाची वाट पाहाण्याएवढीसुद्धा उसंत नव्हती. आता या देशात राहायचं तर दोनवेळच्या भुकेची व्यवस्था बघायला हवी होती.

नोकरीचा शोध सुरू झाला.

सिॲटलवरचं आर्थिक मंदीचं सावट तसंच होतं. गॅस स्टेशनवरसुद्धा काम मिळालं नाही. रस्ते झाडायची तयारी होती; पण तेही काम कुणी दिलं नाही.

अमेरिकेच्या दक्षिण टोकाला- फ्लॉरिडामध्ये- गायतोंडेंचा एक मित्र होता. अभय प्रधान. त्याला बरी नोकरी होती. फ्लॉरिडामध्ये सिॲटलएवढी वाईट परिस्थिती नाही असं कळलं. अभयला विचारलं. तर तो म्हणाला, 'ये तू. पुढचं पुढे बघू.'

सिॲटलपासून चार दिवसांचा प्रवास. जवळ पैसे नाहीत. बसचं तिकीट कुठून काढणार? पण असा प्रवास करणं भाग असलेले काही विद्यार्थी 'राईड शेअर' करतात असं कळलं. म्हणजे थोड्या थोड्या अंतरापर्यंत फुकट 'लिफ्ट'. वॉशिंग्टन डी.सी. पर्यंत लिफ्ट मिळाली.

'वाटेत थांबत थांबत डी.सी.ला पोचलो. दिवसभर प्रवास. जेवण-झोप सगळं गाडीतच. चार दिवस आंघोळ नव्हती केली. डी.सी.हून पुढे ग्रे हाऊण्ड बस घेतली. मायामीपर्यंत दोन दिवसांचा प्रवास. पहिल्या रात्री खाणं- पिणं- विश्रांतीसाठी जॅकसन व्हिलवर बस थांबली. मीही उतरलो. बरोबर एक सूटकेस. ती बसमध्येच होती.'

– गायतोंडेंना आजही ती रात्र आठवते.

साध्या वेशातले काही इमिग्रेशन अधिकारी अचानक कुठूनसे उगवले. त्यांनी नेमक्या 'याच' प्रवाशाला धरलं. पासपोर्टची चौकशी. तो बसमध्ये बॅगेत होता. पासपोर्ट बघितल्यावर प्रश्नोत्तरं सुरू झाली.

'हू आर यू?'

'आय ॲम अ स्टुडन्ट. जस्ट फिनिश्ड विथ माय एक्झाम. गोईंग टू सी माय फ्रेन्ड इन मायामी.'

'यू आर नॉट अ स्टुडन्ट एनीमोअर. यू आर सपोझ टू गो बॅक. लीगली यू कॅनॉट स्टे हिअर.'

'...बट माय बस इज लिव्हिंग इन फाईव्ह मिनिट्स.'

'यू मे बी लिव्हिंग द कन्ट्री इन फिफ्टीन मिनिट्स.'

– मोठाच घोळ झाला होता.

युनिव्हर्सिटीतला कोर्स संपला हे तर खरंच होतं. निकाल लागून डिग्री मिळेतो स्टुडन्ट व्हिसावर अमेरिकेत राहायचं; तर युनिव्हर्सिटीकडून कागदपत्रांची पूर्तता करून रीतसर परवानगी घेणं जरूर होतं. नोकरी शोधण्याच्या धांदलीत ही महत्त्वाची गोष्ट राहून गेली. परक्या देशात असा अनावस्था प्रसंग. खिशात ना पैसे. ना कुणाचा आधार.

'त्या अधिकाऱ्यांनी मला आपल्या गाडीत कोंबलं आणि एका मोठ्या इमारतीत नेलं.'– गायतोंडे सांगतात, 'बाहेर बोचरी थंडी... आणि आत अंधारे, दगडी लांबलचक कॉरिडॉर्स. खाडखाड बूट वाजत; तेवढाच आवाज. तिथल्या एका खोलीत माझं मुटकुळं दिलं भिरकावून. येताना गाडीत विनवण्या केल्या होत्या. पाया पडलो होतो. त्या अधिकाऱ्यांना माझी अडचण समजत होती; पण माझ्या सांगण्यावर विश्वास कसा ठेवणार? मी कुणी देशद्रोही इसम नाही; नजरचुकीने कागदपत्रांची पूर्तता न केलेला एक सामान्य विद्यार्थी आहे, याची खात्री देता येईल असा अख्ख्या अमेरिकेत एकच माणूस होता – सिॲटलच्या युनिव्हर्सिटीतला 'फॉरीन स्टुडन्ट ॲडव्हायझर'. मी त्या अधिकाऱ्यांपुढे भीक मागितली. म्हटलं – प्लीज, फोन लावा. तोवर रात्रीचे नऊ वाजून गेले होते; म्हणजे सिॲटलला संध्याकाळचे सहा वाजले असणार. कुणीतरी फोन लावला. माझं काळीज नुस्तं उडत होतं. फोन करणारा इसम माऊथपीसवर हात ठेवून म्हणाला, 'इट्स रिंगिंग.'

...वाजणारा फोन पलीकडे कुणी उचललाच नाही तर?

एका क्षणात सारं संपणार होतं.

आयुष्याची बाजी उलटणार होती.

प्लीज... प्लीज... प्लीज... प्लीज आन्सर द फोन.

– आणि खरंच पलीकडे फोन उचलला गेला.

संबंधित गृहस्थ ऑफिसमध्ये होते. त्यांनी 'सुबास गॅयताण्ड' या इंडियन स्टुडण्टची खात्री दिली. आवश्यक ते पेपर्स तयार करून ताबडतोब मायामीला पाठवून देण्याचा शब्द दिला... आणि जिवावरचं संकट टळलं.

गंभीर चेहेऱ्याचा इमिग्रेशन ऑफीसर हलकंसं हसून म्हणाला, 'आय ट्रस्ट यू... हीम... ॲण्ड गोईंग टू लेट यू गो.'

– आजवर अक्षरश: अंत पाहाणाऱ्या, छळून-पिळून परीक्षा घेणाऱ्या अमेरिका नावाच्या परक्या देशाने सुभाष गायतोंडे या उमेदीच्या भारतीय तरुणाशी जोडलेला हा विश्वासाचा पहिला धागा.

'एकदा खात्री पटल्यावर त्या इमिग्रेशन ऑफिसर्सनीच मला बस स्टेशनवर सोडलं. तेव्हा रात्रीचे दहा वाजले होते. पुढली बस सकाळी साडेसात वाजता होती. तसाच कुडकुडत बसून राहिलो.'– गायतोंडे सांगतात.

अभय प्रधानकडे डोकं टेकायला आसरा मिळाला. पुढल्या दोनेक महिन्यात ओरलॅण्डोला पहिला जॉब. आठवड्याला दीडशे डॉलर्स मिळत. म्हणजे जेमतेम हाता-तोंडाशी गाठ पडे एवढंच. पण पहिला पगार मिळाल्यापासून या स्वाभिमानी तरुणाने जमतील तसे पैसे बाजूला टाकणं सुरू केलं; आणि नोकरी लागल्यापासून तीन वर्षांच्या आत छत्तीस हजार रुपयांचं कर्ज फेडून टाकलं.

– डोक्यावरचं कर्ज उतरलं; पण आर्किटेक्ट म्हणून जे जॉब मिळत ते जेमतेमच होते.

'... म्हणजे इथेही मी मिडिऑकरच. बाबा मुंबईत चाकरी करत, मी अमेरिकेत; एवढाच फरक. बाकी ओढाताण तीच होती. असंच खुरडत जगायचं होतं; तर एवढा उपद्व्याप कशाला केला? पुन्हा माझ्या डोक्यात नवं स्वप्न वळवळायला लागलं... परत एकदा मोठी झेप घ्यायला हवी होती. अगेन देअर वॉज द टाईम टु रन दॅट एक्स्ट्रा माईल...'

● ●

– अमेरिकेत नशीब काढायला गेलेल्या प्रत्येकाच्या नशिबात हेच लिहिलेलं होतं.

जीवघेणी थंडी. ना हवा-पाणी सवयीचं, ना बेचव अन्न. असह्य एकटेपणा... आणि पावलापावलावर परीक्षा पाहाणारी नियती. सगळं सोडून जावं माघारी तर परतीच्या वाटा बंद झालेल्या. दोर कापलेले. शिवाय अमेरिकेत पाऊल ठेवताना या देशातलं जे 'ग्लॅमर' स्वप्नात होतं; ते स्वप्नातच राहिलेलं. वाट्याला आलेली अमेरिका खडतरच होती. जावं त्या दिशेला चढणीचेच रस्ते.

या काळात स्वप्नांच्या शोधात अमेरिकेला (किंवा अन्यही देशात) गेलेले बहुतेक पुरुषच होते. जो तो एकेकटा. विद्यार्थी असेल तर बहुदा अविवाहितच. थेट

नोकरीच्या शोधात आले तेही सगळे सडे. एकतर 'लग्न' लांबणीवर टाकलेले किंवा मग पत्नीला मागे ठेवून आधी दाणापाण्याची सोय करायला एकटेच पुढे आलेले.

प्रत्येकाची परिस्थिती वेगवेगळी होती; पण एक मात्र बहुतेकांच्याच बाबतीत घडलेलं – स्वप्नभंग! हॉलिवूडच्या सिनेमात पाहिलेली झगमगती, श्रीमंत अमेरिका यातल्या कुणाच्याच वाट्याला आली नव्हती.

भारतातल्या गुणपत्रिकांवरचे 'फर्स्ट क्लास विथ डिस्टिंक्शन'चे शिक्के घेऊन अमेरिकन विद्यापीठात उच्चशिक्षणासाठी आलेल्यांना झटका बसावा, अशी इथल्या अभ्यासाची रीत होती. 'प्रॅक्टिकल ॲप्लिकेशन' आणि 'ॲप्टीट्यूड' यावर उभारलेल्या पश्चिमी शिक्षणपद्धतीत, पाठांतराचे रट्टे मारण्यात पटाईत असलेल्या पूर्वेच्या पोपटरावांची तारांबळ उडणं स्वाभाविक होतं. त्यामुळे अपुरे पैसे, हाडं गोठवणारी थंडी, कॅम्पसवरचं एकटेपण, अनिश्चित भवितव्याची धास्ती आणि वरून प्रचंड अभ्यासाचं न पेलवणारं ओझं... अशा ओढग्रस्तीत जो तो सापडला.

भारतातलं शिक्षण, व्यावसायिक कौशल्यं, अनुभवाच्या बळावर अमेरिकेत नोकरी मिळवणं आणि मिळालेला 'जॉब' टिकवणं वाटलं होतं तेवढं सोपं नाही; हेही अनेकांना अमेरिकेत दाखल झाल्यावरच कळलं. शिवाय भारतीय विद्यापीठांमधल्या सर्वच पदव्यांना अमेरिकन पदव्यांशी 'समकक्षता' नाही; त्यामुळे वरिष्ठ स्तरातल्या नोकऱ्या मिळवण्यासाठी आपला बायोडाटा/स्किल्स 'अपडेट' करण्याची (म्हणजेच वर्गात जाऊन पुन्हा अभ्यासाला बसण्याची) गरज पडणार; याचाही साक्षात्कार झाला. जे मागचे दोर तोडूनच आले होते; त्यांना अपेक्षाभंगाचं दुःख बाजूला ठेवून झटून कामाला लागणं भागच होतं. त्यातल्या अनेकांनी मानापमान बाजूला ठेवून मिळेल त्या सटरफटर 'जॉब'चं जू मानेवर घेतलं आणि नाईट कॉलेजमध्ये नावं नोंदवली.

ज्यांच्या खिशात पैशांची ऊब होती, परत गेल्यावर घरचा आधार होता असे अनेकजण या परीक्षेत टिकू शकले नाहीत. 'आल्या आल्या मस्त डॉलर्स कमावू आणि अमेरिकन लाईफ एन्जॉय करू' एवढ्याचसाठी अमेरिकेत पाय ठेवलेल्यांना या देशाने (परिस्थितीचे) फटके मारून हाकलून दिलं.

– उरले ते झगडणारे होते.

चिवट, खंबीर होते.

अमेरिकेत आल्या आल्या एखाद्या 'होस्ट फॅमिली'चा आठवडाभराचा आसरा नशिबात होता ते भाग्यवान. अनेकांना विमानतळावरून थेट युनिव्हर्सिटीच्या हॉस्टेलमध्ये (अमेरिकेतली डॉर्मिटरी) जावं लागलं. उरलेल्यांनी आधी आलेल्या मित्राच्या आत्ते-भावाच्या मेहुण्याची वगैरे 'ओळख' काढून कुठे कुठे डोकं टेकण्यापुरता आसरा मिळवला.

वर जाऊ पाहाणाऱ्याचे पाय खेचण्याबद्दल प्रसिद्ध मराठी मनोवृत्तीच्या गृहितकांवर ज्यांचा ठाम विश्वास असेल; त्यांनी अमेरिकेत गेलेल्या आपल्या बांधवांची साक्ष काढावी. (निदान) त्या सुरुवातीच्या दिवसांत या कफल्लक माणसांनी एकमेकांना जी मदत केली; त्याच्या कहाण्या ऐकून डोळ्यात पाणीच उभं राहातं. टेलिफोन डिरेक्टरीमध्ये चुकूनमाकून एखादं मराठी नाव मिळालंच; तर तेवढ्या आधारावर हक्काने फोन करणाऱ्या अनाहूत पाहुण्याला तो जिथे असेल तिथून स्वत: घेऊन येऊन प्रेमाने जेवू-खाऊ घालणारी, आपल्याकडेच ठेवून घेऊन त्याच्या नोकरीसाठी धडपडणारी 'मराठी' घरं त्या काळात अमेरिकेत अनेकांना मिळाली.

नवखे नोकरदार, अमेरिकन युनिव्हर्सिटीतून डिग्री मिळाल्यावर नोकरीसाठी खटपट करणारे विद्यार्थी असे सारे छोट्या कॉलनी हाऊसेसमध्ये, स्टुडिओ अपार्टमेंटमध्ये गटागटाने राहात. खर्च वाटून घेत.

अमेरिकेच्या कनिष्ठ वर्गीय, स्वस्त वसाहतीतलं स्टुडिओ अपार्टमेन्ट म्हणजे मुंबईतली एक खणी चाळ. तीही एकटी. एकाकी. ना सवयीची आमटी-भाजी, ना तूप-मेतकूट भाताचं कौतुक, ना झणझणीत मटणाच्या/कोंबडीच्या रश्श्याची डोळ्यात पाणी आणणारी तिखटजाळ तर्री!!

– डोळ्यात पाणी यायचं ते घरच्या आठवणींचं.

संपर्काचं एकमेव साधन म्हणजे पत्र. तेही महिन्यातून एखादं जाणार-येणार. फोन 'बुक' करावा लागे. तो प्रचंड महाग. शिवाय भारतातल्या गावी जिथे आई-वडील राहात; त्या वस्तीत पंचवीस घरांमध्ये एखादा फोन. कसं बोलणार? कधी केला, 'लाईन' मिळाली, पलीकडे हवा तो माणूस आला; की 'कसा आहेस बाबा?'–'छान. काळजी करू नका' एवढ्याच प्रश्नोत्तरानंतर उरलेले तीन डॉलर्स अवघडलेल्या, घशात दुखणाऱ्या हुंदक्यातच संपत.

पहिला 'जॉब' लागला... अमेरिकन वातावरणात वावरण्याचा आत्मविश्वास मिळाला... आपल्या इंग्रजीला असलेल्या ॲक्सेन्टची लाज वाटेनाशी झाली, की हे तरुण हळूहळू सरावत. आजूबाजूची प्रलोभनं परवडणारी नसली तरी हवीशी वाटू लागत.

महत्त्वाचं (आणि एकमेव) आकर्षण म्हणजे गोऱ्या अमेरिकन मुली. फ्रायडे-सॅटर्डे नाईटस्. पार्ट्या. जरा (म्हणजे भारताच्या तुलनेत भलतंच जास्त) मोकळंचाकळं वागणं. त्या काळात अशा 'चुकार' गमती-जमती जमवू शकलेल्यांचे झुळझुळीत अनुभव 'बृहन्महाराष्ट्र वृत्त', 'एकता'च्या जुन्या अंकांमध्ये वाचायला मिळतात.

– पण ते क्वचित.

१९६० नंतरचा तो काळ होता अनिल वागळे यांच्यासारख्या अनेक मराठी

तरुणांच्या संघर्षकथांचा.

या वागळ्यांनी युनिव्हर्सिटीत शिकताना पंचवीस डॉलर्समध्ये जुनी शेवरलेट गाडी खरेदी केली होती. वीक-एण्डच्या पार्ट्यांना/रात्रीच्या सिनेमाला जाणाऱ्या विद्यार्थ्यांची त्या गाडीतून ने-आण करून माणशी पंचवीस सेन्टस् कमावले होते. डॉर्ममध्ये राहाणाऱ्या विद्यार्थ्यांचे कपडे लॉण्ड्रोमॅटमधून धुवून आणण्याच्या बदल्यात; विद्यार्थ्यांकडून धुलाई आणि लॉण्ड्रोमॅटच्या मालकाकडून कमिशन अशा दुहेरी कमाईची शक्कल लढवली होती. एवढंच काय, 'इंडियाना'मध्ये शिकताना 'हॉलिडे इन्'मध्ये वेटर म्हणून काम केलं होतं... आणि उन्हाळ्याच्या सुटीत लेक मिशिगनवरच्या एका बेटावर मजा करायला गेलेल्या अमेरिकन कुटुंबात 'हरकाम्या' म्हणून राबून तीन महिन्यांत पाचशे डॉलर्स कमावले होते.

– अशा किती कथा.

हाताला घट्टे पडले तरी न उणावलेल्या उमेदीच्या. प्रेमाच्या माणसांपासून दहा हजार मैलांवरच्या परक्या देशात अखंड, एकाकी कष्टांच्या.

...एवढंच, की हे कष्ट म्हणजे निर्बुद्ध हमाली नव्हती. ज्या देशात ही हातघाई चाललेली, त्या देशात कष्टांना किंमत होती. बुद्धिमत्तेची कदर होती. शिक्षणाचा, कर्तबगारीचा सन्मान होता. तेवढ्या काडीचा आधार धरून येईल त्या परिस्थितीशी झुंजणाऱ्या मराठी पावलांनी आपापल्या पुरती जागा तयार केली.

पाऊल पक्कं रोवायचं ठरवलं.

कमाई वाढली तसे गाठीशी चार पैसे बांधले. कामाच्या ठिकाणच्या जवळपास छोटंसं का असेना, पण अपार्टमेन्ट रेन्ट केलं,

... आणि जिथे राहाणं मुश्कील असं वाटलं होतं त्या अमेरिकेला पुन्हा परतण्याचं 'रिटर्न तिकीट' खिशात घेऊन पहिल्या-वहिल्या 'इंडिया व्हिजिट'साठी मायदेशाची वाट धरली.

...गण-गोत्र-पत्रिका आणि मुहूर्त जुळवून शुभकार्याचं तोरण बांधलेलं 'घर' कधीची वाट पाहात होतं.

■

पाच

राजा-राणीच्या 'इमिग्रन्ट' संसाराची गोष्ट

'गौरी, गौरी कुठे आलीस?'

'अमेरिकेतल्या घरी.'

'या जागेत काय आहे?'

'दोन प्लेटस् घरमालकिणीने दिलेल्या. दोन आम्ही घेतलेल्या. दोन काचेचे ग्लास. दोन कप. दोन-तीन स्टीलची भांडी-चहासाठी, दूध तापवायला म्हणून भारतातून येतानाच आणलेली. कढई. तवा. पोळपाट. लाटणं. घडीची विळी. इथल्या बाजारात घेतलेली बिन झाकणांची दोन भांडी. थोडे कपडेलत्ते. पुस्तकं. गरम मसाला. सोडे. सुकट आणि वाल.'

– भारतातून येताना अमेरिकेत नाचवायला आणलेल्या तेरड्याच्या गौरीला शोभा चित्रे यांनी दाखवलेला हा संसार. तीन दगडांच्या चुलींऐवजी भाड्याने घेतलेल्या इलेक्ट्रिकच्या हॉटप्लेटस् मांडून असे अनेक मराठी संसार दहा हजार मैलांवरच्या परक्या भूमीत सुरू झाले. कुणाकडे सोडे-सुकटं होती, कुणाकडे उपासाची लोणची आणि थालिपिठाच्या भाजण्या.

'इथे राजाराणीचा संसार फुलणार. जवळ असलेल्या भांड्यांना झाकणं येणार. झाकणांसकट भांडी येणार. कपबशा येणार. प्लेटस् येणार. काटे-चमचे-सुऱ्या येणार'- या स्वप्नाला 'तथास्तु' असा आशीर्वाद देत मुंबै-पुण्याहून आलेल्या तेरड्याच्या गौरीने न्यूयॉर्क-न्यूजर्सी-बोस्टन -ह्यूस्टनला आपला मांड मांडला.

कामात मन लागलं. विचित्र हवामानात टिकण्याची सवय झाली. गाठीशी जमलेल्या चार पैशांचा आत्मविश्वास आला

– आणि 'थोडे दिवस का असेना, अमेरिका नावाच्या या देशात राहून पाहू, जरा मजा करू. थोडे डॉलर्स शिल्लक टाकू' असं वाटायला लागल्यावर विरह सोसणाऱ्या पुरुषांनी बायकोच्या पासपोर्ट-व्हिसाची तजवीज केली. तिच्याकरता विमानाचं तिकीट धाडलं. जे सडे होते ते भारतात जाऊन 'चट मंगनी, पट ब्याह' करून परतले. 'मुलगा अमेरिकेत असतो' याला लग्नाच्या बाजारात मोठ्ठा भाव येण्याचा तो प्रारंभ. डॉलर्समधल्या कमाईला रुपयाने गुणणारं श्रीमंती 'ग्लॅमर' मराठी मध्यमवर्गावर नुकतंच चढत होतं. तेवढ्या आकर्षणापोटी मध्यमवर्गीय घरातल्या बेतासबात रूपाच्या तरुणांना बड्या घरच्या सोयरिकी, गोऱ्यागोमट्या-देखण्या-ग्रॅज्युएट मुली मिळाल्या.

– लग्नाआधी भेट घडली ते नशिबवान. बाकीच्यांचं 'पाहाणं-दाखवणं' फोटों-पुरतंच. मुलगी रंगारूपाने उजवी, ग्रॅज्युएट, अमेरिकेत जायला तयार आणि वेळ पडल्यास तिथे किडुकमिडूक नोकरी करण्यास लायक, चांगल्या घरची (म्हणजे 'मॉडर्न') वगैरे बऱ्याच अपेक्षा होत्या. 'मुलाला अमेरिकेत नोकरी आहे' एवढंच पुष्कळ!

फॉरिनला राहाणाऱ्या भावी नवऱ्याला राजरोस प्रेमपत्रं लिहिण्याचं भाग्य आणि अमेरिकेचा 'ष्टांप' मारून आलेली त्याची पत्रं उघड उघड घरी येण्याचं नवल (त्याबद्दल वरून कौतुक) ... हे अशक्य भाग्य वाट्याला आलेल्या मराठी मध्यम-वर्गातल्या बहुतेक मुली 'दूरदेशी' निघालेल्या होत्या.

– लग्न होऊन त्यांची पाठवणी झाली; आणि काही दिवसांत नव्या नवलाईचा नवरोबाही 'विल् मिस यू डार्लिंग' असं (अमेरिकन) इंग्रजीत सांगत 'त्याच्या सासरी' एकटाच निघून गेला.

पुढे मग सहा-आठ महिन्यांचा गोड, हुरहुरता विरह... 'त्याच्या' आठवणींनी भिजलेला मृगाचा पाऊस... तगमगता श्रावण... एकटीने पुजलेली पहिली मंगळागौर... वाहिलेल्या शिवामुठी...

व्हिसा, इमिग्रेशनचे सोपस्कार पार पाडायला वेळ घेणाऱ्या अमेरिकन सायबाला 'लवकर जा बाई तुझी तू... तुझ्या घरी' असं सूचक सुचवणाऱ्या आत्या-माम्यांची 'घाई' कशी कळावी?

...काही महिनेच.

पण त्यानंतर अचानक जमिनीवरचे पाय सुटले. विमान भुर्रर उडालं... आणि गृहप्रवेश? – थेट अमेरिकेतल्या ('रेन्ट' केलेल्या) घरी.

अमेरिकेत जायचं म्हणून हौशीने घेतलेले उंच टाचांचे सॅण्डल्स विमानातून उतरताच चारदा घसरले आणि अख्ख्या प्रवासभर सांभाळून-सावरून आणलेल्या अंगावरच्या जरीच्या साडीतून थंडीचा जीवघेणा कडाका एकदम झोंबला, एवढंच!

– पण बाकी सगळं स्वप्नापेक्षाही सुंदर होतं!

रुंद प्रशस्त रस्ते, देखण्या-स्वच्छ-टुमदार इमारती, झुळझुळत धावणाऱ्या श्रीमंती गाड्या... सगळं कसं देखणं. बेतशीर. चित्रात रंगवल्यासारखं. गर्दी नाही. कचरा नाही. किचकिचाट नाही.

– आणि घर?

सिंगल फॅमिली अपार्टमेन्ट. म्हणजे अमेरिकेतली चाळ.

– पण संसार मांडायला अधीरलेल्या या नवपरिणीत इमिग्रन्ट जोडप्यासाठी तो राजमहालच होता.

दोनच खोल्या; पण वॉल टु वॉल कार्पेटवाल्या. एकीत सोफा. पलंग. मोठ्ठी भिंतीतली कपाटं. दुसरीत किचन. अजून 'स्टोव्ह'च्या जमान्यातून, पाट-पाणी, शेण-पोतेऱ्यातून बाहेर न पडलेल्या 'तिच्या'साठी इलेक्ट्रिक हॉटप्लेट, सिंक, फ्रीज आणि डायनिंग टेबलचा सरंजाम सिद्ध होता. शिवाय सगळीकडच्या (लाकडी) भिंतींना नाजूक फुलाफुलांचा वॉलपेपर डकवलेला, चालताना कुरकुरत वाजणारी लाकडीच जमीन.

– आणि घरात दोघंच.

तिने तोवरच्या नाटक-सिनेमात पाहिलेल्या जोडप्यांनासुद्धा असा 'एकांत' कधी मिळाला नव्हता.

ती हरखून गेली... आणि तिची वाट पाहात कधीच्या रात्री जागवणारा तोही...

● ●

'मी अमेरिकेत आले त्याच्या दुसऱ्याच दिवशी अशोक कामावर गेला. त्या संध्याकाळी मी तयार होऊन त्याची वाट पाहात बसले. वाटलं, हा नक्की म्हणणार, 'चल, फिरायला जाऊ. तुला आपलं नवं गाव दाखवतो.' पण अशोक घरी आला तोच इतका दमून, वर म्हणाला, – हे काय? स्वयंपाक नाही केलास? चल आटप पटकन. जेवून घेऊ.'

– प्रतिभा कामेरकर सांगतात.

संध्याकाळी सहाच्या ठोक्याला जेवायचं; हे काय भलतंच?

पण चित्रात रंगवल्यासारख्या दिसणाऱ्या त्या सुंदर, देखण्या, श्रीमंत देशाची ती रीतच होती. इथे समुद्र किनारे होते, पण भुट्टेवाला, चणे-कुरमुरे-शेंगदाणेवाला नव्हता. ऐसपैस पसरल्या हिरवळीने नटलेल्या बागा फुलल्या होत्या; पण भेळ-पाणीपुरी नव्हती.

नव्या नवलाईच्या जोडप्याने संध्याकाळी हातात हात गुंफून फिरायला जाणं, हा तत्कालीन मराठी शृंगाराचा कळस! पण या परक्या देशात ते शक्य नव्हतं.

'या घरी सकाळी दूधवाला येणार नाही. धुण्या-भांड्याला बाई नाही. केरवारा आठवड्यातून एकदा – तोही यंत्राने करायचा. भाजी आणायला जावं तर इथल्या बाजारात ओळखीची एकही भाजी नाही. विरजण मागण्याचा प्रश्नच नाही. कारण दही-लोणी-ताकसुद्धा विकतच मिळतं. दूध पुठ्ठ्याच्या गारढोण खोक्यात. तो खोका तसाच फ्रीजमध्ये ठेवायचा. अडल्या-नडल्याला ना आपण कुणाकडे जायचं, ना कुणी आपल्याकडे येणार, कारण शेजारच नाही. वरण-भाताचा कुकर लावावा; तर तुरीची डाळ नाही. साधी कढीपत्त्याची पानं, कोथिंबीरसुद्धा नाही... हे सगळं एकदमच अंगावर येऊन कोसळलं.'

– प्रतिभा कामेरकर सांगतात; ती त्यांच्या आगे-मागे-सोबत अमेरिकेत आलेल्या प्रत्येकच मराठी मुलीची कहाणी आहे.

सर्व सुखांचा स्वर्ग असलेल्या अमेरिकेत संसार मांडायला आलेल्या या मुलींच्या नशिबी पहिल्या-वहिल्या दिवसांत हा असा नन्नाचा पाढाच आला... आणि स्वत:च्या घरात दिवसभराची कैद. भोवती सगळी सुनसान शांतता. माणूस नावाचा एखादा प्राणी चुकून कधी दिसला तर दिसला. आजूबाजूच्या घरांची दारं सदैव बंद. घरांच्या पोटातच गाड्यांचं गॅरेज. त्यामुळे सकाळी कामावर जाणाऱ्या, संध्याकाळी घरी परतणाऱ्या गाड्या तेवढ्या दिसणार. बाकी शुकशुकाट.

माहेरी मोठ्ठ्या गोतावळ्याचं गजबजतं घर. मधल्या भिंती सहज-सतत ओलांडून शेजाऱ्यांची जा-ये; शिवाय जिवाभावाच्या मैत्रिणींचा घट्टमुट्ट ग्रुप. अशा वातावरणात घडल्या-वाढलेल्या या मुलींसाठी अमेरिकेतल्या सासरी एकांतवासातली कैदच आली. ना देश ओळखीचा. ना इथल्या रीतीभाती. ना बाहेर कुठे जाता येणार, ना घरात काही काम. नवरा बाहेर गेला की डोळ्यातलं पाणी आवरत त्याची वाट बघत भुतासारखं एकटं बसायचं. त्यातून हवेच्या लहरी भलत्या. जीवघेणी थंडी, बोचरा काटेरी वारा. काश्मिरमधला बर्फ सिनेमाच्या पडद्यावर पाहाताना केवढं रोमॅन्टिक वाटलेलं, पण तो प्रत्यक्षात वाट्याला आला; तेव्हा जीव नकोसा झाला. भोवती झाडांचे नुसते बोडके खराटे. आणि सतत अंधारलेलं, भरून आलेलं, तगमगतं, लदबदीत ओलं वातावरण. आभाळात सूर्य दिसला नाही, असे दिवस आयुष्यात कधी बघितले नव्हते... इथल्या हिवाळ्यात तर दिवसेंदिवस नुसता अंधारच.

त्यातून नवरा अखंड कामाच्या दावणीला बांधलेला.

नव्या नवलाईची हौस-मौज मारून त्याच्या मागे मुकाट फिरत राहायचं. सारखी घरची आठवण. 'फोन लागणं' अवघड होतं, महत्प्रयासाने लागलाच तर त्यावर बोलायला परवडणं अशक्य होतं. मग पत्रं लिहायची. त्यातही 'मी इकडे मज्जेत आहे' हेच!

सुरुवातीचा तो काळ कठीण होता.

दोघांचा मिळून एक झगडा. शिवाय प्रत्येकाचा वेगवेगळा आणखी एकेक झगडा. भोवतालची परिस्थिती वेगळी, सगळे संदर्भ बदललेले; अशा वातावरणात संसार 'कसा' मांडतात हे दोघांपैकी एकालाही ठाऊक नव्हतं. परंपरेने घालून दिलेले 'हमखास यशाची खात्री'वाले 'फॉर्म्युले' नव्हते. देशान्तर करून आलेल्या या जोडप्यांना स्वतःच स्वतःची वाट शोधणं, आपणच आपली परंपरा तयार करणं भाग होतं.

आजूबाजूला घरं होती. तिथेही माणसं राहात. पण तो 'आपला, ओळखीचा शेजार' नव्हे... ते परक्या देशातलं, परकं 'नेबरहूड'! लुगड्याच्या मऊ चौघडीत गुंडाळून लहान मुलांना कडेवर घेण्याऐवजी बाबागाडीत बसवून रस्त्यावरून ढकलत नेणारे किंवा जरा मोठ्या मुलांना पट्टे आवळून थेट पाठी-पोटांवर लटकवून सुट्या हातांनी हिंडणारे गोरे स्त्री-पुरुष दिसत; ते 'हाय... हॅलो' वगैरे म्हणत. ड्रायव्हिंग न येणारी लांब केसांची साडीतली बाई एकटीच चालत जाता-येताना दिसली तर गाडी थांबवून 'वॉन्ट अ राईड?' असंही क्वचित विचारीत... पण त्यांची धास्तीच वाटे.

भारतातून येताना बरोबर आणलेलं ट्रंकेतलं सामान अमेरिकेतल्या घरी लावून झालं... मनातल्या गाठी मात्र अजून मनातच होत्या.

'अमेरिका' हा देश (डॉलर्स कमावण्याची, जग बघण्याची संधी देणारा म्हणून) थोर; पण अमेरिकन माणसं मात्र चवचाल. शरीराच्या भोगात बुडालेली. कसली म्हणून संस्कृती नसलेली. एकूणच नीतिभ्रष्ट. गाय कापून खातात. बायकासुद्धा दारू पितात. सगळे गांजेकस. कसलीशी इंजेक्शनं टोचून नशा करतात. लग्नाआधी पोटं वाढवतात. फट् म्हणता घटस्फोट घेतात. पोरं आई-बापाला विचारत नाहीत. आई-बापाला पोरांचा विचार नाही. आईचं बापाशीसुद्धा काही घेणं नाही. कुणाचा कुणाशी संबंध नाही. सगळं स्वैर. शिवाय बायका अंग उघडं टाकून छाती दाखवत फिरतात. चारचौघांत पुरुषांचे मुके घेतात. मिठ्या मारतात. शिव... शिव!

– हे असलं सगळं मनात.

'अमेरिकेत राहायचं, पण आपल्याला 'अमेरिकन' व्हायचं नाही' हा निर्धार; एवढंच 'संस्कृतीरक्षणाचं' एकमेव साधन हातात उरलेलं.

शिवाय त्या लालबुंद, गोऱ्या, उंचनिंच, रुबाबदार माणसांपुढे आपल्या काळ्या-बेंद्र्या, बुटक्या रंगरूपाचा, कामचलाऊ इंग्रजीचा 'थर्ड वर्ल्ड छाप' कॉम्प्लेक्स! तो भिरकावून हिंमतीने पाऊल पुढे टाकणाऱ्यांमध्ये मराठी माणसं होती, पण ती क्वचित!

बहुतेकांनी बरोबर आणलेली लग्नातली 'अन्नपूर्णा', 'लंगडा बाळकृष्ण' किंवा 'यल्लमा – ज्योतिबाचा टाक' अमेरिकन बाऊलमध्ये मांडला आणि 'फायर अलार्म'

वाजणार नाही ना, याची काळजी करत संध्याकाळी देवापुढे दिवा लावायला सुरुवात केली.

परक्या देशात, परक्या संस्कृतीत 'ओळखीच्या खुणा' तयार करण्याच्या, 'इकडे' राहातानाही 'तिकडल्यासारखंच' जगण्याच्या अट्टाहासाचा तो प्रारंभ होता.

● ●

सुरुवातीचं हे एकाकी धांदरलेपण वाटून घ्यायला मग पंचवीस-पन्नास मैलांवरले एकमेकांना भेटू लागले. काही आधीच्या ओळखी होत्या; सडेफटिंग असतानाच्या. बायका आल्यावर या ओळखी शोधून शोधून 'रिन्यू' करण्यात आल्या, आणि 'तुझ्यात मी-माझ्यात तू'चे दिवस संपल्यावर 'शनिवार-रविवारच्या अवघड एकांताचं करायचं काय?' याचं उत्तर सापडलं.

आधी आलेल्यांनी पाय रोवायला सुरुवात केलीच होती; तोवर नवे आले. साडीतून सलवार-कमीझमध्ये गेलेल्या; पण मंगळसूत्र-कुंकू सांभाळून लांबसडक शेपटे घालणाऱ्या मराठी बायका क्वचित का असेना; रस्त्यावर जाता-येताना दिसायला लागल्या. न्यूयॉर्क-न्यूजर्सी-बोस्टन-सॅनफ्रान्सिस्को-शिकागो अशा मोठ्या शहरांत राहणाऱ्यांना 'माझिये जातीचा मज भेटो कोणी' असा आकांत फार करावा लागला नाही. छोट्या गावांमध्ये, मध्य अमेरिकेत राहाणारे संख्येने अत्यल्प होते. ते मात्र एकटे पडले.

'कुणीतरी आपलं/आपल्यासारखं भेटावं-दिसावं म्हणून हपापल्यासारखं होई. रस्त्यावर एखादा नवा भारतीय चेहरा दिसला तरी लगेच त्याला गाठायचं. ओळख काढायची. घरी बोलवायचं. आम्ही तर टेलिफोन डिरेक्टरीत नावं शोधून शोधून माणसं हुडकायचो' – गोपाळ आणि नंदा मराठे सांगतात.

सबवेमध्ये (म्हणजे अमेरिकेतली लोकल ट्रेन) नवीन कुणी भेटलं; तरी त्याला घरी जेवायला घेऊन येण्याचे ते दिवस राजन गडकरींच्याही अजून लक्षात आहेत.

सगळेच नवे होते. एकमेकांच्या सहवासाचे, आधाराचे, मदतीचे भुकेले. कुणीच हात आखडता घेतला नाही. लग्न करून नव्याने संसार थाटायला येणाऱ्या मुलींना सख्ख्या नात्याहून जवळच्या काकी-मावश्या-आत्या मिळाल्या. चहा-साखरेचे डबे, जुनं जास्तीचं फर्निचर, भारतातून आणलेले मसाले... अशी देवघेव करायला हक्काची घरं उभी राहिली. एकटेपण वाटून घ्यायला, मनातलं सांगायला 'मैत्रिणी' मिळाल्या आणि घराबाहेरची आघाडी एकट्याने लढवणाऱ्या कमावत्या पुरुषांना आपल्यापेक्षा अडचणीत असलेल्याकडे पाहून 'आपली अवस्था बरी' असा दिलासा देण्यापुरता मित्रमंडळाचा आधार!

पिझ्झा-बर्गरचं अप्रूप फार लवकर संपलं,

आणि 'स्थलान्तरित' माणसाच्या आयुष्यात येणारा पहिला मोठा झगडा उभा राहिला –

खायचं काय?

तांदूळ आणि बटाटे एवढेच ओळखीचे जिन्नस त्याकाळच्या अमेरिकेत मिळत. बाकी ना कसल्या भाज्या, ना नेहमीच्या डाळी, ना मसाले, ना चिंच-गूळ-खोबरं-कोथिंबीर!

न्यूयॉर्क-वॉशिंग्टनसारख्या मोठ्या/मोजक्या शहरांत एखाददुसरं एशियन ग्रोसरी शॉप असे. मग शेकडो मैल ड्रायव्हिंग करून एकाने तिथे जायचं, आणि गावातल्या सगळ्यांसाठी महिन्याचा शिधा आणायचा. किंवा मग 'अहो चित्रे, न्यूयॉर्कहून येताना लेक्झिंग्टन अॅवेन्यूवरल्या त्या दुकानातून तुरीची डाळ आणाल का प्लीज? मी सबवेवर येते' असे आग्रहाचे फोन.

'त्या काळात साधी कोथिंबीर मिळाली; तरी कुणी कध्धी एकटीने वापरली नाही. चार चार काड्या सगळ्यांना द्यायच्याच' – प्रतिभा कामेरकर सांगतात. अमेरिकेत गहू होते. पण गव्हाचं पीठ म्हणजे थेट मैदाच. मैद्याच्या चामट, वातड पोळ्या खाऊन कंटाळलेल्यांनी 'मैद्यात मक्याचं भरड पीठ मिसळलं तर पोळी बरी खुसखुशीत होते' असले उपाय शोधले. अमेरिकन 'बीन्स'ना मोड आणून उसळी घडू लागल्या. क्यूबन स्टोअर्समध्ये चक्क फणसाची कुयरी मिळते, बोटॅनिकल गार्डनमध्ये कढीलिंबासारख्या वासाचं झाड नक्की असतं, इटालियन ग्रोसरी शॉपमध्ये जे 'चिक्पी फ्लोअर' मिळतं ते म्हणजेच 'आपलं बेसन' असे शोध लागले.

अनोळखी पदार्थांमधून 'ओळखीच्या चवी' रांधण्याचा धडपडाट सुरू झाला. इव्हॅपरेटेड मिल्कचा (अमेरिकन) खरवस, स्पगेटीचे सांडगे, रिकोटा चीज किंवा कार्नेशन मिल्क पावडर आणि अनसॉल्टेड बटरचे पेढे, झुकिनीचा हलवा, क्रॅनबेरीचं लोणचं, सिरियल फ्लेक्सचा चिवडा हे सारे 'खमंग' शोध त्याच काळातले.

'इकडे येताना मी मोठ्या हौशीने 'गृहिणी मित्र' हे पुस्तक बरोबर आणलं होतं'– दुर्गा पाच्छापूरकर सांगतात, 'पण त्यात सगळी रत्तल, तोळा, मासा असली मापं. आता इथे आणायचे कुठून तोळे आणि मासे? मग सगळा अंदाजपंचे अनमानधपक्याचा कारभार सुरू केला. घरच्या चवीच्या जवळपास जाणारं पिठलं आणि भात एकदाचा घडला की अक्षरशः धन्य वाटे.'

स्वयंपाकाचे जिन्नस शेकडो मैलांवरून जमवले; तरी खरी 'साक्षात अग्निपरीक्षा' पुढेच असे – फोडणी!

घरं लाकडाची आणि वर्षातले सहा-आठ महिने जरूर असणाऱ्या 'सेंट्रल

हिटिंग'साठी सगळं बंद. त्यामुळे तडतडणाऱ्या फोडणीचा उग्र, खमंग वास घरात कोंडणार. शिवाय जरा कुठे ठिणगी उडाली; तरी फायर अलार्म वाजणार... तरीही फोडण्या दिल्या जाऊ लागल्या आणि 'क्लॉझेट'मध्ये (म्हणजे भिंतीतल्या कपाटात) अडकवलेल्या कपड्यांवर मेथी-मोहरीचे, हिंग-हळदीचे अगदी कांदा-लसणीचेसुद्धा वास चढू लागले.

– घरात ही अशी धांदल आणि घराबाहेर तर पावलापावलावर थेट गोमांस भक्षणाचीच पातकं वाट अडवून उभी. चवीने खाल्लेल्या बर्गरमध्ये 'बीफ' होतं हे कळताक्षणी सगळं जेवण उलटून पडण्याचे आणि 'उपासासाठी बटाट्याचे काप बरे' म्हणून श्रद्धेने खाल्लेले फ्रेंच फ्राईज् ॲक्च्युअली डुकराच्या चरबीत तळतात हे ब्रह्मज्ञान झाल्यावर हताशेने डोळ्यात पाणी येण्याचे प्रसंग प्रत्येकाच्या आठवणीत अजून रूतलेले आहेत.

हौशीने कधीतरी एखाद्या महागड्या रेस्टॉरंटमध्ये जावं तर तिथल्या मेनूकार्डावर 'ऑक्स टेल सूप' आणि 'स्नेल्स ॲण्ड गार्लिक सॉस' असले पदार्थ.

'बैलाच्या शेपटीचं सूप आणि गोगलगायींचं सॉस?... वाचूनसुद्धा पोटात मळमळून येई' – शोभा चित्रे सांगतात.

खूपच आठवण आली म्हणून तीन रुपये किंमतीचा छुंदा पासष्ट रुपये खर्चून भारतातून एअरमेलने मागवल्याची आठवण अशोक विद्वांस अजून विसरलेले नाहीत.

हळूहळू नव्या चवी अंगवळणी पडल्या. संध्याकाळी 'सपर'साठी भूक लागू लागली. पोळी-भाकरीचा हट्ट होताच, पण मॉलमध्ये मिळणारे 'नाचो' आणि 'टाको' नावाचे मेक्सिकन पर्यायही सोयीचे वाटू लागले.

– पण घराबाहेर पडल्यावर आपल्या 'वेगळेपणा'कडे वळून पाहाणाऱ्या 'नजरां'चा अर्थ मात्र कळत नसे. एखादी काळी बाई सबवेमध्ये शेजारी येऊन बसली, संध्याकाळी उशिरा घरी परतताना मागे काळ्या तरुणांचा घोळका दिसला, तरी जीव घाबरा होई. असाहाय्य, एकटं वाटे. काही झालं तर? – या भीतीचा बागुलबुवा मानगुटीवर. येईल त्या प्रसंगाला एकट्याने तोंड द्यावं लागणार ही जाणीव प्रत्यक्ष त्या प्रसंगापेक्षाही भयानक.

'आणखी एक... अमेरिकेसारख्या तंत्रदृष्ट्या प्रगत देशात जगायला आवश्यक अशी लाईफस्किल्स आमच्याजवळ अजिबात नव्हती' – अशोक सप्रे सांगतात.

म्हणजे काय?

– घरातल्या छोट्या-मोठ्या दुरुस्त्या, प्लंबिंग हे सगळं स्वतः करावं लागे. साधं टेबल विकत घेतलं तरी चार पाय आणि वरची फळी असं सगळं सुटं सुटं मिळणार. सोबत नकाशा. घरी आणून ते सगळं आपल्या आपण नकाशाबरहुकूम जोडायचं.

घराला रंग देणं, समोरचं लॉन कापणं, हिवाळ्यात स्नो हटवणं ही सगळी कामं स्वत: करायची. भारतात साधा खिळा मारायचा झाला तरी पटकन कोपऱ्यावरून कुणा सुताराला बोलावण्याची सवय. सुरुवातीला फार अवघड गेलं. अपवाद सोडले, तर बहुतेकांना ड्रायव्हिंगसुद्धा येत नव्हतं. भारतात चार चाकीचा रुबाब परवडण्याची परिस्थितीच नव्हती. पण अमेरिकेत गाडी ही अन्न-वस्त्र-निवाऱ्याइतकीच जीवनावश्यक गोष्ट! गाडी नाही म्हणजे सक्तीचं घरकोंबडेपण आणि असून चालवता येत नाही म्हणजे पाय असून पांगळेपण.

गरज होतीच. मग भीडही चेपली आणि कर्ज घेणं तितकं वाईट नाही असं जाणवलं. अमेरिकेतल्या अनेक मराठी घरांमध्ये झालेली पहिली मोठी खरेदी म्हणजे गाडी. सेकण्डहॅण्ड. परवडेलशी.

– गाडी आली. ड्रायव्हिंग जमू लागलं आणि घरात कोंडून पडलेल्या बायकांना पहिल्यांदाच नवऱ्याच्या मदतीशिवाय परक्या देशात मोकळा श्वास घेता आला. हायवेवरून जाण्याची भीड चेपली. रस्त्यावरच्या 'साईन्स' सवयीच्या झाल्या. कुठूनही कुठे जायचं असलं की 'थांब हं, ह्याला जरा विचारते' असा पांगुळगाडा न ओढता स्वत: 'डिरेक्शन्स' देणं-घेणं जमू लागलं. मग स्वत:च्या 'व्हिसा'चं स्टेटस बदलून 'ग्रीनकार्डा'साठीची धडपड, त्याचं पेपरवर्क, बँकिंग, इन्कमटॅक्स, मॉर्गेज, पै-पाहुणे, याला अमकीकडून आणणं, तिला तमकीकडे पोचवणं हे सगळं अंगवळणी पडलं. सक्तीच्या पतिपरायणतेला कंटाळलेल्या स्त्रियांनी संधी मिळताच घर चालवण्याची जबाबदारी उचलली... आणि बॅगेत तळाशी ठेवलेले बी.ए., बी.कॉम.च्या डिग्र्यांचे कागद काढून नोकऱ्या शोधायला सुरुवात केली.

'...तेवढाच हातभार. चार पैसे बाजूला पडतील. दहा हजार डॉलर्स जमले की पुष्कळ. मग आपण आपले घरी परतू'– असे मनसुबे रंगत होते.

जरा रुळल्यासारखं वाटायला लागलं होतं.

पूर्वी डाऊन टाऊनमध्ये गुजराथी-पंजाबी माणसं दिसली तरी बरं वाटे. आता सदाशिवपेठेतल्या दीक्षितांना; बुधवारातल्या परुळेकरांचा मोठा मुलगा न्यूजर्सीच्या जॅक्सन हाईटस् किंवा क्वीन्समध्येच भेटू लागला होता.

१९७०च्या आसपास कुणी ना कुणी येतच राहिलं. ओळखी वाढल्या. जाणं-येणं घडू लागलं.

...आणि पुठ्ठ्याच्या कार्टनमधल्या लो-फॅट दुधाला विरजण लावणं विसरत चाललेल्या, विकतच्या दह्याला 'योगर्ट' म्हणताना न अडखळणाऱ्या सौ. दीक्षित रविवारी सकाळी लॉन मोअरशी झटापट करणाऱ्या श्री. दीक्षितांना विचारू लागल्या,

'परूळेकर म्हणजे सी.के.पी. का रे?'

● ●

थोडासा जम बसत चालला होता; तोवर व्हिएतनाम युद्धानंतरची मंदीची लाट आली. कारखाने आणि कचेऱ्यांमध्ये 'डाऊन सायझिंग' सुरू झालं. धडाधड नोकऱ्या जाऊ लागल्या. शुक्रवारी 'बोलावणं आलं' की वरिष्ठांच्या केबिनमध्ये जायचं आणि 'पिंक स्लिप' (म्हणजे शुद्ध मराठीत 'नारळ') घेऊन थेट घरी. नोकरीवरून तडकाफडकी थेट काढूनच टाकण्याचा हा असला प्रकार 'पोस्टाच्या ष्टांपासारखं धरल्या नोकरीला आजन्म चिकटून राहाण्याच्या' भारतीय मनोवृत्तीला पेलणारा नव्हता.

– पण करणार काय?

बायको आलेली. भाड्याने घर घेऊन संसार थाटलेला. शिवाय गाडीचं मॉर्गेज डोक्यावर... आणि नोकरी गेलेली.

पाय उचलावा तर पुढे सगळा अंधार आणि मागे वळून पाहावं तर मागची दारं बंद अशा अनावस्था परिस्थितीत सापडलेली मराठी कुटुंबं त्या काळात केवळ एकमेकांच्या मदतीने-आधाराने अमेरिकेत तगून राहू शकली.

आणखी एक – जीव तोडून केलेले अपार कष्ट.

'न्यूयॉर्कमध्ये तासाला ५ डॉलर्स पगार मिळे. बरं चालायला लागल्यावर जर्सीत एक छोटं अपार्टमेन्ट घेतलं. डिसेंबरात बायको आली... जरा श्वास घेतोय म्हणेम्हणेतो फासे फिरले'– दिलीप चित्रे सांगतात.

मंदीचा फटका जोरदार होता. चित्रे काम करत त्या आर्किटेक्टस् फर्मचे दोन मोठ्ठे प्रोजेक्ट बंद पडले आणि आठ आर्किटेक्टस्‌पैकी सातांना एका दिवसात नोकरीवरून डच्चू मिळाला. राहिलेला एक माणूस म्हणजे दिलीप चित्रे. नोकरी टिकली होती; पण नाकासमोर सूत धरल्यासारखी.

'ते तीन महिने वेड्यासारखं काम केलं. सकाळी सबवेने न्यूयॉर्क गाठायचं. संध्याकाळी न्यूजर्सीत परतलं, की सहा वाजता जर्सी सिटी कॉलेज. तिथल्या लायब्ररीत मी 'सिक्युरिटी गार्ड' म्हणून पार्ट टाईम जॉब घेतला होता. रात्री अकरा पर्यंत गणवेश चढवून, रखवाली करायची. घरी येईतो मध्यरात्र उलटून जाई. पुन्हा भल्या पहाटे सूट घालून, टाय लावून 'आर्किटेक्ट' म्हणून न्यूयॉर्कच्या दिशेने निघायचं.'

– दिवस कठीण होते.

पण त्या दिवसांनीच अमेरिकेसारख्या भांडवलशाही देशात टिकून-तगून राहाण्याची गुटी पाजली. अचानक उद्भवलेल्या अनपेक्षित संकटांशी एकेकट्याने झुंजताना; ज्याला त्याला आपापलं बळ आजमावता आलं.

'नोकरी टिकवण्याच्या भयापोटीच इतकी जीवापाड झुंज दिली, हे खरं आहे'– चित्रे आजही कबूल करतात, 'पण एक खरं, की खूप नव्या गोष्टी शिकलो. प्रामाणिक

आणि कष्टाळू भारतीय वृत्ती संधी मिळेल तिथे ठसवीत राहिलो. आनंदाने, जिद्दीनेच सारे कष्ट केले.'

अखंड झुंजवणारे हे कष्ट अनेकांच्या नशिबी आले.

मंदीच्या या अवघड काळात ही मराठी कुटुंबं तग धरून राहू शकली, याचं आणखी एक कारण राजन गडकरी सांगतात.

– कम्पॅरिझन! तुलना!!!

अमेरिकेत किती वाईट दिवस आले; तरी भारतापेक्षा परिस्थिती बरीच होती. त्यामुळे माघारी फिरून भारतातल्या बेकारीच्या आगीत उडी घेण्यापेक्षा अमेरिकेतल्या प्रासंगिक फुफाट्याचे चटके सोसणंच शहाणपणाचं होतं.

– अनेकांनी तेच केलं. पुढे परिस्थिती सुधारली. दिवस पालटले.

आणि कडोसरीला पुरेशी पुंजी जमेतोवर आणखी काही वर्षं इथे राहायचंच आहे; तर 'आपलं स्वत:चं छोटं घर का घेऊ नये?'- असा विचार डोकावायला लागला.

• •

एरवी अमेरिकन माणसं तशी शिष्टच.

त्यातून आपल्या नेबरहूडमध्ये कुणी राहावं; याबद्दल फारच चिकित्सक. मेक्सिकोतून घुसलेले 'इल्लिगल इमिग्रन्ट', क्युबा-चिले-इटलीतून आलेली अर्धशिक्षित भुकेली जनता कष्टाच्या कामांसाठी (कमीत कमी खर्चात) हवी होती; पण यातल्या कुणी आपल्या नेबरहूडमध्ये येऊन आपल्या घराशेजारी घाण करू नये यावर कटाक्ष होता.

– ही अस्पृश्यता 'एशियन इंडियन कम्युनिटीला' मात्र सोसावी लागली नाही.

व्यावसायिक क्षेत्रात 'हवेसे' वाटणारे हे 'एशियन इंडियन्स' शिष्ट अमेरिकनांना आपले 'शेजारी' म्हणूनही हवे होते. कारण मुळातच काही विशिष्ट बौद्धिक-व्यावसायिक जबाबदाऱ्यांसाठी सारे 'निवडून' आणलेले. उच्चशिक्षित.

१९५७ मध्ये रशियाचा 'स्फुटनिक' अवकाशात झेपावल्यावर धुसफुसणाऱ्या मत्सरग्रस्त अमेरिकेने अंतराळ संशोधनात गुंतवणुकीचा सपाटा लावला होता. त्यासाठी सात बिलियन डॉलर्सचं बजेट १९६६ पर्यंत दुप्पट होऊन चौदा बिलियन डॉलर्सपर्यंत पोचलं. अमेरिकन विद्यापीठांकडे आणि उद्योग क्षेत्राकडे हा पैसा वळल्यावर शास्त्रज्ञ आणि प्रशिक्षित-कुशल तंत्रज्ञांची गरज एकाएकी प्रचंड वाढली.

– खुद्द अमेरिकेत ना पुरेसे शास्त्रज्ञ होते, ना तंत्रज्ञ.

मग आशियाच्या दिशेने दारं उघडली; आणि जे 'आत' आले; त्यात पंडित नेहरूंनी स्वदेशकार्यासाठी घडवलेले 'आय.आय.टी.यन्स' तर होतेच; पण इतरही भारतीय विद्यापीठातल्या पदवीधरांची फौज होती.

१९६५ साली अमेरिकेच्या सरकारने 'सोसायटी सोशल वेल्फेअर' कार्यक्रमांतर्गत

सार्वत्रिक आरोग्यरक्षणासाठी दोन नव्या यंत्रणा उभारल्या. वयोवृद्ध-अपंग-निवृत्त कामगारांसाठी 'मेडिकेअर' आणि कनिष्ठ आर्थिक गटातल्या दुर्बल नागरिकांसाठी 'मेडिकेड'. त्यामुळे डॉक्टर्स, नर्सेस आणि मेडिकल लॅबोरेटरीज्‌मध्ये काम करणाऱ्या तंत्रज्ञांची गरज अचानक कित्येक पटींनी वाढली. १९६५ नंतरच्या वर्षभरात प्रामुख्याने आशियातून अमेरिकेत स्थलान्तरित झालेल्यांमध्ये तब्बल वीस हजाराहून जास्त वैद्यकीय व्यावसायिक एकट्या भारतातले होते; अशी आकडेवारी उपलब्ध आहे.

– डॉक्टर्स, इंजिनिअर्स, आर्किटेक्टस् या भारतीय स्थलान्तरितांच्या प्रमुख वर्गवारीत महाराष्ट्राचा-मराठी माणसांचा वाटा अर्थातच मोठा होता.

हे लोक स्थलान्तरीत होऊन अमेरिकेत आले; ते सुशिक्षित, सुसंस्कृत होते. प्रतिष्ठित, जबाबदारीची कामं करण्यासाठी त्यांना बोलावून आणलेलं होतं. इतर अशिक्षित-दारुड्या-हिंसक 'इमिग्रन्ट' लोकांसारखे हे लोक 'घुसलेले' नव्हते. भारतातून आलेल्यांना इंग्रजी उत्तम समजत होतं, ती कुटुंबाला धरून राहाणारी हुशार माणसं होती, शिवाय त्यांच्या हाती पैसाही चांगला येत होता. त्यामुळे 'एशियन्स इंडियन्स' ही 'मॉडेल मायनॉरिटी कम्युनिटी' आहे; एशियन इंडियन कुटुंबांचं सरासरी वार्षिक उत्पन्न सर्व 'इमिग्रन्ट' गटांमध्ये सर्वाधिक आहे, असं जाहीर झाल्यावर तर 'ब्राऊन स्किन'कडे बघण्याचा अमेरिकन दृष्टिकोन अधिकच 'अ‍ॅकोमोडेटिव्ह' झाला.

अव्वल इंग्रजी, मिळून-मिसळून-प्रेमाने-नम्रतेने राहाण्याचा स्वभाव आणि प्रतिष्ठित नेबरहूडमध्ये राहाण्याची आर्थिक ऐपत; यामुळे जी भारतीय स्थलान्तरित कुटुंबं अमेरिकन मध्यमवर्गात सहज मिसळून गेली; त्यात मराठी माणसांची संख्या लक्षणीय होती.

गोऱ्या कातडीची भीड चेपली, 'त्यांच्यात' जाणं-येणं सुरू झालं. तोवर घरच्या संसारात, दारच्या नोकरीत रुळलेल्या मराठी कुटुंबांमध्ये 'तू श्रेष्ठ का मी?' या स्वाभाविक अहंगंडाच्या छुप्या ईर्षेने प्रवेश केलाच होता. सगळे एकाच जहाजाचे प्रवासी; मग हे 'श्रेष्ठत्त्व' ठरावं कसं? – एक सोपा निकष पुढे आला : अमेरिकनांच्याहून अधिक 'अमेरिकन' होणं! – आणि तरीही भारतीय संस्कृती पक्की टिकवून ठेवणं!!

'एका गावात/प्रांतात मराठी कुटुंबं हाताच्या बोटावर मोजण्याएवढीच होती; त्यामुळे सुरुवातीच्या त्या काळात 'मेल्टिंग पॉट'ची थिअरी स्वीकारणं सोपं होतं' – अशोक सप्रे सांगतात, 'अवर वन पॉईन्ट अजेन्डा वॉज टू अ‍ॅसिमिलेट. अमेरिकनांच्यात मिसळून त्यांच्यासारखं जगायचं-वागायचं-शक्यतोवर त्यांच्याच 'अ‍ॅक्सेन्ट'मध्ये बोलायचं.'

– अर्थात, इंटरनेट आणि सॅटेलाईट टी.व्ही. अस्तित्वात येण्यापूर्वीच्या त्या काळात दुसरा पर्याय तरी काय होता?

मराठी शब्द कानावर पडणं मुश्कील. वरण-भात मिळणं अवघड. क्रिकेटचा स्कोअर, हिंदी सिनेमांची गाणी... यातल्या कशाचा काही पत्ता नाही. मनोरंजन हवं

तर फुटबॉलच्या मॅचमधला थरार शोधणं, ‘थ्रील’ हवं तर ‘बीफ स्टेक’ ट्राय करणं भागच होतं.

‘– आणि आमची सांस्कृतिक व्यक्तित्वं – ‘कल्चरल आयडेन्टिटी’ – तरी कुठे एवढी पक्की होती? त्यावेळी भारताची गणना मागासलेल्या तिसऱ्या जगात होई; त्यामुळे सर्वश्रेष्ठ महासत्तेच्या रीतिभाती आत्मसात करणं ही प्रगतीचीच व्याख्या होती. आम्ही तेच केलं’ – अशी थेट कबुली मोजकी माणसं आजही देतात; त्यात अशोक सप्रे प्रमुख. अमेरिकन विद्यापीठात शिकायला आलेल्या आणि पुढे नोकरी-व्यवसायात शिरलेल्या तरुणांना तर आपसांतसुद्धा मराठी बोलायची लाज वाटे. कालवलेला आमटी-भात बोटांनी खाणं म्हणजे तर अशिष्टपणाचा कळस!

या ‘अमेरिकन’ होण्याच्या धडपडीला आणखीही एक नाजूक किनार होती – गोऱ्या मैत्रिणी!

अमेरिकन विद्यापीठांमध्ये उच्चशिक्षण घेताना कॅम्पसवरल्या एकट्या दिवसांमध्ये नाजूक गुंतागुंत झालीच नाही असं नव्हतं. अमेरिकन तरुण वर्गात भारताचं आकर्षण रुजायला लागण्याचा तो काळ. व्हिएतनाम युद्धानंतरच्या नैराश्यात सारंच झुगारणाऱ्या पश्चिमेकडल्या तारुण्याला पूर्वेची आस वाटत होती. त्या ओढीने अमेरिकन-युरोपियन मुली बुद्धिमान, अभ्यासू, कष्टाळू भारतीय तरुणांच्या जवळ आल्या. त्या संबंधातला थरार विलक्षण होता... काहींनी हे नातं पुढे नेऊन विवाह केले. त्यातले काही टिकले. यशस्वी झाले. पण आधीच सांस्कृतिक/भावनिक/मानसिक संघर्षात दुभंगलेल्या बहुतेकांना एवढी हिंमत झाली नाही. आधीच आपण देशाबाहेर पडलो म्हणून आई-वडील दुखावलेले; त्यात ‘गोऱ्या मडमेशी लग्न’ म्हणजे ते उद्ध्वस्तच होतील; ही धास्ती मोठी होती. ज्यांना हा डंख पेलवला नाही त्यांनी ‘मनातली गोष्ट’ मनात ठेवली आणि भारतात जाऊन मुली पाहून-सवरून रीतसर लग्न उरकून घेतलं.

पोषाख-खाणं-पिणं-भाषा-रीतिरिवाज यात काही तडजोडी अपरिहार्य होत्या. त्या सक्तीने कराव्याच लागल्या.

कढी-खिचडीऐवजी मॅकरोनी, लिंबाच्या सरबताऐवजी हवाबंद कोल्ड्रिंक्स, धिरड्याऐवजी पॅन केक आणि गोडाच्या शिऱ्याऐवजी ॲपल पाय् असले अनेक बदल हौशीने झाले.

– तोवर शब्दशः बूट झिजवून ‘ब्रेड’ कमावण्याच्या संघर्षाची धार थोडी कमी झाली होती... आता ‘ब्रेड’वर ‘बटर’ येण्याचे दिवस होते... आणि ‘मॉर्गेज’ चढवून का असेना, स्वतःचं छोटं घर!

● ●

अमेरिकेसारख्या बड्या देशात 'जगायला' येणारे मेक्सिकन, फिलिपिनो, क्यूबन इमिग्रन्टस्, दारिद्र्यात-व्यसनात खितपत पडलेले निरक्षर 'ब्लॅक्स' हे सारे गटागटाने, एकत्र राहात. तेच 'घेटो'. श्रमाची कामं करणाऱ्या गरीबांच्या या वस्त्या तशा अभिजनांच्या 'वेशी'बाहेरच असत. अजूनही असतात.

गोऱ्या अमेरिकन मध्यमवर्गात सहज मिसळून गेलेले एशियन इंडियन्स मात्र कधीही स्वत:चे असे 'घेटो' करून राहिले नाहीत, याची नोंद 'इमिग्रन्ट स्टडिज्'मध्ये काम करणाऱ्या बहुतेक अभ्यासकांनी केलेली आहे.

आर्थिक कुवत आल्यानंतर त्याच त्या गोतावळ्यातून बाहेर पडून स्वत:चं स्वतंत्र घर- वेगळी दुनिया उभारण्याची प्रत्येकाला घाई असे. 'स्वत:चं घर' याला भारतीय मानसिकतेत असलेला स्थैर्याचा, स्वास्थ्याचा संदर्भ तर यामागे होताच; पण या 'ब्राऊन लोकां'बद्दल सर्वसामान्य नेटिव अमेरिकनांच्या मनात विद्वेषाची भावना नव्हती. त्यामुळे स्थलान्तरित भारतीयांची पहिली पिढी वेगाने अमेरिकाभर पसरली.

१९८० आणि १९९० सालच्या अमेरिकन जनगणनेच्या अहवालांनुसार देशातल्या एकूण 'एशियन इंडियन्स'पैकी सुमारे ६० टक्के लोक ईस्ट आणि वेस्ट कोस्टवरल्या काही प्रमुख शहरांमध्ये एकवटलेले होते. न्यूयॉर्क, न्यूजर्सी, शिकागो, लॉस एंजेलीस, वॉशिंग्टन डी.सी., सॅन फ्रान्सिस्को, ह्यूस्टन, फिलाडेल्फिया, डेट्रॉईट, बोस्टन, सॅन होजे आणि डलास-फोर्टवर्थ ही ती प्रमुख शहरं.

– आजही अमेरिकेतल्या मराठी घरांची गजबज याच शहरांत प्रामुख्याने आहे.

ती सुरू झाली १९७५-८०च्या सुमारास. त्या काळात वन फॅमिली अपार्टमेन्टमधले मराठी संसार मोठ्या टाऊनहाऊसमध्ये 'शिफ्ट' होत होते. मराठी मालकीची घरं उभी राहात होती. परक्या देशात येऊन विकत घेतलेल्या स्वत:च्या पहिल्या घरात शोभा चित्रे यांची तेरड्याची गौर कुंकवाच्या पावलांनी फिरत होती.

'गौरी, गौरी कुठे आलीस?'

'अमेरिकेतल्या स्वत:च्या घरी.'

'इथं काय आहे?'

'तीन-चार बेडरूमचं मोठ्ठं घर. लिव्हिंग रूम आहे. डायनिंग रूम आहे. शिवाय फॅमिली रूम आणि मोठ्ठं सुसज्ज स्वयंपाकघर. प्रत्येक खोलीला साजेसं फर्निचर. ठिकठिकाणी टी.व्ही. सेटस्... शिवाय दाराशी दोघांच्या दोन गाड्या...'

घर झालं आणि दोघा-दोघांनीच गृहप्रवेश करताना काळजात कळ उठली. लेक-जावयाचं, मुला-सुनेचं हे कर्तृत्व पाहायला घरचं कुणी नाही. कौतुकाने पाठीवरून फिरणारे सासर-माहेरचे हात नाहीत.

– भरल्या घरात पाणावलेले डोळे ही भविष्यातल्या असह्य तगमगत्या संघर्षाची

नांदी होती. अत्त्युच्च सुखाच्या क्षणी 'आपण भारतात असतो तर?' या वेदनेने कळवळण्याचा प्रारंभ!

'दोन-पाच वर्षांत भारतात परत जाण्याच्या बेताने आलेल्या आम्ही मंडळींनी इथे घरं विकत घेतली, आणि भिरभिरत्या पतंगाची भरकटलेली दोरी खेचून घट्ट बुंध्याला बांधावी तसं झालं. इथे अजून राहाण्याला नवे बहाणे मिळाले. 'आता घर घेतलंच आहे; तर घराचं सुख जरा एन्जॉय करू, कर्जातून मोकळे होऊ, तोवर पंधरा-वीस हजार डॉलर्स बाजूला पडतीलच' असं स्वत:ला समजावतच आम्ही जगायला लागलो.'– अमान मोमीन सांगत होते.

कशासाठी?– पोटासाठी! – मॉर्गेज भरण्यासाठी!! – असं टिपिकल अमेरिकन चक्र सुरू झालं.

– तोवर पहिल्या मुलाला दुसरं भावंडं मिळण्याचे, अमेरिकेतल्या 'बेबी शॉवर'चे दिवस आलेच होते.

● ●

'तो' आणि 'ती'.

त्या दोघांच्या घरात तिसरं माणूस आलं आणि बघता बघता सगळे संदर्भच बदलले.

सुरुवातीच्या काळात प्रवास परवडणं शक्य नसल्यामुळे सक्तीने घडलेल्या सात-आठ वर्षांच्या दुराव्यानंतर भारताची पहिली 'व्हिजीट' होऊन गेली होती. परक्या देशात ओल्या बाळंतिणीची खाण्यापिण्याची-तेलपाण्याची आबाळ नको म्हणून लेकी-सुनांना 'घरी' बोलावलं गेलं. सहा-आठ महिन्यांचा कौतुकाचा सासुरवास घडला. माहेरपण मिळालं.

...पण तोवर या लेकी-सुना सड्या राहिल्या नव्हत्या. कम्युनिटी स्कूलमध्ये, बँकांमध्ये, टेलिफोन-पोस्टात, छोट्या-मोठ्या ऑफिसात त्यांनी नोकऱ्या धरल्या होत्या.

कुशीत बाळ घेऊन त्या अमेरिकेत परतल्या आणि त्यांची तारांबळ सुरू झाली. घरातलं स्वयंपाक-पाणी. ऑफिसात आठ-नऊ तास कामाचा पिट्ट्या. चिल्ल्यापिल्ल्यांना 'बेबी सिटर'कडे सोडून येण्याच्या अपराधाचा डंख जिव्हारी लागलेलं भारतीय आईचं तगमगतं मन. अखंड धावपळ. त्यात हवा त्रास देणारी. पोरांची आजारपणं. बेबी सिटरला अव्वाच्या सव्वा पैसे मोजायचे. त्यातही ती नेमक्या वेळी 'नाही' म्हणून परीक्षा पाहाणार. मग ऑफिसची बोंब. त्यात कामाचे तास जास्त आणि सुट्ट्या जवळजवळ नाहीतच. अडल्यानडल्याला मदतीला कुणी नाही. कुणाचा आधार नाही. पोरांच्या आजारपणात धीर देणारी आई-सासू दहा हजार मैलांवर. नवरा

घरकामात थोडीफार मदत करण्याइतपतच 'अमेरिकन' झालेला. भल्या सकाळी उठून, घरातलं करून, मुलांचं आवरून, त्यांना बेबी सिटरकडे सोडून ऑफिसात पोचेतो जीव अर्धा झालेला. घरी येईतो रात्रीचे आठ. पुन्हा स्वयंपाक... की अंथरुणाला पाठ टेकेतो सकाळी उठायला झालंच! ज्याची वाट पाहावी तो अपूर्वाईचा वीकएण्ड. घरातलं व्हॅक्यूम क्लिनिंग, लॉन मोईंग, ग्रोसरी... आठवड्याच्या कामात पसार! – पुन्हा रहाटगाडगं चालूच!

'मुलांचं लहानपण कधी एन्जॉय केलंच नाही मी. खरं सांगते, 'कशाला जन्माला घातली कार्टी'– असंसुद्धा कधी कधी वाटे'– एक बाई डोळ्यात पाणी आणून सांगत होत्या, 'रोज एकदा तरी वाटे, कशाला आलो आपण इथे? उबून गेला होता जीव. वय लहान आणि इतकं सगळं जबाबदारीने करण्याची सवयच नव्हती. सारखं रडायला येई. वाटे, हे सगळं सोडून पळून जावं कुठेतरी. नवरा होता सोबत, पण त्याला त्याच्या काळज्या होत्या. त्या काळात मी फार एकटी पडले. ते दिवस राहिले नाहीत. मुलं मोठी झाली, आपापल्या मार्गाने गेली. मीही सगळ्यातून निभावून नेलं; पण 'तो' कडवटपणा अजून गेलेला नाही माझ्या स्वभावातून.'

मुलं तान्ही असतानाच्या काळज्या त्यांच्या वाढत्या वयाबरोबर कमी होण्याऐवजी वाढतच गेल्या.

एका बाजूला स्वत: 'अमेरिकन' होण्याची धडपड आणि दुसरीकडे वाढत्या वयातल्या आपल्या मुलांवर रामरक्षेचे, शुभंकरोतीचे, वरण-भात-भाजी-पोळीचे भारतीय संस्कार करण्याचा अट्टाहास!

क्लॉझेटमधला भाड्याने आणलेला टक्सेडो घालून पार्टीला निघालेला माधव ऊर्फ मॅक्... आणि 'कमॉन् यू गाईज, नाऊ इज द टाईम फॉर प्रेअर' अशा घाईने पोरांना 'देवा तुझिया चरणी नमितो' म्हणायला बसवून 'पार्टीला उशीर होतो' म्हणून नवऱ्यामागे पळणारी माधवची बायको शालू - दिलीप चित्र्यांच्या 'अलिबाबाची हीच गुहा'मधली ही लोकप्रिय पात्रं याच प्रारंभीच्या काळाची प्रतिनिधी आहेत.

आपली मुलं मराठी बोलतील ना, ही चिंता.

नूडल्स-मॅकरोनी खाताना त्यांना पोळी-भाजीची चव लागेल ना, ही काळजी.

'ख्रिसमस' आपला नाही... थँक्सगिव्हिंग किंवा 'हॅलोवीन'शी आपला संबंध नाही... पण मुलांवर आपले संस्कार करावेत म्हटलं, तर दिवाळी-दसराही धड साजरा करता येत नाही, या द्विधेतून मार्ग कसा काढायचा याचा संभ्रम.

– घरच्या आघाडीवर एक नवीच लढाई उभी राहिली.

मुलांचं वय वाढीला लागताच, बाटलीत बंद केलेल्या जुन्या प्रश्नाच्या जिवंत भुताने पुन्हा मानगूट पकडली – 'इथे' राहावं, की 'तिथे' परत जावं?

– ठरवणं मुश्किल होतं.

पूर्वेकडे मागे राहिलेल्या घराची काळजी, पश्चिमेतल्या गोऱ्या जगात अचानक जाणवू लागलेली अस्पृश्यता- दोन्हीकडले दोन भुंगे मन:स्वास्थ्य पोखरू लागले होते.

जीवतोड कष्टातून जमवलेले डॉलर्स भारतात एकट्या राहिलेल्या थकल्या आईवडिलांची सोबत करू शकणार नाहीत, याचा घायाळ करणारा डंख अपराधी मनाला सलत होता.

... विशिष्ट टप्प्यावर पोचून कुचंबलेल्या व्यावसायिक आयुष्यापुढे कधीचे उभे असलेले दोन अदृश्य अडथळे आता स्पष्टच दिसायला लागले होते.

ग्लास सिलिंग... आणि डिस्क्रीमिनेशन!

वर्णभेद!!

■

गिरमिट

माणसं आपला देश का सोडतात?

जिथे जन्मलो-वाढलो त्या देशात सुखाने जगणं- कधीकधी तर साधं जिवंत राहाणंसुद्धा- अशक्य, असह्य होतं म्हणून.

अपरिहार्यतेपोटी.

– किंवा आहे ते जगणं अधिक सुसह्य व्हावं, साहसाला संधी मिळावी, महत्त्वाकांक्षेला नवं अवकाश मिळावं म्हणून.

जगण्याचे अधिक चांगले पर्याय शोधण्यासाठी.

युद्धाच्या वणव्यातून, दुष्काळाच्या उपासमारीतून, वंशविद्वेष किंवा निर्दय हुकूमशाहीच्या तावडीतून सुटून जीव वाचवण्यासाठी परागंदा होणं नशिबी आलेली माणसं नव्या देशात आश्रयाला जातात; ती उपकृततेच्या ओझ्याखाली दबूनच. हे आश्रित मान झुकवून, कणा मोडून, नेटिवांच्या पायाशी दबून राहाणं स्वीकारलेले. फक्त 'जीव जगवणं' एवढीच प्रेरणा असलेले. त्यांच्याकडे मुद्दाम जपावं अशा लायकीचं स्वत:चं वेगळेपण काही नसतंच. आश्रयदात्यांच्या पायी संपूर्ण समर्पण करून त्यांच्यासारखंच होऊन राहाण्याला (प्रारंभी तरी) हरकत नसते... पर्यायही नसतो.

जी माणसं आपली खास वैशिष्ट्यं, गुणवत्ता, लायकी आणि मायभूमीचं भक्कम पाठबळ घेऊन साहसाच्या शोधात देशान्तर करतात त्यांची जात वेगळी. पीळ वेगळा. स्वत:चं 'व्यक्तित्व' हेच त्यांच्या स्वप्नांचं एकमेव साधन असतं; त्यामुळे त्याभोवतीचे चिवट जिद्दीचे, अपार कष्टांचे पीळ वाढवत ही माणसं परिस्थितीशी झगडा करतात. उपकृततेचं ओझं नसल्याने 'समर्पणाची सक्ती'

त्यांना मान्य नसते. तात्पुरत्या तडजोडींची तयारी असली; तरी तीही लांबच्या फायद्याचा विचार करणारी. सदैव प्रतिकाराला सज्ज राहाण्याचंच वळण पडलेला या माणसांच्या व्यक्तित्त्वाचा शेंडा काहीसा हुळहुळा झालेला... पण वेळ पडलीच तर प्रतिकाराची ताकदही तशीच चिवट जिद्दीची!

– अमेरिकेत स्थलान्तरित झालेल्या भारतीयांची प्रत्येक पिढी हा लढा चिकाटीने लढतच आली आहे. अगदी प्रारंभीच्या काळात जीव जगवायला गेलेल्या अशिक्षित, कष्टकरी मजुरांनीसुद्धा सन्मानाच्या समान वागणुकीसाठी; गोऱ्या नेटिव्ह अमेरिकनांशी दोन हात केल्याच्या नोंदी अमेरिकेच्या इतिहासात दिसतात.

विसाव्या शतकाच्या प्रारंभी अमेरिकेतले कायदे, वर्ण आणि वंशद्वेषाला उघड अधिकृतता देणारे होते. अमेरिकेच्या पश्चिम किनाऱ्यावर स्थिरावलेल्या पंजाबी मजुरांना कॅलिफोर्नियातल्या कायद्यानुसार गोऱ्या अमेरिकन स्त्रियांशी विवाह करण्यास बंदी होती. पण या अशिक्षित कष्टकऱ्यांनी मेक्सिकन बायकांशी लग्न करून आपली प्रजा वाढवली. पूर्व किनाऱ्यावरल्या विद्यापीठात काम करणाऱ्या बुद्धिजीवींनी गोऱ्या अमेरिकन स्त्रियांशीच लग्नं केली आणि असे संबंध बेकायदेशीर ठरणाऱ्या कायद्यांनाच कोर्टात जाऊन आव्हान दिलं.

जमिनीच्या मालकीसंबंधात कॅलिफोर्नियातले कायदे कडक होते. 'एशियन इंडियन्स'ना जमिनीच्या मालकीचा कायदेशीर हक्क नाही हे लक्षात आल्यावर, 'अडाणी' पंजाबी शेतमजुरांनी अँग्लो लोकांशी भागीदारी करून कायद्यातून पळवाटा शोधल्या आणि पुढे तर अमेरिकन नागरिकत्वाचा जन्माधिष्ठित अधिकार असलेल्या आपल्याच अल्पवयीन मुलांशी भागीदारी करण्याची शक्कल लढवली.

हे श्रमजीवी लोक कायद्याला आव्हान देण्याला असमर्थ होते; पण त्यांनी पळवाटा शोधत शोधत या ना त्या मार्गाने आपलं बस्तान जमवलं. बुद्धिजीवी वर्गातल्या मूठभर भारतीयांनी मात्र समान हक्कांची जाहीर मागणी करत; वर्णविद्वेषी कायद्यांविरुद्ध अमेरिकन कोर्टांच्या दारावर धडका द्यायला सुरुवात केली.

१७९०च्या 'फेडरल लॉ'नुसार अमेरिकन नागरिकत्वाचा अधिकार फक्त 'गोऱ्यांसाठीच' ('फॉर व्हाईट्स ओन्ली') राखीव होता. कुमार मुजुमदार आणि बलसारा या भारतीयांनी 'एशियन इंडियन्स' हे युरोपियनांप्रमाणे 'कॉकेशियन वंशाचेच आहेत' असा युक्तिवाद करून या कायद्याला आव्हान दिलं आणि भांडून नागरिकत्वाचा अधिकार मिळवला. १९१३ ते १९२३ या दहा वर्षांत शंभरेक भारतीयांना अमेरिकेचं नागरिकत्व मिळाल्याची नोंद आहे. १९२३ साली फेडरल कोर्टाने पुन्हा हा निकाल फिरवला आणि 'फक्त कॉकेशियन असणं पुरेसं नाही' असं कारण देत भारतीयांना दिलेलं नागरिकत्व रद्दबातल ठरवलं. या निकालाने हताश झालेले अनेक भारतीय मुकाट

मायदेशात परतले. पण हार न मानणारे काही मोजके लोक या पिढीतही होतेच.

१९२७ साली पुन्हा एका भारतीयाने फेडरल कोर्टाच्या निर्णयाविरुद्ध कोर्टात दाद मागितली. त्यांचं नाव होतं डॉ. सखाराम गणेश पंडित. गोऱ्या अमेरिकन स्त्रीशी विवाह केलेल्या पंडितांनी हिसकावून घेतलं गेलेलं आपलं नागरिकत्व झगडून परत मिळवलं.

त्यानंतरच्या दशकात अमेरिकेत समान नागरी हक्कांसाठीच्या लढ्याने (सिव्हिल राईट्स मुव्हमेन्ट) जोर पकडला आणि आफ्रिकन अमेरिकन आंदोलनकर्त्यांबरोबरच वर्ण-वंशभेदाची शिकार होणाऱ्या साऱ्याच जनसमूहांचे प्रश्न ऐरणीवर आले. वर्ण अगर वंशाचा भेदभाव न मानता राजकीय आणि सामाजिक जीवनात सर्वांना समान अधिकार देणारा 'सिव्हिल राईटस् ॲक्ट' १९६४ साली संमत झाला.

समान व्यवसायसंधी आणि मालमत्ता खरेदीपासून कामाच्या ठिकाणी भेदभाव-विरहीत सन्मानाच्या वागणुकीपर्यंतचे अनेक मुद्दे 'मूलभूत अधिकारां'च्या कक्षेत आले. वर्ण-वंशाबरोबरच कुणाचंही 'नॅशनल ओरिजिन' हे भेदभावाचं कारण बनता कामा नये; अशी तरतूद झाली.

या कायद्यापाठोपाठ १९६५ साली संमत झालेल्या 'इमिग्रेशन रिफॉर्म ॲक्ट'ने तर भारतीयांसह सर्वच स्थलान्तरितांना कायद्याचं भक्कम संरक्षण देऊ केलं.

• •

तरीही १९६५ नंतर अमेरिकेत आलेल्या भारतीयांची आणि त्यातही पंजाबी-गुजराथ्यांच्या खालोखाल संख्याबहुल असलेल्या मराठी माणसांची वाट सोपी नव्हती.

उलट उघड वंश-वर्णभेदाला अप्रत्यक्ष अस्पृश्यतेचं स्वरूप आलं. मामला अधिक नाजूक, गुंतागुंतीचा झाला. कायद्याच्या भाषेत सिद्ध करता न येणारे तिढे बसले. गाठींच्या निरगाठी होत राहिल्या.

– अर्थात भारतातून येताना आपले रीतिरिवाज, संस्कृती, अगदी पेहराव आणि खाणंपिणंसुद्धा बरोबर घेऊन आलेल्या भारतीयांचा 'वेगळेपणा कायम ठेवण्याचा आग्रह'देखील या निरगाठींना काहीसा जबाबदार होता.

'दे डिडन्ट वॉन्ट टू ॲसिमिलेट!'

– अमेरिकन 'इमिग्रन्ट स्टडिज्'च्या जवळ जवळ सर्वच अभ्यासकांनी हे निरीक्षण नोंदवलेलं आहे.

'इमिग्रन्ट' म्हणून स्थलान्तरीत भारतीयांचं – त्यातही मराठी माणसांचं व्यक्तित्व गुंतागुंतीचं, बदलत्या काळानुसार परस्परविरोधी भूमिका घेणारं होतं. व्यक्तिस्वातंत्र्य आणि व्यक्तिविकासाच्या अमर्याद संधींमुळे हरखून गेलेल्या या बुद्धिजीवी माणसांना

'व्यक्तिगत' संदर्भात 'अमेरिकनांहून अमेरिकन' होण्याची ओढ होती. पण मुलांनी मात्र आपली भारतीय पाळंमुळं अज्जिबात सोडता कामा नयेत; असा (टोकाचा) हट्ट होता. आणि सार्वजनिक आयुष्यात तर या 'इमिग्रन्ट कम्युनिटी'चा सांघिक चेहरा 'सामील होण्यास, समर्पणास ठाम नकार' देणाराच होता. (अजूनही आहे.) मुलं जन्माला आल्यावर आणि भारतातून येतच राहिलेल्या स्वकीयांमुळे संख्याबळ वाढत गेल्यावर हा 'नकार' अधिक ठाम झाला.

अभ्यासकांच्या मते या 'नकारा'मागे वाढतं संख्याबळ होतं. शैक्षणिक पात्रता – व्यावसायिक प्रतिष्ठा – आर्थिक सक्षमतेचं सुरक्षित कवच होतं. परत जायची वेळ आली तर मायदेशाची-कुटुंबाची दारं उघडी आहेत याचा दिलासा होता. आणखी एक कारण होतं – संस्कृतीसंघर्ष!

जो मागे सोडून आलो तो भारत सद्यस्थितीत 'देश' म्हणून भिकार-बेकार-गरीब-भ्रष्टाचाराने बजबजलेला वगैरे असला; तरी ज्या वंशात आपण जन्मलो ती भारतीय संस्कृती अमेरिकेतल्या (व्यक्तिनिष्ठ, स्वैर, भोगवादी) संस्कृतीपेक्षा कित्येक पटींनी श्रेष्ठ आहे याबद्दल कुणाच्याही मनात किंचितही संदेह नव्हता.

– त्यामुळे बहुतेकांनी पायाखालची फळी घट्ट धरून आपापला लढा सुरू ठेवला आणि त्याची किंमत चुकवणं काही प्रमाणात ओढवूनच घेतलं.

१९६५च्या आगेमागे आलेली पहिली पिढी स्थिरावली... त्यांची घरं झाली... दाराशी गाड्या आल्या. तोवर अमेरिकन नजरांमध्ये या 'मॉडेल इमिग्रन्ट कम्युनिटी'बद्दल कौतुक होतं. आकर्षणही होतं.

पण 'फॅमिली रियुनिफिकेशन'च्या तरतुदीअंतर्गत पहिल्या पिढीने आपल्या भावा-बहिणींना – त्यांनी त्यांच्या कुटुंबांना – पुढे त्यांनी आणखी चारचौघांना अमेरिकेत येण्यासाठी 'स्पॉन्सर' करण्याचा सपाटा लावल्यावर या कौतुकाच्या नजरांमध्ये आधी धास्ती – मग संशय – आणि अखेरीस संताप भरू लागला.

'स्पॉन्सर्ड' नातेवाईकांकडे अमेरिकन ग्रीनकार्डवाल्या भावा-बहिणींशी रक्ताच्या नात्याखेरीज अन्य 'स्किल्स' नव्हती. त्यामुळे डॉलर्स कमवायला भुळभुळत आलेल्या या मंडळींनी मॉल्स-ग्रोसरी शॉप्समध्ये नोकऱ्या धरल्या. कमी पैशात जास्त राबायची तयारी दाखवून कनिष्ठ मध्यमवर्गीय अमेरिकनांची कामं बळकावली. या श्रमजीवी गटांमध्ये अर्थातच उत्तर भारतीयांची (आणि 'दुकानदारी' ताब्यातच घ्यायला निघालेल्या गुजराथी लोकांची) संख्या मोठी होती.

सर्वसामान्य अमेरिकन माणसांना शास्त्रज्ञ, प्रोफेसर, इंजिनिअर असली कामं करणारे, स्वतःचा उद्योग-व्यवसाय उभा करणारे बुद्धिमान 'इमिग्रन्ट' चालणार होते; पण की-पंच ऑपरेटर (म्हणजे क्लार्क), कॅशियर, असेम्ब्ली लाईन वर्कर असली

कामं (आणि तीही कमी पैशात) करायला तयार असणारे इमिग्रन्ट हा त्यांच्या रोजगाराच्या हक्कावरच घाला होता. त्यातून रोष वाढला. छुपी खदखद सुरू झाली.

'मुंबई फक्त आमचीच' असा हेका धरणाऱ्या मराठी माणसांना गुजराथचे अंबानी चालतात, उत्तर प्रदेशातला अमिताभ हवा असतो; पण 'बिहारी मजूर आणि यूपीवाल्या भय्यांना' हाकलण्याची घाई असते; तसंच!!

शिवाय संख्या वाढू लागल्यावर या भारतीय इमिग्रन्ट लोकांचा 'वेगळेपणा' स्थानिकांच्या नजरेत खुपू लागला. या माणसांचं खाणं-पिणं-जेवणं-राहाणं-अगदी केस आणि कपडेसुद्धा निराळे होते.

स्थलान्तरितांच्या दुसऱ्या पिढीतल्या पंजाबी पुरुषांनी केस कापायला नकार दिला. फेटे बांधायला सुरुवात केली. भर कडाक्याच्या हिवाळ्यातसुद्धा साडी नेसूनच ऑफिसात जाणाऱ्या भारतीय स्त्रियांनी तडजोड म्हणून स्वीकारलेले 'सलवार कमीज'सुद्धा अमेरिकन संदर्भात 'विअर्ड' होते. त्यातून कपाळाला कुंकू, गळ्यात मंगळसूत्र आणि हातात एकेक का असेना बांगडी! सगळ्या जणींना अमेरिकन संस्कृतीविरोधात बंड करण्याची खुमखुमी होती असं नव्हे; पण 'वेस्टर्न ऑफिस वेअर' म्हणजे शर्ट-ट्राऊझर या वेशात (तेही १९७५-८०च्या सुमारास) 'कम्फर्टेबल' वाटत नव्हतं. सवयीचे, सुटसुटीत कपडे घातले तर ऑफिसात आपण फारच 'वेगळ्या' पडू का ही धास्ती आणि चारचौघातलंच एक असलेलं बरं म्हणून बिझनेस सूट अंगावर चढवावा तर भलतंच अवघडलेपण. लग्नाला पाच-सात वर्षं व्हायच्या आत 'इथे – या देशात विचित्र दिसतं' म्हणून कपाळावरलं कुंकू पुसून घराबाहेर पडताना त्या पिढीतल्या मराठी स्त्रियांनी अमेरिकेत अनुभवलेली उलाघाल आजच्या 'ग्लोबल कॉर्पोरेट कल्चर'मध्ये समजून घेणंसुद्धा अशक्य आहे.

'१९६०च्या दशकात मराठी माणसं संख्येने कमी होती. आम्ही राहायचो त्या गावात तर मी एकटीच साडी नेसणारी होते. आपण कुठले कपडे घालतो याच्याशी आपली सामाजिक प्रतिष्ठा जोडली जाईल आणि त्यातून चक्क मनःस्ताप उभा राहू शकेल याची मी कल्पनासुद्धा केली नव्हती' – विद्या हर्डीकर-सप्रे सांगतात, 'आपला ड्रेस इतर सर्वांपेक्षा वेगळा आहे याचा अभिमान बाळगायचा, की 'ॲम आय लुकिंग आऊट ऑफ प्लेस?' याची खंत करायची; हेच समजत नसे.'

विद्याताई तेव्हा शाळेत काम करत. 'हॅलोवीन'च्या दिवशी प्रत्येकाने काही ना काही कॉश्चुम घालून यायचा असं ठरलं होतं. ('हॅलोवीन'च्या सणाला चित्रविचित्र कपडे घालण्याचा खेळ अमेरिकेत खेळतात.) काय करावं ते न सुचून या सरळ साडी नेसून गेल्या; तर अख्ख्या शाळेतल्या मुली काहीतरी अघटीत घडल्यासारख्या भिरीभिरी डोळ्यांनी पाहात राहिल्या होत्या; हे विद्याताईंना अजून आठवतं.

ब्रिटिश साहेबाच्या कृपेने आधीच शर्ट-पॅन्टीत शिरलेल्या पुरुषांची अवस्था

त्यामानाने बरी होती. तरीही त्यांचं एका प्रांतात अडलंच – अमेरिकन जिभांना उच्चारणं केवळ अशक्य असलेली नावं! लक्ष्मण, विरुपाक्ष, शिरीष हे तर सोडाच; पण अशोक हे साधं-सोपं-सरळ नावसुद्धा अमेरिकेतल्या सहकाऱ्यांना धड उच्चारता येत नसे.

'आधीच ऑफिसात भलीमोठी उतरंड होती. मी त्याच्या शेवटल्या पायरीवर. अमेरिकन गोरे लोक माझ्याशी बोलायला चाचरतात, शक्यतोवर बोलणंच टाळतात हे मला जाणवलं होतं. जे बोलत ते मला 'अ‍ॅशॅक' म्हणत आणि 'सॉरी, आय कान्ट प्रोनाऊन्स युवर नेम' अशी अवघडली पुस्तीही घाईघाईने जोडत. सुरुवातीच्या त्या दिवसांत हे भयानक होतं' – अशोक सप्रे सांगतात.

शेवटी त्यांनी आपलं नाव बदलून 'अ‍ॅलेक्स' केलं आणि दोन वेगवेगळ्या संस्कृतींच्या संवादातला बोळा सरळ काढूनच टाकला.

'आय वॉज रिसिव्हड् टेन टाईम्स मोअर इन बिझनेस वर्ल्ड' – असं सांगणाऱ्या सप्रेंना आजही त्या निर्णयाची खंत वाटत नाही.

'परस्परांशी बोलणंच होत नाही; तेव्हा अडथळा निव्वळ भाषेचा आहे, की समजुतीचा, पात्रतेचा, ज्ञानाचा – हे कळणं मुश्कील असतं. अशावेळी 'इमोशनल' घोळ न घालता प्रॅक्टिकल निर्णय घेण्यावाचून पर्याय नसतो. मी तेच केलं.' – सप्रे सांगतात.

काहींनी समजून-उमजून, काहींनी नाईलाजाने या तडजोडी स्वीकारल्या. माधवचा 'मॅक्', समीरचा 'सॅम', शलाकाची 'शर्ली'... असं काय काय झालं.

शोभा चित्रे सांगतात ती तर त्यांच्या पिढीतल्या बहुतेक स्थलान्तरित स्त्रियांची कहाणी... पायात बूट घालताना जोडवी टोचू लागली. ती पायांतून निघाली. पैंजणांच्या आवाजाने आजूबाजूचे लोक दचकू लागले. मग पैंजण निघाले. नोकरी सुरू झाल्यावर साडीची जागा 'कम्पलसरी' असलेल्या स्कर्ट ब्लाऊजने घेतली. मग त्या परक्या वातावरणात स्कर्ट ब्लाऊजवर कुंकू विशोभित दिसायला लागलं. थंडीत बंद गळ्याचा, लांब हातांचा ब्लाऊज, त्यावर स्वेटर-कोट असा जामानिमा करताना मंगळसूत्राचं प्रयोजन उरलं नाही. मग तेही डबीत जाऊन पडलं. सौंदर्यापेक्षा सोय आधी म्हणून केसांची लांबीही हळूहळू कमी होऊ लागली...

हे सगळे म्हटले तर वरवरचे बदल.

काहींनी नाखुषीने स्वीकारलेले... काहींनी समजुतीने! काहींना त्यात आनंद होता... काहींसाठी 'मेन्टल ट्रॉमा'. जे नोकरदार होते, चार भिंतीतली खर्डेघाशी करणं हेच ज्यांचं काम होतं; त्यांच्या वाट्याला 'डिस्क्रिमिनेशन'चे अनुभव आले ते पुष्कळसे 'सट्ल' होते.

– पण डॉक्टर, इंजिनिअर, आर्किटेक्ट, प्रोफेसर म्हणून मोठ्या अमेरिकन

समुदायाशी रोजचा संपर्क येणं अपरिहार्यच होतं; त्यांनी सोसलेल्या 'डिस्क्रिमिनेशन'च्या जखमांचे व्रण अजूनही भळभळताना दिसतात.

"आपल्याला जो औषध देणार, त्याच्या इंग्रजीचा ॲक्सेन्ट ऐकूनच गोऱ्या अमेरिकन पेशंटस्‌च्या कपाळावर संतापाची आठी चढे. 'ज्याला धड बोलता येत नाही, त्याला किती अक्कल असणार?' – असं या पेशंटना वाटणं स्वाभाविक होतं"– डॉ. विश्वास तडवळकर सांगतात, "मग हे पेशंटस् सहज चौकशी केल्यासारखं विचारत, 'व्हेअर डु यू कम फ्रॉम?' या प्रश्नाला 'आय ॲम ॲन अमेरिकन' असं रोखठोक उत्तर दिलं तरी त्यांचं समाधान होत नसे. मग ते पुन्हा खोदून विचारत, 'व्हेअर डु यू **ओरिजिनली** कम फ्रॉम?"

इमर्जन्सी असली, जीवन-मरणाचा प्रसंग येऊन ठेपला तरी 'ब्राऊन स्किन'च्या डॉक्टरला अंगाला हात न लावू देणाऱ्या या पेशंटस्‌नी भारतीय डॉक्टरांचा बराच छळवाद केला. पुढे पुढे या डॉक्टरांनी आपल्या ज्ञानाच्या-गुणवत्तेच्या जोरावर सगळे संशय पुसून टाकले, हे वेगळं.

कॅनडात राहाणाऱ्या, टोरान्टोच्या हॉस्पिटलमध्ये सायकॉलॉजिस्ट म्हणून काम करणाऱ्या डॉ. अर्चना बापट यांनी सांगितलेल्या एका अनुभवाला तर दोन्ही बाजूंच्या 'डिस्क्रिमिनेशनची', दोन्हीकडून बोचणारी तीक्ष्ण टोकं आहेत. त्यांच्याकडे मानसिक उपचारासाठी आलेली एक आफ्रिकन-अमेरिकन स्त्री अस्वस्थ होती. सेशन संपल्यावर सरळ उठून गेली. दाराशी थबकून पुन्हा माघारी वळली; आणि डॉ. अर्चना बापटांना तिने विचारलं.

'डॉक्टर, यू हॅव ॲन ॲक्सेन्ट.'

त्या म्हणाल्या, 'येस. मे बी.'

अचानक तिचा पारा चढला. डोक्यात सणक जाऊन एका विचित्र उद्वेगाने ती म्हणाली, 'इन धिस कन्ट्री, आय नेव्हर गॉट एनीथिंग फर्स्टक्लास. ऑलवेज सेकण्ड ग्रेड. आय हॅव ऑलवेज बीन ट्रीटेड लाईक धिस. सी, यू आर माय डॉक्टर. बट यू आर नॉट नंबर वन.'

बोलण्याला लटकणाऱ्या ॲक्सेन्टमुळे बँका, पोस्ट ऑफिसं, इतर सेवा क्षेत्रात काम करणाऱ्यांनाही 'डिस्क्रिमिनेशन'चे चटके सोसावे लागले. कातडीचा रंग वेगळा आहे आणि भाषेचा ढंग निराळा आहे म्हणून व्यक्तिगत कुवतीवर, पात्रतेवर, बुद्धिमत्तेवरच संशयाची सुई रोखणारे हे अनुभव बोचरे होते.

कातडीचा रंग वेगळा होता.
भाषेचा ढंग वेगळा होता.
– आणखी एक.

स्वभाव!

तोही वेगळा होता.

सारेच भारतातल्या नोकरदार मध्यमवर्गातून आलेले. भिडस्त. बोटचेप्या वृत्तीचे. आपण आपली टिमकी वाजवू नये, स्वतःच स्वतःच्या कामाबद्दल बोलू नये या संस्कारात वाढलेले. मनापासून फक्त काम करत राहावं; त्याचं योग्य ते फळ आपोआप मिळतंच; या सूत्रावर विश्वास असलेले.

अमेरिकेच्या व्यावसायिक जगात असल्या मिटल्या ओठांच्या अबोल निष्ठेला फार किंमत नव्हती. 'जो ओरडेल त्याचे दगड खपतील' असा सरळसोट व्यवहार. 'व्होकल' असण्याची गरज आणि 'बाष्फळ बडबड' यातला फरक ओळखू न शकणारे कर्तबगार असूनही 'ऑफिस पॉलिटिक्स'ची सहज शिकार बनले. 'ॲसर्टिव्ह' (आग्रही) असणं आणि 'ॲग्रेसिव्ह' (आक्रमक) होणं यातली अंधुक रेघ ओळखण्याचं कसब मूळ व्यक्तित्वातच नव्हतं; त्यामुळे समजुतीचे बरेच घोटाळे झाले.

एखादं काम हातात घेतलं, की अशक्यप्राय गोष्टी शक्य करून दाखवण्यासाठी जीव जाईतो धडपडत राहाणं, पण वाट्टेल ते झालं तरी अपयश न पत्करणं ही खास भारतीय मनोवृत्ती. घड्याळाकडे पाहून काम करणाऱ्या अमेरिकन सहकाऱ्यांमध्ये या चिकटू कष्टांची (मत्सरयुक्त) टवाळी होणं स्वाभाविकच होतं.

नोकरी व्यवसायातल्या अधिक सक्षम माणसांनी गुणवत्तेच्या जोरावर, अधिक कष्ट करून (बाय ऑलवेज गोईंग दॅट एक्स्ट्रा माईल) होता होईतो या भेदभावाचा सामना केला. अमेरिकन 'सिस्टीम' कायद्याने चालणारी, गुणवत्तेला वाव देणारी असल्याने हा झगडा काहींना सोपाही करून घेता आला... विशिष्ट स्तरावर पोचल्यानंतर मात्र एका पारदर्शक काचेचा अदृश्य पण अभेद्य अडसर वाटेत उभा राहिला. पलीकडलं क्षितिज दिसतं आहे, तिथवर जाण्याची क्षमता कमावलेली आहे; पण पुढे जाण्याच्या वाटेवर एक अदृश्य भिंत!

– हे छुपं 'ग्लास सिलिंग' मात्र उघड 'डिस्क्रिमिनेशन'पेक्षा अधिक असह्य, तापदायक होतं. कॉर्नेल विद्यापीठात पीएच.डी.चं काम करताना प्रोफेसरांच्या लाडक्या (गोऱ्या) विद्यार्थ्यासाठी आपला प्रबंध मुद्दाम मागे ठेवला गेल्याचा अनुभव असलेले डॉ. गजानन सबनीस. अमेरिकन सिमेंट कार्पोरेशन, बेक्टेल या बड्या कंपन्या, आफ्रिकन काळ्या लोकांसाठी सुरू झालेलं हॉवर्ड विद्यापीठ – अशा सर्व ठिकाणी त्यांना वंशभेदाचे कडवट अनुभव आले. अमेरिकन काँक्रिट इन्स्टिट्यूट या संस्थेत जिवापाड कष्टांनी कमावलेलं स्थान सन्मानाच्या प्रसंगी मात्र ऐनवेळी डावललं गेल्याचा अपमानही सोसावा लागला.

– पण स्वतःच्या मालकीच्या कंपनीत डॉ. सबनीसांना आलेला वंशभेदाचा अनुभव मोठा मासलेवाईक आहे.

तीस लोकांची कंपनी. डॉ. सबनीस कंपनीचे प्रमुख. कंपनीत पाच टक्के मालकी हक्क असलेला त्यांचा एक क्यूबन वंशाचा पार्टनर होता; आणि जर्मन वंशाची असिस्टंट. कंपनीत नव्या इंजिनिअर्सची भरती करायची वेळ आली, तेव्हा भारतीय वंशाच्या उमेदवाराबद्दल या दोघांनी सबनीसांच्यादेखत शेरामारी केली आणि 'असल्या लोकांचा मुळीच विचार करू नये' असं सुचवलं.

– पुढे आपली चूक ध्यानात आल्यावर या दोघांनी सबनीसांची माफीही मागितली; पण चाळीस वर्षांची कारकीर्द अमेरिकेत घालवूनही 'हाती अखेर धुपाटणंच आल्या'ची सबनीसांची हताशा मात्र त्यामुळे कमी झाली नाही.

कहाण्या उगाळाव्या तेवढ्या थोड्या.

प्रसंग आठवावे तेवढे कमी.

'डिस्क्रिमिनेशन'चा हा भुंगा कधी ना कधी प्रत्येकाला डसलाच. काहींनी ते पोखरणं जिव्हारी लावून घेतलं. बहुतेकांनी त्यातूनही आपला रस्ता शोधला.

काही जण म्हणतात, हा भोग आयुष्यभराचा. त्याच्याशी लढता लढता निम्मी ताकद खर्ची पडते.

बहुतेकांच्या मते व्यक्तिगत अपयशाचं खापर फोडण्यासाठी शोधला जाणारा सोपा बहाणा म्हणजे 'डिस्क्रिमिनेशन'. तुम्ही 'इकडे' असा, अगर 'तिकडे' - कष्टांना पर्याय नाही. अमेरिकेत तर सगळेच गट अल्पसंख्याकांचे. त्यांना परस्परांशी स्पर्धा करावी लागते. अडचणी सर्वांना असतात. सर्वस्वाने कष्टांना भिडलेला माणूस 'डिस्क्रिमिनेशन'चा विचार करायला रिकामाच असत नाही.

गोल गोल फिरणाऱ्या आणि नेमका निष्कर्ष हाती लागू न देणाऱ्या या उलट-सुलट युक्तिवादांमध्ये 'इमिग्रन्ट स्टडीज्' या विद्याशाखेचे बहुतेक सर्व अभ्यासक चाचपडताना दिसतात.

अधिक उत्पन्नगटातल्या स्थलान्तरितांच्या मानाने मध्यम आणि कनिष्ठ वर्गातल्या लोकांना अधिक 'भेदभावा'चा सामना करावा लागतो, कारण त्यांची सामाजिक प्रतिष्ठा 'व्हल्नरेबल' असते; असा काही अभ्यासांचा निष्कर्ष आहे.

तर काही अभ्यासांमध्ये 'आर्थिक उन्नतीच्या शिड्या चढून वरवर जाणाऱ्या यशस्वी माणसांना महत्त्वाच्या सोशल आणि पोलिटिकल सर्कल्समधून मुद्दाम खड्यासारखं दूर ठेवलं जातं' अशा निरीक्षणांची नोंद आहे.

स्थलान्तरानंतर नव्या समाजात जगताना कोणत्या घटनेचा अन्वयार्थ कोण कसा लावील; हे ज्याच्या त्याच्या व्यक्तिगत विचारधारेवरच अवलंबून असणार; त्यामुळे याबाबतीतले निश्चित, निर्विवाद निष्कर्ष काढणं अशक्य आहे; अशी कबुली बहुतेक सर्व अभ्यासक देतात.

व्यक्तिगत आयुष्यातल्या यशापयशाचा संदर्भ वगळून; अमेरिकेतल्या मराठी माणसांशी या विषयाची चर्चा अशक्य असते. झगडून यशस्वी झालेला प्रत्येक माणूस 'यू कॅनॉट अव्हॉईड इट कम्प्लिटली, बट यू कॅन सर्टनली रेझ द बार' असं स्वानुभवाच्या आधाराने सांगतो. 'आपण' 'त्यांच्या'पेक्षा 'वेगळे' आहोत, हे 'त्यांच्या' आधी आपल्याच मनात येतं; त्यामुळे कुणालाही येतील अशा साध्या अडचणींना, मानापमानाच्या स्वाभाविक अपरिहार्य प्रसंगांना आपण सरळ 'डिस्क्रिमिनेशन' ठरवून मोकळे होतो; असंही एक विश्लेषण या गटात ऐकायला मिळतं.

अपेक्षित यशाने सदैव हुलकावणी दिलेल्यांच्या बोलण्यात मात्र या देशात मिळालेल्या दुय्यम दर्जाच्या वागणुकीचा कडवट, तिखट स्वरच प्रामुख्याने ऐकू येतो.

...लक्षात राहातात ते दिलीप चित्रे.

व्हिएतनाम युद्धानंतर नोकरदारांच्या तोंडचं पाणी पळवणाऱ्या मंदीच्या काळात 'डिस्क्रिमिनेशन'चा उलटा अनुभव घेणारे.

'आमच्या फर्ममध्ये आम्ही आठ आर्किटेक्टस् होतो. पैकी सात गोरे अमेरिकन. त्या सातांना डच्चू मिळाला. 'सातव्या'ची खबर कळली; त्या क्षणापासून मी श्वास रोखूनच बसलो होतो... आता कोणत्याही क्षणी नोकरी जाणार... की आपण रस्त्यावर'– चित्रे सांगतात,

'बॉसने आत बोलावलं. मी निर्ढावल्यासारखा तयारीनेच गेलो होतो. बॉस म्हणाला, 'लुक, डोन्ट वरी. रिलॅक्स!! यू वर्क व्हेरी हार्ड. यू आर व्हेरी क्रिएटिव्ह ॲण्ड कॉन्फिडन्ट. यू आर नॉट लिव्हिंग द जॉब. बी विथ अस. थिंग्ज मे चेंज.'

गुणवत्ता आणि कष्टांच्या जोरावर अमेरिकन बॉसचा इतका विश्वास संपादन करणाऱ्या चित्र्यांनी पुढे वॉशिंग्टनला एका ब्लॅक फर्ममध्येही काम केलं. दोन वर्षांत बढती मिळवली. काळ्या सहकाऱ्यांच्या मत्सराचा सामना केला. चित्रे सांगतात, 'त्या काळात (काळ्या) बॉसकडे सारख्या माझ्याविरुद्ध तक्रारी जात. मी म्हणे, आय ॲम हिअर टु गेट द वर्क डन ॲण्ड नॉट टू गेन पॉप्युलॅरिटी. नो बॉस इज पॉप्युलर.'

बॉस म्हणे, 'आय विल स्टॅण्ड बाय यू; डोन्ट वरी!'

– पण असा अनुभव विरळा. 'डिस्क्रिमिनेशन' म्हटलं, की अधिक चर्चा होते ती कुंकू किंवा गंधाचा टिळा लावलेल्या बायका-पुरुषांची सरळ टाळकी फोडणाऱ्या न्यूजर्सीतल्या 'डॉट-बस्टर्स' गँगची... गोऱ्या कातडीच्या माणसांखेरीज बाकी सर्वांना अमेरिकेतून हाकलायला निघालेल्या कू-क्लक्स-क्लॅन्सची किंवा इमिग्रन्ट लोकांच्या घरांच्या भिंती 'हेट्रेड मेसेज'नी रंगवणाऱ्या मेक्सिकन-पोर्टोरिकन्स बेकारांच्या टोळ्यांची!

व्यावसायिक संदर्भात या भेदभावाचे चटके 'अपरिहार्य' म्हणून बहुतेकांनी गृहित

धरलेले असतात. अशा प्रसंगांचा सामना करण्यासाठी मनाशी कळत-नकळत तयारीही चालू असते.

– खरी जीवघेणी ठेच लागते ती व्यक्तिगत संदर्भात असा रक्तबंबाळ करणारा आघात होतो तेव्हा.

'व्हेअर आर यू फ्रॉम? – आय मीन, व्हेअर आर यू **रियली** फ्रॉम?'

'ओ माय गॉड! यू एशियन्स ऑलवेज नो हाऊ टु पुट युवर फिंगर इन...'

'यू मस्ट बी डुईंग योगा एव्हरी डे. डोन्ट यू?'

'ओहऽऽ हाऊ कम यू डोन्ट नो ऑल पोझिशन्स फ्रॉम कामसूत्रा? आय थॉट, इंडियन्स आर सो एक्झॉटिक इन बेड, यू नो...'

– अनपेक्षितपणे कानावर पडणाऱ्या या असल्या प्रश्नांची, उद्‌गारांची अदृश्य बोचरी धार अखंड रक्तबंबाळ करत राहाते.

त्यातच सर्वांनी निमूट लावलेली रांग मोडणारा, एअरपोर्टवर विमानात बोर्डिंग करण्याची घाई चालू असताना रांगेतल्या पुढच्याला ढकलून मागून पुढे घुसू पाहाणारा, रस्त्यावर थुंकणारा कुणीतरी 'एशियन' निघतोच. मग आजूबाजूच्या अस्वस्थ 'इमिग्रन्ट कम्युनिटी'च्या कानावर पडतील अशा आवाजातले कुत्सित शेरे...

'समवन शुड टीच दीज पिपल अ लेसन.'

'फक् दोज एशियन्स. डर्टी बास्टर्डस्.'

कसलीही कल्पना नसताना भलत्या वेळी अचानक येऊन रूतलेला हा असला विषारी बाण.

– त्या जखमांनी जे घायाळ झाले; त्यांच्या हृदयातले ओले व्रण अखंड भळभळत राहातात.

ना त्याची तड लावता येत,
ना त्याविरुद्ध दाद मागता येत,
ना कुणाशी बोलून मन हलकं करता येत.

● ●

'डिस्क्रिमिनेशन'चा प्रत्यक्ष अनुभव असो-नसो; आपल्या देशाची सीमा ओलांडून दुसऱ्या देशात 'जगायला' जाणाऱ्या प्रत्येक स्थलान्तरिताच्या मनाला हा भुंगा सारखा डसलेला असतो. बहुसंख्य स्थलान्तरित मनांमध्ये एक गिरमिट सारखं फिरतच असतं-

दे नीड अस, बट दे डोन्ट वॉन्ट अस!

त्यांना आपली 'गरज' आहे; पण त्यांना आपण 'नकोसे' आहोत.

'वरच्यां'च्या 'नकोसे'पणाचा ताण सोसणाऱ्या मराठी मनांनी वर्ण-वंशाच्या उतरंडीत आपल्या खालच्या पायरीवर असलेल्या 'काळ्या' लोकांना मात्र मनापासून 'हवेसे'पणाचा अनुभव कधी दिला नाही.

'आपण गोऱ्यांहून कनिष्ठ असू; पण काळ्यांहून नक्कीच श्रेष्ठ आहोत, हे येतंच मनात कुठेतरी' – अशी प्रामाणिक कबुली आजही अनेक जण देतात.

'एशियन ब्राऊन' लोकांना 'व्हाईट अमेरिकन्स' फार सन्मानाने वागवत नसले; तरी 'ब्लॅक' लोकांना दूर ठेवण्यासाठीच गोऱ्यांनी त्यांना थारा दिला आणि काम भागवून घेतलं हे कुणी विसरू नये' – असा आकांत काळे अमेरिकनच करताना दिसतात. जगभरातून वेगवेगळ्या वंश-वर्णाचे लोक आले; म्हणून अमेरिकेतल्या सामाजिक उतरंडीत आपल्याला आणखीच खाली ढकललं गेलं, याचा संताप त्यांच्या डोक्यात खदखदत असतो.

– एक खरं; की या सगळ्या गलबल्यात 'भेदभाव' सोसावा लागण्याच्या संतापाने कोणी पार मैदान सोडून पळाले नाहीत. 'इमिग्रन्ट स्टडीज्'च्या अभ्यासकांच्या भाषेत सांगायचं तर काहींनी 'टोटल रिजेक्शन'चा आपला हट्ट कायम ठेवला, काहींनी अत्यावश्यक-अपरिहार्य बदल तेवढे स्वीकारले, काहींनी वारा असेल तशी पाठ फिरवत वेळ-काळ-प्रसंगानुरूप भूमिका घेतल्या, तर काहींनी गुढघे टेकून जे होईल ते स्वीकारायचा धोपटमार्ग पत्करला.

वाट्याला आलेल्या 'सिस्टीम'शी जुळवून घेत, कधी त्या चौकटी फोडण्याची हिंमत दाखवत, तर कधी त्याच चौकटीत स्वत:ला ठाकून ठोकून बसवत लढाई जारी ठेवली.

■

सुगीचे दिवस

...पहिली आठ-दहा वर्षं सरली.

स्थैर्याचे, सुबत्तेचे दिवस आले.

मनाची तगमग नसेल फारशी थांबली; पण दुकानात विकत मिळणारी भौतिक सुखं खरेदी करकरून घर भरत राहाण्याची ऐपत आली.

स्वत:च्या 'पहिल्या' घरातून दुसऱ्या मोठ्या घरात... मग आणखी मोठ्या घरात – प्रगतीचा आलेख उंचावतच राहिला.

अठरा-वीस खोल्यांच्या दोन-तीन मजल्यांच्या घरात फिरून फिरून तेरड्याच्या गौरीची पावलं दुखतील आणि घरातल्या सुखसंपत्तीच्या साधनांचे हिशेब घालघालून दातांच्या कण्या पडतील असं अपरंपार वैभव बऱ्याच ठिकाणी उभं राहिलं. घरांना तळघरं आली. तळघरात 'बार' सजले. बियरचे घुटवे घेत निवांत बसायला घरामागे एखादा मस्त 'डेक' हवा, असं आधी स्वप्न असे; आत तर काही भाग्यवंतांच्या घरी स्वीमिंग पूलसुद्धा आला.

आर्थिक ऐपतीच्या एकमेव निकषावर माणसाच्या बरे-वाईटपणाचं मोजमाप करणाऱ्या 'अमेरिकन माईंड सेट'मध्ये उच्चस्थानी जाता येईल, इतपत मजल अनेकांनी (विशेषत: दोन दोन – क्वचित चारसुद्धा – हातांनी कमावणाऱ्या डॉक्टर मंडळींनी) मारली.

'दीज पीपल ऑलवेज गेज यू फिनान्शियली' – डॉ. विश्वास तडवळकर सांगतात, 'श्रीमंतीचं प्रदर्शन मांडू नये असा (त्याकाळच्या) भारतातला संकेत, इथे उलटंच. तुमची राहाणी जितकी भपक्याची; तेवढे तुम्ही थोर. साधी तोंडओळख झाली तरी पटकन विचारतील, 'हाऊ लॉंग हॅव यू बीन

हिअर?' – या प्रश्नाचा छुपा अर्थ – हाऊ मेनी डॉलर्स डु यू हॅव? पुढला प्रश्न – 'व्हेअर डु यू स्टे?' – म्हणजे कुठल्या (किती श्रीमंत) एरियात राहाता तुम्ही? – सुरुवातीला त्रास व्हायचा. पुढे सवय झाली.''

ही पैशांची श्रीमंती साऱ्यांनाच लाभली असं नव्हे.

पण आजवरचे कष्ट सार्थकी लावणारे चार संपन्न अनुभव प्रत्येकानेच गाठीशी बांधले. सुखाच्या शोधात दूरदेशी गेलेल्या बहुतेकांचं ओढाताणीचं, तगमगतं जीणं किमान सुसह्य झालं.

पिवळ्याधम्मक वरण-भाताच्या आठवणीने तरसणाऱ्यांसाठी, काळ्या मसाल्याच्या मटणाकरता आसुसलेल्यांसाठी एव्हाना इंडियन ग्रोसरी शॉप्स सुरू झाली. 'इंडो-पाक-बांग्ला' अशा तीन भांडखोर शेजाऱ्यांना एका छताखाली गुण्यागोविंदाने नांदवण्याचे स्वादिष्ट प्रयत्न भलतेच यशस्वी झाले. मसाले, डाळी, गहू, तांदूळ, ज्वारी-बाजरीची पीठं, फ्रोझन समोसे, मिठाया... अगदी लोणचीसुद्धा मिळायला लागली. पुढे पुढे तर हजारो मैलांचा 'हवाबंद' प्रवास करून आलेल्या मेथी-पालक आणि कोथिंबिरीच्या जुड्याही क्वचित दिसायला लागल्या.

– ओळखीच्या चवींनी अंतरात्मे सुखावणारा हा दिलासा फार मोलाचा होता.

पुढे पुढे तर साड्यांची दुकानं, सोनारांच्या झगमगत्या शोरूम्स, अगदी भारतातून आणलेल्या – किंवा भारतात नेण्यासाठी घेतलेल्या मिक्सर-हेअर ड्रायरसारख्या वस्तूंसाठी 'इकडले' आणि 'तिकडले' ॲडाप्टर्स पुरवणारी इलेक्ट्रॉनिक दुकानंही सुरू झाली.

या दुकानांमध्ये भारतीयांची वर्दळ वाढू लागल्यावर त्या त्या एरियातल्या एकेकट्या लोकांसाठी ही दुकानं म्हणजे 'कॉन्टॅक्ट पॉईन्ट' झाली. अमेरिकेतल्या मराठी घरांच्या भिंतींवर 'कालनिर्णय' लागण्याआधी अमावस्या-पौर्णिमा-दसरा-दिवाळीच्या तारखा आणि संकष्टी किंवा अंगारकी चतुर्थीच्या उपासाची आठवण करून देण्याचं श्रेय या 'इंडियन स्टोअर्स'चंच होतं.

– पोटोबाची व्यवस्था लागली.

पण मन उपाशी होतं. ओळखीच्या स्वरांसाठी तरसणारे कान अतृप्त होते.

हिंदी-मराठी सिनेमांचे व्हीडीओ, गायन-वादनाच्या कॅसेटस् 'इंडियन ग्रोसरी स्टोअर्स'मध्ये मिळायला लागल्यावर; मागे राहून गेलेल्या मायदेशाशी जोडणारा आणखी एक पूल उभा राहिला.

तोवर पंडित रविशंकर, उस्ताद अल्लारखाँ आदी बड्या बुजुर्ग कलावंतांनी तयार केल्या पायवाटांवरून भारतीय कलावंतांची ये-जा सुरू झालीच होती. एकपात्री प्रयोग, भावगीतांची संध्याकाळ, चार-सहा कुटुंबांनी एकत्र जमून पाहिलेला मराठी

नाटकाचा व्हीडीओ... हे सारं घडू लागलं.

भारतात परतल्यावर अमेरिकेची 'रंगीन' प्रवासवर्णनं लिहिणाऱ्या मराठी लेखकांना मोठ्या अपूर्वाईने 'होस्ट' करण्याचे ते दिवस होते. परस्परांपासून मैलोन्‌मैल अंतरावर राहाणाऱ्या मराठी कुटुंबांनी मायदेशाहून येणाऱ्या या सरस्वतीपुत्रांसाठी अक्षरश: जीव अंथरले. पेट्रोल जाळत त्यांना या टोकाहून वाजतगाजत आणलं, त्या टोकाला साश्रू नयनांनी पोचवलं... त्यांच्यासाठी जेवणं रांधली... बारमधल्या महागड्या मद्याच्या बाटल्या खोलल्या... तीस-चाळीस जणांच्या मराठी ग्रुपला बोलावून आपल्या घराच्या बेसमेन्टमध्ये पाहुण्यांच्या कथाकथनाच्या, कविता वाचनाच्या, गायन-वादनाच्या मैफली घडवल्या. हे अमृतरसपान करवल्याबद्दल श्रोत्यांकडून प्रत्येकी पाच-सात डॉलर्स जमा केले आणि रकमेला जरा प्रतिष्ठित वजन यावं म्हणून स्वत:चे दोन-अडीचशे त्यात घालून पाहुण्यांना 'थैल्या' अर्पण केल्या. असे कुणाकुणासाठी किती किती वीक-एण्ड घालवले, त्याचा काही हिशेब नाही.

कुणाचा ना कुणाचा फोन/पत्र असेच–

'अमूक तारखेला तुमच्या भागात येत आहे'

– की लागले तयारीला!

इतकी वर्षं मराठी नाटक-सिनेमांचा, कथा-कविता आणि भावगीतांचा उपास घडलेली काही रसिक कुटुंब पारणं फेडल्यासारखी या सांस्कृतिक कर्तव्याची पालखी खांद्यावर घेऊन धावू लागली.

काही ना काही निमित्ताने माणसं एकत्र येऊ लागली. ओळखीपाळखी वाढल्या. जुने स्नेहबंध घट्ट झाले. 'मराठी'च्या सहवासात घालवायच्या संध्याकाळी/रात्रींची ओढ लागू लागली.

– या एकत्र येण्याला आणखी एक कारण होतं;

जवळपास सगळ्याच मराठी घरांमध्ये वाढणारी मुलं.

परक्या देशात, परक्या संस्कृतीत आपल्या मुलांचं आयुष्य एकाकी, अधांतरी राहू नये; म्हणून त्यांच्याकरता 'आपला असा' काहीतरी आधार उभा करणं जरूर होतं.

'हॅलोवीन'च्या दिवशी चित्रविचित्र कॉश्चुम घालून 'ट्रिक ऑर ट्रीट' करत दारोदारी फिरून कॅन्डीज्‌ जमवण्याचा थरार या मुलांना कळला होता. 'बाहेर एवढा सगळा जल्लोष चालू असताना आपल्या घरात 'ख्रिसमस ट्री' का नाही? मोज्यात लपवलेली प्रेझेन्टस्‌ घेऊन सान्ताक्लॉज आपल्या घरी येणार नाही का?' असले घायाळ करणारे प्रश्न घरोघर विचारले जाऊ लागले होते. अमेरिकन चवी-ढवींशी जुळवून घेतलेल्या मराठी स्वयंपाकघरांमधून 'थँक्स गिव्हिंग'च्या टर्कीचा खरपूस वास दरवळायला लागला होता.

– आता तातडीने काहीतरी करणं भागच होतं.

मग खऱ्या दिवाळीच्या जवळचा वीक-एण्ड हा मुहूर्त धरून दिवाळीची बहार उडू लागली. फटाके वाजवण्याला कायद्याने मनाई असली; तरी लाडू-करंज्या-चिवड्याच्या फराळासह बाकीचे सोपस्कार हौशीने होऊ लागले. गावात ज्यांचं घर मोठं त्यांच्या बेसमेन्टमध्ये वीक-एण्डच्या दीड दिवसाचा गणपती बसू लागला. मग गणपतीसमोर आठवून आठवून आरत्या. नवी स्फूर्ती चढलेल्या नवोदितांच्या गुण-दर्शनाचा जल्लोष.

हळदी-कुंकू, श्रावणी सोमवार, डोहाळजेवणं आणि बारशांची धूम उडाली. 'सुपारी' ऐवजी 'बदाम', तांब्याच्या लखलखत्या कलशाऐवजी तशाच उभट आकाराचा पाण्याचा जग, ताम्हनाऐवजी प्लेट आणि पळी-पंचपात्रीऐवजी चमचा-भांडं असे सोयीस्कर पर्याय शोधून बेसमेन्टमध्ये सत्यनारायणाच्या पूजा सुरू झाल्या. साधुवाण्याची कथा सांगणाऱ्या पोथ्या भारतातून मागवलेल्या होत्याच.

"मी ऋग्वेदी ब्राह्मण. लहानपणी खूप वर्षं संध्या केलेली. संस्कृतची थोडी जाण होती. कोकणात असताना एकादष्ण्या, सहस्रावर्तनं कानावरून गेली होती. मायामीत असताना एका मित्राने विचारलं, 'घरी सत्यनारायण करायचा आहे. पूजा सांगशील का?' मी सहज 'हो' म्हटलं आणि तयारीला लागलो"– न्यूजर्सीत राहाणारे बंडू फडके सांगतात,

"आंब्याच्या पानांचं तोरण कुठून आणणार? – त्याऐवजी ऱ्होडोडेंड्रॉनची पानं वापरा. ती आंब्याच्या पानांसारखीच दिसतात. केळीच्या गाभ्याऐवजी डिफेनबॅकिया या अमेरिकन झाडाचा बुंधा. सत्यनारायणाला सगळं चालतं" – असा दिलासा देत पूजाविधी यथासांग पार पाडणारे फडके गुरुजी त्या काळात गावोगावच्या देवळात उपलब्ध नसत. आठवडाभर युनिव्हर्सिटीत किंवा कुठल्याशा कंपनीत जॉब करणारे गुरुजी शनिवारचा मुहूर्त साधून येणार; तोवर यजमानांनी पूजा सामग्रीची शक्य तेवढी जमवाजमव करून ठेवायची.

गुरुजींना पूजेची सामानाची यादी 'फॅक्स' करायला सांगणारा नेने किंवा लेले कुलोत्पन्न यजमान... गावातल्या 'इंडो-पाक ग्रोसरी स्टोअर्स'वाल्या इब्राहिम मियाँकडे 'हळदी-कुंकू-कापूर-उदबत्ती' कशी मागणार, असल्या धर्मसंकटात सापडलेली यजमानाची पत्नी... आणि 'साब, आप धूप और वाती भूल गये' अशी आठवण देऊन या दोघांनाही बेशुद्ध पाडणारा इब्राहिममियाँ!... जीन्सवर काऊबॉय शर्ट घालून पाटावर बसलेली पूजेची सवाष्ण आणि आरतीसाठी कापूर पेटवल्याच्या चौथ्या मिनिटाला फायर अलार्म वाजताच धडधडत आलेले फायर फायटर्स... या तत्कालीन सांस्कृतिक सोहळ्याचं धमाल वर्णन करावं तर ते न्यूजर्सीतल्या डॉ. प्रकाश लोथे यांनीच!

– पण साऱ्यांच्या नशिबी असे साग्रसंगीत सोहळे नव्हते.

अनेक कुटुंबांमध्ये रामरक्षा-मारुती स्तोत्र-मनाचे श्लोक असं जेवढं पाठ असेल

ते एकामागून एक म्हणत पूजा घडल्या. महत्त्व मंत्राला नव्हतंच; त्यामागची सच्ची भावना सुंदर होती. जे कानावर पडेल ते टिपण्याच्या, अंगिकारण्याच्या वयातल्या मुलांवर 'इंडियन कल्चर'चे संस्कार घडवण्याच्या तत्कालीन धडपडाटात या पूजाविधींना, धार्मिक सोहळे आणि उपासतापासांना 'धर्मभोळेपणा'पेक्षा अधिक कळकळीचा कौटुंबिक/व्यक्तिगत संदर्भ होता.

चार मराठी माणसं एकत्र आली की एक संस्था स्थापतात. अमेरिकेतही याहून वेगळं काही घडणं शक्य नव्हतं. गावागावात मराठी मंडळं उभी राहिली. हिवाळ्याने गारठलेल्या बाहेरच्या कुंद वातावरणात 'वेगळं' काहीही नसताना फक्त आपल्या एकट्या घरात दिवाळीचा जल्लोष उभा करणं त्याखेरीज केवळ अशक्य होतं. एकत्र येणं हे श्वास घेण्याइतकं गरजेचं होतं. आणि (एव्हाना फारशा) परक्या (न उरलेल्या) देशात आईच्या आठवणींची मऊ चौघडी पांघरण्याएवढं आल्हाददायक.

हौशीहौशीने मंडळांचा संसार उभा राहिला.

मग परस्परांशी सातत्याच्या संपर्काची, विचारविनिमयाची गरज भासू लागली. मंडळांची सदस्यसंख्या वाढावी म्हणून पत्त्यांच्या याद्या तयार होऊ लागल्या. होणाऱ्या कार्यक्रमांची माहिती देणारी न्यूजलेटर्स रवाना होऊ लागली. त्यात नुसतीच वेळापत्रकं काय छापायची म्हणून मग पानपूरकं, कविता यांच्या प्रसववेणा सुरू झाल्या.

एव्हाना गुजराथी, पंजाबी, तमीळ, तेलगू लोकांनी आपापल्या संघटना उभारून त्यात भरपूर कष्ट आणि पैसा ओतून, अमेरिकेत 'लिट्ल इंडिया' वसवण्याची तयारी सुरू केलीच होती. मग भरतनाट्यम्‌च्या क्लासबरोबर गीतापठण आणि रामरक्षेचे वर्ग सुरू झाले.

'१९७८ च्या दिवाळीनंतर कॅनडातून प्रसिद्ध होऊ घातलेल्या एका नव्या मराठी नियतकालिकाची माहिती देणारं पत्रक हाती आलं. ते इंग्लिशमध्ये होतं. त्यावर नजर टाकताना Ekata हा शब्द मी मराठीत चक्क 'एकटा' असा वाचला. क्षणभर वाटलं, हे काय भलतंच? एखाद्या नियतकालिकाचं नाव 'एकटा' कसं असेल?'

ही आठवण सांगताना टोरान्टोच्या दुर्गा पाच्छापूरकरांना आजही हसू आवरत नाही.

– ते नाव होतं 'एकता'.

– पण 'एकता'चा संसार मांडायला निघालेला विनायक गोखले नावाचा मृदू मितभाषी, संयत माणूस मात्र खरोखरच 'एकटा' होता.

'१९७८ साली टोरान्टोच्या मराठी भाषिक मंडळाला दहा वर्षं पूर्ण झाली. उत्तर अमेरिकेतल्या इतर मराठी मंडळांप्रमाणेच 'स्नेहबंध' हे मंडळाचं वार्तापत्र हाताने लिहिलं जाई. त्यावर्षी व्यवसायाने आर्किटेक्ट असलेले विनायक गोखले 'स्नेहबंध'चे

संपादक होते. त्यांच्या संपादनातला पहिला अंक निघाला तो इतका सुवाच्य, सुंदर अक्षरातला... देखणा, की आम्ही खूषच झालो'– दुर्गाताई सांगतात.

त्याचवर्षी टोरान्टोतल्या अशोक पांगारकर, प्रकाश अडावदकर अशा काही उत्साही मंडळींच्या डोक्यात 'उत्तर अमेरिकेतून एखादं मराठी त्रैमासिकच का काढू नये?' असा विचार येऊ लागला होता. पिट्सबर्गला डॉ. जोशींच्या घरी सभा घेऊन नव्या त्रैमासिकाची मुहूर्तमेढ रोवली गेली. नाव ठरलं – 'एकता'. विनायक गोखल्यांचं सुवाच्य, देखणं हस्ताक्षर आणि अशक्य कोटीतला नीटनेटकेपणा यामुळे संपादक-पदाची माळही त्यांच्याच गळ्यात पडली.'

१९७९च्या फेब्रुवारी महिन्यात 'एकता'चा पहिला अंक प्रसिद्ध झाला. बत्तीस पानांचा देखणा अंक. त्यात काय काय असणार हे ठरवताना उत्तर अमेरिकेतल्या मराठी गोतावळ्याचा 'लघुत्तम साधारण विभाजक' या मंडळींनी काढला होता.

दुर्गा पाच्छापूरकर सांगतात,

'मराठी मंडळींची संख्या वाढायला लागली होती. त्यात अनेक 'नमुने' होते. इथे येऊन चार-पाच वर्षांतच 'स्पीकिंग करताना मराठी लँग्वेजचे वर्डस् रिमेम्बर करायला डिफिकल्ट जातं हं!' – असा खोटा विलाप करणारे होते. तसेच 'तत्त्वाचा प्रश्न' म्हणून मराठी लिहिता-बोलताना एकही आंग्ल शब्द येऊ न देण्याची पराकाष्ठा करणारेही होते. पण यातल्या कुणालाच 'आपला देश' म्हणून उत्तर अमेरिकेचा स्वीकार करताना भारताची, मातृभाषेची नाळ तोडायची नव्हती. इथल्या संस्कृतीत वावरताना वाटणारं परकेपण, इथे मुलं वाढवताना होणाऱ्या हातघाईच्या लढाया या सगळ्याचा मेळ बसवताना एकमेकांचे अनुभव ताडून पाहात पुढे वाटचाल करायची होती.'

– सूत्र ठरलं,

आणि 'एकता'चा प्रवास सुरू झाला.

अख्खा अंक हाताने लिहिलेला.

सुरुवातीला 'एकता'मधली 'गाठभेट'सारखी सदरं लोकप्रिय झाली. त्यात उत्तर अमेरिकेत राहाणाऱ्या मराठी कुटुंबांचा परिचय असे. त्यातून अनेकांना आपले जुने मित्र सापडले. नव्या ओळखी झाल्या. वाढल्या.

ग्रोसरी शॉपमध्ये मिळणारी सामुग्री वापरून भारतीय चवीचे स्वादिष्ट खाद्यपदार्थ कसे बनवावे, हे सुचवणारी 'सुगरण'सारखी लेखमाला नव्या नवऱ्यांना 'एकता'शी जोडून गेली. 'मुलांना मराठी कसं शिकवावं' या स्वरूपाच्या अनुभवकथनांमधून देवाण-घेवाण वाढली.

–असं किती सांगावं!

आधी सगळंच काम विनायक गोखले पाहात.

संपादन केलेल्या मजकुरातून सगळा अंक एकटाकी लिहून काढण्यापासून

छापून आलेल्या अंकाच्या प्रती पत्ते लिहून पोस्टात टाकण्यापर्यंत.

हळूहळू विनायक आणि प्रतिभा गोखल्यांबरोबर त्यांची मित्रमंडळी 'एकता'च्या कामात ओढली गेली.

दुर्गा पाच्छापूरकर, काशिनाथ आणि मीना घाणेकर, विद्युल्लेखा अकलूजकर, अरविंद नारळे, वीणा शहा, दिलीप चित्रे असे किती सुहृद.

अमेरिकेतल्या संगणकाला मराठी लिहिता-वाचता येण्यापूर्वीच्या काळातल्या 'एकता'ची बाळंतपणं; हा या मंडळींच्या आठवणीतला एक सुंदर ठेवाच बनून राहिला आहे.

दुर्गाताई सांगतात,

'एकता'चा अंक सोमवारी छापायला जाई. त्याआधीच्या वीक-एण्डला अगदी हातघाईचा संग्राम असे. सकाळपासूनच पेन्स, व्हाईटनर्स, पांढऱ्या करेक्टर्सच्या पट्ट्या वगैरे 'आयुधां'सह मी प्रत्यक्ष रणमैदानावर म्हणजे गोखल्यांच्या घरी जात असे. एकता 'लिहायला' मी, विनीता उटगीकर, राजश्री मनोहर अशा तिघी 'मुख्य लेखनिका' होतो. या हातघाईच्या वीक-एण्डआधी मोठे लेख, कविता लिहून संपलेले असत. प्रत्यक्ष रणधुमाळीत लढणारे मी व विनायक असे दोन योद्धे. विनायक वरच्या मजल्यावर लिहून झालेली पानं जुळवून अंकाची मांडणी करण्यात गुंतलेले आणि खाली जेवणाच्या टेबलावर मराठी मंडळाच्या कार्यक्रमांचे अहवाल, निवेदनं असले कागद मांडून मी सज्ज. मग जिन्याच्या तोंडाशी येऊन विनायक सांगत, 'सध्या १७, २५, १९ ओळींच्या जागा वेगवेगळ्या पानांवर उपलब्ध आहेत. आता जमेल तशी काटछाट करून समोरचे मजकूर बसवा.' की मी लिहायला घेई. मधूनच ओरडून विचारी, 'विनायक, इज धिस लाईव्ह? चुकीला वाव नाही ना?'

– अशी सगळी धमाल.

अंक छापून आला, की मग शोभा आणि सदाशिव धारवाडकरांच्या बेसमेन्टमध्ये पत्ते लिहिणं, पाकिटं डकवण्यासाठी अखखी रात्र जागरण! अमेरिकेत जाणारे अंक कॅनडाची हद्द ओलांडून पलीकडल्या बफेलोच्या पोस्टात टाकण्याची प्रथा – हे सारं आजही चालू आहे.

तीस वर्षं व्हायला आली; 'एकता'चा अंक नियमाने प्रसिद्ध होतो.

● ●

शिकागोत राहाणाऱ्या हुपरीकर दाम्पत्याला सांस्कृतिक जीवनाची जबरदस्त ओढ होती. शंकरराव हुपरीकरांनी तर १९७१ साली शिकागो परिसरातल्या मराठी माणसांना जमवून 'प्रेमा तुझा रंग कसा'चा तीन अंकी डोलारा उभा केला होता. ही मंडळी दर वीक-एण्डला पदरमोड करून जवळपासच्या गावात जाऊन मराठी

नाटकांचे प्रयोग करत. तालमींच्या निमित्ताने सारखं एकत्र जमणं होई. त्यातून कल्पना सुचली आणि जयश्री हुपरीकरांनी 'रचना' नावाचं मुखपत्र सुरू केलं. या अपत्याचा जीव तसा छोटाच होता. 'अमक्याचं लग्न झालं', 'तमकीला मुलगा झाला', 'अमूक एक नवं मराठी कुटुंब आपल्या नेबरहूडमध्ये राहायला आलं' अशा बातम्याच त्यात प्रामुख्याने असत.

करता करता कल्पनेला नवनवे धुमारे फुटत गेले.

अमेरिका आणि कॅनडात गावोगावी मराठी/महाराष्ट्र मंडळं आहेत; त्या सर्वांना एकत्र गुंफणारं एखादं व्यासपीठ उभारलं तर?– एकमेकांशी संपर्क वाढला तर एकत्रितरीत्या कार्यक्रम आयोजित करता येतील. अडचणीतल्या मराठी कुटुंबांच्या पाठीशी उभं राहाता येईल.

ही मूळ कल्पना विष्णू वैद्य यांची.

जयश्री हुपरीकर आणि शरद गोडबोले यांनी ती उचलून धरली.

– हाच 'बृहन्महाराष्ट्र मंडळा'चा जन्म!

जयश्रीताईंना लिहिण्या-वाचण्याची, संपर्काची दांडगी आवड. त्यांनी 'रचना'ला अधिक व्यापक रूप द्यायचं ठरवलं. आणि 'बृहन्महाराष्ट्र वृत्ता'चा प्रारंभ झाला.

'एकता तीन महिन्यांनी निघे. त्याहून अधिक सातत्य असलेला काही प्रयत्न करावा असं वाटत होतं. माझ्या घरी 'महाराष्ट्र टाइम्स' आणि 'लोकसत्ता'चे अंक एअरमेलने येत. मुंबईतून शिकागोत आलेली आठ-आठ दिवसांची शिळी वर्तमानपत्रं. पण आमच्यासाठी ती 'ताजी'च असत. त्यातल्या महत्त्वाच्या बातम्या कापून ठेवायच्या, नवी मराठी पुस्तकं-नाटकं-गाणी यांची माहिती जमवायची आणि अख्खा अंक लिहून काढायचा, अशी 'बृहन्महाराष्ट्र वृत्ता'ची सुरुवात होती'– जयश्रीताई सांगतात.

ना कॉम्प्युटर होता, ना डीटीपीची सोय. बारा पानांचा अख्खा अंक लिहून काढायला जयश्रीताईंना किमान तीन रात्री जागावं लागे. पण दर महिन्याची दहा तारीख चुकली नाही.

अंक छापून आले की हातांनी सगळ्यांवर पत्ते घालायचे. सगळा भारा पोष्टात नेऊन पोचवायचा. प्रत्येकी तेरा सेन्टस्चं तिकीट लागे. पुढे शरद गोडबोल्यांनी कॉम्प्युटर घेतल्यावर पत्त्यांचा डाटाबेस तयार झाला. वर्गणी न घेता केवळ लोकाधारावर 'वृत्ता'चा संसार चालावा, त्याला आर्थिक-देवघेवीचं व्यापारी स्वरूप येऊ नये, एकमेकांनी एकमेकांसाठी चालवलेलं संवादाचं... जवळ येण्याचं माध्यम म्हणून 'वृत्ता'तला जिव्हाळा कायम राहावा, अशी धडपड होती.

...शिकागोतल्या याच मंडळींनी पुढाकार घेऊन आणखी एका कार्याचा घाट घातला, आणि अमेरिका-कॅनडाभर सर्वांना आवतणं धाडली.

बृहन्महाराष्ट्र मंडळाचं अधिवेशन!

१९८४ साली शिकागोला झालेलं पहिलं अधिवेशन अमाप उत्साहात पार पडलं. खिशात पैसे नव्हते, पण पदर मोडून राबण्यात आनंद होता. एकत्र येण्याची-भेटीगाठींची जबरदस्त ऊर्मी होती. प्रत्येकाच्या घरातलं कार्य असावं तसे सारे राबले.

– 'घरी' असो वा 'दारी', काही ना काही निमित्त शोधून सतत एकत्र येणं हाच मोठा दिलासा होता. झालं एवढंच, की त्या मोहाने ही माणसं आपापल्या वर्तुळात गोलगोल फिरत राहिली. पाण्यावर तरंगणाऱ्या कमळाच्या पानाने आपलं अंग न भिजवता पाण्यात जगावं तसं.

काहींनी त्याहीपुढे जाऊन आपलं आयुष्य दोन कप्प्यांमध्ये वाटून टाकलं.

... घराबाहेर, ऑफिसात, गोऱ्या अमेरिकन सहकाऱ्यांबरोबर असताना 'त्यांच्या'सारखं आयुष्य.

... घरी, मंडळात असताना 'आपल्या'सारखं.

'कितीही झालं तरी गोऱ्या कातडीच्या सुपिरिऑरिटीचा गंड आमच्या पिढीला होताच'– अशोक विद्वांस सांगतात, 'म्हणजे अमेरिकन मित्रमैत्रिणी कराव्यात, त्यांच्याबरोबर बारमध्ये जाऊन ड्रिंक वगैरे घ्यावं, अशी इच्छा असे; पण त्यांच्याशी बोलणार काय? त्यांच्या देशातलं काम चोख करण्यात आम्ही हुशार होतो; पण ना त्यांच्या देशाचा इतिहास ठाऊक; ना तिथलं राजकारण. शिवाय प्रत्येक गोरा माणूस रिलॅक्स होताना एकतर 'बेसबॉल'च्या गप्पा मारणार, नाहीतर 'वेदर'ची चिंता करणार. या कशातच आमच्यापैकी कुणाला फार इंटरेस्ट नव्हता.'

– आणखी एक अडचण होती.

वेळ.

सोमवार ते शुक्रवार ऑफिसचा रगाडा. 'तेच ते आणि तेच ते'चं दमवणारं रहाटगाडगं फिरवत राहायचं. दोन दिवस सुटी. पैकी अख्खा शनिवार लॉण्ड्री करणे (म्हणजे घरच्या मशिनमध्ये आठवडाभराचे कपडे धुणे), घर व्हॅक्यूम करणे, ग्रोसरी, शॉपिंग यात जाणार.

'उरला फक्त रविवार. म्हणजे महिन्यात फक्त चार दिवस. ते मजेत घालवायला चार मित्र पुरे असत. ते अर्थातच मराठी'– डॉ. सुरेश तलाठी सांगतात.

...परक्या देशात 'आपलेपणा'चा आभास निर्माण करणारी अशी आपापली बेटं आपसूक उभी राहिली. पण त्याचवेळी अमेरिकन समाजरचनेच्या मुख्य धाग्याशी मराठी कुटुंबांना थेटच जोडून टाकणारा आणखी एक टप्पा सुरू झाला होता.

मुलांचा शाळा प्रवेश.

मुलं शाळेत जायला लागल्यावर अनेकांचं अमेरिकेतलं सामाजिक जीवन खऱ्या

अर्थाने सुरू झालं. शाळेतली व्यवस्था, अभ्यासाच्या पद्धती, अमेरिकन रीतिरिवाज-सणवार समजायला लागले. 'तिळा उघड' सारखंच काहीतरी झालं. वाढत्या वयातली मुलं टी.व्ही.वर 'सेसमी स्ट्रीट'सारख्या त्या काळातल्या लोकप्रिय मालिका बघत. त्या मालिकांमधलं मध्यमवर्गीय अमेरिकन कुटुंबांचं चित्रण कुणाही भारतीय आई-बाबांना लोभस वाटावं असंच होतं. मराठी मुलांना अमेरिकन मित्र-मैत्रिणी मिळाल्या. मग त्यांच्या आयांची परस्परांशी ओळख झाली. गट्टी जमली. मुलांनी एकमेकांकडे राहायला जाणं (स्लीप ओव्हर्स) सुरू झाल्यावर कुटुंबं जवळ आली. अमेरिका या देशाबद्दलची माहिती मुलांच्या अभ्यासातून पहिल्यांदा आई-बाबांपर्यंत (खरं तर मॉम-डॅड) पोचली. आणि हा देशही अगदीच आपण समजतो 'तसला' नाही, हे पहिल्यांदाच मनापासून मान्य करावंसं वाटायला लागलं.

या देशात जगण्याचा, याही देशाला 'आपलं' म्हणण्याचा आवाका येऊ लागला होता. आर्थिक आघाडीवरही पाय मजबूत झाले होते. इतकी वर्षं अगदी अशक्य, अप्राप्य वाटणारी एक गोष्ट किमान दोन वर्षांतून एकदा 'परवडू' लागली होती.

– भारतात जाऊन परत यायचं 'रिटर्न' तिकीट.

इंडियाच्या या व्हिजिटस् सुरू झाल्यावर मग मात्र परदेशवास जरा सुसह्य झाला. ...'जायची' तयारी सुरू झाल्यापासूनच मनाची भिरभिर! मग शॉपिंगच्या भल्यामोठ्या याद्या. कुणाकुणासाठी आठवणीने घेतलेली काही ना काहीतरी वस्तू. दर शनिवार-रविवारी शॉपिंग मॉलमध्ये खिसे हलके, पण आठवणींनी ओथंबलेलं मन आणखीच जड करणाऱ्या भ्रमंत्या.

'अमके तमके या समरमध्ये इंडियाला जाणार' अशी बातमी फुटायचा अवकाश; 'प्लीज एवढं एक पुस्तक नेशील का भावासाठी?' असल्या विनंत्यांचा भडीमार सुरू! मग कुणाच्या भावासाठी पुस्तक. कुणाच्या आईसाठी स्वेटर. कुणाच्या वहिनीला कॅसेरॉल. औषधं... काय न् काय. शिवाय 'तिकडून येताना काय काय नक्की आणा' याच्या याद्या.

शोभा चित्रेंना अजून आठवतात त्या एका 'इंडिया व्हिजिट'हून परत येताना त्यांनी आणलेल्या दहा जणींच्या नऊवार साड्या. पाच जणींची मंगळसूत्रं. नथी. मंडळाच्या नाटकाकरता लेझीमचे दोन सेट. सहा धोतरं. चार पागोटी.

स्वत:चं सामान. इतरांचं सामान. इतरांसाठी आणायचं सामान. भारतात जाताना 'तिकडे' नेण्यासाठी खरेदी. तिकडून परतताना 'इकडे' आणण्यासाठी खरेदी... अशी सगळी धुमश्चक्री... त्यात मनाचं नुसतं भिरभिरं.

इतक्या दिवसांच्या विरहाचं पारणं फेडण्यासाठी अक्षरश: आसुसून भारतात यावं; तर हातात दिवस मोजके. ज्या प्रेमाच्या माणसांना भेटायला जीव आसुसलेला

त्यांना नुसतं भोज्ज्यासारखं शिवून मग नातेवाईकांकडे, ओळखीच्यांकडे नुसत्या वराती. त्यातून सासरी-माहेरी वाटणी झालेला जीव आईपाशी चार क्षण विसावण्यासाठी तहानलेला. ती तहान भागेतो परत जायची वेळ! मग शिकागोतल्या लेकीला बेसनाचे लाडू, जर्सीतल्या भाच्याला कोलंबीचं लोणचं असा कुणाकुणाहाती आलेल्या 'अमेरिकेला न्यायच्या' सामानाचा ढीग!

बॅगा भरता भरता भरून आलेलं मन.

आणखी काही तासांनी आपण आपला देश सोडणार. आई थकली आहे अगदी. बाबांची प्रकृती तर कधीची तोळामासा... परत कधी भेट होईल... होईल की नाही... कोण जाणे!... असल्या विचारांनी बावरलेला जीव. बोलणार तरी कुणाशी? डोळ्यातलं पाणी आवरत हसत निरोप घ्यायचा.

भेटीचं सुख मनाला नीट स्पर्शत नाही; तोवर ताटातुटीचं दु:ख उंबरठ्याशी उभंच!

– गोष्ट सुखाची असो वा दु:खाची; प्रत्येकाच्या नशिबी हे असलंच प्राक्तन कोरलेलं.

भारतातलं माहेर असो की अमेरिकेतलं सासर... जीव सतत टांगणीला टांगलेलाच!

खूप वाट पाहून, कष्ट काढून सुखाचे दिवस येतात न येतात; तोच शांत होऊ पाहाणारं मन पोखरणारे नवे भुंगे हजर!

नव्या गिरमिटांचा सोलवटून काढणारा खेळ सुरू!!

• •

'परत कधी जावं, ठरत नव्हतं. इथे अमेरिकेतच राहावं का कायमचं हेही नक्की होत नव्हतं. आई नेहमी म्हणायची, 'एकदा काय ते सांग रे बाबा. म्हणजे मनाची तयारी करीन मी.' मी वेळ मारून न्यायचो. म्हणायचो, येईन गं परत. अजून पाच वर्षं थांब. शेवटी एका वर्षी दिवाळी संपल्यावर भावाचं पत्रच आलं... सगळं संपल्याचं! काही न कळून वेड्यापिशा अवस्थेत फोन केला घरी तर भाऊ म्हणाला, 'यंदा दिवाळीला तुमचे मित्र जमणार होते सगळे. म्हटलं, कशाला उगीच ठरल्या कार्यक्रमात विघ्न? नाहीतरी तू येऊ शकला नसतासच; आणि आलाच असतास समजा, तर तेवढा वेळ 'बॉडी' कशी घरात ठेवणार? एरवीही आईचं शेवटचं दर्शन झालंच नसतं तुला... म्हणून सगळ्यांनी ठरवलं की नंतरच कळवू.'

– राजमहाल वाटावा अशा प्रासादतुल्य घरात बसून त्या अवर्णनीय संपत्तीचा एक स्वामी शाळकरी मुलासारखा ढसाढसा रडताना मी पाहात होते.

ते म्हणाले, 'काय उपयोग आहे या सगळ्याचा? आईच्या शेवटच्या दिवसांत तिला भेटायला नाही जाऊ शकलो मी. असं वाटतं, व्यर्थ गेलं सालं सगळं आयुष्य! तिकडे भारतात आई गेली; तेव्हा मी इकडे माझ्या मित्रांना 'एन्टरटेन' करण्यात

मश्गुल होतो. आपण काय गमावतो आहोत; हे कळलंसुद्धा नाही. कसलं हे आयुष्य? लाज वाटते स्वत:ची. शरम वाटते... इट जस्ट इट्स अप!!'

– मन पोखरणारं हे असह्य गिरमिट.

थकल्या आईवडिलांना गरज होती; तेव्हा आपण त्यांच्यासोबत नव्हतो... त्यांच्या शेवटच्या क्षणीसुद्धा आपण त्यांच्याजवळ नव्हतो या अपराधीपणाचा डंख जन्मभर सोसणाऱ्या अशा किती कहाण्या.

आई-वडिलांना अमेरिकेत येणं शक्य नव्हतं;

आणि त्यांच्या मुलांना अमेरिकेतून भारतात परतणं.

– त्यातून मग हा असा केविलवाणा वियोग... आणि नुसती तगमग!

काहींना सक्तीचा दुरावा असह्य झाला; काहींना सक्तीचा सहवास.

मुला-सुनेचा कौतुकाचा संसार बघायला अमेरिकेत आलेल्या... मग तिथेच राहिलेल्या बहुसंख्य आजीआजोबांना मुलगा-सून-नातवंडांच्या नव्या आयुष्यात समरस होणं अशक्यच झालं. त्यांनी या सगळ्यांच्या मागे नवंच गिरमिट लावून दिलं.

जातायेता बर्गर-पिझ्झा-मॅकरोनी-नूडल्स असं भलतं चरणारी, पोळी-भाजीला हात म्हणून न लावणारी, जरा जवळ घ्यायला जावं तर 'लीव्ह मी अलोन' असं इंग्रजीत फिस्कारणारी नातवंडं आजीआजोबांना 'जवळची' वाटणं शक्य नव्हतं. आणि रामायण-महाभारताच्या गोष्टींपलीकडलं जग माहिती नसणारे, साधा बेसबॉलचा गेमसुद्धा न कळणारे आजीआजोबा नातवंडांसाठी 'एलियन'च होते. एखादं नातवंडं चार घटका जवळ बसलंच, थोड्या गप्पा-गोष्टी झाल्याच तर शिवाजीने अफजलखानाचं पोट फाडल्याची गोष्ट ऐकल्यावर 'देन आज्जी, वॉज शिवाजी अ मर्डरर?' – असले प्रश्न येत; की आता काय बोलावं ते न समजून आज्जी गप्प!!

मागच्या आणि पुढल्या पिढीच्या या द्वंद्वात मधल्या पिढीचं सॅण्डवीच होणं अपरिहार्यच होतं.

– ही घरातली रस्सीखेच रोजची चालू असताना बहुतेक कुटुंबांमधल्या कर्त्या स्त्री-पुरुषांनी आणखी एक ओझं स्वत:हून डोक्यावर ओढवून घेतलं होतं-

'स्पॉन्सर' करून अमेरिकेत आणलेले नातेवाईक.

अमेरिकेत स्वत:च्या पायावर उभं राहाण्यासाठीची लाईफ स्किल्स नसलेले, भारतातल्या सुखासीन आयुष्याला सोकावलेले आणि तरीही डॉलर्स कमावण्याच्या मोहाने अमेरिकेत दाखल झालेले हे नातेवाईक ही ज्यांनी त्यांना 'स्पॉन्सर' केलं त्यांची नैतिक जबाबदारीच झाली.

...या मंडळींचे संसार रांगेला लावता लावता बहुतेकांच्या नाकीनऊ आले.

बोलून दाखवण्याची सोय नाही.

कसं बोलणार? आणि कुणाशी?... कुटुंबाच्या इभ्रतीचा प्रश्न!!

– त्यातून जरा हात मोकळे होतात म्हणेतो मुलांचे आवाज फुटले. मुली 'मोठ्या' झाल्या. भोवती वातावरण कसलं. ड्रग्ज. सेक्स. शाळकरी वयातली गरोदरपणं.

– एक नवा भुंगा मन पोखरू लागला.

काही भलतं घडलं तर? मुलांना कसली संगत लागेल; कसं सांगणार? घरात आली की दडादडा दारं आपटून आपापल्या खोल्यांमध्ये बंद. दारावर 'डोन्ट डिस्टर्ब'चे मोठ्ठे बोर्ड. हा कसला भलता इन्डिपेन्डन्स?

पंधरा-वीस वर्षांपूर्वी अमेरिकेत आलेले, इथल्या गोऱ्या पोरींचा टंच उफाडा आणि त्यांची 'अॅव्हेलेबिलिटी' पाहून पाघळलेले मित्र एकमेकांना टाळ्या देत तेव्हा काय काय बोलले होते – आणखी जरा तरुण असतो तर मस्त मजा मारली असती या पोरींबरोबर यारऽऽऽ

– त्यांचीच मुलं वयात येऊ घातल्यावर मात्र परिस्थिती एकदम बदलली. पंधरा-वीस वर्षांपूर्वी स्वत:च्या संदर्भात जो लैंगिक मोकळेपणा 'अमेरिकन फ्रीडम'चा सर्वोच्च आविष्कार वाटला होता; तेच 'फ्रीडम' आता स्वत:च्या मुलामुलींना द्यायची वेळ आल्यावर मात्र घशाला कोरड पडली.

'सेक्स' आणि 'ड्रग्ज' ही अल्टीमेट भुतं होती; पण ते शंकासूर डोक्यावर स्वार झाल्यानंतर मुलांचं रोजचं साधं वागणंसुद्धा खटकायला लागलं.

'आपण ऑफिसातून घरी यावं; तर मुलं सोफ्यावर तंगड्या पसरून टी.व्ही. बघत बसलेली. बापाला बघून कुणी पटकन् उठेल असं नाही. जिन्यावर वडिलांच्या चपला वाजल्या; तरी घाबरून मुकाट अभ्यासाला बसायचो आम्ही... आणि ही कार्टी?... कसं सहन करणार होतो आम्ही?'

– खरंच अवघड होतं.

'...बट व्हाय डीड यू एन्टर इन्टू माय रूम, मॉम?' – असं पोटच्या पोरीने विचारणं...

'प्ले बॉय'मधल्या 'सेंटर फोल्ड' पानांच्या घड्या गाद्यांखाली लपवलेल्या सापडणं...

वॉशरूममध्ये सिगारेटचा वास कोंडलाय का, अशी शंका येणं...

आणि फोनवर एखाद्या मित्र-मैत्रिणीशी रागारागाने बोलताना संतापाच्या भरात पोटच्या मुलांपैकी कुणीतरी कुणाला तरी 'फक् यू... डॅम्मीट!!' असं म्हटल्याचं कानावर पडणं...

...अवघडच होतं!

■

आठ

'Dad, Who Is This पु.ल. Guy?'

'आय कान्ट टेल यू जस्ट हाऊ मच आय हेटेड इटिंग पोळी-भाजी इन माय स्कूल लंच बॉक्स. आय युज्ड टू आस्क माय मॉम, व्हाय डु यू वॉन्ट मी टु मेस अप इटिंग विथ् माय फिंगर्स? कान्ट वी इट समथिंग प्रॉपर?'

– लॉस एंजेलीसच्या समुद्रकिनाऱ्या-वर ओल्या वाळूत भटकता भटकता सॉनयाशी गप्पा रंगल्या होत्या. सहज विषय निघाला, आणि त्या हसऱ्या, प्रसन्न तरुणीच्या डोळ्यात लहानपणच्या आठवणींनी पाणीच उभं राहिलं.

'माय चाईल्डहूड वॉज अ कम्प्लीट मेस'– ती सांगत होती, 'काही विचारूच नकोस. दॅट वॉज द वर्स्ट पार्ट ऑफ माय लाईफ. इव्हन माय पेरेन्टस् हॅड टफ् टाईम लाईक हेल.'

तिचं खरं नाव सोनिया. पण स्पेलिंग आणि उच्चार Sonya असाच. चोवीस-पंचवीस वर्षांची. शिडशिडीत. तरतरीत. उत्साहाचं नुस्तं कारंजं. महाराष्ट्र मंडळाच्या कार्यक्रमात गोल रिंगणातला डॉज बॉल खेळताना आनंदाने उसळणाऱ्या सॉनयाला पाहिलं; त्या क्षणीच तिच्या व्यक्तिमत्त्वातला उत्स्फूर्त खळाळ नजरेत भरला होता.

जेवण झाल्यावर बाकीच्या मंडळींनी पत्त्यांचे डाव, अंताक्षरीचे अड्डे टाकले... आणि आम्ही दोघीच बोलत बोलत दूरवर चालत राहिलो.

सॉनया एल.ए.मध्येच इन्व्हेस्टमेन्ट बँकर म्हणून काम करते. स्वत:च्या अपार्टमेंटमध्ये एकटीच राहाते. तिला बॉय-फ्रेण्ड आहे; बट दे आर स्टिल थिंकिंग

अबाऊट ॲक्चुअली शेअरिंग अ प्लेस. सो, 'तो' फक्त वीक-एण्डच्या रात्री मुक्कामाला येतो किंवा ही त्याच्याकडे जाते.

सॉनयाचे आई-बाबा एल.ए.मध्येच राहातात. इन अ बिग, ऑप्युलन्ट, मॅन्शन लाईक एक्स्पेन्सिव्ह होम... बट शी हॅज नो रिअल कनेक्शन. आठ-पंधरा दिवसांतून एखादी चक्कर होते. बाकी मग आई रोज फोन करते... कशी आहेस? जेवलीस का? डोन्ट स्किप युवर ब्रेकफास्ट... वगैरे... तेवढंच!

बट शी इज रिअली हॅपी. ॲण्ड प्राऊड.

लिव्हिंग ऑन हर ओन.

– एवढं सगळं तिने भराभर सांगून टाकलं.

पण तिच्या लहानपणच्या आठवणी निघाल्या; तशी खपली निघालेल्या भळभळत्या जखमेसारखी तिची दुखावली नजर गप्पगप्पशी होऊन गेली.

'स्वतःची, स्वतःच्या स्किन कलरची, स्वतःच्या आई-वडिलांची, स्वतःच्या नॉट सो परफेक्ट ॲक्सेन्टची... एवढंच काय, पण स्वतःच्या घरात जे शिजतं; त्या इंडियन फूडचीसुद्धा लाज वाटण्यात माझं अख्खं लहानपण गेलं. स्कूलमध्ये आपण वेगळे पडू नये म्हणून जास्तीत जास्त 'अमेरिकन' होण्यासाठी धडपडायचं... आणि घरी आल्यावर 'इंडियन' असण्याचं नाटक! दॅट वॉज मिझरेबल!! माझ्या लंचबॉक्समधल्या पोळी-भाजीला स्कूलमेट्स हसणार ॲण्ड इफ आय ट्राईड एक्स्प्लोअरिंग अमेरिकन पार्ट ऑफ माय आयडेन्टिटी – घरात हा मोठ्ठा तमाशा! हायस्कूलमध्ये असेतो सगळं असंच... आय जस्ट हेटेड एव्हरिथिंग. काहीच आवडायचं नाही. शाळेत तर कुणी मला ओळखतसुद्धा नसे. मैत्रिणी नव्हत्या... बॉयफ्रेंडस्? – ओहऽऽ शेम ऑन यू!'

शाळेत जायला लागल्या दिवसापासून 'गुड इंडियन गर्ल' काय काय करते, कसं कसं वागते; हे सॉनयाच्या मनावर ठसवलं जाऊ लागलं.

भरपूर अभ्यास करायचा. प्रत्येक सब्जेक्टमध्ये स्ट्रेट 'ए' ग्रेड मिळवायची. सकाळी लवकर उठायचं. संध्याकाळी शुभंकरोती म्हणायचं. रात्री लवकर झोपायचं. मॉम-डॅडचं ऐकायचं. ते म्हणतील तसंच वागायचं. उत्तम युनिव्हर्सिटीत शिकायला जायचं आणि डॉक्टर किंवा इंजिनिअर व्हायचं... बिकॉज्, दॅटस् द ओन्ली वे टु अर्न गुड मनी ॲण्ड लीड रिस्पेक्टेबल लाईफ.

– 'पण तू जर का माझ्या जनरेशनची स्टोरी लिहिणार असशील नं, तर त्याला टायटल दे – 'No!' – दॅटस् द ओन्ली वर्ड पेन्टेड ऑल ओव्हर माय 'ग्रोईंग अप इयर्स' – सॉनया सांगत होती.

'आम्ही काय शिकायचं, कसा-किती अभ्यास करायचा, कोणते कोर्सेस घ्यायचे, कोणत्या युनिव्हर्सिटीत जायचं, डॉक्टर व्हायचं की इंजिनिअर व्हायचं, किती पैसे मिळवायचे आणि अखेरीस कुणाशी, कशा पद्धतीने लग्न करायचं - एव्हरिथिंग वॉज

डिसायडेड बिफोर वी वेअर इव्हन बॉर्न. कॅन यू बिलिव्ह दॅट?'

येस. ऑब्वियसली. आय कॅन.

मी पण भारतातच जन्मलेली आहे, तिथेच राहाते हे विसरून सॉनया तिच्या लहानपणाबद्दल मला सांगत होती.

अमेरिकेत जन्मलेल्या, अमेरिकन वातावरणात वाढणाऱ्या मातीतून 'इंडियन मडकं' घडवण्यासाठी इकडून-तिकडून अखंड थपडा खाल्लेलं तिचं बालपण. १९६०च्या दशकात अमेरिकेत स्थलान्तरित झालेल्या पहिल्या पिढीच्या मुलांचं – सेकण्ड जनरेशन इंडियन्सचं – बालपण.

'काय केलेलं 'चालणार नाही', याची लिस्ट लांबलचक होती'– सॉनया सांगते, 'नो बॉयफ्रेंडस्. नो डेटिंग इन हायस्कूल. नो अमेरिकन (जंक) फूड. नो नाईट आऊटस्. नो स्लीप ओव्हर्स. संध्याकाळनंतर घराबाहेर जायचं नाही. आपल्यापेक्षा वयाने मोठी असलेली कुणीही व्यक्ती काहीही बोलली, तरी उलट उत्तर द्यायचं नाही. स्वत:च्या खोलीचा दरवाजा नुसता लोटून घेतला तर चालेल, पण आतून लॉक लावायचं नाही. प्रायव्हसी? व्हॉट प्रायव्हसी? गर्ल्स आर नॉट सपोझ टु कीप देअर लाईफ प्रायव्हेट.'

'No – दॅटस् द वर्ड पेन्टेड ऑल ओव्हर! – ही घरातली अवस्था, आणि शाळेत 'क्रम्पल्ड कुकीज्', 'ब्राऊन रेझीन्स' असले टोमणे झेलत, गोऱ्या अमेरिकन मुला-मुलींच्या गराड्यात कावरेबावरेपणाने काढलेले घुसमटलेले अस्वस्थ दिवस. अभ्यासाव्यतिरिक्त 'एक्स्ट्रा करिक्युलर ॲक्टिव्हिटिज्' करायच्या त्या स्वत:ला आवडतात, मजा वाटते म्हणून नव्हे; तर मंडळाच्या गेट-टुगेदरमध्ये 'परफॉर्म' करून शाबासकी मिळवण्यापुरत्या.'

'एवढे सगळे 'No' का होते आमच्या आयुष्यात, माहितेय? – कम्युनिटी प्रेशर. व्हॉट पीपल विल से? लोक काय म्हणतील? 'लोक' म्हणजे कोण, तर मराठी कम्युनिटी. कुणाची मुलं किती गुणी यावर आमच्या पेरेन्टस्‌मध्ये नुसती स्पर्धा चालायची. वीकएण्डला सारखे कुणी ना कुणीतरी काका-काकू आमच्या घरी पार्टीला यायचे, नाहीतर आम्ही तरी कुणाकुणाकडे जायचो. एकदा या पेरेन्टस्‌च्या गप्पा रंगल्या; की मग कुणाच्या मुलांना स्कूलमध्ये 'स्ट्रेट ए'ज् मिळाले, कुणाला 'बी-प्लस' – अशा चर्चा चालत. आम्ही मुलं मुलं खेळत असायचो, तर मध्येच आमच्यापैकी कुणाकुणाला बोलावून 'रामरक्षा म्हणून दाखव'... 'तुझा तो फेवरीट डान्स करून दाखव' – असल्या फर्माईशी होत. आय हेटेड दोज वीक-एण्ड पार्टीज्'– सॉनया सांगत होती.

...किती तपशील.

एकटेपणाचे. दोन्ही बाजूंच्या ओढाताणीत फरफट झालेल्या लहानपणाचे. पुढे

कॉलेजला गेल्यावर घराबाहेर एकटीने राहाण्याच्या हट्टापायी लढलेल्या तुंबळ युद्धाचे... दुराव्याचे.

'आय स्टिल हेट द वे माय पेरेन्टस् ट्रीडेड मी; बट नाऊ आय ऑल्सो रिग्रेट द वे आय ट्रीटेड देम.'

– सॉनयाचे बोलके, टपोरे डोळे पाण्याने भरून आले होते.

● ●

'पाळी चुकल्याचं लक्षात आलं ना पहिल्यांदा, तेव्हाच या परक्या देशात 'आपल्याला दिवस गेले आहेत' या जाणिवेने मनातून हबकले होते मी. खरं सांगते, तेव्हापासून आजवरचा प्रत्येक दिवस मी असा हबकल्या धास्तीनेच काढला आहे. माझी मुलगी जन्माला आली. या घरात वाढली. आणि पंख फुटायच्या आधीच उडूनसुद्धा गेली. सारखं म्हणायची, 'मॉम, प्लीज लीव्ह मी अलोन'. अजूनही म्हणते. जीव तुटतो माझा. पण काय करू?'

– सोनियाच्या आईला काय बोलावं सुचत नव्हतं.

जमिनीच्या वरल्या तीन मजल्यांचं आणि जमिनीखालच्या सुसज्ज 'बेसमेन्ट'चं औरसचौरस पसरलेलं आलिशान, श्रीमंत घर. चित्रातल्यापेक्षासुद्धा देखणं. इंचा-इंचावर मांडलेल्या समृद्धीच्या खुणा. अपरंपार ओसंडतं वैभव. अखंड शांततेवर कधी साधी सुरकुतीसुद्धा न पडणाऱ्या त्या घरात माणसं दोन. कडोसरीला आठ डॉलर्स बांधून पस्तीस-चाळीस वर्षांपूर्वी नशीब काढायला अमेरिकेत आलेला त्या घराचा कर्ता पुरुष आणि सप्तपदी चालून त्याच्यामागोमाग आलेली त्याची सहधर्मचारिणी.

– तीच सोनियाची आई.

अखंड कष्टातून उभ्या केलेल्या भोवतालच्या वैभवात रिकाम्या नजरेने, अलिप्तशी बसलेली.

'या घरात एकूण दहा बेडरूम्स आहेत. त्यातल्या आठ कायम बंद असतात... आणि आमची एकुलती एक लेक गजबजलेल्या डाऊन टाऊनमध्ये खुराड्यासारख्या दीड खोलीच्या अपार्टमेन्टमध्ये राहाते. महिन्याचं रेन्ट देऊन झाल्यावर ग्रोसरीसाठीसुद्धा पुरेसे पैसे उरत नसतील तिच्याकडे. काय खाते, जेवते तरी का धड; काही कळत नाही. पेरेन्टस्कडून पैसे घेणं म्हणजे अपमान. आता माझी लेक स्वतंत्र, स्वाभिमानी आहे म्हणून मी आनंद मानायचा?– की तिच्या स्वाभिमानाची धार बोचून भळभळत राहाणाऱ्या जखमा सोसायच्या? या घरात मी अशी भुतासारखी एकटी असते नं, रोज दहा वेळा मनात येतं, कशाला केली एवढी धडपड? कुणाकरता?'

– आवाजात लपवूनही न लपणारा दुखरा कंप आणि डोळ्यात पाणी भरलेलं.

'ती अशी 'लीव्ह मी अलोन' म्हणून जाता-येता फिस्कारते नं माझ्या अंगावर,

तेव्हा वाटतं, चुकलंच! देश सोडून इकडे आलो ते आणि या देशात मूल जन्माला घातलं, तेही' – सोनियाची आई कळवळून सांगत होती, 'आम्हाला काही माहितीच नव्हतं गं 'अमेरिकन वे ऑफ लाईफ'बद्दल! वाटायचं, या गोऱ्या-काळ्या, अमेरिकन-आफ्रिकन-चायनीज्-फिलिपिनो गर्दीत वाढणार आपलं मूल; तर त्यालाही आपल्या संस्कृतीचा आधार हवा. काही मूल्यं हवी. वागण्या-बोलण्याची रीत हवी. आपली मुलं धड शिकली नाहीत, तर त्यांना या देशात कुत्र्याच्या मौतीने मरावं लागेल, अशीही भीती वाटे. कातडीचा रंग वेगळा म्हणून भेदभावाचे चटके सोसले आम्ही. या देशात फक्त पैशाला किंमत आहे आणि यशाला सलाम. बाकिच्यांना लाथाच खाव्या लागतात. तो भोग आपल्या पोरांच्या नशिबी येऊ नये, म्हणून सगळेच धडपडत होतो आम्ही. त्यातून जे झालं ते झालं.'

– झालं ते सगळंच वाईट आहे, असं नाही. पण याहून बरं काहीतरी घडणं शक्य होतं असं सॉनयाला वाटतं... आणि तिच्या आई-बाबांनाही.

'हायस्कूलमध्ये होती तेव्हापासूनच आपल्या खोलीच्या दाराला कडी घालून एकटी आत बसायची. माझा आईचा जीव- कसा थाऱ्यावर राहाणार? त्यातून बाहेर कोवळी पोरं 'पॉट' घेतात, मारिजुआना आणि बाकीचे ड्रग्ज सिगारेटमधून ओढतात अशी चर्चा. 'ही' आत काय करते, काही कळायचं नाही. एकदा शाळेतून आली; आणि ह्यांच्या गालाचा मुकाच घेतला. भारतात वाढलेल्या पुरुषाला मुलींशी अशा जवळिकीची कुठली सवय असणार? हे गांगरलेच एकदम आणि बाजूला गेले, तर फुरंगटून मला म्हणाली, मॉम, डॅड डझन्ट लव्ह मी! किती दिवस तो राग मनात धरून बसली होती.'

– असे किती प्रसंग.

दोघांनाही दुखावणारे.

दोन्हीकडे त्यांच्या जखमा. दोन्हीकडे व्रण.

'आम्हाला वाटत होतं, एकुलती एक मुलगी आहे, तिने मेडिसीन करावं. पण ऐन मोक्याच्या वर्षी ड्रॉप घेऊन ही सरळ युरोपात भटकायला निघून गेली. मग एम.बी.ए. केलं; तेही हट्टाने कर्ज काढून. का?– तर म्हणे, 'आय डोन्ट वॉन्ट टु बी डिपेन्डन्ट ऑन माय पेरेन्टस्.' – तेही मानलं. युनिव्हर्सिटीच्या डॉर्मिटरीत राहायला गेली. मग जॉब मिळाला, तर आता हे स्वतंत्र अपार्टमेन्ट. बॉयफ्रेंडस् आहेत, पण लग्नाचा पत्ता नाही. त्याचीही आता सवय करून घेते आहे; तर परवा म्हणाली, 'आय ॲम थिंकिंग ऑफ ॲडॉप्टिंग अ बेबी.' काही बोलायची सोय नाही. लगेच म्हणते, 'मॉम, प्लीज डोन्ट मेस अप. धिस इज माय लाईफ...' खरं सांगू? – कधी कधी वाटतं, व्हॉट अबाऊट 'माय' ओन लाईफ? एकच मुलगी. तिच्याभोवतीच माझं आयुष्य गुंफत गेले मी... हेच चुकलं माझं. पण आता कळून काय उपयोग?

'ते' दिवस मागे पडले आहेत, 'ती' वेळ निघून गेली आहे, हे तर खरंच.

'अमेरिकन' होण्याच्या वेडाने झपाटलेली आपली मुलं आयुष्याचा बट्ट्याबोळ करतील, अशी धास्ती आई-वडिलांना वाटत होती,

– तसं फारसं झालेलं नाही.

आपले 'पेरेन्टस्' इमोशनल ब्लॅकमेलिंगचं हत्यार वापरून आयुष्यभर आपलं जगणं नकोसं करतील... दे विल नेव्हर एव्हर अण्डरस्टॅण्ड, अशी चिंता मुलांना पडली होती.

– तसंही फारसं झालेलं नाही.

दोन्ही पिढ्या आपापल्या पद्धतीने आपापल्या सीमारेषा सांभाळत; वेगवेगळ्या घरात वेगवेगळं जगायला शिकल्या आहेत.

बहुतेक कुटुंबांमध्ये नातवंडं जन्माला आली आहेत.

गोऱ्या (अमेरिकन) सुना, काळे (आफ्रिकन) जावई (अर्थात, 'गोरे' जावई आणि 'काळ्या' सुनासुद्धा) स्वीकारले गेले आहेत. लग्न न करता कुणा गर्लफ्रेंड/बॉयफ्रेंड-बरोबर एकत्र राहाणाऱ्या मुला/मुलींचा उल्लेख 'दे आर लिव्हिंग टुगेदर' अशा स्वच्छ शब्दात (न संकोचता) होऊ लागला आहे. 'रि-हॅब'ची मदत घ्यायची वेळ आलेलं मुला-मुलींचं ड्रग ॲडिक्शन, लग्नाआधीची गरोदरपणं आणि 'आपण गे/लेस्बियन आहोत' असं स्वच्छ सांगणाऱ्या मुला-मुलींचं 'डिफरन्ट सेक्शुअल ओरिएन्टेशन'ही नाईलाजाने का असेना; पण 'अपरिहार्य' म्हणून स्वीकारलं जाऊ लागलं आहे.

...सगळीकडे 'तह' केल्याची पांढरी निशाणं रोवलेली दिसतात.

पण पंचवीस-तीस वर्षांपूर्वी लढाईला तोंड फुटलं, तेव्हा परिस्थिती भीषण होती.

• •

अमेरिकेत गेलेल्या मराठी माणसांच्या पहिल्या पिढीची मुलं शाळेसाठी म्हणून घराबाहेर पडली; तो काळ होता साधारणत: १९७० ते १९८० या दहा वर्षांतला.

नुकता जम बसलेला.

अपरिचित देशातलं काम सवयीचं झालेलं; आणि घरही बऱ्यापैकी मार्गी लागलेलं. आता जरा हुश्श करून आजूबाजूच्या (अमेरिकन) वातावरणाचा अंदाज घ्यावा, थोडी सैलसर मौजमजा करावी म्हणेम्हणेतो मुलं शाळेत जायच्या वयाची झाली... आणि धास्तावलेल्या नवख्या आईबाबांनी नुकते लांबवलेले हातपाय पुन्हा भराभर कवचात ओढून घेतले.

नुकत्या उघडलेल्या दारा-खिडक्यांमधून पश्चिमेचं बेताल वारं घरात घुसून मुलांच्या कानात शिरू नये म्हणून पुन्हा कडेकोट कडीकुलुपं घालणं सुरू झालं.

हे सगळं जिथे चाललेलं त्या देशात-अमेरिकेत मात्र याच दरम्यान मुक्त

व्यक्तिस्वातंत्र्याची हवा वाहू लागली होती. 'सॅटर्डे नाईट फीवर'सारखे सिनेमे आणि हेवी मेटल रॉक म्युझिकचा कल्लोळ उसळत होता. घराघरात पोचलेल्या टी.व्ही.वर सोप ऑपेराज् राज्य करू लागले होते. टीनएजर मुला-मुलींच्या लैंगिक संबंधांची, स्कूल एज प्रेग्नन्सी आणि अॅबॉर्शन्सची उघड चर्चा करणारी अमेरिकन कुटुंबं या सोप ऑपेराज्मधून दिसू लागली होती. 'फिगर' उत्तम राखण्याचा ध्यास घेऊन 'डाएटिंग'चं वेड याच काळात अमेरिकेला लागलेलं. गे-लेस्बियन हे शब्द चारचौघांत उच्चारले जाऊ लागले होते. यामागोमाग कोकेन, मारिजुआनासारखे शब्दही आले. शाळकरी मुलांमध्ये पसरणारं ड्रग्ज अॅडिक्शन राष्ट्रीय काळजीचा विषय झालं.

– नेमक्या त्याच काळात मराठी घरांमधली 'सेकण्ड जनरेशन' शाळेसाठी म्हणून घराबाहेर पडली.

सिक्स्थ किंवा सेवन्थ ग्रेडमध्ये गेलेल्या आपल्या मुलीला 'वर्गातल्या थोराड मुलांपासून लांब राहा' हे कसं सांगावं, या काळजीत एशियन-इंडियन कम्युनिटीतल्या सगळ्याच आया पडल्या होत्या. त्या काळात 'अमेरिकन बेस्ट सेलर्स'च्या यादीत डेवीड रूबेनचं एक पुस्तक महिनोन्महिने 'टॉप'वर होतं.

त्या पुस्तकाचं नाव – 'एव्हरीथिंग यू वॉन्टेड टु नो अबाऊट सेक्स, बट वेअर अफ्रेड टु आस्क.'

पूर्वेच्या संस्कृतीशी प्रत्यक्ष लढाई सुरू होण्याआधीच पश्चिमेच्या तोफांमध्ये दारूगोळा ठासून भरला जात होता.

त्यातून मुलं गोंधळलेली.

त्यांच्यातही दोन वेगळे गट होते.

काही मुलांचा जन्म भारतात झालेला. आजी-आजोबा, काका-काकी यांनी गजबजलेलं घर त्यांनी पाहिलं होतं. देवाची पूजा, सणवार, पोळी-भाजी-भात-आमटीची चव अनुभवलेली. व्हॉट इज 'इंडियन'? – याची काही एक धूसर प्रतिमा मनात घेऊन ही मुलं आईवडिलांबरोबर अमेरिकेत आली होती. 'इमिग्रन्ट स्टडिज्'चे अभ्यासक या मुलांच्या पिढीला 'वन पॉईन्ट फाईव्ह जनरेशन' म्हणतात.

ज्यांचा जन्मच अमेरिकेत झाला; त्यांना आपलं वेगळं नाव आणि वेगळ्या स्किन कलरखेरीज 'इंडियन' असण्याचा दुसरा काही संदर्भच नव्हता. घरात आई-वडील जे करतील, जसं वागण्या-बोलण्याचा, जे खाण्या-पिण्याचा आग्रह धरतील ते सगळं 'इंडियन'.

या 'इंडियन' असण्याला शिस्तीचा काच होता. मनाविरुद्ध वागण्याची सक्ती होती. आणि हे असं 'विअर्ड' वागणं-बोलणं-खाणं-पिणं कशासाठी करायचं, याला आई-वडिलांकडे पटेल असं काही उत्तर नव्हतं.

मुलांच्या प्रश्नांना आई-वडिलांकडे उत्तरं नव्हती; आणि घराबाहेर पडलेली मुलं

शाळेत ज्या वातावरणात वाढतात, जे संस्कार घेतात; त्यातलं काहीच आई-वडिलांच्या परिचयाचं नव्हतं. खऱ्या अर्थाने 'अमेरिकन वे ऑफ लाईफ'शी त्यांची कधी ओळखच झाली नव्हती. पहिल्या पिढीने खरीखुरी अमेरिका सर्वप्रथम पाहिली; ती आपल्या शाळकरी मुलांच्या नजरेतून.

प्रत्येक गोष्टीत 'का? कशामुळे? कशासाठी?' असे प्रश्न विचारणारी मुलं भारतीय संदर्भात 'उद्धट' मानली जात... पण 'क्वेश्चनिंग' हा शिक्षणाचा मूळ पाया आहे यावर विश्वास असलेल्या अमेरिकन शाळा मुलांना प्रश्न विचारायला उत्तेजन देत होत्या.

भारतीय कुटुंबात शाळकरी मुलांनी उलटून बोलणं, वाद घालणं अपेक्षित नव्हतं.

अमेरिकन शिक्षण पद्धतीत याच 'उलटून' बोलण्याला 'बीईंग व्होकल ॲण्ड ऑर्ग्युमेन्टेटिव्ह' असा कौतुकाचा शब्द होता.

भारतीय घरांमध्ये 'बाबा वाक्यम् प्रमाणम्' हा सुसंस्कृतपणाचा निकष होता.

अमेरिकन घरांमध्ये आठ-नऊ वर्षांच्या मुलांना 'व्हॉट विल यू प्रिफर टु ड्रिंक, स्वीट हार्ट? कोल्ड कॉफी ऑर हॉट चॉकलेट?'– असा 'चॉईस' विचारण्याची रीत होती.

भारतीय कुटुंबात तऱ्हेतऱ्हेचे पदार्थ रांधून मुलांना भरपूर जेऊ-खाऊ घालणं आणि मुलं म्हणतील ती वस्तू त्या क्षणी खरेदी करून देणं हा 'लाड करण्याचा' सर्वोच्च आविष्कार होता.

अमेरिकन घरातले मॉम आणि डॅड जाता-येता मुलांच्या पाप्या घेऊन, त्यांना जवळ घेऊन, कुरवाळून दिवसातून किमान हजार वेळा 'आय लव्ह यू डार्लिंग' म्हणायला सरावलेले होते.

दोन वेगवेगळ्या संदर्भात वेगवेगळ्या निकषांनी मोजमापं होऊ लागल्यावर भारतीय मुलं आणि त्यांचे आईवडील अस्वस्थ होणं स्वाभाविक होतं. पूर्व आणि पश्चिमेकडच्या दोन संस्कृतींमधल्या दोन घराण्यांचे दोन वेगळे सूर वेगवेगळे वाजू लागले आहेत; हा बारकावा टिपू शकणारे कान मात्र फारच मोजक्या आई-वडिलांकडे होते.

या जागरूक आई-बाबांनी मुलांबरोबरच्या आपल्या वागण्या-बोलण्याची रीत बदलून/सुधारून घेतली.

– बाकीच्या घरांमध्ये मात्र हातघाईचे झगडे सुरू झाले. अमेरिकन संस्कृती कनिष्ठ (खरंतर अमेरिकेला कल्चरच नाही) यावर पक्का विश्वास असलेल्या भारतीय घरात 'देवाला नमस्कार... रामरक्षा... शुभंकरोती'चा गजर सुरू झाला.

मुलांना शाळेत शिकवलं जाणारं 'कल्चर' अमेरिकेसारख्या मिश्र समाजात वागण्या-बोलण्याचे रीतिरिवाज, संकेत, शिष्टाचार यावर भर देणारं होतं. 'घरात'ली

कल्चरची व्याख्या मात्र धार्मिक रीतिरिवाजांशी जोडलेली. त्यातूनही प्रश्न उभे राहिले.

'तो अमूक तमूक नाही का, तुझा 'ब्लॅक' मित्र...?' – असा सहज उल्लेख करणाऱ्या आईला 'मॉम, यू आर रेसिस्ट. हाऊ कॅन यू से लाईक दॅट?'– असं फटकारणारा शाळकरी मुलगा अमेरिकन संदर्भात 'सुसंस्कृत' होता.

'यू जस्ट शट अप ॲण्ड लिसन टु मी – मी गीता वाचतेय' अशी आदळआपट करणाऱ्या 'भारतीय आई'ला अपेक्षित असणारं 'सुसंस्कृत वर्तन' नेमकं कोणतं, ते मुलांना उमजणं मुश्कील होतं.

शाळेत गेल्यावर पॉप्युलर ग्रुपमध्ये 'एन्ट्री' मिळण्याकरता आवश्यक ते संदर्भ बहुतेक भारतीय मुलांच्या जगण्यात नव्हतेच.

त्यांच्याजवळ ना 'कॅम्पिंग'च्या थरारकथा होत्या, ना डॅडबरोबर एन्जॉय केलेल्या बेसबॉल गेमच्या जंमती. या मुलांच्या घरात पॉप म्युझिकला बंदी होती आणि टी.व्ही. बघण्यावर सेन्सॉरशिप. त्यामुळे बहुतेकांना टॉप टेन गाण्यांबद्दल ओ की ठो माहीत नसे, ना पॉप्युलर सिरियल्समधली पात्रं त्यांच्या ओळखीची असत. त्यातून नावं विचित्र. भ, ठ, ध, थ, क्ष असली अक्षरं नावात असली तर ती शाळेतल्या टीचर्सनासुद्धा धड उच्चारता येत नसत. मग मुलामुलींमध्ये त्यावरून चिडवाचिडवी. शिवाय चौरस आहार मुलांच्या पोटात जावा या हट्टापोटी आईने लंचबॉक्समध्ये भरून दिलेला 'विअर्ड इंडियन स्टफ!' लंच अवरमध्ये बाकीच्या मुलांसमोर डबा उघडायलासुद्धा लाज वाटायची. मग त्यावरून घरी येऊन थयथयाट.

'आय जस्ट वॉन्टेड टु बी लाईक एव्हरी वन एल्स. आय हेटेड बिईंग डिफरन्ट, ऑलवेज स्टॅण्डिंग आऊट इन स्कूल' – हा झगडा प्रत्येकाच्या नशिबी आला.

अकरा-बारा वर्षांनंतर या मुलांना अमेरिकन संदर्भात अत्यंत महत्त्वाची अशी 'ओळख' मिळाली – टीन एजर्स.

'रात्री झोपेतसुद्धा माझे केस अचानक सोनेरी-ब्लॉण्ड-झाल्याची स्वप्नं पडायची. आय जस्ट वॉन्टेड टु बी बार्बरा ऑर नताशा... ॲण्ड नॉट शलाका. अमेरिकन मुलींचा बांधा दणकट असतो. त्या भराभर वाढतात. त्यांच्यात ब्रेसियरची चर्चा सुरू झाली; तरी मी आपली बॉडी फ्रॉकमध्येच होते. लाज वाटायची अक्षरश:'- शलाका सांगत होती, 'संकोच, लाज आणि राग यांचं डेडली मिक्स्चर म्हणजे आमचं टीन एज – तू कुणालाही विचार.'

आणखी एक गोष्ट होती.

अभ्यास. ग्रेडस्.

प्रत्येक विषयात प्रत्येक वेळी स्ट्रेट 'ए' हा दंडक! 'बी-प्लस'सुद्धा खपवून

घेतला जात नसे. आपल्या घरी रिपोर्ट कार्ड हा इतका जीवन-मरणाचा प्रश्न का असतो; हे न कळण्याच्या त्या वयात प्रत्येकाला एक गोष्ट मात्र कधी ना कधी जाणवली होती – पेरेन्टस् वॉन्ट टु शो ऑफ माय ग्रेडस्! 'इंडियन कम्युनिटी'च्या पार्ट्यांमध्ये आपली रिपोर्ट कार्डस् 'डिस्कस' होणं; या गोष्टीचा या अर्ध्या वयातल्या मुलामुलींना संताप येई.

'देअर इज समथिंग 'एक्झॉटिक' अबाऊट बीईंग 'इंडियन'– ही भावना जगभर पोचवणारे हिंदी सिनेमे अजून वीस वर्षं दूर होते... या मुलांच्या वाट्याला आले ते 'इंडियन्स' असल्याबद्दलचे टोमणेच.

वंशभेदाचे अनुभव हा बहुतेक भारतीय मुलांच्या शाळकरी आयुष्याचा दुखरा हिस्साच होता. हे एकूणच अवघड जागचं दुखणं. त्यातून मुलांच्या मनातले घोळ निस्तरणं त्याहून कठीण. काही संवेदनशील आई-वडिलांनी नाजूक हातांनी गुंते सोडवले आणि आपल्या 'एथनिक आयडेन्टिटी'बाबत मुलांना नीट कल्पना दिली. ही मुलं शाळेतल्या 'रेसिझम'चा सामना आत्मविश्वासाने करू शकली... पण बहुतेकांच्या वाट्याला झोंबणारा अपमान मुकाट सोसणंच आलं. काहींनी मिटल्या ओठाने घुसमट सोसली, काहींनी 'अरे'ला 'कारे' करून शाळेत हाणामाऱ्यासुद्धा केल्या.

मुलींनी मेकअप करणं, रॉक म्युझिकच्या रेकॉर्डस जोरजोराने लावणं, मित्र-मैत्रिणींबरोबर रात्री उशिरापर्यंत बाहेर राहाणं, मुलांनी बेसबॉल किंवा सॉकरच्या मॅचेस खेळणं, डायनिंग टेबलावर मराठीत न बोलणं, महाराष्ट्र मंडळाच्या कार्यक्रमाला 'येणार नाही' असं स्वच्छ सांगणं, घरी आजी-आजोबा असतील तर त्यांच्याशी उद्धटासारखं बोलणं... गुन्ह्यांची यादी न संपणारी.

घराघरात हे घडत होतं. मुलांच्या या असल्या वागण्याने बिथरलेले आई-वडील त्यांच्या मुसक्या बांधण्यासाठी धडपडत होते. मग भांडणं. वादावादी. रडारड. हात उगारणं. घरातून हाकलून देण्याच्या धमक्या. इमोशनल ब्लॅकमेलिंग. धडाधड आपटून बंद झालेली दारं. अबोला... आणि दुरावा.

'घरात कुणाला न सांगता; मध्यरात्री उठून गुपचूप माझ्या बॉयफ्रेण्डबरोबर डान्स क्लबमध्ये गेले; तेव्हा मी जेमतेम चौदा वर्षांची होते. त्या रात्री त्याने मला 'किस्' केलं होतं. आय फेल्ट सो गुड, यू नो! मला घरात कोंडून घालणाऱ्या मॉम-डॅडवर सूड उगवल्यासारखं वाटत होतं... आय वॉज सो हॅपी.'

– सॉनयाला अजून 'ती' रात्र आठवते.

पुढे तिचा 'तो' फिलिपिनो बॉयफ्रेंड रद्दी निघाला, ॲण्ड दे ब्रोक ऑफ... हे वेगळं.

'खूप इंडियन मुलं हे असले प्रकार करत. जस्ट टु एक्सपिरियन्स दॅट थ्रिल!

मग खोटं बोलायचं. कारण खरं सांगितलं, तर कंबख्ती ठरलेलीच होती.'

शाळेतली बाकीची मुलं-मुली एकमेकांच्या घरी राहायला, झोपायला जात. भारतीय घरात हे 'स्लीप ओव्हर' प्रकरण फारसं मान्य नव्हतं. आपण कुणाकडे जायचं नाही; आणि कुणाला आपल्या घरी बोलावलं तर घरात येताना मॉम त्यांना शूज् बाहेर काढून ठेवायला सांगणार. शिवाय घरात देवघर. 'विअर्ड' दिसणाऱ्या गणपतीची मूर्ती. कुणी विचारलं 'व्हॉट्स धिस?' – तर? मॉमच्या इंग्रजीला इंडियन ॲक्सेन्ट. फ्रेंडस् आलेले असताना ती नाहीच बोलली फारसं, तर बरं.

आपल्या रोजच्या जगण्याला एवढी वळणं, इतके वळसे; त्यामानाने अमेरिकन मित्र-मैत्रिणींच्या आयुष्यात मात्र मुक्त स्वातंत्र्य. कशातच फारशी ढवळाढवळ न करणारे मॉम-डॅड आणि अभ्यासाचा, शिस्तीचा काच नसलेलं मोकळं जगणं.

– मुलांच्या अडनिड्या वयात या दोन चित्रांची तुलना अपरिहार्य होती. डोक्यात प्रश्नांचा चिखल आणि कुठल्याच नाजूक विषयावर मनमोकळ्या गप्पांचा, समजून देण्या-घेण्याचा रिवाज नसलेलं हट्टी घर.

जेवढे पदर उलगडत जावे; तेवढे बंद भूतकाळाचे कप्पे उघडत राहातात. वाटतं, केवढ्या साध्या गोष्टींवरून केवढे हंगामे झाले! 'आपली मुलं एका वेगळ्या जगात जगायला निघाली आहेत. त्या जगाचे रीतिरिवाज वेगळे आहेत; तर ते समजून घेऊ' असा प्रयत्न बहुतेकांनी का केला नसेल?

या प्रश्नाचं थेट उत्तर राजन गडकरी देतात – 'आम्ही अमेरिकेत आलो; म्हणजे आम्ही विचाराने 'प्रोग्रेसिव्ह' होतो असं नाही. जुनी जळमटं झटकून नवा, स्वच्छ विचार करण्याचं इंद्रियच नव्हतं आमच्याजवळ.'

– आज एवढ्या वर्षांनंतरही ही वस्तुस्थिती इतक्या स्पष्टपणाने मान्य करण्याचा मोकळेपणा फार क्वचित आढळतो.

'माझा एक मित्र होता. तो रोज आंघोळ झाल्यावर उघड्या अंगाने मोठमोठ्या आवाजात श्लोक म्हणायचा. मुलीवर चांगले संस्कार व्हावेत म्हणून त्याने रोज पाचशे वेळा 'श्रीराम जयराम जय जय राम' लिहिण्याचा दंडक घालून दिला होता. ते लिहून पुरं झाल्याशिवाय पोरीला जेवायला मिळत नसे'– वॉशिंग्टनचे डॉ. सुरेश लिमये सांगत होते, 'पुढे काय झालं? ती मुलगी घरातून पळाली, एका आफ्रिकन तरुणाच्या प्रेमात पडली आणि आता 'फ्रीडम'च्या नावाखाली त्या ऐदी बॉयफ्रेंडला पोसते आहे. घायकुतीला येऊन केलेल्या संस्कारांची दिशाच चुकली. आमच्या लहानपणी आमच्यावर झालेले संस्कार आमच्या मुलांसाठी 'रिलेव्हन्ट' असणार नाहीत, हे लक्षातच आलं नाही.'

ही 'रिलेव्हन्सी' साधली नाही याचं महत्त्वाचं कारण म्हणजे संस्कृती श्रेष्ठत्वाची ठाम कल्पना.

'संभोगासकट अन्य सर्व तऱ्हांनी शारीरिक सुखं ओरबाडण्याच्या घाईत असलेला, व्यसनात बुडालेला, स्वैर, स्वातंत्र्यवादी, नीतिमूल्यहीन देश' ही बहुतेकांची अमेरिकन संस्कृतीबद्दलची कल्पना होती. या वातावरणात मुलांचे कासरे सैर सोडले, तर ती भरकटतील या धास्तीने ज्याने-त्याने मुलांना रोखून धरलं आणि अमेरिकन मातीमधून 'इंडियन मडकं' घडवण्याचा आटापिटा सुरू ठेवला.

१९६०च्या दशकात भारत सोडून आलेल्या लोकांनी तर भारतीय संस्कारांच्या नावाखाली आपलं स्वत:चंच लहानपण आपल्या मुलांवर लादायला सुरुवात केली. १९८० सालातल्या भारतातली मुलंसुद्धा वेगळ्या वातावरणात वाढू लागली आहेत, हे लक्षातच न घेता त्यांनी आपल्या अमेरिकेतल्या मुलांसाठी जुने भारतीय नीतिनियम आखले.

संध्याकाळी हातपाय धुवून परवचा. घरातल्या आणि येणाऱ्या-जाणाऱ्या सर्व मोठ्या माणसांना न विसरता वाकून नमस्कार. बाहेरून कुणी घरात आलं, की सोफ्यावर तंगड्या पसरून न बसता पटकन उठून उभं राहाणं – मुलांना ही सगळी 'हिपोक्रसी' वाटे. एखाद्याबद्दल प्रेम, आदर वगैरे अजिबात वाटत नसताना (उलट मनात रागच असताना) ती व्यक्ती केवळ आपल्यापेक्षा वयाने मोठी आहे या कारणास्तव वाकून नमस्कार करणं, हा अमेरिकन विचारात वाढणाऱ्या मुलांच्या दृष्टीने सरळ सरळ खोटेपणा होता... पण भारतीय आई-वडिलांच्या दृष्टीने मात्र नम्रतेचा संस्कार.

अमेरिकन शाळेतल्या संस्कारांची कल्पना सार्वजनिक वागण्या-वावरण्या-व्यवहारातल्या चोख वर्तणुकीशी संबंधित होती.

घरातले भारतीय संस्कार 'नमस्कारा'सारख्या जेश्चर्सशी जोडलेले, सणवार-देवपूजा-स्तोत्रपठणाशी बांधलेले. शिवाय 'हे सगळं कशासाठी करायचं?' याचं 'रिझनिंग' देणंही आईवडिलांना जमलेलं नव्हतं.

शिकागोचे डॉ. सुरेश तलाठी म्हणतात, 'नाच-गाणं-व्याख्यान-मनोरंजन-अध्यात्म आणि मोक्ष एवढीच भारतीय संस्कृतीची मर्यादित आवृत्ती आमच्या डोळ्यांपुढे होती. जगण्याचा सखोल वेध घेणाऱ्या पुरातन भारतीय विचारांचा अभ्यासच आम्ही केला नव्हता. त्यामुळे मुलांनी प्रश्न विचारायला सुरुवात केल्यावर खरं म्हणजे आमच्या पिढीची जरा पंचाईतच झाली.'

– त्यातून मग दुहेरी वागणं सुरू झालं.

म्हणजे ऑफिसात साहेबाला 'सर' न म्हणता 'हाय टॉमऽऽ' अशी हाक मारण्याचं स्वातंत्र्य देणारं अमेरिकन कल्चर ग्रेटच होतं.

– पण ऑफिसातून घरी परतल्यावर त्याच (अमेरिकन) कल्चरच्या प्रभावाखाली

ओढल्या जाणाऱ्या पोटच्या शाळकरी मुलाने 'हाय शरदऽऽ' अशी एकेरी हाक घातली, की संतापाने डोकं फुटून ठिकऱ्या उडण्याची वेळ!

शिवाय (मराठी कम्युनिटीतले) सारेच मुलांच्या या अशा वागण्याने भांबावलेले. बिथरलेले. समदुःखी. त्यामुळे आपसात सारख्या चर्चा आणि एकमेकांच्या मुलांवर बारीक लक्ष ठेवण्याचा आटापिटा.

आपले मॉम-डॅड मराठी मंडळातल्या अंकल-आन्टीशी आपल्याबद्दल बोलतात; हे मुलांना अजिबात आवडत नसे. 'प्रायव्हसी' हे महत्त्वाचं मूल्य मानणाऱ्या मुलांच्या दृष्टीने मॉम-डॅडचा 'शेअरिंग'चा प्रयत्न हे 'गॉसिपिंग' होतं. शिवाय हे अंकल आणि आन्टीज् परीक्षेला बसवल्यासारखे या मुलांना जाता-येता प्रश्न विचारत. असं चारचौघात कुणी तिसऱ्याने आपलं 'मूल्यमापन' करणं मुलांना अपमानास्पद वाटे. त्यामुळे 'अंकल-आन्टी'ची अख्खी जनरेशन (त्यात स्वतःचे मॉम-डॅडही आले) बहुतेक मुलांनी 'शत्रूस्थानी' मानली.

'माझे मॉम-डॅड थोडे निराळे होते. बिट डिफरन्ट'– नील सांगत होता.

म्हणजे कसे? तर –

'दे नेव्हर टोल्ड हाऊ आय शुड बिहेव. आमच्या घरात असा आरडाओरडा वगैरे कधी झाला नाही. त्यांचं सगळं नॉन् व्हर्बल कम्युनिकेशन होतं. त्यातून त्यांना जे सांगायचं ते बरोब्बर माझ्यापर्यंत पोचत असे. म्हणजे मी पोळी-भाजी खाल्ली नाही; तर स्वतःला शिक्षा म्हणून मॉम जेवतच नसे. किंवा स्कूलमध्ये माझ्या ग्रेडस् घसरल्या, की डॅड माझ्याशी अबोला धरत... आय वॉज ऑल्वेज टेरिफाईड.'

नीलच्या मोठ्या बहिणीची परिस्थिती त्याच्याहून जास्त गुंतागुंतीची होती.

'डॅडना वाटे, की शी शुड ग्रो अप लाईक अमेरिकन वूमन. कॉन्फिडन्ट. इन्डिपेन्डन्ट. म्हणून त्यांनी स्वतः तिला ड्रायव्हिंग शिकवलं. स्वतंत्र विचार करण्याची सवय लावली. मुभा दिली. पण तिला 'सोशल सायन्स' मेजर घेण्याची इच्छा होती; तेव्हा मात्र त्यांनी 'मेडिसीन'चा आग्रह लावून धरला.'

अमूकच विषय निवडायचे (मेडिसीन किंवा इंजिनिअरिंग), त्यात उत्तम डिग्र्या मिळवायच्या आणि भरपूर पैसा मिळवून देणारी करियर करायची... हे सगळं कशासाठी? – तर दॅटस् द ओन्ली वे टु री-पे! आई-वडिलांचं ऋण फेडण्यासाठी, कुटुंबाच्या प्रतिष्ठेसाठी हे सगळं करायचं – असा 'नॉन व्हर्बल मेसेज' होता. आणि ते करण्यात मुलं यशस्वी झाली नाहीत/ते करण्याला लायक निघाली नाहीत तर? – या धास्तीपोटी मुलांच्या मनात अपराधीपणाचा डंख ठासून भरण्याचीही व्यवस्था (नकळत का असेना) झालेली होती.

पूर्वेकडची 'कुटुंबकेंद्रित' कुटुंबरचना आणि पश्चिमेकडली 'व्यक्तीकेंद्रित' कुटुंबरचना या विरोधाभासातून उत्पन्न झालेला हा प्रारंभिक झगडा अपरिहार्यच होता; अशी नोंद 'इमिग्रन्ट स्टडिज्'च्या अभ्यासकांनी केली आहे. स्वत: या झगड्यातून गेलेली क्लेरी चाव ही चायनीज-अमेरिकन फॅमिली कौन्सिलर म्हणते तसा हा 'पेरेन्टल अप्रुव्हल' आणि 'पर्सनल चॉईस' यामधला झगडा होता. 'थ्रेट ऑफ अबन्डनमेन्ट' (झिडकारलं जाण्याची दहशत) आणि 'डिमान्ड फॉर ओबिडियन्स ॲट ऑल टाईम्स; ॲट एनी कॉस्ट' या दोन मुद्द्यांभोवतीच आपलं अख्खं लहानपण बांधलेलं होतं, असं क्लेरी म्हणते.

शाळेमध्ये आपली 'इंडियन' आयडेन्टिटी लपवून 'अमेरिकन' होण्याकरता धडपडत राहायचं... घरी परतल्यावर 'अमेरिकन' आकर्षणं विसरून नसलेल्या 'इंडियन' आयडेन्टिटीचं ढोंग करायचं; हा बहुरूप्याचा खेळ खेळता खेळता जेरीस आलेल्या मुलांशी कसं वागावं; याचे काही तयार ठोकताळे उपलब्ध नव्हते. त्यावर फारसा विचारही झाला नाही. तशी दृष्टी नव्हती, तेवढी उसंतही नव्हती. मग अपरिहार्यतेतून नकळत एक 'स्ट्रॅटेजी' घडत गेली.

वडिलांनी सर्व सूत्रं हातात ठेवायची. शिस्तीचा बडगा. चढवलेला आवाज. धमक्या. प्रसंगी थप्पड.

आणि आईने आर्जवं करून, प्रेमाने सांगून, बाबापुता करून, प्रसंगी 'इमोशनल ब्लॅकमेलिंग' करून, स्वत: रडून, अबोले धरून आघाडी लढवायची.

लग्नानंतरची पहिली काही वर्षं खांद्याला खांदा लावून संसार मांडण्यासाठी धडपडणाऱ्या आई-बाबांमध्ये अंतर पडायला सुरुवात झालीच होती. जाता-येता एवढ्या-तेवढ्या कारणावरून डोळ्यात पाणी काढणाऱ्या 'होम सिक', 'नॉस्टॅल्जिक' बायका आणि घराबाहेर टक्केटोणपे खात संसाराचा गाडा हाकणारे... किंवा दुरून खुणावणाऱ्या व्यावसायिक यशाच्या नव्या क्षितिजाकडे झेपावण्याच्या तयारीतले पुरुष यांच्यातली 'जवळीक' विरळ होणं स्वाभाविक होतं. त्यात मुलांना वाढवण्याच्या तणावाची भर पडली.

अंगावर ओरडून बोलणारे, संतापून घर डोक्यावर घेणारे, घुमे-तिरसटलेले वडील.

आणि मुलांनी घरात पाऊल ठेवल्यापासून 'हे खा... ते तरी खाच' अशी भुणभुण लावत मागे मागे फिरणारी, बडबड बडबड अखंड बडबणारी, रडवेली, बिचारी आई.

—अशा 'दोन प्रतिमा' अनेक घरातल्या मुलांना आजही आठवतात. या धुमश्चक्रीत सॅण्डवीच झालेल्या आया अजूनही तशाच हळव्या, दुखावल्या मन:स्थितीत वावरताना दिसतात.

काय करावं ते न सुचून संतापलेला नवरा आणि भांबावलेली, कावरीबावरी झालेली... पुढे थेट उद्धट, उर्मट होत गेलेली मुलं यांच्यात मध्यस्थी करण्याचं दुष्कर कर्म करण्यात भारतीय स्त्रियांची एक अख्खी पिढी खर्ची पडली.

'डॅड सरळ, थेट काहीच सांगत नसत. त्यांचे सगळे निरोप मॉमच्या थ्रू' – सॉनयाला अजूनही ती अप्रत्यक्ष संभाषणाची तिरपीट आठवते, 'मोठ्ठं भांडण झालं, डॅडनी काहीतरी सीन क्रिएट केला; की रात्री मॉम माझी समजूत घालत बसायची. डॅडचं कसं तुझ्यावर प्रेम आहे, तरीही ते तुझ्या भल्यासाठीच कसे रागावतात... वगैरे. मीही माझे अनेक 'निरोप' मॉमच्या थ्रूच डॅडपर्यंत पोचवत असे. जॉब लागताक्षणी स्वतंत्र अपार्टमेन्ट रेन्ट करण्याचा माझा डिसिजन मॉमनेच परस्पर डॅडना सांगितला होता आणि तिला स्वत:ला तो अजिबात पटलेला नव्हता, तरीदेखील डॅडना तिने बरोबर पटवून दिलं होतं.'

आई-वडील आणि त्यांची मुलं या (परिस्थितीनुरूप) तिरपागड्या (झालेल्या) त्रिकुटाला टोचणारा आणखी एक चौथा कोन होता.

अंकल-आन्टीच्या पिढीचा नॉस्टॅल्जिया सुखावण्यासाठी अमेरिकेत वाढलेल्या कोवळ्या मुलींकडून 'म्हातारा इतुका नि अवघे पाऊणशे वयमान' असली मराठी नाट्यगीतं गाऊन घेणारे महाराष्ट्र मंडळांचे कार्यक्रम... आणि भारतातून येऊन, यथास्थित पाहुणचार घेऊन परत जाताना 'तुमची मुलं मराठी भाषा विसरलीच आहेत, आता ती आपले संस्कारही विसरणार' अशी शापवाणी उच्चारणारे पाहुणे.

आपला देश, आपली संस्कृती, भाषा, आई-वडील या साऱ्यांना सोडून दूरदेशी आलो हा खरं तर 'द्रोह'च झाला, असं (मनातल्या मनात) मानण्याचा तो काळ. त्या द्रोहाच्या अपराधीपणाचा डंख आतून टोचत असताना 'आपल्या मुलांना मराठी बोलता येत नाही. त्यांना शुभंकरोती म्हणण्याची लाज वाटते' हा घाव जिव्हारी झोंबणारा असे. शिवाय त्या उघड्या जखमेवर नेमकी वेळ साधून मीठ चोळणारे पाहुणे. नातेवाईक.

काहींनी हे टोमणे भलतेच मनावर घेतले.

काही विचारी आई-वडिलांना अर्धवट वयातल्या मुलांवर इथे कसले संस्कार होतील; याची खरंच काळजी वाटत होती. मोठे होणारे मुलगे, वयात येऊ घातलेल्या मुली... बाहेर ड्रग्जचा इतका बोलबाला, शिवाय टीनएज प्रेग्नन्सीची वाढती प्रकरणं.

काही कुटुंबांमध्ये मुलांना आजी-आजोबांकडे भारतात पाठवण्याचा निर्णय झाला. घरच्या चार माणसांत, चुलत भावंडांच्या संगतीत राहातील, चांगले संस्कार घेतील आणि धांदरलेपणाचं वय सरलं की अमेरिकेत परत येतील (किंवा तोवर आपणच 'तिकडे' जाऊ) असा सरळ हिशेब होता.

– पण त्यातून प्रश्न सुटण्याऐवजी अधिकच गुंतागुंतीचा झाला.

एकतर आजी-आजोबांच्या घरात मुलं रुळली नाहीत. भावंडांमध्ये त्यांच्या 'विचित्र' वागण्या-बोलण्याची टिंगल झाली. शाळेत तर सगळंच वेगळं होतं. शिवाय खाणं-पिणं-हवामान निराळं.

– आणि 'इकडे' अमेरिकेतल्या घराचा जीव टांगणीला... 'तिकडे' कसं होईल मुलांचं? राहातील का नीट?...'

'टु टेल यू द टुथ, भारतात शिकायला गेलो; तेव्हा माझा आयडेन्टिटी क्रायसिस एकदम सुटला'– नील सांगत होता, 'अमेरिकत असताना आय युज्ड टु क्वेश्चन मायसेल्फ : हू ॲम आय? ॲन इंडियन? ऑर अमेरिकन? – पण भारतात गेल्यावर माझं मलाच पक्कं समजलं, की मी 'अमेरिकन'च आहे. भारतातून आलेल्या आई–वडिलांच्या पोटी माझा जन्म झाला एवढंच; बाकी माझ्या वागण्या-बोलण्याची, विचार करण्याची रीत अमेरिकनच आहे. सो, डॅडची इच्छा होती, की मी पाच वर्षांनी 'इंडियन' होऊन परत यावं. पण मी दुसऱ्याच वर्षी परत आलो; ॲण्ड आय वॉज अमेरिकन इनसाईड-आऊट!'

मोजके अपवाद सोडले; तर हे प्रयोग यशस्वी झाले नाहीत. उलट आधीच दोन विभिन्न संस्कृतींच्या कचाट्यात सापडलेल्या मुलांच्या मनात आणखी एक नकोशी निरगाठ बसली.

मॉम-डॅडबरोबर अपूर्वाईच्या 'इंडिया व्हिजिट'ला गेलेल्या (किंवा जबरदस्तीने नेलेल्या) मुलांच्या डोक्यात आणखीच नवा चिखल तयार झाला.

१९८५च्या आसपासच्या भारतातला मध्यमवर्ग स्वतःच 'अमेरिकन' होण्याच्या नादाने पछाडलेला होता. 'आमची नातवंडं घरातसुद्धा इंग्रजीच बोलतात' असं अभिमानयुक्त कौतुकाने सांगणारे आजी-आजोबा आणि दारूला 'ड्रिंक्स'ची प्रतिष्ठा देऊन बैठकीच्या खोलीत 'पार्टी'चा सरंजाम मांडणारे डॅड-मॉम भारतीय घरांमध्ये वावरू लागले होते. तरुण मुलींचे उघडे खांदे आणि उघड्या खोल गळ्यातून खाली उतरणाऱ्या वळणदार रेघा मिरवण्याचे दिवस आले होते. वागणं-बोलणं 'सैल' झालं होतं.

अमेरिकेतून आलेल्या मॉम-डॅडचंच डोकं गरगरवून टाकणारी परिस्थिती; त्यांची मुलं तर हबकलीच.

अमेरिकेतल्या घरात कानीकपाळी आदळणारे 'इंडियन' असण्याचे नीतिनियम प्रत्यक्ष इंडियातच जमीनदोस्त झाले होते.

मिसरूड फुटलेली भारतातली चुलत भावंडं सिगारेटी पीत होती. अमेरिकन 'कझिन्स'समोर भाव मारण्याकरता 'हाऊ वी एन्जॉईड सेक्स' हेही रंगवून सांगत होती. अमेरिकेतून आलेल्या भाच्या-पुतण्याला 'सवय' असेलच; म्हणून काका-मामा

अगदी सहज 'घे रे तू... वी वोन्ट माईन्ड' अशी खात्री देत बियर ऑफर करत होते.

अमेरिकेत जन्मलेल्या मुलांच्या मनात कधीचा एक प्रश्न टोचत होता; या अशा अनुभवांनी तो आणखीच टोकदार झाला –

'व्हॉट इज 'इंडियन'?'

'भारतीय' असणं म्हणजे नेमकं काय?

आई-वडिलांनी याचा कधी विचारच केला नव्हता. त्यांच्या दृष्टीने 'इंडियन' असणं हे शब्दांत सांगता येणार नाही, असं एक 'फिलिंग' होतं, आतड्यातून गुंतलेली अभिमानाची भावना होती, रूप-रंग-रस-गंधांच्या आठवणींनी भूतकाळाशी जोडलेलं ते एक सुंदर नातं होतं.

काळ बदलला. संदर्भ बदलले. तरी त्यांच्या मनात जो आपण मागे सोडून आलो; तो १९६०-६५ मधला भारतच रुंजी घालत होता. या स्मरणरंजनाला प्रत्यक्ष अनुभवाने धक्के दिले. आणि प्रत्येक गोष्टीचं 'रिझनिंग' मागणाऱ्या मुलांनी वर्मावरच घाव घालणारे प्रश्न विचारायला सुरुवात केली.

हळूहळू अंतर पडत होतं.

ते पडणार, वाढणार... आयुष्यभर राहाणार याची समजूतही येऊ लागली होती.

– तरीही आपली मुलं 'आपलं' संगीत एन्जॉय करू शकत नाहीत, त्यांना 'आपलं' नाटक आवडत नाही, 'आपल्या' साहित्यात त्यांना रस नाही; हे सारं स्वीकारणं अत्यंत क्लेशकारक होतं.

शिकागोला राहाणाऱ्या एका वाचनवेड्या गृहस्थांनी बोलता बोलता त्यांच्या मनातला एक व्रण उघडा करून दाखवला.

बऱ्याच वर्षांपूर्वीची गोष्ट.

खुद्द पु. ल. देशपांडे त्यांच्या घरी आले होते. आयुष्यातला इतका अपूर्वाईचा क्षण. त्यांनी झाडून सगळ्या स्नेहीसोबत्यांना आमंत्रणं धाडली. शेकडो मैल ड्रायव्हिंग करून यार-दोस्त जमले. घराच्या बेसमेन्टमध्ये अख्खी रात्र पु.लं.शी गप्पागोष्टींची मैफल झाली. किस्से... कहाण्या... गप्पा... नुस्ती धम्माल!

दुसऱ्या दिवशी रविवार. सकाळी ब्रेकफास्टचं टेबल सजत होतं. पु.ल. अजून खाली यायचे होते. तेवढ्यात डोळे चोळत ब्रेकफास्टसाठी आलेल्या कन्यकेने या गृहस्थांना विचारलं,

'डॅड, हू इज धिस पु.ल. गाय? ॲण्ड व्हाय यू पीपल वेअर गोईंग मॅड ओव्हर हिम लास्ट नाईट?'

'डोळ्यांत पाणीच आलं माझ्या. हा कसला प्रश्न? तोही पोटच्या मुलीने विचारावा? पुलंच्या पुस्तकांवर, त्यांच्या गाण्या-भाषणांवर वाढलो मी. ते स्वत: माझ्या घरी आलेले, आणि...'

– इतकी वर्षं उलटून गेली; तरी अजून मनाशी चरचरणाऱ्या त्या प्रसंगाचं वर्णन करताना शब्द सापडत नव्हते...

शब्दात सांगता न येणारे असे किती घाव. दोन्ही पिढ्यांनी कळत-नकळत एकमेकांना असं बोचकारलं.

आपण जीव तोडून कष्ट करायचे ते आपल्या मुलांसाठी.

पोटाला चिमटा घेऊन, हौसमौज बाजूला ठेवून चार पैसे शिल्लक टाकायचे ते मुलांना उपयोगी पडावेत म्हणून.

घर-गाडी अशा सगळ्या सुखसोयी उभारायच्या त्या मुलांना सुखाने जगता यावं म्हणून.

– या 'भारतीय' संस्कारात वाढलेले आई-वडील. मुलांसाठी इतक्या कष्टाने एवढं सगळं सज्ज करून ठेवलेलं; पण शाळकरी वयातच मुलं घराबाहेर पडण्याची भाषा करू लागल्यावर सारे हबकले.

मुलं अमेरिकेत वाढलेली.

त्यातून टीन-एजर्स.

घराबाहेर पडून स्वतःच्या पायावर उभं राहायचं, हा मुलांच्या 'अमेरिकन' आयुष्यातला अपरिहार्य टप्पा होता. आई-वडिलांच्या पैशावर जगणं, त्यांच्या 'फेवर्स' घेणं हे अपमानास्पद, कमीपणाचं मानणाऱ्या 'टीन एजर्स कल्चर'चा ही मुलं भाग होती.

आई-वडिलांची अवस्था बिकट झाली. स्वतःचं कुटुंब मागे ठेवून दूरदेशी आलेली ही एकटीदुकटी माणसं; आता पोटची मुलंही पंख फुटण्याआधीच घरट्यातून उडून जाण्याचे बेत करत होती.

– मग या 'पाखरांना' रोखून धरण्याचा धडपडाट सुरू झाला. पण शोभा चित्रे म्हणतात, तसा पाखरांचा निश्चय पक्का होता.

त्या लिहितात,-

''बारावीतला कांचनचा मुलगा सांगत होता, 'आता मी ड्रायव्हिंग करतो. ममीनं प्रॉमिस केलंय, की मी कॉलेजसाठी बाहेर न जाता इथल्याच कॉलेजमध्ये ॲडमिशन घेतली, तर मी मागेन ती कार ती मला घेऊन देईल.' हे ऐकताच माझा धाकटा मुलगा – वय वर्ष दहा – म्हणाला, 'नवीन कारच काय, पण आणखी काहीही मिळालं, तरी मी इथे राहाणार नाही. मला टेक्ससला जायचंय. तिथे राहायचंय. आणि पहिली कार घ्यायची ती ममी-डॅडींकडून कशाला? मी जुनी घेईन, पण स्वतःच्याच पैशांनी घेईन.''

• •

मुलं घरट्याबाहेर झेप घेण्याच्या वयात आली होती.

– तोवर दोन पिढ्यांमधली 'युद्धभूमी'ही नक्की झाली होती.

मुलांना अव्वल यश मिळवण्याचा अवसर देणाऱ्या अमेरिकन शिक्षण पद्धतीवर पालकांचा भरवसा होता; पण त्याबरोबर अपरिहार्यपणे येणाऱ्या अमेरिकन जीवन-पद्धतीच्या प्रभावाची छाया मुलांवर पडू नये अशी त्यांची इच्छा होती. डान्स, डेटिंग (म्हणजे सेक्स), ड्रग्ज आणि (अखेरीस) डिवोर्स या चार 'डी'पासून आपल्या मुलांना वाचवण्यासाठी त्यांनी भारतीय संस्कृतीची इंजेक्शनं टोचण्याची धडपड केली - ती बहुतांशी व्यर्थ गेली.

घराबाहेर पडल्यावर गरजेपुरतं 'अमेरिकन' होणं आणि अत्यावश्यक तेव्हा 'इंडियन' असणं ही आई-वडिलांच्या पिढीने बेमालूम जमवलेली कसरत मुलांनी नाकारली; कारण हा आपली 'एथनिक् आयडेन्टिटी' जपण्याचा प्रयत्न नसून ही शुद्ध 'हिपोक्रसी' आहे, असा मुलांचा आक्षेप होता.

अमेरिकेत येऊन, इथे राहून आपले आई-वडील कधीच पुरते 'अमेरिकन' झाले नाहीत, त्यामुळे त्यांना खरा 'अमेरिकन वे ऑफ लाईफ' ठाऊकच नाही; हे इंगित मुलांनी ओळखलं होतं. 'अमेरिकन' ते सगळं वाईट आणि 'इंडियन' ते सगळं उत्तम हे सरळसोट समीकरण या मुलांनी नाकारलं... 'इमोशनल ब्लॅकमेलिंग'ला बळी पडण्यास स्वच्छ नकार दिला आणि आपली नाळ तोडून घेतली.

रक्त सांडणं अपरिहार्यच होतं.

■

'कॉलेजचं पहिलं वर्ष. मी 'फ्रेशमन' होते. नुकती घराबाहेर पडलेली. मुक्त. स्वतंत्र. एकटी... ॲण्ड देअर वॉज दॅट ऑकवर्ड, पॅशनेट अटेम्प्ट टु एक्सपिरियन्स मायसेल्फ ॲज अ सेक्शुअल बीईंग. अधीरलं होतं मन आणि शरीरही... म्हणून 'त्या' रात्री स्टेक ॲण्ड डेसिकेटेड पोटॅटोज्चं डीनर झाल्यावर माझा उंच- निंच, रुबाबदार, हॅण्डसम स्कॉटिश बॉय-फ्रेंड जेम्स मला त्याच्या युनिव्हर्सिटीतल्या डॉर्ममध्ये घेऊन गेला तेव्हा माझा जीव धाडधाड उडत होता. आयुष्यात पहिल्यांदाच साडेसहा फूट उंचीच्या तरुणा-बरोबर त्याचा सिंगल बेड शेअर करत होते मी. आम्ही शेजारी शेजारी झोपलो.

...एवढंच आठवतं, की रात्रभर आम्ही खूप गप्पा मारल्या आणि सकाळी जाग आली तेव्हा मी स्वत:हून त्याच्या कुशीत सरकलेली होते.

सकाळी त्याने मला माझ्या डॉर्मिटरीत सोडलं. आयुष्यातली पहिलीवहिली सुंदर संध्याकाळ अनुभवल्याच्या सुखात तरंगतच होते, तोच मॉमच्या फोनने खाडकन मला जमिनीवर आदळलं. मी माझ्या रूममध्ये परतण्याच्या आत माझ्या 'नाईट आऊट' बद्दल तिला कळलं होतं. माझ्या बॉय-फ्रेंडच्या डॉर्ममधल्या कुणा चायनीज मुलाने त्या रात्री आम्हाला एकत्र पाहिलं आणि ताबडतोब आपल्या मॉमला फोन केला. तिने तात्काळ माझ्या मॉमला फोन केला – ॲण्ड द रेस्ट, ॲज दे से, इज हिस्टरी.'

क्लेरी चाव या चायनीज-अमेरिकन लेखिकेने सांगितलेली तिच्या पहिल्या 'नाईट आऊट'ची ही कहाणी कुणाही मंजिरी, माधुरीची

Aअमेरिका
Bबॉर्न
Cकॉन्फिडन्ट
Dदेसीज्

असावी, इतकी 'इंडियन' आहे.

'लीवींग डीप वॉटर' या आपल्या पुस्तकात क्लेरी लिहिते, 'द आयरॉनिक पार्ट ऑफ धिस होल स्टोरी इज दॅट, जेम्स ॲण्ड आय, व्हाईल शेअरिंग ॲन इन्टीमेट नाईट टुगेदर, हॅड नॉट ॲक्चुअली मेड लव्ह.'

– पण घरात मोठ्ठा तमाशा उभा राहिला. आपल्या मुलीने दुसऱ्या मुलाबरोबर 'रात्र घालवली' हा तपशील 'त्या रात्री 'ॲक्चुअली' काय झालं/झालं नाही' यापेक्षा भलताच स्फोटक होता.

क्लेरी लिहिते, 'माझ्या बरोबरच्या बाकीच्या मुलींचं 'सेक्स लाईफ' सुरू होऊन काळ लोटला होता. त्यांच्या 'नाईट आऊटस्'चे रोमॅन्टिक, पॅशनेट तपशील ऐकताना मला मनाशी खंत वाटे. पण प्रत्यक्षात माझ्या आयुष्यात 'ती रात्र' आली तेव्हा मात्र 'मर्यादा' ओलांडायला आतुरलेलं माझं शरीर अवघडल्या, विचित्र अवस्थेत कोमेजून, आक्रसून गेलं... समथिंग हेल्ड मी बॅक. भीती, नैतिकतेच्या कल्पना, प्रतिष्ठेचे प्रश्न... नक्की काय ते त्या क्षणी मी सांगू शकले नाही, बट जेम्स न्यू धिस ॲण्ड ही मॅनेज्ड टु ऑनर माय विशेस.'

क्लेरीच्या तरुण 'सेकण्ड जनरेशन इमिग्रन्ट' मनात खरा संघर्ष उभा राहिला तो यापुढेच. आपलं 'आक्रसलेपण' समजून घेणाऱ्या बॉयफ्रेंडबद्दल आधी कृतज्ञ असलेल्या तिच्या मनात नवी खुटखुट सुरू झाली – तो असं का वागला असेल? जस्ट बिकॉज आय ॲम 'डिफरन्ट'? एशियन?

क्लेरी लिहिते,

'मी एशियन अमेरिकन आहे म्हणजे स्वत:च्या भावना मारून, कोंडून, घुसमटत जगणारी गरीब बिचारी 'व्हर्जिन' असणार या नजरेने सगळे माझ्याकडे पाहातात; हे मला बिल्कूल आवडत नसे... पण मनात-शरीरात 'इच्छा' उफाळूनसुद्धा पाऊल पुढे टाकण्याची हिंमत होत नसे, हे खरं.'

नुकती वयात आलेली तरुण मुलं-मुली या असल्या विचित्र कुतरओढीशी झगडत होती; आणि त्यांचे आई-वडील मात्र संस्कृती संवर्धनाची सारी धडपड विफल झाल्याच्या धुमसत्या हताशेत सदेह जळत होते.

प्रश्न 'संस्कृती-संघर्षा'चा होता,

त्याहून अधिक 'कम्युनिकेशन गॅप'चा होता.

ज्याबद्दल मुलांनी एक अक्षर न बोलता फक्त 'ऐकून घ्यावं' (आणि त्याप्रमाणे वागावं) असा हट्ट होता; ते विषय दोन :

डेटिंग आणि ड्रग्ज!

'स्त्री-पुरुषांची शारीरिक सलगी हा रीतिरिवाजांच्या, धार्मिक संस्कारांच्या अनुमतीने

सुरू होणारा आणि वंशसातत्यासाठी आवश्यक असणारा टप्पा आहे' असं मानणारी पूर्वेची 'अ-शरीर' संस्कृती.

आणि स्वत:च्या शरीरासह सारे अनुभव उत्कटतेने 'एक्स्प्लोअर' करण्याच्या सूत्राभोवती गुंफलेली पश्चिमेची जीवनरीत.

– यात समान सूत्र शोधणं अशक्य होतं.

हा संघर्ष केवळ व्यक्तिगत पातळीवरच्या नैतिक पावित्र्य-अपावित्र्याशी जोडलेला नव्हता.

पूर्वेकडच्या देशांमधून आलेल्या लोकांसाठी स्वत:चं जगणं स्वत:च्या मनाप्रमाणे आखण्याला मुभा नव्हती. समुदायाने, कुटुंबाने ठरवून दिलेल्या प्रतिष्ठेच्या चौकटी-बरहुकूम आपलं जगणं बेतून घेणं, हा पूर्वेकडल्या सुसंस्कृततेचा निकष होता. या चौकटींमध्ये स्त्री-पुरुषांचं लैंगिक जीवन 'लग्ना'च्या सूत्राभोवती बांधलेलं होतं. ज्याचं परिवर्तन लग्नात आणि मुलं (मुलगा) जन्माला घालण्यात होणार नाही; अशा कोणत्याही लैंगिक संबंधांना या चौकटीत थारा नव्हता. त्यामुळे 'सेल्फ डिस्कव्हरी'चा एक अपरिहार्य भाग म्हणून लैंगिक अनुभवांसाठी उत्सुक असलेल्या मुला-मुलींची भूमिका 'समजून घेणं' त्यांच्या आईवडिलांसाठी अवघड होतं.

समजून 'घेणं' अवघड,

समजून 'सांगणं' तर केवळ अशक्य!

घराबाहेर वावरताना आलेले वंशभेदाचे विखारी अनुभव, आपल्यात काहीतरी 'कमी' असल्याच्या जाणीवेने सतत पोखरणारा न्यूनगंडाचा भुंगा आणि कधी चोरून घेतलेले, तर कधी इच्छा असूनही घेता न आलेले लैंगिक अनुभव या गोष्टींबद्दल घरात मोकळेपणाने 'बोलणं' मुलांसाठी केवळ अशक्यच होतं.

'...माय मॉम वुड हॅव डाईड ऑन दॅट व्हेरी सेकंद, इफ आय हॅड टेल हर समथिंग लाईक धिस'– सॉनया सांगते.

घरी कानोकान खबर लागू न देता व्यक्तिगत आयुष्यात स्वत:साठी 'स्पेस' तयार करण्याची ही धडपड अनेक मुलांच्या नशिबी आली; पण त्यातही तरुण मुलग्यांची अवस्था बरी होती. मुलगे 'घराबाहेर' काय करतात, याकडे फार कुणाचं लक्ष नसे; पण तरुण मुलगी – तीही अमेरिकेत वाढणारी – म्हणजे तळहातीचा निखाराच! घरात रणकंदन माजवणारी खरी युद्धं लढावी लागली ती तरुण मुलींना!

दोन पिढ्यांमधल्या या संघर्षाला 'सांस्कृतिक झगड्या'चा रंग चढवला गेला, पूर्व आणि पश्चिमेच्या जीवनमूल्यांची टक्कर या दृष्टिकोनातून चर्चा-वादविवादांचे फड रंगले; पण खरा एकमेव आणि अंतस्थ मुद्दा होता –

'सेक्शुअल कन्ट्रोल ऑफ युथ!'

'इमिग्रन्ट स्टडिज्'च्या बहुतेक अभ्यासकांनी या निष्कर्षाकडे निर्देश केला आहे.

या संदर्भातले बहुतेक सारे अभ्यास आशियाई देशांमधून आलेल्या 'इमिग्रन्ट कम्युनिटी'चा एकत्र विचार करणारे आहेत.

– पण जरा जास्त चाचपणी केली आणि भूतकाळाचे संदर्भ बारकाईने तपासून पाहिले; तर लक्षात येतं, की 'लैंगिक स्वातंत्र्या'च्या मुद्द्याभोवती फिरणाऱ्या या वादळवाऱ्यांमध्ये भारतीयांची बहुतेक घरं सुखरूप टिकून राहिली.

किरकोळ पडझडीच्या दुखापती सोसाव्या लागल्या; तो अपवाद. पण या वादंगाची झळ लागून कुटुंबं भस्मसात झाल्याचे प्रसंग फारसे आले नाहीत.

याला कारणं दोन.

एक म्हणजे अमेरिकेत स्थलान्तरित झालेले भारतीय पालक उच्चशिक्षित होते. अपवाद वगळता 'संवादाचे, विश्वासाचे पूल' उभारून परक्या संस्कृतीत वाढणाऱ्या मुला-मुलींना भरकटू न देण्याची कसरत त्यांना जमवता आली.

– आणि त्याहून महत्त्वाचं दुसरं कारण म्हणजे भारतीय घरांमधल्या मुला-मुलींनाही आपलं आयुष्य ठामठोक आधारावर उभं करण्याची गरज समजलेली होती... त्यामुळे क्वचित पाऊल घसरलं; तरी वाट चुकली नाही.

उच्चशिक्षित, सुसंस्कृत मराठी घरांमध्ये सर्वसाधारणत: परिस्थिती नियंत्रणात राहिली; कारण या कुटुंबांनी आपल्या मुलांमध्ये रुजवलेली अभ्यासाची, शिक्षणाची तळमळ. आई-वडील आपल्या उद्योग-व्यवसायात स्थिरावलेले होते. मुलांशी सतत संवादाची निकड त्यांना जाणवलेली होती आणि उत्तम शिक्षणाचा भक्कम पाया असल्याखेरीज या परक्या देशात आपल्या मुलांचा टिकाव लागणं शक्य नाही; याची जाणीवही सर्वांनाच होती.

मुलं वयात आली; तरीही ज्या कुटुंबातले आई-वडील स्वत:च चाचपडत होते; त्यातल्या बहुतेकांना मात्र तोल सावरणं अशक्य झालं. ज्यांनी स्वत:च्या डोळ्यावर झापड लावून मुलांना काचात ठेवण्याचा हट्ट केला; त्यांच्याही हाताला अपयशच आलं.

दुसरी पिढी पहिल्या पिढीच्या छायेतून बाहेर पडत होती; त्या कालखंडावर काहीशा आक्रसलेपणाचं हे सावट पडलेलं स्पष्ट दिसतं.

डेटिंग आणि ड्रग्ज या दोन राक्षसांची दहशत मनामध्ये होती हे खरं, पण बहुतांश मराठी कुटुंबं संवाद आणि संस्कारांच्या बळावर सुखरूप तरून गेली.

दोन पिढ्यांमध्ये खरा झगडा उभा राहिला तो वेगळ्याच मुद्द्यावर – करिअर!

अमेरिकेत वाढलेली चौदा-पंधरा वर्षांची मुलगी कोणत्या युनिव्हर्सिटीत शिकायला जायचं आणि कोणते विषय 'मेजर' म्हणून घ्यायचे हे ठरवण्याला लायक असू शकते, यावर भारतीय आई-वडिलांचा विश्वास बसणं मुश्कील होतं.

आपल्याच नादात बेदरकार असणारा, बंद खोलीत 'बीटल्स' ऐकणारा, फारसं काही न बोलणारा ताडमाड वाढलेला मुलगा इंजिनिअरिंग, मेडिसीन किंवा एम.बी.ए. सोडून चौथंच काहीतरी 'करिअर' म्हणून करणार म्हणतो, हेही मान्य होणं अशक्य होतं.

वंशभेदाच्या चटक्यांनी होरपळलेल्या, टांगत्या तलवारीखाली जगल्यासारखं आयुष्य काढलेल्या आई-वडिलांच्या दृष्टीने 'या परक्या समाजात प्रतिष्ठा मिळवून देईल आणि गडगंज पैसा कमावण्याचं खात्रीशीर साधन देईल' ते शिक्षण एवढा एकच पर्याय होता.

अमेरिकन शिक्षण व्यवस्थेत वाढलेली आणि अपवाद वगळता उत्तम ग्रेडस् मिळवणारी त्यांची मुलं 'आपल्याला मनापासून जे आवडतं तेच' करण्यावर ठाम होती. 'सामाजिक प्रतिष्ठा' आणि 'पैसे' हे निकष लावून आपल्या आयुष्याचा निर्णय करू पाहाणारे आई-वडील या मुलांना जुनाट, मागासलेले, 'टिपिकल इंडियन' वाटत होते. या मुलांच्या आनंदाच्या कल्पना केवळ 'अधिक' पैसे मिळवण्याशी निगडीत नव्हत्या.

आपल्या कातडीचा रंग वेगळा असल्यामुळे होणारं 'डिस्क्रिमिनेशन' ही वस्तुस्थिती आहे; आणि या वास्तवाचा सामना आपल्याला आयुष्यभर करावा लागणार, याची समजूतही एव्हाना या मुलांना आली होती. अधिक कष्ट केले, अधिक पैसे मिळवले म्हणजे वर्णभेदाच्या शापापासून आपल्याला मुक्ती मिळेल या आशेने गुराढोरांसारखं अखंड राबणं हा (आपल्या आईवडिलांच्या पिढीने केलेला) मूर्खपणा आहे, असंही त्यांचं ठाम मत होतं.

'व्हेन इंडियन पेरेन्टस् से 'सक्सेस', दे मीन 'मनी'.'– अशा थेट शब्दात या संघर्षाच्या मुळाशी जाणारा एक भारतीय तरुण पद्मा रंगास्वामींच्या अभ्यासात ('नमस्ते इंडिया') भेटतो.

व्यक्तिगत आयुष्यातलं यश, आनंद सरसकट 'पैशा'त मोजण्याची ही धारणा मान्य नसणाऱ्या बहुतांश मुलांनी 'दूर'च्या युनिव्हर्सिटीत शिकायला जाण्याचं निमित्त करून घुसमटल्या घरातून पळ काढला.

यात आई-वडिलांपासून दूर जाण्याची आस तर होतीच; पण त्यापेक्षा सतत आपल्यावर 'नजर' ठेवून असणाऱ्या अंकल-आन्टींच्या तावडीतून सुटल्याचा नि:श्वासही होता.

– पण हे 'घराबाहेर पडणं' हा एका लढाईचा शेवट असला; तरी तो दुसऱ्या युद्धाचा प्रारंभ आहे, हे युनिव्हर्सिटीच्या कॅम्पसवर आल्यानंतरच लक्षात आलं.

घरातून बाहेर पडलेली ही तरुण मुलं आई-वडिलांच्या दृष्टीने भारतीय रीतीभाती झुगारून दिलेली, स्वातंत्र्याचा हट्ट धरणारी... म्हणजेच पूर्णत: 'अमेरिकन' झालेली

– म्हणून ‘प्रॉब्लेमेटिक’– होती.

– पण युनिव्हर्सिटी कॅम्पसवरल्या इतर मुलांच्या नजरेत ही मुलं आई-वडिलांच्या धाकात जगणारी, ‘सेक्स’ला पाप मानणारी, ‘ड्रिंक्स’ना हात न लावणारी, सारखा अभ्यास करणारी टिपिकल इंडियन – म्हणून जरा नकोशीच – होती.

या प्रारंभीच्या नकाराने गडबडलेली इंडियन इमिग्रन्ट मुलं आपसुक एकत्र आली... आणि मराठी-तेलगू-पंजाबी-गुजराथी असोसिएशन्सचा गोतावळा जमवणाऱ्या आपल्या आईवडिलांवर नाराज असणाऱ्या या मुलांना स्वतःचाच एक ‘इंडियन ग्रुप’ बनवणं आवश्यक झालं. नकळत उभ्या राहिलेल्या या कम्युनिटी सपोर्ट स्ट्रक्चरचा आधार वाटू लागला.

‘आयडेन्टिटी’ची ही खिचडी समजून घ्यायला जेवढी कठीण, त्याहीपेक्षा ते जगणं जास्त किचकट, गुंतागुंतीचं होतं.

घरी आई-वडिलांनी ठरवलेला ‘स्टिरिओ-टाईप’ झुगारून स्वतःची ‘अमेरिकन’ ओळख घडवायला निघालेल्या या मुलांच्या डोक्यावर युनिव्हर्सिटी कॅम्पसमध्ये एक तिसरंच ‘लेबल’ चिकटलं –

‘एक्झॉटिक, मिस्टेरियस इंडियन्स!’

अमेरिकेतल्या मेनस्ट्रीम मिडियासाठी बनवलेल्या ‘मिसिसिपी मसाला’सारख्या सिनेमांमधून अमेरिकेत जन्मलेल्या भारतीय वंशाच्या तरुण-तरुणींची एक गूढ, गुंतागुंतीची प्रतिमा उभी केली जात होती.

एशियन इंडियन्स हे सामाजिक चौकटींना घाबरून, स्वतःचं मन मारून जगणारे, शरीराची भूक भागवता न आल्याने चडफडणारे प्राणी असतात; असा एक लोकप्रिय समज होता. त्याच्या जोडीला दुसरं चित्र होतं ते थेट वात्स्यायनाच्या ‘कामसूत्रा’चंच. ब्राऊन स्कीन असलेल्या भारतीयांची लैंगिक संस्कृती फारच ‘एक्झॉटिक’ असते, हे ज्ञान अमेरिकेला नुकतंच झालं होतं.

या गुंतागुंतीत अडकलेल्या इमिग्रन्ट विद्यार्थ्यांनी आपलं स्वतःचं सपोर्ट स्ट्रक्चर उभं केलं आणि ‘अमेरिकन’ होण्याचा निश्चय बाजूला ठेऊन ‘साऊथ एशियन स्टुडण्ट कम्युनिटी’चा हिस्सा बनण्याचा सोयीस्कर पर्याय स्वीकारला.

‘इंडियन’ आई-वडिलांच्या पोटी जन्माला आलेली, ‘इंडियन’ असणं नाकारून ‘अमेरिकन’असं लेबल घेऊन घरातून बाहेर पडलेली ही मुलं युनिव्हर्सिटी कॅम्पसवर मात्र पुन्हा ‘एशियन इंडियन्स’ म्हणून जगू लागली.

‘आय वॉज ऑल्वेज द ‘अमेरिकन ॲक्टिंग इंडियन –’ इन द इंडियन क्राऊड ॲण्ड वॉज ऑलवेज ॲटोमॅटिकली असोसिएटेड विथ इंडियन क्राऊड बाय अमेरिकन्स’– ही द्विधा त्यातून न गेलेल्या मर्त्य जीवांना उमजणं अशक्य आहे.

– पण याच काळात आणखी एक महत्त्वाची गोष्ट घडली : इमिग्रन्ट, एथनिक

स्टडिज्!

आजवर व्यक्तिगत पातळीवर जे अनुभवलं, सोसलं होतं; त्याचा अभ्यास सुरू झाला. चिनी, जपानी, फिलिपिनो, लॅटीनो, आफ्रिकन अशा वेगवेगळ्या इमिग्रन्ट गटातल्या सहाध्यायींशी संपर्क वाढला. चर्चा घडू लागल्या. अनुभवांची देवाणघेवाण सुरू झाली. इतके दिवस केवळ 'व्यक्तिगत' पातळीवर हाताळलेल्या वंशभेदाच्या प्रश्नाचे सामाजिक-राजकीय संदर्भ अमेरिकेसारख्या देशात किती महत्त्वाचे, किती व्यापक आहेत; याचीही जाणीव झाली.

आपल्या 'वांशिक वेगळेपणा'चं वास्तव स्वीकारून बहुतेकांनी श्वास चोंदून धरणारे संभ्रमाचे बोळे काढले आणि पाणी वाहातं केलं. अमेरिकेतल्या भारतीयांच्या दुसऱ्या पिढीला प्रथमच स्वत:ची इतकी खरी आणि स्वच्छ ओळख होत होती.

'आय नो, आय ॲम ॲन अमेरिकन. माझा जन्म या देशात झाला. मी इथेच वाढलो/ले. माझ्या विचारांची पद्धत अमेरिकन आहे. हा देश हीच माझी मायभूमी आहे... बट आय नो, दॅट माय रूट्स आर इन इंडिया.'– असं स्वच्छ सांगण्याचा मोकळा आत्मविश्वास बहुतेक तरुण-तरुणींनी युनिव्हर्सिटी कॅम्पसवर कमावल्याच्या नोंदी सर्वच प्रमुख अभ्यासांमध्ये मिळतात.

या टप्प्यावर मुलांच्या डोक्यातले संभ्रमाचे ढग पांगले. अपराधीपणाचा अंश पुसला गेला. 'आई-वडिलांच्या पिढीपासून आपण काही विशिष्ट अंतर राखून असणार, स्वतंत्र आणि वेगळे राहाणार. कितीही प्रयत्न, संघर्ष, झगडे केले तरी आपल्या भूमिका कधीही परस्परांना पटणार नाहीत' ही भूमिकाही याच टप्प्यावर निश्चित होत गेली.

'या काळात मी 'नाही' म्हणायला शिकले'– सॉनया सांगते, 'आई-वडील सांगतात तसं, त्यांना बरं वाटेल असं आपण वागत नाही म्हणजे आपण चुकीचे/दुष्ट आहोत ही गैरसमजूतही मी माझ्या डोक्यातून काढून टाकली.'

एका समर ब्रेकमध्ये सॉनया घरी आली होती; तेव्हा तिने आईला स्पष्ट सांगितलं, 'लुक मॉम, आय हॅव माय ओन डेफिनेशन ऑफ अ गुड डॉटर. आय ॲम गोईंग टू लीव बाय दॅट.'

एका अर्थाने 'तुकडा तोडण्याचा'च हा काळ होता.

● ●

१९९०च्या दशकात आणखी एक वादाचा, तीव्र मतभेदाचा मुद्दा उभा राहिला- मुला-मुलींची लग्नं.

पूर्व आणि पश्चिमेच्या संस्कृतीत टोकाच्या अंतर्विरोधावर उभी असलेली ही संकल्पना.

आई-वडिलांजवळ पूर्वेच्या विवाह संस्कारांचा, वंशसातत्याच्या संकल्पनेचा

वारसा.

तर पश्चिमेत वाढलेल्या मुला-मुलींच्या दृष्टीने 'लग्न' हा फक्त दोन व्यक्तींमधला अतिव्यक्तिगत करार.

मुलांच्या आई-वडिलांना घर सांभाळणारी, कुटुंबाची प्रतिष्ठा राखणारी, नातीगोती जपणारी सुसंस्कृत मुलगी 'सून' म्हणून हवी होती.

– तर मुलाला त्याच्या आवडीची 'जोडीदार'.

मुलीच्या आई-वडिलांना शिकला-सवरला, उत्तम कमावता, घरदार असलेला, मुलीला आयुष्यभर सुखात ठेवील असा कर्तबगार मुलगा 'जावई' म्हणून हवा होता.

– तर मुलीला तिच्या आवडीचा 'जोडीदार'.

प्रारंभीच्या काळात इन्टरेशियल-आंतरवांशिक लग्नांचं प्रमाण मोठं होतं. एकतर गृहस्थाश्रमात पाऊल ठेवायला निघालेल्या मुला-मुलींच्या मनात 'ॲरेंज्ड मॅरेज' कडे जबरदस्तीने ढकलू पाहाणाऱ्या भारतीय (जुनाट) विचारांबद्दल अढी होती. आणि त्यांच्या मित्रमैत्रिणींच्या वर्तुळात गोऱ्या (काळ्यासुद्धा) अमेरिकनांचं प्रमाण मोठं होतं. साहजिकच तरुण वयात जुळलेले 'आकर्षणाचे बंध' लग्नात परिवर्तीत होणं स्वाभाविक होतं.

– मुलांच्या या अशा निर्णयांनी मराठी (खरंतर भारतीय) घरात भूकंप झाले. मुला/मुलीने आपली इच्छा धुडकावून स्वत:च्या मनाप्रमाणे जोडीदार निवडल्याचा पहिला धक्का, शिवाय अमेरिकन जावयाच्या/आफ्रिकन सुनेच्या कुटुंबाशी – त्यांच्या रीतीभाती आणि संस्कारांशी आपलं काहीच नातं जुळू शकणार नाही याची संतप्त हताशा वेगळीच.

दोन व्यक्तींमागोमाग दोन कुटुंबांचं लग्न लावण्याला उत्सुक असलेल्या भारतीय घरांमध्ये या असल्या परक्या नातेसंबंधाचं स्वागत होणं अवघडच होतं.

शिवाय आपल्या मुलांनी गोरे/काळे जोडीदार निवडल्यामुळे 'कम्युनिटी'तल्या प्रतिष्ठेला बाधा... लोक काय म्हणतील? भारतातल्या नातेवाईकांना कसं तोंड दाखवणार? वगैरे चिंता आणि 'सगळं आयुष्यच व्यर्थ गेल्या'ची चरफड – हे सगळं रीतीप्रमाणे झालं.

तरुण मुला-मुलींसाठीही 'लग्ना'च्या निर्णयाशी येणं तितकं सोपं नव्हतं. 'एशियन इंडियन' मुला-मुलींची परस्परांमध्ये 'तसली मैत्री' होणं अशक्य होतं.

अमेरिकन प्रभावाखाली वाढलेल्या, सौंदर्य आणि लैंगिक सुखाच्या अमेरिकन कन्सेप्ट्स् प्रमाण मानणाऱ्या भारतीय वंशाच्या तरुण मुलींना भारतीय/आशियाई तरुण बुटके, बुळे, जेमतेम, बावळट, सो-सो वाटत. नॉट सो ॲट्रॅक्टिव्ह! स्वतंत्र विचार आणि व्यक्तिमत्त्व असलेल्या हुशार, बुद्धिमान मुलींना भारतीय/आशियाई

तरुणांच्या जुनाट, पुरुषी स्वभावाची चीड होती, धास्तीही होती. अमेरिकेत वाढले असले तरी मूळ पीळ कायम असलेले हे तरुण आपल्या बायकोला कधीही सन्मानाची, बरोबरीची वागणूक देणार नाहीत; असा या मुलींचा दाट वहीम होता.

अमेरिकेत वाढलेल्या भारतीय मुलांचा कल आपल्याच कम्युनिटीमधल्या मुलींच्या वाट्याला जाणं टाळण्याकडेच होता.

कारणं दोन.

एक म्हणजे गोऱ्या (अमेरिकन) मुलींबरोबर डेटिंग करण्याचं आकर्षण. शिवाय (अतीच) स्वातंत्र्यवादी भारतीय मुलींच्या स्वभावाची दहशत! 'करिअरिस्ट' असतात, 'अॅग्रेसिव्ह' असतात, फक्त स्वत:चाच विचार करतात...

– पण प्रारंभीचा काळ जाऊन आयुष्याचा जोडीदार निवडण्याची वेळ आल्यावर खरा प्रश्न उभा राहिला.

अमेरिकेत लग्न करणाऱ्या सेकंड जनरेशन इंडियन्सच्या पहिल्या बॅचमध्ये २४.६ टक्के मुलांनी आणि ८.३ टक्के मुलींनी आंतरवंशीय जोडीदार निवडल्याचा निष्कर्ष १९८०च्या दशकातल्या एका पाहणीत नोंदवलेला दिसतो.

अट्टाहासातून केलेल्या प्रारंभीच्या आंतरवंशीय लग्नांचे अनुभव फारसे बरे नव्हते... पुढे पुढे आई-वडिलांनीही चढवलेले आवाज उतरवून निदान याबाबतीत तरी मुलांचं म्हणणं ऐकून घ्यायला सुरुवात केली.

– आणखी एक महत्त्वाचं कारण घडलं.

'अमेरिकन' आयुष्याची आणि त्या संस्कृतीच्या निकषांवर उभारलेल्या 'रिलेशनशिप्स'ची चव घेऊन झाल्यावर भारतीय वंशाच्या मुला-मुलींनाही आयुष्याच्या जोडीदाराचा विचार वेगळ्या दृष्टिकोनातून, शांतपणाने करावासा वाटू लागला.

'आय डोन्ट हॅव एनी प्रॉब्लेम्स विथ माय अमेरिकन गर्लफ्रेंड. बट आय कॅनॉट इमॅजिन हर अॅज माय वाईफ अॅण्ड अॅज मदर ऑफ माय चिल्ड्रन' अशी खुली कबुली देणारे तरुण १९९०च्या दशकात 'इमिग्रन्ट फॅमिली पॅटर्न्स'वर संशोधन करणाऱ्या अभ्यासकांना भेटू लागले.

– सुबहका भुला शामको घर वापस येण्याचं हे पहिलं लक्षण होतं.

आपल्या आयुष्याला ठामठोक आधार देणारं घर, कुटुंब उभं करणं हे 'डेटिंग'च्या प्रासंगिक थ्रिलपेक्षा वेगळं आणि अधिक जबाबदारीचं आहे; याची जाणीव नव्या पिढीत दिसू लागली होती.

– या टप्प्यावर दोन पिढ्यांमधल्या तहाचं आणखी एक पांढरं निशाण रोवलं गेलं. काळ्या आफ्रिकन-कल्लू-सुना/जावई स्वीकारण्याला मन तयार नसलं तरी गोरे अमेरिकन जावई आणि सुनांसाठी मराठी घरांमध्ये स्वागताच्या पायघड्या अंथरल्या जाऊ लागल्या. 'त्यांच्या' पद्धतीने चर्च वेडिंग आणि 'आपल्या' पद्धतीने साग्रसंगीत

लग्न अशा दुहेरी सोहळ्यांची धूम उडाली. अमेरिकन सुनेला/जावयाला आणि त्यांच्या कुटुंबीयांना लग्नविधींचा अर्थ कळावा म्हणून संस्कृत मंत्रांचा अर्थ इंग्रजीत सांगण्याचं कसब असणाऱ्या 'इंटरप्रिटर' गुरुजींना दुप्पट दक्षिणा मिळू लागली.

सोनेरी केसांच्या अमेरिकन मुलींशी किंवा 'अमेरिकनाईज्ड इंडियन' मुलींशी 'डेटिंग' करणाऱ्या मुलांना लग्न करण्यासाठी मात्र भारतात वाढलेली, प्रेमळ, मनमिळाऊ, गृहकृत्यदक्ष मुलगी हवी झाली, तीही याच काळात.

अमेरिकेत वाढलेल्या भारतीय मुलींचा पेच याहून जरा अवघड होता. 'इंटररेशीयल' लग्नाची तयारी नसलेल्या आणि 'कम्युनिटी'तल्या इंडियन मुलाशी लग्नाची कल्पना-सुद्धा मान्य नसलेल्या मुलींची तिशी उलटली; तरी त्यांना 'जोडीदार' मिळेना.

दक्षिण अमेरिकेतल्या 'इंडिया ॲब्रॉड'सारख्या वर्तमानपत्रांची चंगळ सुरू झाली. भारतातल्या वर्तमानपत्रांमध्येही 'एन.आर.आय.' मुला-मुलींसाठी 'वधू/वर पाहिजेत'च्या जाहिराती झळकू लागल्या.

आधी फक्त 'इंडियन' असण्याची अपेक्षा व्यक्त होत होती, पण पुढे तो आग्रह झाला. धर्म, जात, पोटजात... अगदी विशिष्ट पोटशाखांचेसुद्धा उल्लेख 'अपेक्षा' या सदरामध्ये वाढू लागले.

१९९०च्या दशकात 'कम्युनिटी'तल्या मुला-मुलींना परस्परांना भेटण्याची/आजमावण्याची संधी देणारी मॅरेज कन्व्हेन्शन्स (म्हणजे शुद्ध मराठीत वधू-वर मेळावे) आयोजित करण्यात इंडियन असोसिएशन्सचा पुढाकार वाढला.

भारतातल्या नातेवाईकांनी 'शॉर्ट लिस्ट' करून ठेवलेल्या स्थळांची ओळख-परेड करण्यासाठी आठवडाभराची सुटी काढून जायचं आणि जावई/सून (शक्यतो सूनच) पसंत करून – लग्न उरकूनच – परतायचं, हा ट्रेण्ड याच काळातला.

स्थळं पाहून-बघून 'जोडीदार' निवडण्याला असलेला नव्या पिढीचा विरोध मावळल्यावर मग लग्न जमवण्याचा शिस्तशीर व्यवसायच उभा राहिला.

नाव-गाव-रंग-रूप-उंची-वजन-शिक्षण-नोकरी-उत्पन्न या तपशीलाबरोबर धर्म-जात-पोटजात-पत्रिका असा समग्र डाटा कॉम्प्युटरला फीड करून 'मॅचमेकिंग एजन्सी'ज् दुकान मांडून बसल्या.

'ॲरेंज्ड मॅरेज' ही अत्यंत जुनाट, मागासलेली संकल्पना आहे अशी टवाळी करणाऱ्या अमेरिकन समाजातले जाणते लोकही एव्हाना चाळीस-पन्नास वर्षं न मोडता भक्कम टिकून राहाणाऱ्या भारतीय लग्नांकडे आश्चर्यमिश्रीत कुतुहलाने... काहीशा आदराने पाहू लागले होते.

१९९४ सालातल्या मार्च महिन्यात ऑप्रा विन्फ्रे या अमेरिकेतल्या पत्रकार स्त्रीने तिच्या जगप्रसिद्ध टेलिव्हिजन शोमध्ये 'इंडियन ॲरेंज मॅरेज' हा विषय चर्चेला घेतला, आणि अख्ख्या अमेरिकेत चर्चा सुरू झाली.

एका मॅचमेकिंग एजन्सीच्या मदतीने ऑप्रा विन्फ्रेच्या या शोमध्ये इंग्लंडमधला 'भारतीय' मुलगा आणि अमेरिकेतली 'भारतीय' मुलगी यांचा बघण्या-दाखवण्याचा कार्यक्रम चक्क टी.व्ही.च्या कॅमेऱ्यासमोर घडला. अमेरिकेतल्या प्रेक्षकांसाठी हे सगळं अद्‌भुताहून अद्‌भुत होतं.

या कार्यक्रमात तज्ज्ञ म्हणून सहभागी झालेले मानववंशशास्त्राचे एक अमेरिकन प्रोफेसर म्हणाले, 'इट माईट इव्हन बी गुड फॉर अमेरिकन्स टू फॉलो, इफ दे कुड ओन्ली अंडरस्टॅंड इट्स मेरिटस्.'

● ●

परस्परांमधली समजूत वाढली, ताण सैलावले... हे खरं!

पण 'लग्न' या मुद्द्यावरून 'पूर्व' आणि 'पश्चिमे'च्या संस्कृतीशी नातं सांगणाऱ्या दोन पिढ्यांमध्ये उभा राहिलेला प्रश्न पुरता सुटला, असं झालं नाही.

– अगदी आजही नाही.

'खरं सांगू का? – आय ॲम ओके विथ् द रिलेशनशिप्स, हॅविंग बॉयफ्रेंडस ॲंड ऑल; बट आय ॲम रिअली स्केअर्ड ऑफ मॅरेज' – सॉनया सांगते.

या पिढीने आपल्या घरात पाहिलेलं (आई-वडिलांच्या) लग्नाचं चित्र एकतर अपरिहार्यता, सक्तीच्या दोरखंडांनी बांधलेलं, घुसमटलेलं, अस्वस्थ आहे... किंवा मग स्वतःच्या संदर्भात ज्याची कल्पना करणंसुद्धा अशक्य; अशा संपूर्ण त्यागावर, समर्पणावर आधारलेलं.

'देअर इज नो प्लेस फॉर गोईंग रॉंग' – सॉनयाच्या पिढीला डाचणारी भीती; ती हीच!

आयुष्याच्या एका टप्प्यावरचा प्रयोग म्हणून लग्नाचा अनुभव घेऊन पाहाण्याची मुभा, चुकल्यास दुरुस्तीची संधी हे सारं कालौघात आई-वडिलांनी समजून घ्यायला सुरुवात केली आहे. पण या प्रांतातल्या अपघातातून सहज बाहेर पडू शकणारा, नव्या विटीने नवा डाव मांडू शकणारा 'वेस्टर्न माईण्डसेट' आपल्याकडे नाही, हे समजून चुकलेली 'सेकण्ड जनरेशन' मात्र ताक फुंकून पिण्याचं 'इंडियन स्कील' शिकण्याच्या धडपडीत आहे.

पुलाखालून इतकं पाणी वाहून गेलं.

वाद निवले. मतभेदांची धार बोथट झाली. समझोते झाले.

आता तिसऱ्या पिढीचे-नातवंडांचे दिवस आले आहेत.

तरीही अधूनमधून काळजात कळ उठते.

'देशान्तरा'च्या एका निर्णयासाठी आपण, आपल्या मुलांनी किती किंमत मोजली हे आठवून उगीचच डोळे पाणावतात.

...पण मग मिळालेलं यशही दिसतं.
कधी वाटतं, हिशेब बेरजेचाच झाला.
कधी वाटतं, वजावट जरा जास्तच झाली.

● ●

'मास्टर्स करायला म्हणून माझा मुलगा घराबाहेर पडला तोच स्वत:ची कार घेऊन. क्रॉस कंट्री ड्राईव्ह करून एकटा देशाच्या दुसऱ्या टोकाला जाणार म्हणाला, तेव्हाच आपल्या घरट्यातून पाखरू उडून चाललं हे मला जाणवलं होतं. त्याला म्हटलं, 'अवश्य जा. परत यायची वेळ आली; तर तुला घर आहे. आम्ही आहोत,' प्रतिभा कामेरकर सांगतात.

त्यांच्या मुलाने जोडीदार म्हणून अमेरिकन मुलीची निवड केली.

'आमच्या ग्रुपमध्ये अमेरिकन मुलीला डेट करणारा तो पहिलाच. लग्नाआधी ते दोघं एकत्र राहिले. त्या काळात माझा मुलगा 'बिटवीन जॉब्ज्' होता; तर त्याच्या मैत्रिणीने त्या दोघांचं घर चालवलं. हे सगळं समजून घेणं खूप मुश्कील होतं माझ्यासाठी. ती दोघं म्हणत,– 'वी आर नॉट टीनएजर्स. वी वॉन्ट टू मेक कमिटमेन्ट. बट बिफोर दॅट वी वॉन्ट टू सी हाऊ वी ग्रो टुगेदर.'

– पुढे हंगेरियन अमेरिकन सून घरात आली. तिने छान लळा लावला.

या अशा अनुभवातून जाताना पावलापावलावर समजून घेत राहावं लागतं. प्रसंगी मनाला मुरड घालण्याची जरूर असते.

प्रतिभा कामेरकर सांगतात,

'आता माझी हंगेरियन विहीण याच गावात राहाते. पण ती मला जेवायला बोलावणार नाही, भारतात असतो तसा जावयाच्या आईचा मानपान, आगतस्वागत माझ्या वाट्याला येणार नाही; पण तिला बागेची फार आवड आहे. त्यामुळे अधिक महिन्याच्या वाणाऐवजी मला माझ्या बागेकरता नवी रोपं मिळतील. हे असे बंध शोधून जोपासावे लागतात. नवी नाती नव्याने उभारावी लागतात.'

अखंड मन:स्तापातून गेलेल्या स्त्रियांच्या या पिढीने स्वत:मधल्या हळव्या, भावुक 'आई'ची समजूत घालण्याचा प्रयत्न केला. ती धडपड अजूनही चालू आहे.

'– शेवटी काय, मुलांनी सुखात राहाणं, आनंदी असणं महत्त्वाचं. आपणही त्यासाठीच धडपडतो ना शेवटी? इट इज आयदर अवर वे, ऑर देअर वे. त्यांनी त्यांच्या आनंदाचे मार्ग स्वत: शोधले, तर त्यातच आपण आनंद मानावा.'

प्रतिभा कामेरकरांची ही भावना अनेक संदर्भात प्रातिनिधिक म्हणता येईल अशी आहे.

अमेरिकेतल्या बहुतांश मराठी घरांमध्ये आता ही समजूत आणि त्यातून आलेलं

सुख दिसतं.

मुलं वाढत्या वयात होती; तेव्हा संभ्रम पडले. काळजी वाटली. 'कुठून आपला देश सोडला आणि या परक्या मुलुखात आलो' अशा पश्चात्तापाचे चटके बसावेत असे प्रसंगही येऊन गेले.

पण आता इतक्या वर्षांनी निवृत्तीला आलेल्या अमेरिकेतल्या मराठी आई-बाबांना विचारावं, 'अभिमान वाटावा अशी कोणती गोष्ट आहे तुमच्या आयुष्यात?'– तर शंभरातले किमान पंच्याऐंशी जण सांगतात,

'आमची मुलं.'

बहुतेक मराठी कुटुंबांतल्या मुलांनी शैक्षणिक क्षेत्रात उत्तम यश मिळवलं. त्या बळावर उत्तम नोकऱ्या, व्यवसायाच्या संधी कमावल्या. मेडिसिन आणि इंजिनिअरिंगच्या रूढ चाकोऱ्या सोडून वेगळ्या वाटांवर पाय रोवणाऱ्या या पिढीने कितीतरी क्षेत्रांना सहजपणे आपल्या कवेत घेतलं आहे. बिल क्लिंटन राष्ट्राध्यक्ष असतानाच्या काळात त्यांच्या स्ट्रॅटेजिक प्लॅनिंग टीममध्ये काम करणारी नंदा चित्रे, दूरचित्रवाणीवर अँकर म्हणून काम करणारा अमित चित्रे, अमेरिकन पॉप बॅण्डमध्ये लोकप्रिय सिंगर असणारी अनुजा, 'दर्शन' या चॅनेलवर निवेदिका म्हणून गाजणारी सुवर्णा राजगुरू, आता उत्तम कुस्तीगीर शिवाय फुटबॉलपटू म्हणून नावलौकिक कमावलेला आणि पुढे राजकारणात उतरून सिनेटर होण्याची महत्त्वाकांक्षा बाळगणारा नील ठाणेदार... उदाहरणं सांगावी आणि नावं घ्यावी तेवढी थोडी!

– एक खरं, की मुलांच्या प्रगतीचं हे असं चित्र अभिमानाने पाहू शकण्याचं भाग्य काही मोजक्या (मराठी) घरांच्या नशिबी नाही. या घरांनी आपली मुलं गमावली; आणि मुलांनी आपली घरं. मतभेद सांधले नाहीत. तुटलेला संवाद पुन्हा जुळला नाही. अंतर पडलं आणि वाढतच गेलं.

नकळत्या वयात अपेक्षांची ओझी लादणाऱ्या, स्वतःच्या अपुऱ्या महत्त्वाकांक्षा पूर्ण करण्यासाठी मुलांचा प्यादी म्हणून वापर करणाऱ्या, प्रत्येक गोष्टीत नकारघंटा वाजवणाऱ्या आणि मोकळ्या-निर्भय संवादाचे पूल उभारू न शकलेल्या अशा आई-वडिलांबाबत मुलांच्या मनात अजूनही अढी आहे, हे निश्चित.

– पण आता पूर्वीचा राग नाही.

दुःस्वास नाही.

उलट लहानपणी आपल्या वाट्याला आलेले आई-वडील स्वतःच्याच स्थलान्तरित आयुष्याशी झगडताना दमछाक झालेले होते; याची समजूत आल्यावर त्यांची दृष्टी पुष्कळ बदलली आहे.

'लहान असताना माझ्या आईने कधीसुद्धा मला प्रेमाने घट्ट जवळ घेतलं नाही. उलटून पडेस्तो सारखं काही ना काहीतरी खाऊ घालणं ही तिची प्रेम व्यक्त

करण्याची अजब रीत मला कधीही आवडली नाही'– असं स्पष्ट सांगणारी क्लेरी चाव आता म्हणते,

'बट नाऊ आय ॲम ग्रोन अप. आय ॲम लर्निंग टू ॲक्सेप्ट हर ब्रॅण्ड ऑफ लव्हिंग.'

झगडा झाला तो परिस्थितीने लादलेला होता, भांडण होतं ते 'पूर्व' आणि 'पश्चिमे'च्या जीवनपद्धतींमधल्या फरकाचं होतं याची जाण आल्यावर खुमखुमी विझून समजूत येणं अपरिहार्य होतं.

– तसं झालंही.

पण होऊन गेलेल्या काही चुका दुरुस्त करता येण्यासारख्या नाहीत.

'माझ्या आई-वडिलांनी माझ्या व्यक्तिमत्त्वातून त्यांना हव्या त्या विशिष्ट आकार उकाराचं मडकं घडवण्याचा व्यर्थ धडपडाट केला. अजूनही करतात. पण मी 'तशी' नव्हते. आजही नाही. हे सारखं दोन दिशांनी खेचलं जाण्यात माझी फार शक्ती खर्ची पडली. स्वत:चं म्हणणं सारखं लावून धरण्याच्या नादात मी फार एकारलेली झाले. माझ्यातल्या या 'ॲरोगन्स'चा आता मलाच त्रास होतो. बट, आय कान्ट हेल्प.'

– सॉनयासारखी तरुणी हे असलं काही सांगते तेव्हा तिची नजर तिच्या अख्ख्या पिढीच्या वेदनांनी पाणावलेली दिसते.

आई-वडिलांनी घेतलेल्या देशान्तराच्या निर्णयामुळे सोसाव्या लागलेल्या हालअपेष्टांची, वंशभेदाच्या अनुभवांची ओझी खांद्यावर आलेली मुलं त्या भाराखाली गुदमरून गेल्याचं सांगतात.

कुणी म्हणतं,–'लोक काय म्हणतील?' या प्रश्नाचं मानगुटीवर बसलेलं भूत तिथून उतरवताना फार झगडा करावा लागला. 'यू आर इंडियन. यू हॅव टू बी गुड' या अपेक्षेला उतरताना दमछाक झाली.

'इंडियन' म्हणजे नक्की काय? या उत्तर नसलेल्या प्रश्नाचा पाठलाग करता करता तारांबळ उडाली.

'आई-वडिलांच्या इच्छेपुढे मान तुकवावी तर स्वत:च्या इच्छा मारून जगावं लागणार आणि वाट्टेल त्या परिस्थितीत स्वत:च्या मनाशी प्रामाणिक राहावं तर आई-वडील कायमचे दुखावले जाणार' या अखंड झगड्यात परवड झाली.

'माय पर्सनल अँड लाईफलाँग बॅटल हॅज बीन टू गेट माय पेरेन्टस् टू सी माय पॉईंट ऑफ व्ह्यू. टू ॲक्नॉलेज व्हॉट इज टू अबाऊट माय लाईफ.'

– क्लेरी चावचा हा झगडा मुलांच्या पिढीत बहुतेक अनेकांच्या वाट्याला आला.

आपला देश सोडून अमेरिकेत कायमच्या वास्तव्यासाठी स्थलान्तरित झालेले इतके लोक आहेत. वेगवेगळ्या देशांतले. वेगवेगळ्या वर्ण-वंशाचे.

सगळ्यांच्या घरात हे असंच झालं का?

आशियाई देशांमधून स्थलान्तरित झालेल्या कुटुंबांच्या संदर्भात या प्रश्नाचं उत्तर 'हो' असं आहे.

काही मराठी घरांमध्ये मुलांना वाढवताना जीवनमरणाचे प्रश्न उभे राहिले.

ही उदाहरणे मोजकी खरी; पण असं का झालं असावं?

भारतीय, जपानी आणि चिनी वंशाचे लोक पूर्वेकडच्या संस्कृती श्रेष्ठत्वाची धारणा घेऊन पश्चिमेकडे गेले. बुद्धिमत्ता आणि कष्टाळूपणाच्या जोरावर त्यांनी शून्यातून आपली दुनिया उभी केली. इतर इमिग्रन्टस्च्या तुलनेत प्रतिष्ठेचं स्थान कमावलं. या यशातून सुखावलेल्या अभिमानाचा झेंडा फडकत राहिला पाहिजे या सार्वत्रिक अट्टाहासातून 'संस्कृती संवर्धना'चे जे (कालबाह्य) हट्ट उभे राहिले; त्यात स्थलान्तरितांच्या दुसऱ्या पिढीची परवड झाली, असं निरीक्षण बहुतेक अभ्यासकांनी नोंदवलेलं आहे.

१९६५नंतरच्या दहा वर्षांत अमेरिकेत स्थलान्तरित झालेले बहुसंख्य भारतीय एका विशिष्ट शैक्षणिक पार्श्वभूमीचे, समान नैतिक-सांस्कृतिक धारणा असलेले, लैंगिक शुचिता आणि पावित्र्याच्या 'व्हिक्टोरियन' कल्पनांचा पगडा असलेले होते.

या पिढीच्या नैतिक धारणांचा पश्चिमेच्या संस्कृतीशी झालेला संघर्ष अभ्यासणारा एक मोठा वर्ग आहे. रटगर्स युनिव्हर्सिटीत मानसशास्त्राच्या प्रोफेसर असणाऱ्या आणि अमेरिकेतील दक्षिण आशियाई स्त्रियांची पहिली संघटना - मानवी - उभारण्यात पुढाकार घेणाऱ्या शमिता दासगुप्ता लिहितात,

'घर, संसार, मुलं, धर्म आणि लग्न या बाबतीत मायदेशाहून आणलेल्या योग्य-अयोग्याच्या धारणा स्थलान्तरितांच्या पहिल्या पिढीने त्याच स्वरूपात-किंबहुना अधिक कडवट आग्रहाने-अमेरिकेतही जपल्या. मायदेशाहून बांधून आणलेलं हे 'भारतीय संस्कृती'चं बोचकं त्यांनी तसंच घट्ट, गाठ मारून सांभाळण्याचं ठरवलं. संस्कृती प्रवाही असेल, काळानुरूप नवनवी रूपं धारण करणारी असेल तरच ती कालौघात टिकून राहाते. ही प्रक्रिया खुद्द भारतात वेगाने घडत होती; पण अमेरिकेतल्या बोचक्याच्या गाठी मात्र सुटल्या नाहीत. इथल्या स्थलान्तरितांनी कुटुंबरचनेचे जुने नियम, 'ऑर्डर ॲण्ड ओबे' यावर आधारलेली मुलांच्या संगोपनाची रीत, स्त्रियांवर लादलेली योनिशुचितेची संकल्पना हे सगळं जसंच्या तसं राबवण्याचा हट्ट धरला आणि या आग्रहांनाच 'संस्कृती'चं नाव दिलं. आतले (म्हणजे इंडियन्स) ते आपले आणि बाहेरचे (म्हणजे बाकीचे सारे अमेरिकन्स) ते परके असे कप्पे पाडले.'

– या कप्प्यात जगणं नाकारणाऱ्या मुलांनी 'संस्कृती'च्या संकल्पनेवर प्रश्नचिन्ह लावलं, तो बोचक्याच्या गाठी सुटण्याचा प्रारंभ होता असं नमूद करून शमिता दासगुप्ता लिहितात,

'स्थलान्तरितांच्या पहिल्या पिढीने जपलेली संस्कृती श्रेष्ठत्वाची कल्पना त्यांच्या-

पुरती मर्यादित होती; तोवर ती स्मरणरंजनाच्या आनंदासाठी उपयोगी पडली; पण या पिढीने आपल्या संस्कृतीचा वारसा पुढल्या पिढीच्या हाती कोंबण्याचा आटापिटा सुरू केल्यावर मात्र नकोसे प्रश्न उभे राहिले.'

स्थलान्तरितांच्या पहिल्या पिढीला खूप कष्ट काढावे लागले हे खरं; पण अमेरिकेतल्या इतर इमिग्रन्ट कम्युनिटीज्च्या तुलनेत त्यांना भरीव व्यावसायिक, भौतिक यशही मिळालं. शिवाय या कम्युनिटीत 'क्राईम रेट'ही नगण्य असल्याने अमेरिकन माध्यमांनी 'मॉडेल मायनॉरिटी कम्युनिटी' म्हणून भारतीयांना उचलून धरलं. श्रेष्ठत्वाच्या भावनेला खतपाणी घालणारीच ही गोष्ट होती. बेकारी, ड्रग ॲडिक्शन, कौटुंबिक हिंसाचार हे प्रश्न भारतीयांमध्ये होते (अजूनही आहेत), पण त्याबद्दल 'ब्र'सुद्धा न काढता सगळी भुतं बाटलीत भरून 'फेस सेव्हिंग'च्या खटपटी लटपटीत गुंतलेल्या पहिल्या पिढीला वास्तवाचा आरसा दाखवला तो त्यांच्या मुलांनी!

'व्हॉट डु यू एक्झॅक्टली मीन बाय इंडियन?'– असा कळीचा प्रश्न या मुलांनीच पहिल्यांदा विचारला.

महाराष्ट्र मंडळांचा भारतीय संस्कृतीच्या रक्षणाशी संबंध नसून आपापले इगो सुखावण्यासाठी आणि हातखंडा स्मरणरंजनासाठी शोधलेला तो एक शॉर्टकट बहाणा आहे, हे सर्वांना जाणवणारं सत्य या मुलांनीच पहिल्यांदा बोलून दाखवलं.

जन्मदत्त हक्काने, नात्यांच्या उतरंडीवर आधारलेल्या श्रेष्ठत्वाने मोठ्या माणसांना सन्मान देणं, आदर करणं ही संस्कृती नसून तो ढोंगीपणा आहे. 'आदर' ही कर्तृत्वाने कमावण्याची गोष्ट असते, हेही पहिल्यांदा मुलांनीच सांगितलं.

आणि महाराष्ट्रातल्या भूकंपग्रस्तांसाठी कोट्यवधी डॉलर्स जमवणाऱ्या महाराष्ट्र मंडळांनी अकरा डिसेंबरच्या दहशतवादी हल्ल्याचे बळी ठरलेल्या न्यूयॉर्कच्या कुटुंबीयांशीही बांधीलकी का मानू नये?– असा प्रश्नही या मुलांनीच पहिल्यांदा केला.

– या परस्परविरोधी भूमिकांच्या झगड्याचा ताण व्यक्तिगत नात्यावर पडणं अपरिहार्य होतं.

शिवाय पूर्व-पश्चिमेच्या जीवनदृष्टीतला फरक. तो तर या सगळ्या गुंतागुंतीच्या मुळाशीच होता. 'उद्या'चा विचार करून त्या धास्तीने 'आज' संयम बाळगण्याचा पुरस्कार करणारी 'पूर्व'... आणि 'आज'चा प्रत्येक क्षण आजच जगण्याचा/उपभोगण्याचा स्वभाव असलेली 'पश्चिम'.

मुलांना वाढवण्याच्या दृष्टिकोनातही या दोन टोकाच्या वृत्तींचं प्रतिबिंब पडलेलं होतं.

अमेरिकन कुटुंबांमध्ये वाढणाऱ्या मुलांना स्वतःचा विचार, मतं, निर्णयाचे

अधिकार होते. व्यक्तिगत महत्त्वाकांक्षा आणि स्वप्नं बाजूला ठेवून आई-वडील म्हणतील तसं वागणं कौतुकाचं नव्हे; तर बावळट बोटचेपेपणाचं लक्षण होतं. पंधरा-सोळाव्या वर्षानंतर आई-वडिलांच्या घरी राहाणं, त्यांच्या पैशावर जगणं हा 'अमेरिकन टीनएज कल्चर'मधला सर्वात अपमानास्पद भाग होता.

घराबाहेर याच अमेरिकन जीवनपद्धतीचा प्रभाव असलेल्या भारतीय वंशाच्या मुलांचं घर मात्र त्यांना ताब्यात ठेवण्यासाठी धडपडणारं, 'आज्ञाधारकपणा'चा आग्रह धरणारं आणि 'स्वतंत्र' होण्यासाठीची मुलांची धडपड हे आई-वडिलांच्या संस्कारांचं अपयश आहे, असं मानणारं होतं.

या गुंतागुंतीतून आपली वाट शोधता शोधता काही मुलांची दमछाक झाली,

आणि त्यांच्या आई-वडिलांच्या वाट्याला अपरिहार्य दु:ख आलं... शिवाय एकाकीपणा.

'साधी गोष्ट आहे, माझ्या डॅड-मॉमकडून पैसे घेणं हा मला अपमान वाटतो'– सॉनया सांगते, 'मी स्वत:च्या पायावर उभी आहे, ॲण्ड आय ॲम प्राऊड ऑफ दॅट. पण मॉमला हे पटत नाही. मी तिचे पैसे वापरत नाही, याचा तिला फार त्रास होतो... बट आय कान्ट हेल्प इट. माय मॉम मे बी राईट इन हर ओन कॉन्टेक्स्ट; बट आय ॲम नॉट रॉंग.'

– आता हा तिढा कसा सुटावा?

फक्त एवढंच, की आपल्या वाट्याला आलेला झगडा झगडणाऱ्या दुसऱ्या पिढीला आपल्या आई-वडिलांच्या पिढीबद्दल वाटणाऱ्या संतप्त दुराव्याची जागा आता 'समजुती'ने घेतली आहे.

'अवर पेरेन्टस् हॅड टु डील विथ वर्स्ट ऑफ बोथ वर्ल्डस्'– लॉस एंजेलीसमध्ये राहाणाऱ्या निषाद मराठेचं हे म्हणणं त्याच्या पिढीतल्या बहुतेक सर्वांना मान्य आहे.

भारतात राहाणाऱ्या आई-वडिलांना, कुटुंबाला सोडून आल्याचा गिल्ट, दोन्हीकडच्या जबाबदाऱ्यांचा डोंगर, परक्या देशात रुजण्याचं आव्हान आणि पूर्णत: वेगळ्या वातावरणात वाढणाऱ्या मुलांनी दिलेला मन:स्ताप – फक्त हेच पहिल्या पिढीच्या वाट्याला आलं.

– मुलांना याची जाणीव आहे,

आणि प्राप्त परिस्थितीशी जुळवून घ्यायला शिकलेल्या आई-वडिलांनीही मुलांच्या आयुष्यातली ढवळाढवळ कमी केली आहे.

मोहन रानडे म्हणतात त्याप्रमाणे 'पर्यावरण वाचवण्यासाठी कचऱ्याचं रिसायकलिंग करणं सहज स्वीकारणारी, त्याबद्दल आग्रह धरणारी आमची मुलं 'शुभंकरोती' म्हणत नसली; तरी नव्या संदर्भात ती सुसंस्कृतच आहेत, हे आता लक्षात येऊ लागलं आहे.'

'खरं सांगू का, या देशात आल्यानंतर पहिलेवहिले कष्ट काढताना, अवघड

अनुभवातून जाताना डोक्यातल्या स्प्रिंगला वेढ्यावर वेढे बसत होते. मुलांचे प्रश्न आल्यावर ताण असह्य होऊन ती स्प्रिंग फाटकन् एकदम फुटलीच'– डॉ. सुरेश तलाठींच्या या 'कन्फेशन'शी सारेच सहमत होतील.

एवढं सगळं रामायण होऊन गेल्यावर आता एक गंमत घडू लागली आहे. तिसऱ्या पिढीतली नातवंडं शाळेत जाऊ लागली आहेत. आता त्यांच्या आई-वडिलांना मॉम-डॅड ऐवजी 'आई'-'बाबा' अशी हाक ऐकावीशी वाटते. सागरगोट्यांचा खेळ, झिम्मा-फुगडीची गंमत आपल्या मुलांनी अनुभवावी असं वाटतं. मराठी शिकवणाऱ्या वर्गात मुलांना गोडी लागावी, अशी त्यांची इच्छा असते.

अशोक कामेरकरांनी पंधरा वर्षांपूर्वी अमेरिकेत बसवलेल्या 'दुर्गा झाली गौरी'मध्ये काम केलेल्या चिमण्या मुलींना आता मुलं झाली आहेत. त्या म्हणतात, 'अशोककाका, परत बसवा ना 'दुर्गा'चा प्रयोग. मुलांना मजा येईल.'

● ●

औषधाच्या कडू काढ्यासारखं आपलं 'इंडियन' असणं नाईलाजाने गिळणारी, घरात तडतडणाऱ्या लसणीच्या फोडणीचा आणि देवासमोर जळणाऱ्या उदबत्तीचा 'विअर्ड' वास आपल्या अमेरिकन मित्रमैत्रिणींपासून लपवू पाहाणारी अमेरिकेतल्या भारतीयांची दुसरी पिढी आता नव्या उत्साहाने आपली 'मुळं' शोधू पाहाते आहे.

आपण 'इंडियन' की 'अमेरिकन' की 'इंडो-अमेरिकन' या तिरपागड्या 'आयडेन्टिटी क्रायसिस'चं भूत या तरुण पिढीने बाटलीत बंद करून टाकलं आहे. ते म्हणतात, 'वी आर अमेरिकन्स. आम्ही इथे जन्मलो, या देशात वाढलो. हाच आमचा देश आहे. बट अवर रूट्स आर इन इंडिया! अ‍ॅण्ड वी आर प्राऊड ऑफ दॅट!'

देशांच्या, संस्कृतींच्या, वर्ण-वंशाच्या भिंती मोडून पडलेल्या आधुनिक जगात जगणाऱ्या या पिढीला 'हे किंवा ते' अशा एकाच पर्यायाची निवड करण्याची गरज वाटत नाही. दोन्ही देशांचा, दोन्ही संस्कृतींचा आदर एकाचवेळी बाळगणं हे त्यांच्या लेखी 'नॉर्मल' आहे. 'अमेरिकन' असणं सिद्ध करण्यासाठी आपल्या व्यक्तित्वातला 'इंडियन' अंश झिडकारून टाकण्याची आवश्यकता नाही आणि 'इंडियन' असण्याचा अभिमान मिरवण्यासाठी 'अमेरिकन' ते सगळं उच्छृंखल म्हणून कचऱ्यात फेकण्याची गरज नाही, हा तोल या पिढीला आता सहज सावरता येतो.

प्रारंभीच्या खडाजंगी युद्धानंतर या पिढीने आता वेगळी वाट शोधण्याची धडपड चालवली आहे.

'बेस्ट फ्रॉम बोथ वर्ल्डस्' घेऊन पूर्व आणि पश्चिमेच्या दोन टोकांमध्ये काहीतरी अधिक सुंदर, अधिक शाश्वत सापडतं का, हे शोधण्याच्या या धडपडीचे कितीतरी आविष्कार आता पाहायला मिळतात.

बृहन्महाराष्ट्र मंडळाच्या अधिवेशनांमध्ये तरुण पिढीसाठी वेगळे काढलेले (प्रारंभी 'वधू-वर मेळावे' अशी टिंगल झालेले) फोरम्स आता अधिवेशनाच्या मुख्य व्यासपीठापेक्षा अधिक गजबजते, रंगतदार असतात.

मराठी समुदायाच्या दुसऱ्या पिढीने केवळ आपल्यासाठी सुरू केलेली 'मैत्र' नावाची अधिवेशनं दर दोन वर्षांनी उत्साहात भरतात. (या अधिवेशनांमध्ये 'अंकल-आंटी जनरेशन'ला प्रवेश नसतो; तरीही उत्तर अमेरिकेतून आलेल्या अनेक तरुण-तरुणी स्वखुषीने, स्वयंप्रेरणेने आपापले 'जीवनसाथी' निवडतात.)

भारतातल्या (फक्त महाराष्ट्रातल्या नव्हे) सामाजिक कामांना हातभार लावणाऱ्या 'आशा', व्हॉलंटरी ऑर्गनायझेशन इन कम्युनिटी एंटरप्राईज (व्हॉईस) असोसिएशन फॉर इंडियाज् डेव्हलपमेंट (एड)सारख्या संघटना या पिढीने स्वयंप्रेरणेने अमेरिकेत उभ्या केल्या आहेत. श्रेयस जतकर, जनका लागू, मेघना देसले सारखे कितीतरी 'अमेरिका बॉर्न कॉन्फिडन्ट देसीज्' अभ्यास/नोकरीतून 'ब्रेक' घेऊन महाराष्ट्रातल्या स्वयंसेवी संस्थांबरोबर अंगमेहनतीची कामं करायला जातात. अमेरिकेतले 'रिसोर्सेस्' आणि महाराष्ट्राच्या खेड्यापाड्यांतल्या लोकांच्या 'गरजा' यांची सांगड घालण्याचे मार्ग शोधण्याकरता धडपडतात. 'महाराष्ट्र फाऊंडेशन'सारख्या नामांकित संस्थेच्या कामातही दुसऱ्या पिढीतल्या या तरुण कार्यकर्त्यांचा नवा दृष्टिकोन प्रतिबिंबित होऊ लागला आहे.

या पिढीच्या आई-वडिलांनी आपला देश सोडला; एका वेगळ्या देशात दगड शोधले, चूल मांडली, संसार केला आणि आपलं आयुष्य रुजवलं.

– त्या 'इमिग्रन्ट' आईवडिलांच्या पोटी महाराष्ट्रापासून दहा हजार मैलांवर जन्मलेली ही मुलं तोडक्यामोडक्या चार शब्दांपलीकडे मराठीचा गंध नसतानासुद्धा थेट 'विश्वचि माझे घर' म्हणणाऱ्या ज्ञानदेवांशीच नातं जोडायला निघाली आहेत.

अमेरिकन पीस कॉर्प मधून आफ्रिकेत जाऊन तब्बल दोन वर्षं तिथल्या खेड्यात सामाजिक सुधारणांसाठी झटणारी सपना पडते, वर्ल्ड ट्रेड सेंटर जमीनदोस्त झाल्या-नंतरच्या काळात धूर, धुळीने भरलेल्या, भयाने थरकापणाऱ्या न्यूयॉर्क शहरात नागरिकांना मदत करणाऱ्या स्वयंसेवी दलांबरोबर रात्रंदिवस राबलेली राही कर्णिक, आफ्रिकेतील विजनवासात राहून काम करून आलेली शुमा पानसे, मोनिका गडकरी, महाराष्ट्रातल्या स्वयंसेवी कामाचा अनुभव घ्यायला आला असताना गावतळ्याच्या बांधकामात कुदळ, फावडी घेऊन मातीची घमेली वाहून नेणारा श्रेयस जतकर, अभय आणि राणी बंगांबरोबर गडचिरोलीत काम करण्याकरता येऊन राहिलेली जनका लागू... अशी किती उदाहरणं!

स्वत:भोवतीची भाषेची रिंगणं सहज भेदू शकणारी, देशांच्या सीमा पाहाता पाहाता ओलांडणारी ही मुलं जगाशी नातं जोडायला बाहेर पडतात; आणि एका

अकल्पित क्षणी अचानक आपल्या मुळांपाशी पोचतात; हे मोठं विलक्षण. असे अनुभव अनेकांना आले; त्यातली एक सपना पडते.

अविकसित, मागास देशांमध्ये राहून तिथल्या स्वयंसेवी संस्थांबरोबर काम करण्याचं आगळं आव्हान अमेरिकन तारुण्याला देणारी अमेरिकन पीस कॉर्प ही संघटना. या संघटनेतर्फे एकूण एकवीस तरुण-तरुणींच्या गटाबरोबर केप वेर्दे नावाच्या एका चिमुकल्या आफ्रिकन देशात सपना दोन वर्षं राहिली.

छोट्या छोट्या दहा बेटांचा देश. दुष्काळी. उपासमारीने खंगलेला. प्यायला स्वच्छ पाणीसुद्धा नसलेला. या देशात शिक्षण, आरोग्य आणि शेती या तीन क्षेत्रांमध्ये सपनाने जीवापाड काम केलं. एकवीस जणांचा गट सर्वत्र विखुरलेला. त्यामुळे प्राश्या नावाच्या राजधानीच्या गावात सपना एकटीच राहिली.

ना ओळख. ना पाळख. ना भाषा ओळखीची, ना खाण्यापिण्याच्या चवी. बादलीभर पाण्यात आंघोळ उरकायची. ना फोन. ना टी.व्ही. वीजसुद्धा नाही. अमेरिकन समृद्धीत वाढलेल्या सपनाला हे असं जगणं ऐकूनसुद्धा माहिती नव्हतं.

'मी चांगली शिकली सवरलेली, स्वतंत्र, हुशार मुलगी. पण त्या आफ्रिकन देशात राहाताना सुरुवातीला माझं पार माकड झालं होतं. आय साऊण्डेड लाईक अ कम्प्लीट इडियट' – सपना सांगते.

ना आपली भाषा इतरांना कळत,
ना त्यांची आपल्याला.

तरी 'संवाद' करायचा. त्यांचं म्हणणं समजून घ्यायचं. आपलं त्यांना समजून द्यायचं. ही अशक्य कसरत करायला लावून परीक्षा पाहाणाऱ्या आफ्रिकेतल्या त्या दिवसांनी सपनाला आयुष्याकडे पाहाण्याची एक मौल्यवान दृष्टी दिली.

सपना सांगते,

'लहान असताना मला वाटे माझे मॉम आणि डॅड थोडे 'प्रॉपर अमेरिकन' असते तर बरं झालं असतं. मॉमने सलवार-कमीझऐवजी इतर अमेरिकन मुलांच्या आयांसारखी जीन्स घातली असती, डॅडच्या इंग्रजीला ॲक्सेन्ट नसता तर छान झालं असतं. त्या वयात त्यांचं काहीच मला आवडत नसे.'

– पण आफ्रिकेतल्या त्या दिवसांनी परक्या देशात, परक्या संस्कृतीत जगण्याचा संघर्ष किती बिकट असतो; हे सपनाला शिकवलं. एकमेकांची भाषा समजत नसताना 'संवाद' साधण्याची गरज किती रडकुंडीला आणू शकते; हे तिने स्वतःच अनुभवलं... आणि जगातल्या कुठल्याही विद्यापीठात मिळणार नाही असा धडा गाठीशी बांधला.

'वेगळं आयुष्य जगून पाहाण्याच्या ओढीने, नव्या आव्हानांचा सामना करण्याच्या

जिद्दीने मी स्वत:च आफ्रिकेत गेले होते. पण तिथले पहिले काही दिवस मी अक्षरश: रडून काढले. एकाकीपण अंगावर आलं होतं. माझ्या माणसांपासून इतकी दूर राहात होते. कधी कधी उदास वाटायचं... पश्चात्ताप व्हायचा... 'आपण घेतला तो निर्णय बरोबर होता ना?' अशी शंका वाटायला लावणारे क्षणसुद्धा आले'– सपना सांगते.

...त्या एकट्या, एकाकी क्षणांनीच तिला तिच्या मॉम आणि डॅडच्या आयुष्याचं सत्य सांगितलं.

...कोणाही 'इमिग्रन्ट' माणसाच्या जगण्याचं सत्य! त्याच्या संघर्षाचं, धडपडीचं, ओढाताणीचं... आणि साहसाचं सत्य!

'इट वॉज इन, दोज मोमेन्टस्, दॅट आय अण्डरस्टुड माय पेरेन्टस् एक्सपिरियन्स द क्लिअरेस्ट.' – सपना सांगते,

'मला एक अक्षरसुद्धा न कळणाऱ्या अगम्य भाषेत बोलणाऱ्या काळ्या माणसांच्या समुद्रात राहात होते मी. क्वचित कधीतरी मला समजणारी माझी भाषा-अमेरिकन वळणाचं इंग्रजी बोलणारा माणूस दिसला – भेटला की आनंदाने मला नाचावंसं वाटे.'

लहानपणी मॉलमध्ये शॉपिंग करताना साडी नेसलेल्या कुठल्याही अनोळखी बाईला पाहून आपल्या मॉमला इतका कसला आनंद होई; ते तिला आफ्रिकेतल्या खेड्यात राहाताना कळलं.

आजारी पडल्यावर काळजी करणारं दुसरं कुणीच जवळ नसल्याने सपना स्वत:च औषधाची शोधाशोध करायला बाहेर पडली, तेव्हा आई-वडिलांच्या, काका-मावश्या-आत्या आणि भावा-बहिणींच्या मदतीखेरीज अमेरिकेसारख्या परक्या देशात आपल्या मॉम-डॅडने दोन मुलांना कसं वाढवलं असेल; असा प्रश्न पडून सपनाच्या डोळ्यांत पाणी आलं.

'एकदा केप वेर्देमध्ये आफ्रिकन सहकाऱ्यांसमोर उभी राहून माझ्या डोक्यातली कल्पना मी त्यांना समजावून देत होते. नवीनच शिकलेल्या तुटपुंज्या शब्दांची जुळवाजुळव करण्याची वेळ आली; तेव्हा भारतातून नुकते अमेरिकेत आलेले माझे डॅड मला दिसले... त्यांच्या नव्या ऑफिसमध्ये बसलेले... येत असूनही न येणाऱ्या भाषेशी, अपरिचित रीतिरिवाजांशी, पद्धतींशी झगडणारे!! आपले आई-वडील, मित्र, घर-दार, आपला देश... जे जे आपलं, माहितीचं, सवयीचं ते सारं सोडून एका नव्या, अनोळखी अपरिचित आव्हानाच्या ओढीने उंबरठा ओलांडण्याची हिंमत करणाऱ्या माझ्या आईवडिलांच्या साहसाची चव; त्या दिवशी मी पहिल्यांदा अनुभवली!' – सपना सांगते.

ही अमेरिकेत वाढलेली भारतीय वंशाची मुलगी.

भारतात जन्मलेल्या, भारतातून अमेरिकेत आलेल्या तिच्या आई-वडिलांच्या

जगण्याच्या मुळाशी पुरलेलं 'सत्य' तिला पश्चिम आफ्रिकेतल्या धुळीने भरलेल्या रस्त्यावर असं अचानक सापडलं.

वर्तुळ पूर्ण करणारा हा क्षण प्रत्येकाच्या आयुष्यात येतोच.

कधी लवकर... कधी फार उशिरा!

∎

'अमेरिकेत आलो. नोकऱ्या शोधल्या. इथल्या रीतिरिवाजांशी जुळवून घेण्याकरता धडपडलो. मग एकेक करून बहुतेकांची घरं झाली... तरी प्रवासात असल्यासारखं वाटे. म्हणजे कुठून तरी आलो आहोत आणि इथलं काम आटपलं, की पुन्हा जिथून आलो तिथे – आपल्या घरी – परतणार आहोतच आपण. हे 'फिलिंग' असेपर्यंत जिवाला घोर नाही लागला कधी.'

– हा देशान्तराचा पहिला टप्पा.

या टप्प्यात टोकाचा संघर्ष होता, कडवी झुंज मागणारी आव्हानं होती; आणि अपार कष्ट.

– पण कधीतरी हे सगळं संपणार, सुखाचे दिवस येणार आणि परक्या देशातला संपन्न अनुभव घेऊन, शिवाय साठवलेल्या डॉलर्सची पुंजी गाठीशी बांधून आपण 'आपल्या घरी' जाणार असा एक दिलासाही होता.

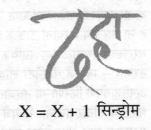

X = X + 1 सिन्ड्रोम

मोठ्या अप्रुपाने घेतलेला देशान्तराचा निर्णय यशस्वी करण्यासाठी या टप्प्यात सर्वांनीच जीवापाड धडपड केली. बहुतेकांना 'घरी' परतायचं होतं... आणि 'घर' भारतातच! गरीब असलं; तरी ते 'घर' चार पायांवर ठामठोक उभं होतं. दूरदेशी गेलेल्या मुलांच्या वाटेकडे डोळे लावून बसलेली प्रेमाची माणसं त्या घरात होती. उपासमारी आणि राजकीय छळाला कंटाळून देश सोडून पळालेल्या स्थलान्तरितांसारखे मागे परतण्याचे दोर कापलेले नव्हते. उलट त्या भक्कम दोराला धरूनच देशा-बाहेर जाणाऱ्या वाटेवर पावलं रोवण्याची हिंमत झालेली.

पहिल्या दोन-पाच वर्षांत नवखी, धांदरली धडपड थोडी मार्गी लागल्यावर नव्या देशाचा

जरा अंदाज आला. नवी तंत्रं, नव्या कार्यपद्धती शिकायला कष्ट पडले; पण ते सारं आत्मसात झाल्यावर मग कामात हात बसला. तोवर 'पाच वर्षांनी परत जायचं' ही स्वत:च ठरवलेली कालमर्यादा उलटून गेली होती.

'एवढे दिवस काढलेच आहेत; तर आता जरा पैसे कमावू. शिल्लक टाकू' असं वाटणं स्वाभाविक होतं.

'दहा हजार डॉलर्स शिलकीत पडले की बॅगा भरून चालू पडायचं'– असा एक 'कॉमन टप्पा' बहुतेकांच्या मनात होता.

'ही परिस्थिती फक्त आम्हा भारतीयांचीच होती असं नाही. वेगवेगळ्या देशांतून अमेरिकेत आलेल्या सगळ्यांनाच तसं वाटे'– डॉ विश्वास तडवळकर सांगतात, 'माझे खूप मित्र होते. आम्ही काम आटोपून रात्री दोन दोन वाजेपर्यंत गप्पा मारत बसायचो. माझा एक तैवानी मित्र होता. तो म्हणायचा, दहा हजार डॉलर्स जमले, की दुसऱ्या दिवशी मी माझ्या देशात परत जाणार. त्यानंतर एक क्षणसुद्धा मला इथे राहाण्याची इच्छा नाही.'

'आणखी काही दिवस राहावं, की आत्ताच परत जावं?' या प्रश्नाची खरी खुटखुट सुरू झाली ती मुलं जन्माला आल्यावर. एकतर दोन्हीकडली कुटुंबं आणि शेजारपाजाऱ्यांच्या भल्यामोठ्या 'सपोर्ट स्ट्रक्चर'शिवाय तान्ह्या मुलांना कसं वाढवतात, हे ना भारतीय स्त्रियांना ठाऊक होतं, ना पुरुषांना. शिवाय बहुतेक स्त्रियांनी नोकऱ्या धरलेल्या. त्यामुळे व्यावसायिक जगण्याच्या रीतिभाती अमेरिकन कार्यसंस्कृतीप्रमाणे ठरणार – म्हणजे मॅटर्निटी लीव्ह तुटपुंजी. रोज नऊ-दहा तासांचं काम! या चक्रात अपरिहार्यपणे फिरणाऱ्या नवजात आई-बाबांचं (विशेषत: आयांचं) घर मात्र चालणार भारतीय रीतिरिवाजांनी. म्हणजे रोज ताजा स्वयंपाक. बाळाला गुटी. तेल मालीश, गुरगुट्या भात. अमेरिकेत प्रचलित असलेलं 'हायर्ड बेबी सिटिंग' – म्हणजे पैसे टाकून नुकती जन्मलेली पोरं सांभाळण्याची व्यावसायिक व्यवस्था – स्वीकारणं (त्या काळातल्या) भारतीय आई-बापांना किती कठीण गेलं असेल, याची कल्पनाही आज करता येणं मुश्कील आहे.

आपल्या पोरांच्या नशिबी आजी-आजोबांची माया नाही, आत्या-माम्यांचे लाड नाहीत या भावनेने डोळ्यात पाणी येण्याचे ते दिवस. मुलांच्या आजारपणांनी थकलेले. घर-दार आणि मुलं एवढं सांभाळता सांभाळता मेटाकुटीला आलेले. 'आपण आपले घरी परत जाऊ. नको हा ताप'– असं हजारदा मनात येऊन उदासलेले.

– पण ते दिवस निभावून गेले.

'तळ्यात की मळ्यात?' – या संघर्षाचा परमोच्च भडका उडाला; तो मुलं आठ-दहा वर्षांची झाल्यावर.

अमेरिकन कल्चर डोक्यात जाऊन बहकलेल्या, आत्मकेंद्री, उद्धट, येता-जाता

सारखे प्रश्न विचारणाऱ्या उर्मट पोरांना वळणावर आणण्यासाठी, नीट रांगेला लावण्यासाठी काही कुटुंबांनी भारताचा रस्ता धरला. सगळ्यांचीच मुलं या तऱ्हेची होती असं नाही. पण 'आपली मुलं बिघडतील' हे संशयपिशाच्च मात्र बहुतेकांच्या मानगुटीवर स्वार झालेलं होतं.

अमेरिकन संस्कृतीशी इतकं टोकाचं भांडण नसलेल्या काही संयत, विचारी कुटुंबांना 'आपल्या व्यक्तिगत महत्त्वाकांक्षेखातर मुलांचं आयुष्य अधांतरी लटकू नये' असं वाटत होतं. मुलांच्या आयुष्याला काहीतरी एक ठामठोक, खंबीर पाया हवा, अशी त्यांची इच्छा होती. घराबाहेरची वेगळी संस्कृती आणि घराच्या उंबरठ्याआत आपण आपल्या स्मरणरंजनासाठी इतक्या कष्टाने उभा केलेला – राखलेला भारत – या दोन परस्परविरोधी जगांमध्ये मुलांची ओढाताण होणार; याचा अंदाज त्यांना आला होता.

– एरवी डोक्यात उसळून थैमान घालणाऱ्या 'पण' आणि 'परंतु'चे अडथळे इथे आडवे आले नाहीत; कारण दुसऱ्या पारड्यात वाढत्या वयातल्या मुलांचं भविष्य होतं.

– या टप्प्यावर काही जण परतले.

त्यातले काही सूज्ञ होते. ज्या हिंमतीने त्यांनी देश सोडला, परक्या देशातली आव्हानं पेलली; त्याच 'तयारी'ने ते परत आले. आपण 'कशासाठी काय सोडलं आहे' याचा त्यांना अंदाज होता. 'जो देश आपण सोडून गेलो होतो; तो एवढ्या वर्षांत पूर्वीसारखा राहाणं शक्य नाही' याची जाणीव होती. त्यामुळे स्वदेशातले बरे-वाईट बदल पचवणं त्यांना फार अवघड गेलं नाही.

बाकीचे मात्र पस्तावले.

त्यांनी देश सोडताना मनाची तयारी केली होती; पण परत येताना मात्र बॅगा भरण्याखेरीज अन्य तयारी करण्याचं त्यांना सुचलं नाही. आई-वडील आहेत. गेल्या गेल्या बॅगा ठेवायला, स्वतंत्र बस्तान बसेस्तो वर्ष-दोन वर्ष मुक्काम करायला घर आहे. परदेशातला एवढा अमूल्य अनुभव गाठीशी असल्यावर नोकरी तर काय सहजच मिळेल... गाठीशी डॉलर्स आहेत, त्या पुंजीतून एखादा स्वतंत्र व्यवसायही सुरू करता येईल – अशी रेडिमेड उत्तरांची सोपी गणितं मांडून काही कुटुंबं परतली – आणि पस्तावली.

दुर्दैवाने त्यांच्या वाट्याला आलेला भारत होता १९८०च्या दशकातला. भ्रष्टाचाराची लागण झालेला. लाल फितीच्या कारभाराने सुस्तावलेला. करकचून बांधून घालणाऱ्या 'सिस्टीम'च्या जाचात गुदमरलेला. भाई-भतिजेगिरी, वशिलेबाजी यांनी बुजबुजलेला आणि गुणवान, लायक माणसांच्या डोक्यावर पाय देऊन वशिल्याच्या तट्टांना पुढे घुसू देणारा.

क्वचित वाट्याला आलेला 'डिस्क्रीमिनेशन'चा डंख सोडला; तर एरवी 'सरळ-

स्वच्छ अमेरिकन सिस्टीम'चा सुखद अनुभवच गाठीशी असलेले 'फॉरिन रिटर्न्ड' लोक भारतात परतल्यानंतर इथल्या विश्वरूप दर्शनाने चांगलेच सटपटले. ते इथल्या व्यवस्थेबरोबर वाढले-घडले नव्हते. त्यांना ना या व्यवस्थेत टिकून राहाण्याची तंत्रं अवगत होती; ना त्यांच्याजवळ 'तीळा उघड'चे मंत्र होते. त्यामुळे सोवळं सोडलेलं आणि ओवळं सापडत नाही, असा भलता प्रसंग त्यांच्यावर ओढवला.

काहींनी सोवळं पुरतं सोडण्याआधी भविष्याची जरा चाचपणी करून अंदाज घेण्याचा प्रयत्न केला होता; ते या फसगतीत अडकण्याआधीच सुटले. त्यातले एक डॉ. जगन्नाथ वाणी.

आपल्या शिक्षणाचा मातृभूमीतल्या सेवाकार्यांसाठी उपयोग करावा, आपल्या मुलांनी भारतात शिकावं, आजी-आजोबांच्या संस्कारांमध्ये वाढावं यासाठी भारतात परतण्याचा विचार डॉ. वाणींच्या मनात घोळत होता.

व्यवसायाने गणितज्ज्ञ असलेले डॉ. वाणी नियोजनात पक्के! १९७२च्या उन्हाळ्यात ते सहकुटुंब भारतात आले. 'परतण्याचा' पहिला टप्पा म्हणून मुलींचा शाळाप्रवेश आणि त्यांना भारतातल्या वातावरणात रुळू देणं या दोन गोष्टींचा अजेंडा त्यांनी डोळ्यांसमोर ठेवला होता.

एका बड्या टेक्निकल इन्स्टिट्यूटला जोडलेली नामांकित शाळा डॉ. वाणींनी आपल्या मुलींसाठी निवडली. शाळेतल्या प्रिन्सिपॉल बाईंचे यजमान 'त्या' टेक्निकल इन्स्टिट्यूटमध्ये रजिस्ट्रार होते. या रजिस्ट्रार महाशयांना डॉ. वाणींच्या शाळा-भेटीबद्दल कळल्यावर त्यांनी खटपट केली आणि डॉ. वाणींसाठी आपल्या प्रिन्सिपॉल पत्नीकडे निरोप ठेवला, 'द डिरेक्टर ऑफ अवर टेक्निकल इन्स्टिट्यूट वुड लाईक टु हॅव अ मिटिंग विथ् यू.'

डॉ. वाणी सहज म्हणून ठरल्या वेळी रजिस्ट्रारच्या केबिनमध्ये मीटिंगसाठी गेले. सुरुवातीचे उपचार संपल्यावर डॉ. वाणींपुढे आली ती 'त्या' नामांकित इन्स्टिट्यूटमध्ये बड्या पगारावर काम करण्याची ऑफर!

मुलांची शाळा, नवी नोकरी... सगळं एकाच कॅम्पसवर. शिवाय संस्था एवढी प्रतिष्ठित. जगभरात नावाजलेली.

'इट वॉज व्हेरी टेम्प्टींग सिच्युएशन ॲण्ड आय वॉज ऑलमोस्ट इन्क्लाईन्ड टु ॲक्सेप्ट इट'– डॉ. वाणी सांगतात.

गप्पा चालूच होत्या. तेवढ्यात रजिस्ट्रारच्या टेबलावरचा फोन वाजला. नुकताच इन्स्टिट्यूटमधल्या नोकरीचा राजीनामा दिलेल्या कुणा एका प्राध्यापकांबद्दल फोनवर बोलणं चाललं होतं. हळूहळू ते संभाषण लांबत चाललं आणि 'त्या' प्राध्यापक महाशयांना असं सहजासहजी जाता येऊ नये म्हणून कोणकोणत्या मार्गांनी त्यांना

अडवून धरता येईल, यावर उघड चर्चा सुरू झाली.

त्या ख्यातनाम टेक्निकल इन्स्टिटयूटमधल्या श्रीमंती गालिच्याखाली दडपलेली पोपडय़ांची जमीन 'अशी' प्रत्यक्षच अनुभवाला आल्यावर डॉ. वाणींच्या ठाम निर्णयाला पहिला तडा गेला.

आणि मग घटनाच अशा घडत गेल्या; की ना त्यांनी आपल्या मुलींसाठी भारतातल्या शाळेत ॲडमिशन घेतली; ना परत येण्याच्या प्लॅनिंगमधला पुढला मुद्दा अजेंड्यावर घेतला.

भारतातली ती कौटुंबिक ट्रीप उरकून परत कॅनडाला गेल्यावर त्यांनी एका प्रतिष्ठित वसाहतीत जमीन विकत घेतली; आणि कॅनडातच स्थायिक व्हायचं ठरवून स्वतःच्या घराचा 'प्लॅन' करायला घेतला.

भारतातली एकूण परिस्थिती आणि तिच्या विपरीत सिस्टीममध्ये काम करण्याला, वागण्या-वावरण्याला सरावलेलं आपलं व्यक्तित्व यातला फरक प्रत्यक्ष निर्णय घेण्याआधीच अनुभवाला येण्याचा हा प्रसंग दुर्मिळ!

बहुतेकांना उलटे सांस्कृतिक धक्के बसले; ते अमेरिकेतलं चंबुगबाळं आवरून कायमच्या वास्तव्यासाठी स्वदेशी परतल्यावरच.

अमेरिकेतला इतका संपन्न अनुभव गाठीशी बांधून स्वदेशी परतणाऱ्या या सुपुत्रांसाठी उत्तम पगाराच्या नोकऱ्या पायघड्या घालून वाटच पाहात असतील; ही पहिली अपेक्षा. ती फोल ठरली.

अनेकांना बूट झिजवावे लागले. अनेक ठिकाणी नकारघंटा कानी पडल्या. काही ठिकाणी अपेक्षेएवढा पगार देणं शक्य नव्हतं, काही ठिकाणी एवढा 'ओव्हर क्वालिफाईड' माणूस डोईजड होण्याची भीती होती, आणि बऱ्याच ठिकाणी तर 'नो व्हेकन्सी' असं स्पष्ट लिहिलेले बोर्ड टांगलेलेच होते. १९८०च्या दशकातल्या भारतातली कुचंबलेली, आजारी अर्थव्यवस्था. तिच्याकडे या फॉरिन रिटर्न्ड सुपुत्रांना देण्याजोगी कामंच नव्हती.

मोजके जण नशिबवान होते त्यांना मनासारख्या नोकऱ्या मिळाल्या... पण प्रत्यक्ष काम करताना पावलापावलावर अडचणी. कार्यसंस्कृतीतला जमीन-अस्मानाचा फरक स्वीकारणं, निभावून नेणं जवळपास अशक्यच होतं. वरिष्ठांचं लांगूलचालन, अंतर्गत राजकारण, व्यक्तिगत हेवेदावे या साऱ्याला पुरून उरू शकले त्यांनी बस्तान बसवलं. बाकिच्यांची अवस्था सुखातला जीव दुःखात घातल्यासारखी. त्यातून हे लोक परदेशातून आलेले. त्या बळावर अधिकाराच्या जागा आणि जास्तीचा पगार पटकावलेले. इतर सहकाऱ्यांना हे सहन होणं अवघडच होतं. त्यामुळे व्यक्तिगत पातळीवर कष्टाची तयारी, कल्पकता असं सगळं असलं; तरी 'टीम लीडर' म्हणून

बहुतेकांच्या वाट्याला अपयश आलं.

'ज्यांनी 'नोकरीच्या भानगडीत पडणं नको' असं ठरवून स्वतंत्र उद्योग सुरू केले; त्यांच्यापुढल्या अडचणी (तत्कालीन भारतात) फारच बिकट होत्या. ठिकठिकाणी मुस्कटदाबी. 'वजन' ठेवल्याशिवाय कामाचा कागद सरकारी टेबलांवरून ढिम्म हलत नसे. अमेरिकन सहकाऱ्यांपुढे स्वदेशाभिमानाची कॉलर ताठ करून भारतीय संस्कृतीचं गुणगान करणाऱ्या या मर्त्य जीवांना प्रत्यक्षात दिसलेलं स्वदेशाचं भ्रष्ट रूप गरगरून टाकणारं होतं.

'स्वदेशी परतण्या'चा निर्णय अंगाशी येऊन अपयशी ठरलेल्या, तोंडघशी पडलेल्या बहुतेकांच्या मते हे सगळं असंच होतं. सुस्त. ढिम्म. भ्रष्टाचाराने लडबडलेलं. अनैतिक.

काही त्याचा प्रतिवाद करतात. म्हणतात, अख्खा भारत हा असा सडलेलाच होता असं नव्हे. मान्य, की इथली परिस्थिती वेगळी होती. वर्क कल्चर निराळं होतं. पण 'तिकडून आलेल्यां'ना या वेगळ्या वास्तवाचा धड सामनाच करता आला नाही. 'तिकडून' जे आले ते सगळेच काही फार नैतिक, कर्तबगार वगैरे होते असं नाही. इथल्या वातावरणात तग धरणं अशक्य झाल्यावर मग मात्र सगळ्यांनी आपल्या अपयशाचं खापर भारतात बोकाळलेल्या भ्रष्टाचारावर फोडलं. ते सोपं होतं. स्वतःच बनवलेली स्वतःची नैतिक प्रतिमा अधिक उजळ करणारं होतं.

कायमच्या वास्तव्यासाठी स्वदेशी परतलेल्यांना अस्वस्थ करणारी आणखीही काही कारणं होती. सहन होऊ नये आणि सांगताही येऊ नये अशी.

महिना-पंधरा दिवसांच्या 'इंडिया व्हिजिट'मध्ये 'ग्रीनकार्ड'धारक जीवलगांना कुठे ठेऊ न् कुठे नको असं करणारे नातलग 'आता परत येणं नेहमीचंच' हे कळल्यावर हिरमुसून थोडे अलग झाले. आपल्या मुलाला 'स्पॉन्सर' करून अमेरिका नामक स्वर्गात खेचून घेणारा दोर हातात असणारा भाऊ... आपल्या मुलीला 'तिकडली सोयरीक' बघून देण्याइतके 'कॉन्टॅक्ट' असलेली वहिनी... 'तिकडे' होते; तोवर इकडल्यांना 'तिकडे' घेऊन जाणारी जादूची छडी बाळगून होते. आता तेच 'तिकडलं' चंबुगबाळं आवरून 'इकडे' राहायला आल्यावर सगळं उलटंच झालं. अवघ्या कुटुंबाचे उद्धारकर्ते म्हणून ज्यांच्याकडे आशेने पाहावं त्यांनाच आधार देण्याची, मदत करायची वेळ आली. अशा बदललेल्या परिस्थितीत 'नात्यांची इक्वेशन्स' बदलणं अपरिहार्य होतं.

अमेरिकेत असताना दोन-चार वर्षांतून एकदा आठ-पंधरा दिवसांच्या धावत्या भेटी होत तोवर कुटुंबाचं गोड गोड, कादंबरीतल्यासारखं सुखी-आनंदी दर्शन घडे. आता सगळं रोजचंच झाल्यावर मतभेदांचे तडे दिसू लागले. कुरबुरी सुरू झाल्या.

विसंवाद उघडे पडले.

– भारतातली फक्त कार्यसंस्कृतीच नाही, अख्खा देश– स्वत:चं घरसुद्धा बदललेलं होतं. शिवाय रस्त्यावरचे उकिरडे, उघडी गटारं, घामट गर्दी, कोंडवाड्या- सारख्या चौकोनी, गुदमरलेल्या चाळींची खुराडी याचीही सवय आता उरली नव्हती. प्यायचं पाणी रोजच्या रोज उकळून वातावरणातल्या जंतूंचा संसर्ग किती दिवस टाळता येणार, हाही प्रश्नच होता.

आणखी एक.

मुलं.

मांडलेला डाव मोडून ज्यांच्यासाठी एवढा आटापिटा केला; ती मुलं भारतात पाऊल ठेवल्या क्षणापासून कावरीबावरी झालेली. अस्वस्थ. चिडचिडी. त्यांना ना शाळा आवडली होती; ना रोजच्या रोज सक्तीने खावी लागणारी पोळी-भाजी. ना आजी-आजोबा.

अशा परिस्थितीत निर्णय अपरिहार्य होता– परत जाणं.

पण सगळ्यांनाच ते जमणं शक्य नव्हतं. तिकडलं किडुकमिडुक विकून आलेल्यांना पुन्हा रिकाम्या हाताने जाऊन पुन:श्च हरी ओम करावा लागणार होता. तिकडे जाऊनही झगडाच नशिबी असेल; तर तो इकडेच का करू नये? – अशा बोटचेप्या, सोयीस्कर भूमिकेचे पुरस्कर्ते मन मारून, जुळवून घेऊन 'इकडेच' राहायला शिकले.

...उरलेले आग्रही होते. चिवट होते. महत्त्वाकांक्षीही होते. ते परत अमेरिकेत गेले.

– तरीही 'तळ्यात-मळ्यात'चा खेळ संपला नाही.

जे 'तिकडे'– अमेरिकेत – गेले; त्यांना परत कधीतरी, नीट ठरवून बिरवून, आधी केलेल्या चुका टाळून परत 'इकडे' – भारतात – यावंसं वाटे.

जे इकडे – भारतात – राहिले; त्यांना पुन्हा एखादी संधी शोधून तिकडे – अमेरिकेत – जावंसं वाटे.

दोन्हीकडे तगमग. दोन्हीकडे असमाधान.

आणि जे अमेरिकेतच राहिले, त्यांचं तिसरंच.

भिरभिरत्या मनात कळत-नकळत सारखे 'परत जाण्याचे' बेत चालू.

दहा हजार डॉलर्स कमवून परत जावं, असं कधीकाळी ठरवून ठेवलं होतं. बघता बघता दिवस बदलले. रुपयाची किंमत आणखी घसरली, त्यामुळे दहा हजार डॉलर्सचे जरा जास्त रुपये मिळणार होते. पण भारतातली वाढती महागाई पाहाता दहा हजार डॉलर्सची चटणी उडायला वेळ लागणार नाही, हेही कळत होतं. मग दहाचे पंधरा-पंचवीस-पन्नाससुद्धा! नेमके किती पैसे साठवून भारतात परत गेलं म्हणजे त्या भरवशावर निर्धास्त जगणं शक्य होईल; हे ठरवणं दिवसेंदिवस जास्तच

मुश्कील, गुंतागुंतीचं होत चाललं होतं. मग नवनवे टप्पे – डेडलाईन्स ठरवल्या जाऊ लागल्या.

– मुलं जरा मोठी होऊ देत.

– युरोपची एखादी तरी ट्रीप होऊ देत.

– आता दीड-दोन वर्षांत पगारात चांगला 'राईज' मिळेल. तो घेऊन मग परत जाऊ.

– घराचं मॉर्गेज अजून तीन चार वर्षांत संपेल. तेवढी जबाबदारी उरकून जाऊ.

यादीला अंत उरला नाही; आणि भरून येणाऱ्या मनाची समजूत घालण्यासाठी नवनवे बहाणे शोधायचा खेळही चालूच राहिला.

परत जाणं लांबत गेलं.

– तरी 'आपल्याला आता इथेच राहायचं आहे' हे मनाला समजावणं काही जमलं नाही.

शोभा चित्रे म्हणतात तसं, 'वास्तव समोर दिसत होतं; पण स्वत:पाशीसुद्धा कधी कबूल करावंसं वाटायचं नाही. 'आज ना उद्या परत जायचंय' हेच मनाला पटवत राहायचो आम्ही.'

● ●

झालं एवढंच की,

हळूहळू 'परत जावं का न जावं? कधी जावं? कशासाठी जावं?' या सगळ्याच प्रश्नांची दुखरी बोच मनाशी साठत राहिली. वरची खपली काढून पुन्हा नवी भळभळ सोसण्यापेक्षा त्यावर जास्त न बोलणंच सोयीचं होतं. या एकाच विषयावर अख्खी रात्र चर्चेचा कीस पाडणारी माणसं पुढे पुढे एकमेकांशी बोलेनाशी झाली. बोलणं फक्त स्वत:शीच.

परत जाणं खरंच कठीण आहे, हे आतून कुठेतरी जाणवायला लागलं होतं. मुलांच्या शाळा, त्यांच्या ॲक्टिव्हिटिज्, शेजार-पाजार, मित्र-मैत्रिणी, महाराष्ट्र/मराठी मंडळं असा गोतावळा 'इकडे' उभा राहिलेला... आणि 'तिकडली' दुनिया हळूहळू परकी होऊ लागलेली.

– वयं वाढत होती. जबाबदाऱ्या वाढत होत्या.

हळूहळू अमेरिकेतले राजकीय-सामाजिक रंगही बदलू लागले होते. पूर्वी ग्रीनकार्डं पटापट मिळत. आता ते एक दुष्कर कर्म होऊ लागलं होतं. म्हणजे पुढे ग्रीनकार्ड-धारकांना अमेरिकेचं नागरिकत्व – सिटीझनशीप – मिळणंही अवघड होत जाणार. हळूहळू प्रश्नांचा – काळज्यांचा – चर्चेचा रोख बदलू लागला. सिटीझनशीप असलेल्यांनाच सरकारी नोकऱ्या अशी चिन्हं दिसू लागताच व्यवहाराने भावनेवर मात केली.

'इथे राहायचं आहे; तर आता सिटीझनशीप घेतली पाहिजे' असा विचार बळावला. भारतीय पासपोर्ट आणि अमेरिकन ग्रीनकार्ड अशी दुहेरी निष्ठा पुढच्या काळात व्यवहारात गैरसोयीची होत जाणार; हे उघड दिसत होतं.

निर्णय अपरिहार्य होता.

काहींनी सहज घेतला.

काहींनी डोळ्यांतलं पाणी आवरत.

इमिग्रेशन ऑफिसच्या भल्यामोठ्या हॉलमध्ये भारताशी नाळ तोडून सर्व निष्ठा अमेरिकेच्या पायाशी वाहात असल्याची शपथ घेताना मात्र काळजाशी काहीतरी तुटत गेलं.

– अमेरिकेची सिटीझनशीप!

जगातले असंख्य लोक ज्याकरता जीव द्यायलासुद्धा तयार होतात; अशी अमूल्य गोष्ट!!

ती मिळण्यापूर्वीच्या शपथविधीसाठी प्रतिज्ञेचा हात वर करताना प्रत्येकाच्या डोळ्यात पाणी उभं राहिलं.

आनंदाचं क्वचित.

– अपराधीपणाचंच!

● ●

पासपोर्टचा रंग बदलला; तो व्यवहारात कुठे अडू नये म्हणून.

पण मनाच्या रंगाचं काय करणार?

तिथला मोरपिशी झुला अजूनही तळ्यात-मळ्यात झुलतच होता.

'आपण ओरिजिनली इंडियाचे. पण आता अमेरिकन झालो. सपोझ, इफ इंडिया आणि अमेरिकेचं वॉर झालं; तर आपण कोणत्या बाजूचे?' – असले प्रश्न मुलं विचारत तेव्हा डोक्याचं भिरभिरं होई, तेवढंच!

– पण 'व्यवहार' पाहायला हवा, या अपरिहार्य वस्तुस्थितीचा स्वीकार बहुतेकांनी केला.

तरीही,

मनाचे खेळ मात्र थांबले नाहीत.

'मुलांचं करियर नीट रांगेला लागलं की आपला इथला शेर संपला. रिटायरमेंटनंतर आपण आपले म्हातारा-म्हातारी इंडियात सुखाने राहायला जाऊ.'

– स्वत:ची समजूत घालण्यासाठी आणखी एक नवा बहाणा सापडला.

● ●

आता एवढे कष्ट सोसून आलोच आहोत अमेरिकेत, तर 'इकडे'ही राहावंसं वाटतं,

पण 'तिकडे' तर परत जायचंच असतं.

या संभ्रमातले अनिवासी भारतीय मनांचे हिंदोळे स्थलान्तरितांच्या सगळ्या पिढ्यांमध्ये सारखेच झुलताना दिसतात.

फरक एवढाच; की १९६०च्या दशकात अमेरिकेस गेलेल्यांनी या द्विधावस्थेबद्दल गोष्टी लिहिल्या, लेख लिहिले, कसलाही निष्कर्ष हाती न लागू देणाऱ्या चर्चा केल्या.

– विसाव्या शतकाच्या अखेरीस 'वायटूके'चा मुहूर्त साधून अमेरिका गाठलेल्यांनी मात्र चर्चांच्या गुऱ्हाळाचा एवढा लांबलचक घोळ न घालता; आपल्या 'मानसिक व्याधी'ला एक नावच ठेवलं –

The X = X+1 Syndrom

या व्याधीची लक्षणं शोधली आणि हा आजार नेमका कसा/कधी/कुणाला जडतो हेही चक्क लिहूनच काढलं.

इंटरनेटच्या महाजालात या मंडळींनी स्थापलेल्या व्हर्च्युअल कम्युनिटिज्मधून चक्कर मारली, त्यांचे ब्लॉग्ज वाचायला घेतले; की कुठे ना कुठेतरी कुणीतरी कुणालातरी फॉर्वर्ड केलेली या विचित्र 'सिन्ड्रोम'ची ॲटॅचमेन्ट दृष्टीला पडतेच –

एन.आर.आय. एक्सपिरियन्स

The X = X+1 Syndrom

भारतातून अमेरिकेत गेलेल्या कुणाही व्यक्तीला एकदा का एन.आर.आय. (नॉन रेसिडेन्ट इंडियन) हे स्टेटस प्राप्त झालं; की त्यापाठोपाठ एका विचित्र व्याधीची लागण होते असं आढळून आलं आहे. या व्याधीची लक्षणं नेहमीच्या सर्वसाधारण आजारांपेक्षा जरा वेगळी असतात –

रेस्टलेसनेस, ॲन्क्झायटी, होप आणि नोस्टॅल्जिया.

एरवी उत्तम सुखात असलेल्या मनात 'आ, अब लौट चले'चा व्हायरस कोण जाणे कुठून घुसतो; पण एकदा का ही लागण झाली, की रुग्णाची अवस्था बिकट होते. शेक्सपियर म्हणाला होता ना – 'द स्पिरिट इज विलिंग, बट द फ्लेश इज वीक' – तसं काहीतरी!

– वैद्यकीय विश्वाला अजून या व्याधीची कानोकान खबर नसली, तरी या व्याधीने पछाडलेल्या रुग्णांच्या जगात 'X+1 सिन्ड्रोम' म्हणून ही व्याधी ओळखली जाते.

तळ्यात-मळ्यातचा खेळ खेळण्यात गुंतलेलं या रुग्णाचं मन म्हणत असतं,

‘मी जाणार. परत जाणार. आय विल सर्टनली गो बॅक.’ पण ‘कधी जाणार?’ असा प्रश्न आला, की हे मन ज्याचं असतं, तो म्हणतो, ‘पुढच्या वर्षी. नेक्स्ट इयर.’

– असं उत्तर आलं, की या कहाणीच्या ‘हिरो’ला ‘The X = X+1 Syndrom’च्या व्हायरसने दंश केला आहे, असं खुशाल समजावं.

समजा, X म्हणजे चालू वर्ष.

‘तो’ पुढल्या वर्षी ‘परत जाणार’ म्हणतो, म्हणजे X+1.

– पण मुळात X या गृहितकाची ‘ॲक्च्युअल व्हॅल्यू’ दरवर्षी बदलती असल्याने X+1 या समीकरणाच्या निश्चित उत्तराशी पोचताच येत नाही. असं असेल, तर

X = X+1

असा भलता तिढा होणारच!

– हीच ती व्याधी!

विशेष म्हणजे या व्याधीची लागण फक्त अनिवासी भारतीयांनाच होताना दिसते. भारतीयांचे आशियाई सहोदर – चिनी, जपानी, कोरियन वगैरे – यांच्यामध्ये मात्र या व्हायरसचा खातमा करणारी अलौकिक ‘इम्युनिटी’ असावी. कारण त्यांना हा संसर्ग झाल्याचे आढळत नाही.

● ●

ही या संसर्गाची एकविसाव्या शतकातली कहाणी.

गेल्या शतकातले तपशील थोडे वेगळे होते, हे खरं. पण व्याधी तीच. आणि व्याधीची लक्षणंही.

‘एकदा अमेरिकेला जाण्याची पहिली चूक केलीस. आता परत येण्याचा विचार करून दुसरी चूक करू नकोस’– असं स्पष्ट बजावणारा डॉ. विश्वास तडवळकरांचा मित्र...

‘आता इथलं विसरा. ‘तिकडलं’ आयुष्य सुरू करा’– असा सूज्ञ सल्ला देणारी दुर्गा पाच्छापूरकरांची आई...

असे काही मोजके, ठळक अपवाद सापडतात; ज्यांच्याजवळ ‘त्या काळात’ फार पुढचं पाहू शकणारी ‘नजर’ होती.

‘अमेरिकेत पाऊल ठेवलं; त्या क्षणीच ठरवलं होतं – आता हाच आपला देश! मागे वळून पाहायचं नाही’– असा पक्का निश्चय करून आपल्या आयुष्याला आकार देण्यात मन:पूर्वक गुंतून गेलेली डॉ. श्रीनिवास ठाणेदारांसारखी माणसं विरळा. त्यांनी आपल्या ‘स्थलांतरीत’ आयुष्यातला संभ्रमाचा तिढा फार लवकर सोडवला.

ज्यांना हे जमलं नाही; ते ‘तळ्यात-मळ्यात’च्या सीमेवरची फरफट सोसत राहिले.

– भारतातून नशीब काढायला अमेरिकेत गेलेल्या स्थलान्तरितांच्या पहिल्या पिढीत आणखी एक वर्ग होता :

'इथे राहावं' का 'परत जावं' हा निर्णय घेण्याचं स्वातंत्र्य, स्वत:ला सोईस्कर असा पर्याय निवडण्याची संधीच त्यांना मिळाली नाही.

अमेरिकेतली समृद्धी क्वचितच त्यांच्या वाट्याला आली. सुखही अपवादानेच लाभलं, आणि 'संधींचा स्वर्ग' अशी ख्याती असलेल्या भल्याप्रचंड देशात त्यांच्या आयुष्याची झोळी रीतीच राहिली.

एन.आर.आय. – अनिवासी भारतीय म्हटलं, की नजरेसमोर येते ती व्यावसायिक-भौतिक यशाने सुखावलेल्या भाग्यवान चेहेऱ्यांची प्रतिमा. डॉलर्समधली संपत्ती. ऐशोआराम. मोकळीचाकळी घरं.

– पण या चमचमत्या नाण्याला एक दुसरी बाजू आहे. सुख-समृद्धी आणि श्रीमंतीने उतू जाणाऱ्या घरांच्या अंधाऱ्या माडीवर लपवलेल्या जीर्ण, जुनाट बोचक्यांसारखी.

कुबेराचं ऐश्वर्य कमावलेल्या लेकाच्या आलिशान अमेरिकन घरात जन्मठेपेहून भयंकर असा एकाकी बंदिवास नशिबी आलेले म्हातारे आई-वडील.

न संपणाऱ्या शर्यतीत धावता धावता हातातून हात सुटून गेलेली, परस्परांना विटलेली, तिरस्काराने फणफणणारी, तरीही एका छपराखाली राहाणं भाग असलेली जोडपी.

सावरण्याचा आटापिटा करूनसुद्धा पोटच्या पोरांची उद्ध्वस्त झालेली आयुष्यं पाहाण्याचे भोग वाट्याला आलेले आई-वडील.

'आज ना उद्या बरे दिवस येतील' या आशेने अमेरिकेतल्या जगण्याचं रुखूटुखू गाडं पेलता पेलता अखेर हताश झालेले अर्धपोटी, कोमेजलेले संसार.

स्वत:च्या बेडरूममध्ये रोजचा बलात्कार सोसणाऱ्या एकाकी स्त्रिया.

आजूबाजूच्या यशस्वी मांदियाळीत स्वत:चं अपयश जिव्हारी लागलेले, धुमसते, पराभूत, एकलकोंडे पुरुष.

या माणसांजवळ अभिमानाने सांगाव्या, अशा यशाच्या कहाण्या नाहीत.

अप्रुपाने दाखवावं असं वैभव नाही.

ना त्यांच्याविषयी कुणी बोलत. ना त्यांच्याबद्दल काही लिहीत.

– त्यांच्या घुसमटलेल्या आयुष्यांची बोचकी न्यूयॉर्क, न्यूजर्सी, शिकागो, ह्यूस्टन... जिथे जावं तिथल्या अंधाऱ्या कोपऱ्यात फेकलेली आहेत.

∎

'मी नवऱ्यामागून अमेरिकेत येण्याचा
निर्णय घेतला, ही माझ्या आयुष्यातली सर्वांत
मोठी चूक. सुखाच्या शोधात आम्ही या
परक्या देशात आलो नसतो; तर आमचा
गरिबीचा संसारसुद्धा सुखाचा झाला असता.
इथे आलो आणि सगळं बिघडत, नासतच
गेलं. माझा मुलगा वाईट संगतीने वाया
गेला. मुलगी कायम आजारी. नवरा
बाहेरख्याली. त्यात डोक्यावर कर्ज. इथली
मराठी माणसं आमच्या वाऱ्यालासुद्धा उभी
राहात नाहीत. असंच असतं इथे. सगळं
छान चाललेलं असलं; तर शंभर मित्र मिळतात.
पण घराला कर्जांची, व्यसनाची कीड लागली
असेल; तर कम्युनिटीतलं कुणीसुद्धा तुम्हाला
जवळ करत नाही. आम्ही मुंबई-पुण्यात
असतो तर नवऱ्याच्या-मुलाच्या वागणुकीवर
थोडा धाक राहिला असता. नातेवाईकांची
शेजार-पाजाऱ्यांचीसुद्धा मदत झाली असती..
इथे मी अगदीच एकटी पडले.'

– बृहन्महाराष्ट्र वृत्ताच्या एका अंकात
प्रसिद्ध झालेलं एका अभागी अनामिक स्त्रीचं
हे पत्र.

ती एकटी नाही.

तिच्यासारख्या अनेक.

मायदेशातली मुळं उचकटून
आणलेल्या दुखावल्या संसाराच्या वेदनाच
फक्त नशिबी आलेल्या.

मायेच्या माणसांचे आधार गमावून दूर
देशातले भोग एकटीने भोगणाऱ्या.

स्त्रिया... आणि पुरुषही.

उत्तर अमेरिकेतल्या एकूण मराठी
समुदायाचा विचार करता, त्यांच्या सरासरी
भौतिक यशाच्या, समृद्धीच्या तुलनेत अपयशी,

अमेरिकन
'क्लॉझेट'मधली
मराठी
बोचकी

घुसमटलेली, रखडलेली घरं तशी मोजकीच (असावीत); पण ती आहेत. नशिबी आलेल्या अखंड झगड्याने थकलेली, निराशेने ग्रासलेली आणि परत जाणं न जाण्याहून जास्त जिकिरीचं म्हणूनच केवळ आला दिवस निभावून नेत जगणारी!

अमेरिकेने या कुटुंबांना 'झिडकारलं' नाही.

ज्यांच्या वाट्याला असं थेट झिडकारणंच आलं; त्यांनी पहिल्या काही वर्षांतच भारतात परतण्याचा निर्णय घेतला. आपले संसार सावरले.

...पण आपलं 'लिव्हिंग स्टॅण्डर्ड' उंचावेल असा हेतू मनात धरून, मुलांना उत्तम शिक्षण देता येईल या उद्देशाने अमेरिकेत स्थलान्तरित झालेल्या काही कुटुंबांना या समृद्ध महासत्तेने मधाचं बोट चाखवलं... पण ते तेवढंच!

प्रत्यक्षात, डॉलर्सनी भरलेला तो 'मधाचा बुधला' कधी त्यांच्या वाट्यालाच आला नाही. यश दुरून दिसत राहिलं. आपल्या आगे-मागे अमेरिकेत आलेल्या बाकीच्या मराठी कुटुंबांनी मिळवलेली श्रीमंती... त्यांच्या गाड्या... त्यांची घरं... ही सारी समृद्धी दुरून खुणावत राहिली. 'जो कष्ट करील, त्याला यश मिळेल... आज मिळालं त्याच्या दुप्पट उद्या मिळेल' या 'अमेरिकन ड्रीम'ची मोहिनी होतीच. त्या ईर्ष्येने कष्ट काढले, पण चाळणीत पडलेलं पाणी खालच्या खाली वाहून जात राहावं; तसं सारं सुटतच गेलं हातातून.

एकूण हिशेब म्हटलं तर बेरजेचा झाला; पण 'हातचा' घेण्याची संधी मात्र कधीच नशिबी आली नाही. हाता-तोंडाची गाठ पडणं चुकलं नाही, डोक्यावरचा आसरा कायम राहिला, मुलं बरं शिकली... एवढंच!

एवढंच?

– अमेरिकेत राहून या प्रश्नचिन्हाचा घाव सोसणं सोपं नव्हतं.

'यासाठीच का देश सोडून इथवर आलो?' या स्वतःच्याच प्रश्नाशी झुंज देत राहाणं नशिबी आलेल्यांचे चिडचिडलेले चेहरे महाराष्ट्र मंडळांच्या कार्यक्रमात फार कधी दिसत नाहीत. मराठी 'नेटवर्किंग'मध्येही या कुटुंबांची नावं अभावाने असतात. अमेरिकेतल्या मराठी माणसांच्या उत्तुंग यशाने भारावलेल्या लेखक-कलावंत-अभ्यासक मंडळींना 'होस्ट' करण्याची संधी/क्षमता/इच्छा नसलेल्या नाराज, खंतावलेल्या मराठी माणसांच्या अपयशाच्या गोष्टी मनातच राहातात.

एरवीच्या रंगलेल्या मैफलीत निषिद्ध वाटावा असा एखादा कणसूर क्वचित 'एकता'मध्ये वाचायला मिळतो... क्वचित कधी बृहन्महाराष्ट्र वृत्तामधल्या एखाद्या चर्चेत.

'१९८० साली माझं लग्न झालं. पुण्यात संसार मांडला. शरदला कॉलेजमध्ये चांगली नोकरी होती. मीही एका सहकारी बँकेत काम मिळवलं. छान जम बसला

होता. पाठोपाठ दोन मुलंही झाली. पहिला मुलगा. त्याच्या पाठीवर मुलगी.'

– लताकाकू सांगत होत्या.

अमेरिकेच्या ईस्ट कोस्टवरल्या एका मोठ्या शहरात राहातात. भारतात रो-हाऊसेस असतात तशा जुळ्या घरांच्या ओळीतल्या कोपऱ्याच्या छोट्या घरात त्यांचा आटोपशीर संसार आहे.

– राजवाडासदृश्य मोठ्या बंगल्यात राहाणाऱ्या एका कुटुंबाच्या घरी त्या मला न्यायला आल्या होत्या. गाडी चालवतात पण ड्रायव्हिंगमधली धांदरली धास्ती अजून तशीच. त्यांच्या घराजवळच्या ट्रॅफिक लाईटशी गाडी थांबली; तेवढ्यात पटकन् बोलून गेल्यासारखं म्हणाल्या, 'आमचं घर छोटं आहे हं अगदी. आत्तापर्यंत सगळ्या बड्या माणसांकडे राहिली असशील अमेरिकेत; आमचं घर बघून म्हणशील, कसल्या चाळीत राहातात ही माणसं!'

– खरंच, त्यांचं घर चाळीतल्यासारखंच होतं. छोटं. अंधारं. जुन्यापान्या सामानाने भरलेलं. कसल्याशा विचित्र कुबट वासाचं.

दोन्ही मुलं कॉलेजकरता म्हणून घराबाहेर पडलेली. घरात दोघंच. नवरा-बायको.

नवरा नावाचा गृहस्थ तिरसटलेल्या मंद चेहऱ्याचा. टी.व्ही.समोरच्या सोफ्यात अखंड नुसता बसून. ओठात सिगारेट आणि हातात बियरचा कॅन. ना बोलणं. ना गप्पा. ना आल्या-गेल्याची काही दखल.

लताकाकूंनी ज्याच्याशी लग्न केलं; तो माणूस इतका सुरकुतलेला, शिळा नव्हता. पुण्यातल्या चांगल्या कॉलेजात इंग्रजीचा प्राध्यापक. लेखन-वाचनाची आवड असलेला. उत्साही. उमेदीचा.

'– पण सासूबाईंनी यांच्या डोक्यात भरवलं– अमेरिकेला ये. इथे तुला चांगली नोकरी मिळेल. मुलांचं भलं होईल'– 'त्या' काळाच्या आठवणी काढताना लताकाकूंना अजूनही त्रास होतो.

त्यांचा मोठा दीर १९७०च्या आसपास अमेरिकेत गेला. तिथे चांगला स्थिरावला. मोठ्ठं घर-दार झाल्यावर त्याने आईला बोलावून घेतलं. आई मोठी हौशी आणि त्याहून अधिक महत्त्वाकांक्षी. मोठ्याचं वैभव बघितल्यावर तिला वाटलं, पुण्यात मास्तरकी करीत राहिला तर धाकट्या मुलाला आयुष्यात कधी इतके पैसे, इतकं सुख मिळणार नाही. मग तिने मोठ्याच्या पाठी लकडा लावून धाकट्याचं ग्रीनकार्ड 'स्पॉन्सर' करवलं. मोठमोठी स्वप्नं दाखवून, ढकलून, डिवचून धाकट्याला पुण्यातली उत्तम नोकरी सोडायला लावली. अमेरिकेसारख्या स्वर्गात यायला मिळणं हे कसं महद्भाग्य आहे, असं सांगसांगून अख्ख्या कुटुंबाला डॉलर्सच्या वैभवात नहाताना पाहाण्याची आपली महत्त्वाकांक्षा मुलांवर लादली...

'... आणि आम्ही आमच्या उत्तम नोकऱ्या सोडून, घर-दार-भांडीकुंडी सारं

विकून अमेरिकेत आलो' – लता काकू सांगत होत्या.

पहिले काही दिवस छान गेले. मोठ्या भावाचं मोठ्ठं घर. ओसंडून वाहाणारं वैभव. दाराशी झुलणाऱ्या चार गाड्या. डोळ्यांपुढे काजवे चमकले ते स्वत:साठी नोकरीचा शोध सुरू झाल्यावर. 'एम.फील'ची डिग्री घेऊन पुण्याच्या कॉलेजात इंग्रजीचा प्राध्यापक असणाऱ्या माणसाला अमेरिकन शिक्षणव्यवस्थेत एका कारकुंड्या-एवढीसुद्धा किंमत नाही; हे पचवणं सोपं नव्हतं. इंग्रजी शिकवणं सोडाच; – अमेरिकेत आल्यावर इथल्यासारखं बोलण्याची आणि बोललेलं समजण्याचीच पंचाईत झाली होती.

– पण भावाच्या घरात, त्याच्या मेहेरबानीवर किती दिवस तुकडे मोडणार?

शेवटी मराठी, हिंदी, गुजराथी आणि इंडियन इंग्रजी बोलता येतं-समजतं या क्वालिफिकेशनवर या पूर्वाश्रमीच्या प्राध्यापक महाशयांनी इंडियन ग्रोसरी स्टोअर्सच्या एका चेनमध्ये मॅनेजरकी पत्करली.

'आम्ही म्हटलं, सुरुवात तर करू. पुढचं पुढे पाहाता येईल. दिराच्या घरी स्वयंपाकीण, मोलकरीण म्हणून राबण्याची, त्या लाचारीची चीड आली होती मला. एकवेळ जेवून राहू; पण इथून बाहेर पडूया; असं नवऱ्याला पटवलं आणि दूरच्या उपनगरात एक स्वस्त अपार्टमेंट रेंट केलं.'

– अमेरिकेच्या वैभवात डुंबण्यासाठी आमंत्रण देऊन, आग्रह करकरून, लकडा लावून लावून बोलावून घेतलेल्या लताकाकूंच्या 'अमेरिकन जगण्या'ची ही सुरुवात!

दोन मुलं सरकारी शाळेत अडकवून टाकली.

– आणि 'घरात बसून तरी काय करायचं?' म्हणून मुलांच्या आईने एका गारमेन्ट फॅक्टरीचं जॉबवर्क करणाऱ्या इंडियन बायकांच्या ग्रुपमध्ये सामील होऊन आठ-दहा डॉलर्ससाठी शिवणटिपण सुरू केलं.

आपला देश सोडून अमेरिकेत नशीब काढायला आलेल्या अनेकांनी सुरुवातीला ही असली कामं केली होती. कुणी भर थंडीत पेपर वाटले, कुणी इंडियन रेस्टॉरन्टकरता सामोसे तळून दिले, शनिवार-रविवारच्या सुट्टीत 'हाऊस कीपर' म्हणून लोकांचे संडाससुद्धा साफ केले.

– पण या माणसांचं 'पाणी' वेगळं होतं. त्यांच्या डोळ्यासमोर स्वप्न होतं; आणि मनात धगधगत्या महत्त्वाकांक्षेची ऊब. त्यांनी खाचखळग्याची वाट भराभर पार करून अमेरिकन यशाच्या एक्स्प्रेस हायवेवर पटकन् पाऊल ठेवलं. कष्टांना सलाम करणाऱ्या, जिद्दीला भरभरून यश देणाऱ्या अमेरिकेनेही त्यांच्यावर मागे पाहाण्याची वेळ आणली नाही.

– पण लताकाकूंच्या नवऱ्याची परिस्थिती वेगळी होती.

त्याला फक्त डॉलर्स कमवायचे होते. तेवढ्या मोहापोटी भावाचं बोट धरून

अमेरिकेत आणवला गेलेला तो माणूस. भारतातली प्रतिष्ठेची प्राध्यापकी सोडून अमेरिकेत किराणा मालाच्या दुकानाचा गल्ला सांभाळायची वेळ आल्यावर त्याच्या स्वाभिमानाला ठेच लागली. मनात खदखदणारा अपमान, घशाशी जळजळणारं अपेक्षाभंगाचं पित्त, आणि अमेरिकेला शिव्या घालघालून खवळलेलं मस्तक – असल्या माणसाला कोण विचारणार?

– हातातली नोकरी टिकवून धरण्याला पर्याय नव्हता म्हणून हा गृहस्थ चिकटून राहिला, एवढंच! ना त्याने हातपाय हलवले, ना कसली धडपड केली. ओशाळा झालेला, वैतागलेला मोठा भाऊ कर्तव्यबुद्धीने एकदा म्हणाला, तुझी इच्छा असेल तर डाऊन टाऊनमध्ये छोटी जागा घेऊन देतो तुला. एखादा स्वतंत्र बिझिनेस सुरू कर.

– पण या माणसाला कसली इच्छाच उरली नव्हती. तो भावाला म्हणाला, तुझे झाले एवढे उपकार पुरे. आता माझं मी काय ते पाहीन.

डोक्यात संताप उकळत होता, सहन न होणाऱ्या लाचार अपयशाने तडफड होत होती; तोवर घरात बायको-मुलांना छळून घेतलं. मग तेवढीही उमेद राहिली नाही. विझलेल्या चेहेऱ्यावर कंटाळवाणा, ओशट तवंग चढला. टी.व्ही.समोर बसबसून आणि बियर ढोसढोसून ढेरी वाढली. मित्रमंडळी नव्हती, सोशल लाईफ नव्हतं, 'संवाद' करण्याची सवय उरली नव्हती; हळूहळू रोजचं साधं बोलणंसुद्धा बंद झालं.

'माझा उत्साही, प्रेमळ नवरा आता एखाद्या सुस्त अजगरासारखा वेटोळं घालून नुसता पडून असतो हॉलमध्ये. त्याची ही अशी अवस्था माझ्या नजरेसमोर झाली. मी फक्त सोसत राहिले. काहीही करू शकले नाही' – लताकाकूंच्या डोळ्यात संतापलेलं लाचार पाणी उभं राहिलं होतं.

त्या कळकळीने सांगत होत्या; पण 'मी काही करू शकले नाही' हे त्यांचं म्हणणं खरं नव्हतं.

– त्यांनीच जीवाच्या आकांताने धडपड केली आणि कोसळणारा संसार सावरून धरला.

गारमेन्ट फॅक्टरीचं जॉबवर्क केलं, मग होम डेपोमध्ये नोकरी धरली... गाडी परवडत नव्हती म्हणून मैलभर चालून बस पकडून पुन्हा मैलभर अंतरावरलं ऑफिस रोज जीवाच्या कराराने गाठलं. अमेरिकेत बरं काम मिळवायचं तर शिकायला हवं म्हणून कम्युनिटी कॉलेजात जाऊन कसकसले कोर्सेस केले. त्या बळावर एका अकाऊंटींग फर्ममध्ये चांगला जॉब मिळवला. कष्टाने, अंगच्या हुशारीने अमेरिकन बॉसेसचा विश्वास कमावला. अमेरिकेत राहाण्याकरता आवश्यक असलेली ड्रायव्हिंग-पासूनची सगळी 'स्कील्स' शिकून घेतली. गाठीशी चार पैसे बांधले. छोटं का असेना, स्वतःचं घर केलं. मुलांची आयुष्य धड मार्गाला लागावीत म्हणून धडपड

केली. अपयशाने कातावलेल्या ओशट नवऱ्याची तंत्रं सांभाळणं सोपं नव्हतं; पण तेही केलं.

– आणि मुख्य म्हणजे मोठ्या दीर-भावजयीचं मन राजी राखून त्यांचा आधार कायम ठेवण्याकरता आयुष्यभर कसरत केली.

'अवघड होतं, पण इलाज काय होता दुसरा?' – लताकाकू विचारतात.

'प्रतिष्ठेच्या खोट्या कल्पनांना बळी पडून या देशात आलो हे चुकलं. पण चूक लक्षात आली; तोवर सुधारण्याची वेळ निघून गेली होती. आता वाटतं, इथे केले तेवढे कष्ट मी पुण्यात केले असते; तर डेक्कन जिमखान्यावर बंगला बांधता आला असता... पण आता कुठलं पुणं नी कुठलं काय? – आता हाच आमचा देश!'

'अमेरिकेसारख्या देशात यशस्वी होण्यासाठी जी 'स्किल्स' लागतात; ती आमच्याजवळ नव्हती' – हे लताकाकूंना मान्य आहे. 'देशाच्या सीमा ओलांडून जाण्याला एक अंगभूत ऊर्जा, हिंमत लागते; तीही आमच्याजवळ नव्हती. आमची 'लायकी' न तपासता तिसऱ्याच्या महत्त्वाकांक्षेपोटी चौथ्याचा हात धरून या देशात आलो. अशा माणसांना हा देश कधीच मनापासून स्वीकारत नाही.'– हा लताकाकूंनी आयुष्याचं मोल चुकवून शिकलेला धडा.

अमेरिकेने धडा शिकवलेली अशी कितीतरी इमिग्रन्ट माणसं आपल्या कोमट महत्त्वाकांक्षेची शिक्षा भोगल्यासारखी जगताना दिसतात. त्यात मराठी कुटुंबं तुलनेने कमी; पण आहेत.

– या गटातले बहुतेक लोक 'स्पॉन्सर्ड रिलेटिव्ह' म्हणून अमेरिकेत आलेले. आई-वडील किंवा भाऊ-बहीण यांच्यापैकी रक्ताच्या नात्याचं कुणीतरी अमेरिकेत असणं एवढंच या लोकांचं 'क्वालिफिकेशन' होतं.

अमेरिकेत जाऊन तिकडे रुजलेल्या पहिल्या पिढीने संधी मिळताच आपल्या कुटुंबीयांनाही अमेरिकेत आणण्याची धडपड सुरू केली. त्याला मुख्य कारणं दोन. एकतर स्वर्गासमान वाटणाऱ्या अमेरिकेतलं वैभव आपल्या प्रेमाच्या माणसांच्याही वाट्याला यावं, त्यांच्याही मुलांना अमेरिकेत शिकून भवितव्य घडवता यावं, ही इच्छा!

– आणि दुसरं महत्त्वाचं कारण म्हणजे आपलाही एकटेपणा दूर व्हावा. निकट कुटुंबियांच्या विरहाची खुटखुट एवढं एकच शल्य मनाशी उरलं होतं; तेही दूर व्हावं.

आणखी एक तिसरं कारणही होतं. – अमेरिका प्रयाणाची तहान लागलेल्या भारतातल्या नातेवाईकांनी 'ग्रीनकार्ड' नामक गुलबकावलीचं फूल हस्तगत करण्या-करता लावलेला लकडा.

त्यात 'फॅमिली रियुनिफिकेशन ॲक्ट' मदतीला आला आणि अमेरिकेत रुळलेल्या

पहिल्या पिढीने धडाधड ग्रीनकार्डं स्पॉन्सर करून भारतातल्या नातेवाईकांना अमेरिकेत आणण्याचा सपाटा लावला. त्यातून पुढे मग या 'स्पॉन्सर्ड' प्रकरणाची साखळी वाढतच गेली.

म्हणजे मोठ्या भावाने धाकट्या भावाला 'स्पॉन्सर' करायचं. त्याने त्याच्या बायकोला 'स्पॉन्सर' करायचं. त्याची बायको अमेरिकेत आली; की तिने आपल्या भावाला 'स्पॉन्सर' करायचं. मग त्या भावाची बायको... तिचा भाऊ... त्यांची मुलं... चालूच!

अमेरिकन जनगणनेच्या अहवालानुसार १९८० ते १९९० या दहा वर्षांत देशात दाखल झालेल्या 'इंडियन इमिग्रन्टस'पैकी तब्बल ब्याऐंशी टक्के लोक 'रिलेटिव्ह प्रेफरन्स' या क्लॉजखाली आलेले होते.

डॉलर्स कमावणे आणि अमेरिकन ऐश्वर्यात राहाणे यापलीकडे महत्त्वाकांक्षेची झेप नसलेल्या या गटातल्या बहुतेकांकडे जेमतेम पदवीपर्यंतचं शिक्षण होतं; त्याचा अमेरिकेत काही उपयोग नव्हता. भारतात नोकरी-व्यवसाय केल्याचा अनुभव गाठीशी होता; त्यालाही अमेरिकेत फारशी किंमत नव्हती.

...त्यातून एकादशीच्या घरी शिवरात्र यावी तसं झालं. १९९०च्या दशकाच्या प्रारंभी अमेरिकेच्या अर्थव्यवस्थेला मंदीचं ग्रहण लागलं. औद्योगिकरणाचा वेग थंडावला. उत्पादन मंदावलं. बाजारातलं चलन वलन थांबलं... आणि नोकऱ्यांवर कुऱ्हाड आली. उच्चशिक्षित मनुष्यबळावर बेकार फिरण्याची वेळ आलेली असताना; तुलनेने कमी गुणवत्तेच्या या लोकांना कुठलं काम मिळणार?

– भारतातल्या शिक्षणाला या देशात समकक्षता नाही आणि तिकडे करत होतो त्या प्रकारचं/दर्जाचं काम इकडे मिळणार नाही हे लक्षात आल्यावर घायकुतीला आलेल्या या मंडळींनी मिळतील ती कामं स्वीकारायला सुरुवात केली. इंडियन ग्रोसरी स्टोअर्स, फॅक्टऱ्यांमधलं असेम्ब्ली लाईनवरचं काम, वर्तमानपत्रांचे स्टॉल्स असे पर्याय शोधले.

– त्यामुळे अमेरिकेत येऊन रुळलेल्या पहिल्या पिढीतल्या सधन भारतीयांचा मोठा फायदा झाला : त्यांना बटर चिकन, सामोसे, तंदुरी रोटी खिलवणारी इंडियन रेस्टॉरन्टस् भराभर उगवली. भारतात जाण्या-येण्यासाठी स्वस्तात स्वस्त विमान तिकिटांचा इंतजाम करणाऱ्या ट्रॅव्हल एजन्सीज् सुरू झाल्या. साड्या-सलवार-कमीज आणि कुर्ते-पायजम्यांची इंडियन क्लॉथ स्टोअर्स गावोगावी उभी राहिली. दागिने घडवणारे सोनार आले. भारतातल्या हिंदी-मराठी-पंजाबी-गुजराथी-तमीळ-मल्याळम् सिनेमांच्या व्हिडिओ कॅसेटस् घरपोच देणारी 'रेन्टल शॉप्स' सुरू झाली. भारतीय आचारी मिळाले. कम्युनिटी वर्शिपसाठी उभारलेल्या देवळांना पुजारी मिळाले.

– पण एक झालं.

शारीरिक कष्टांची कामं कमी किंमतीत करायला तयार असणाऱ्या या इंडियन इमिग्रन्टस्मुळे कनिष्ठ श्रमजीवी वर्गातल्या अमेरिकन, मेक्सिकन लोकांची कामं गेली आणि त्यांनी एकूणच 'इंडियन कम्युनिटी'वर राग धरला.

अमेरिकेतल्या सर्व इमिग्रन्टस्च्या तुलनेत सर्वात श्रीमंत कम्युनिटी म्हणून भारतीयांनी मिळवेली पत काहीशी घसरली तीही याच काळात.

१९९० सालच्या अमेरिकन जनगणनेच्या अहवालात 'दर बारा एशियन इंडियन लोकांपैकी एक माणूस दारिद्र्यात जगतो' अशी नोंद झाली. '१९८७ ते १९९० या ३ वर्षांत 'रिलेटिव्ह प्रेफरन्स क्लॉज'खाली अमेरिकेत स्थलान्तरित झालेल्या भारतीयांपैकी तब्बल वीस टक्के लोक अजूनही आपला पाय रोवण्यासाठी झगडत आहेत' असा निष्कर्षही या अहवालात प्रसिद्ध झाला.

हा झगडा संपला नाही; कारण तो पार नामोहरम करणारा, झगडणाऱ्या माणसांचा अंत पाहाणारा होता.

भारतात उत्तम चाललेल्या आयुष्याची बसलेली घडी विस्कटून अमेरिकेत आलेल्या मध्यमवयीन माणसांचा या झगड्यात टिकाव लागणं मुश्कील होतं. त्यातून नैराश्य आलं. संताप वाढला. हतबलतेपोटी हिंसा जन्माला आली. नाती विस्कटली. नवरा-बायकोमध्ये लढाया उभ्या राहिल्या. चांगल्या शिक्षणाच्या ओढीने अमेरिकेत आलेल्या वाढत्या वयातल्या मुलांच्या नशिबी परवड, घुसमट आली. 'स्पॉन्सर' करून अमेरिकेत आणलेल्या नातेवाईकांचे संसार लायनीला लावून देता देता स्पॉन्सर करणारे जेरीला आले.

सख्ख्या भावंडांमध्ये आर्थिक विषमतेची मोठी दरी उभी राहिली. एकाचं घर न पेलवणाऱ्या समृद्धीने ओसंडून वाहाणारं. दुसऱ्याचं घर सदा उपाशी. भुकेलं. त्यातून मग मानपान, धुसफूस... आणि असह्य ओढाताण!

या दुर्दैवी चित्राला आणखी एक भीषण बाजू होती : बंद दाराआडच्या निर्दय हिंसेची. नातेवाईक, मित्रमंडळी यापैकी कसलंच 'सपोर्ट स्ट्रक्चर' नसलेले एकेकटे संसार सततच्या अपेक्षाभंगाने, अपयशाने जेरीला आले. तोंड दाबून बुक्क्यांचा मार सोसणं मुश्कील झाल्यावर मग हक्काच्या जोडीदारावर राग निघू लागला. त्यात स्त्रिया सापडल्या. रुढ अर्थाने यशस्वी, अत्यंत सधन आणि सुशिक्षित घरातल्या काही स्त्रियांच्या नशिबीसुद्धा ही मारहाण आली. श्रीमंत आणि व्यसनाधीन पुरुषांनी स्त्रियांना कोंडवाड्यात कोंडलं.

अमेरिकन घरांच्या ड्रॉईंग रूममधल्या कार्पेटखाली सारलेलं, बेडरूमच्या क्लॉझेटमध्ये लपवलेलं हे भीषण सत्य! – असली झाकाझाक करत जगण्याची वेळ आलेल्यांमध्ये मराठी माणसंही आहेत.

पण सुखवस्तू, यशस्वी वर्गात वावरणाऱ्या कर्तबगार, श्रीमंत मराठी वर्तुळांमध्ये

हे वास्तव फारसं कुणी मान्य करत नाही. म्हणतात, सगळं छानच चाललंय. हे असले प्रकार घडतात ते मेक्सिको, क्युबा किंवा चिलेतून येणाऱ्या इमिग्रन्ट कम्युनिटीमध्ये. इंडियन लोकांवर ही वेळ येत नाही. त्यातून मराठी माणसांवर तर नाहीच नाही.

अमेरिकेतल्या भारतीयांनी मिळवलेलं एकूण यश इतकं देदीप्यमान आणि लखलखीत बावनकशी आहे; की या सर्वार्थाने यशस्वी कम्युनिटीच्या तळात अपयशी संसारही आहेत, त्यातली माणसं फरफटल्यासारखी जगतात हे फारसं कुणाच्या गावी नसतं. ऐकलं तर पटत नाही. त्याबद्दल काही वाचलं तर विश्वास बसत नाही.

जो कष्टांना तयार असतो, जिद्दीचा पक्का असतो; त्याला अमेरिकेत मरण नसतं; या अनुभवसिद्ध गृहितकावर इंडियन कम्युनिटीचा दांडगा विश्वास आहे. त्यामुळे एखाद्या माणसाचं व्यक्तिगत यश हे आपोआप 'द ग्रेट अमेरिकन ड्रीम'च्या पारड्यात टाकलं जातं. पण एखाद्या माणसाचं व्यक्तिगत अपयश ही मात्र त्याच्या कामचुकारपणाची, कोमट महत्त्वाकांक्षेची स्वाभाविक परिणती... किंवा अधिक स्पष्ट शब्दांत सांगायचं तर अमेरिकेत जगण्यास लायक नसल्याची शिक्षा!

– म्हणजे यश मिळतं; ते निर्दोष 'अमेरिकन सिस्टीम'च्या कार्यक्षम, प्रोत्साहक अस्तित्वामुळे!

– आणि अपयश वाट्याला येतं ते त्या विशिष्ट माणसाच्या नालायकपणाचं फळ म्हणून!

शिवाय सगळ्यांनाच 'वर' सरकत राहाण्याची इतकी घाई; की कनिष्ठ मध्यमवर्गातला श्रमजीवी माणूससुद्धा स्वत:ला 'लोअर क्लास अमेरिकन' म्हणवून घ्यायला तयार नसतो. आणि सर्वांत वरच्या क्रिमी लेअरमधले सुखवस्तू, श्रीमंत भारतीय तर आपल्या पायाखाली आणखी तीन स्तर आहेत; आणि त्यातल्या सर्वात खालच्या स्तरात गरिबीशी झगडणारे आपलेच भाईबंद राहातात; यावर विश्वास ठेवायलासुद्धा तयार नसतात.

• •

'अमेरिकेतल्या बड्या शहराशेजारच्या एका गावात राहाणाऱ्या चार सुखवस्तू, सधन मराठी बायकांनी मला एकदा कॉन्फरन्स कॉल केला होता. कशाला? - तर 'आम्ही आत्महत्या करण्याचा निर्णय घेतलाय' हे सांगायला... आणि हे एवढं टोकाला जाणं का? – तर थ्रिल, एक्साईटमेन्ट म्हणून सुरू झालेल्या 'वाईफ स्वॅपिंग'च्या खेळाची त्यांना स्वत:लाच शिसारी आली होती म्हणून!'

– कनेक्टीकटला राहाणाऱ्या सुनीता धुमाळेंनी हे सांगितलं; तेव्हा त्यावर विश्वास ठेवणं मलाही कठीण गेलं होतं पहिल्यांदा.

चारचौघांत बोलणं अवघड अशा व्यक्तिगत, कौटुंबिक अडचणीतून जाणाऱ्या, घुसमट सोसणाऱ्या, छळ-मारहाणीची शिकार झालेल्या अमेरिकाभरच्या मराठी स्त्रियांसाठी 'मैत्रीण' नावाची एक हेल्पलाईन सुनीताताई गेली सहा वर्षे चालवतात. महाराष्ट्र फाऊंडेशनचा हा उपक्रम म्हणजे उत्तर अमेरिकाभरच्या मराठी कुटुंबांसाठी एक मोठा आधार आहे. 'मैत्रीण'च्या 'टोल फ्री' नंबरवर फोन केला, की जवळच्या माणसालाही सांगता येणं कठीण अशा अवघड जागीच्या दुखण्यांबाबत मोकळेपणाने बोलता येतं. ही 'मैत्रीण' (म्हणजे सुनीता) कुणालाही नाव विचारत नाही. ऐकून घेते. धीर देते. गुंत्यातून बाहेर पडायचा मार्ग सुचवते. फोन करणारी (किंवा करणारासुद्धा) जीवावरच्या संकटात अडकली असेल; तर अमेरिकेच्या कानाकोपऱ्यात मदतीला तयार असलेल्या कुटुंबांचे नाव-पत्ते तिच्याकडे तयार असतात. अडचणीत सापडलेल्या, एकाकी स्त्री-पुरुषांना त्यांच्याच पंचक्रोशीत जीवाभावाचा आधार, आसरा, जरूर तर कायदेशीर मदत मिळवून देणं... आणि मुख्य म्हणजे त्यांच्याशी 'बोलणं' – हे एवढं सगळं सुनीताताई करतात.

अमेरिकेत फिरताना एरवी पाहायला मिळतात ती स्वकर्तृत्वाने वैभव कमावलेल्या संपन्न, सधन मराठी कुटुंबांची दृष्ट लागावी इतकी देखणी चित्रं.

पण सुनीताताईंशी बोलायला लागलं; की 'मैत्रीण'च्या टोल-फ्री नंबरवर नोंदले गेलेले 'एक्स-रे'च त्या बाहेर काढतात.

...आणि १९६०-७०च्या दशकात अमेरिकेत येऊन स्थायिक झालेल्या मराठी स्त्री-पुरुषांची पहिली पिढी जे सोसते आहे, त्या दुखण्यावर नेमकं बोटही ठेवतात.

सासर-माहेरच्या आधाराविना अमेरिकेत मराठी संसार सुरू झाले ते एकेकटेच. दोघंच फक्त. तिला तो आणि त्याला ती. त्यातून दोघांचे स्वभाव वेगळे. जीवनधारणा निरनिराळ्या.

तो आधी आलेला. अमेरिकेची चव घेऊन झाल्यावर आता 'द ग्रेट अमेरिकन ड्रीम'वर मांड ठोकायला अधीरलेला.

ती त्याच्या मागून आलेली. शिकली-सवरलेली. पण एका वेगळ्या देशात संसार मांडण्याच्या धास्तावलेल्या उत्सुकतेखेरीज मनाशी दुसरं काहीच नसलेली.

– अशा अवघडलेल्या, अधीरलेल्या टप्प्यावर 'लग्नाची गोष्ट' सुरू झाली. चढ-उतार पार करत, वळणं-वळसे घेत अपरिहार्य वेगाने पुढे जात राहिली. मुलंबाळं-त्यांचं शिक्षण – जबाबदाऱ्या थोड्या मार्गी लागेस्तो मनातलं सगळं मनातच साचत राहिलं. या परक्या देशात संसार मांडला आहे तर तो निभावून नेला पाहिजे, त्याकरता वाट्याला येईल ते सोसत राहिलं पाहिजे अशा भावनेने अनेक स्त्रियांनी आयुष्य रेटून नेलं.

'– पण शिक्षणासाठी म्हणून मुलं बाहेर पडली; आणि मग मात्र माझ्या पिढीतल्या बायकांना जरा मोकळा श्वास घ्यायची उसंत मिळाली'– सुनीताताई सांगतात.

बायका जरा मोकळ्या झाल्या; पण एकट्याही पडल्या. (अमेरिकन) घरात खायला उठणारा नीरव एकांत अंगावर येऊ लागला. रिकामपणाचं काय करायचं, कळेना. मैत्रिणी पुष्कळ; पण सगळ्या वयाच्या विशी-एकविशीत मिळालेल्या. या मैत्रीचा आधार काय? – तर परक्या देशात आपल्या रंगाची, आपली भाषा बोलणारी, आपली स्त्री. कधी महाराष्ट्र मंडळात भेटलेली. कधी नवऱ्याच्या मित्राची बायको म्हणून ओळख झालेली. कधी मैत्रिणीची मैत्रीण म्हणून संपर्कात आलेली.

'एका विचित्र गरजेतून घडत गेलेली ही मैत्री घट्ट होती; पण शाळकरी वयातल्या चिंच-आवळे-बोरांच्या मैत्रीचं सुख या मैत्रीला कधी लाभलं नाही. अर्ध्यामुर्ध्या वयात पहिल्या प्रेमाचा-स्पर्शाचा थरार वाटून घेतलेल्या मैत्रीतला मोकळेपणाही या नात्यात कधी आला नाही. खरं सांगू का?– आम्हाला इकडे खूप मैत्रिणी मिळाल्या; ही मैत्रीही आता पस्तीस-चाळीस वर्षांची झाली आहे. हे नातं दीर्घकाळाचं खरं पण ते थोडं वरवरचंच राहिलं' – सुनीताताई सांगतात.

– म्हणूनच त्यांच्या एका जवळच्या मैत्रिणीने वयाची पन्नाशी गाठताना कुणाशी काही न बोलता, कुणाला काही न सांगता अचानक केलेली आत्महत्या त्यांना 'हलवून' गेली... अशा आणखीही काही घटना कानावर येत राहिल्या. मग वयाच्या पन्नाशीत घटस्फोट घेऊन वेगळ्या होणाऱ्या मराठी जोडप्यांची संख्याही एकाएकी वाढायला लागली.

'मनाविरुद्ध काहीही झालं तरीही ते मनात ठेवायचं. संसाराची लक्तरं वेशीवर टांगायची नाहीत' या भारतीय संस्कारात वाढलेल्या स्त्रियांना अमेरिकेतल्या वास्तव्यात तिथल्या धारदार व्यक्तिस्वातंत्र्याचं पाणी नाही म्हटलं तरी लागलंच होतं. दोन संस्कृतींमधल्या दोन टोकाच्या संस्कारात घुसमटणाऱ्या स्त्रियांनी मुलांची आयुष्यं मार्गी लागेतो धीर धरला. अख्खा संसार रेटून नेल्यावर मग मात्र स्वत:साठी जगायचं ठरवलं आणि नवऱ्याची (नकोशी) साथ सोडून स्वत:चा वेगळा मार्ग धरला.

उत्तर अमेरिकेत येऊन स्थिरावलेल्या पहिल्या पिढीतल्या मराठी कुटुंबांपैकी किमान सात ते आठ टक्के जोडपी उत्तरायुष्यात विभक्त झाली असावीत, असा 'मैत्रीण'चा अंदाज आहे.

पण काचणारे बंध तोडून वेगळं झाल्यावर या स्त्रियांना (आणि अर्थातच पुरुषांनाही) हवं होतं ते सुख... ज्याची तहान होती तो आनंद मिळाला का?

सुनीताताई म्हणतात, 'नाही. कारण पैसे मिळवायचे... घरं बांधायची... गाड्या घ्यायच्या या चक्रात अखंड फिरताना 'निवृत्तीनंतर काय?' या प्रश्नाचं उत्तर शोधणंच आम्ही विसरून गेलो होतो.'

एकतर ही पहिलीच पिढी. त्यांना शून्यातून सुरुवात करावी लागली. त्यामुळे अमेरिकन समाजात मनापासून मिसळणं धड जमलं नाही. आवडीच्या 'व्हॉलन्टीअर वर्क'मध्ये रस घेऊन निवृत्तीनंतरचं आयुष्य कारणी लावण्याची तजवीज आधीच करून ठेवायला वेळही मिळाला नाही.

मग लग्नं मोडलेली असोत, वा टिकलेली; एक वेगळीच कसरत सुरू झाली. 'तेच ते आणि तेच ते' छापाच्या शिळ्या, ओशट जगण्यात नवं थ्रिल, नवी एक्साईटमेन्ट शोधण्याची. तो रस्ताही सोपा नव्हता; आणि पर्याय तर दिसतच नव्हते.

समजा, ही जोडपी अमेरिकेत न जाता एकमेकांशीच लग्न करून भारतातच राहिली असती तर?

– तर त्यांच्या उत्तरायुष्यात अमेरिकेत आलं तसलं रिकामपण नक्की आलं नसतं; असं सुनीता धुमाळेंना वाटतं.

एकतर आपल्या देशात, नात्यागोत्याच्या माणसांमध्ये राहाताना नवरा-बायकोच्या नात्यात उद्भवणाऱ्या ताणतणावाचं विरेचन त्या त्या प्रसंगी होत राहातं. मोकळेपणाने बोलता येतं. सल्ला देणं-घेणं, समजून घेणं, समजूत काढणं याला संधी असते. स्थलान्तरितांचे समूह परदेशात येतात; ते हा सगळा संदर्भ, सगळं पाठबळ गमावूनच. आपल्या भाषेत बोलणारं कुणी नाही. आपल्यासारख्याच अनुभवातून जाणाऱ्यांबद्दल कुणी बोलत नाही. त्यासंदर्भातलं काही वाचायलासुद्धा मिळत नाही. यातून साठणारा हतबल संताप एकदम चिडीला नेणाराच असतो.

ज्या जोडप्यांच्या नशिबी हे असलं विचित्र, घुसमटलेलं नातं आलं; त्यांच्या बाबतीत मीठाचा खडा नेमका कुठे पडला असावा?

एक कारण तर सरळच दिसतं.

नवरे महत्त्वाकांक्षी होते. ते आपापल्या उद्योग-व्यवसायात भराभर पुढे निघून गेले. बायका त्यामानाने सर्वसाधारण कुवतीच्या, सुखवस्तू वृत्तीच्या होत्या. त्या मागेच राहिल्या.

– अशा मागे राहिलेल्या बायकोचं ओझं ओढत नेणं नवऱ्यांना अवघड झालं असणं स्वाभाविक आहे.

'तुझा मुद्दा बरोबर आहे; पण संदर्भ चुकला'– सुनीताताई पटकन् म्हणाल्या. म्हणजे?

'खरा प्रॉब्लेम बायकांच्या मागे राहाण्यामुळे नाही तर पुढे धावण्यातून झाला... बायका इतक्या पुढे गेल्या, की त्यांच्यावरची आपली पकड ढिली होते आहे, हे लक्षात आल्यावर नवरे संतापले' – त्या सांगत होत्या.

– हे त्रांगडं समजून घेणं तसं सोपं नाही.

व्यावसायिक संदर्भात पुरुष पुढे पुढे जात राहिले हे खरं... पण अमेरिकेत गेलेल्या स्त्रिया वृत्तीने बदलल्या. त्यांना आपल्या व्यक्तिगत सुखाची, आनंदाची जाणीव झाली. आपल्या हक्काचं सुख आपल्याला मिळालं पाहिजे असा आग्रह सुरू झाला. जे मिळेल त्यात सुख मानून गप्प बसण्याचा 'भारतीय संकोच' सोडून या स्त्रियांनी आपल्या तृप्ती-अतृप्तीचा विचार करायला सुरुवात केली.

'अर्थात या स्त्रिया मोजक्या आहेत आणि ज्या आहेत त्याही काही चार नवे पुरुष शोधायला गेल्या असं नाही झालं'– सुनीताताई सांगत होत्या. '– पण 'तुझ्याकडून मला हवं ते मिळत नाही' हे नवऱ्याला स्वच्छ सांगण्याचा मोकळेपणा त्यांच्यात नक्कीच आला. आपल्या लैंगिक अनुभवांबद्दल अत्यंत उघड, स्पष्ट आणि खरं बोलणाऱ्या अमेरिकन मैत्रिणींबरोबर राहिल्याचा एवढा परिणाम होणं स्वाभाविक होतं.'

एरवी उद्योग-व्यवसायाच्या वर्तुळांमध्ये सराईतपणे वावरण्याइतपत 'अमेरिकन' झालेले पुरुष; खासगी संदर्भात मात्र वृत्तीने 'अत्यंत कडवे परंपरानिष्ठ भारतीय'च राहिले होते. त्यांना आपली बायको आपल्याबरोबर धावणारी हवी होती; पण आपल्या पुढे जाऊन तिने 'अमेरिकन' होणं मात्र त्यांना अजिबात मंजूर नव्हतं.

आणि नवऱ्याला आवडत नाही म्हणून गप्प बसणं स्त्रियांना मान्य नव्हतं.

शिवाय भारतात कसं, असले भलतेसलते नकोसे विषय निघाले, की ते दाबून टाकण्याकडे कल असतो. बोलायचं नाही. म्हणजे 'घाण दिसली तर माती टाका, आणि गुपचूप बसा'. अमेरिकन प्रकरण याच्या बरोब्बर उलटं. 'घाण दिसली तर चार लोकांना सांगा, आणि त्यांच्या देखत सगळी राड उपसून काढा.' त्याने आणखी गुंतागुंत वाढली. बाई बोलायला लागली, की एरवीही प्रॉब्लेम होतोच. अमेरिकेत तर तो फारच मोठा प्रश्न बनला.

'हे फक्त मराठी कुटुंबांमध्येच झालं असं नाही'– सुनीता धुमाळे सांगत होत्या, 'सगळ्याच इमिग्रन्ट लोकांच्या पहिल्या पिढीतली जोडपी या टप्प्यातून गेली.'

– असले 'वाद' काही मोजक्या मराठी जोडप्यांमध्ये होते. ज्यांच्यात वाद नव्हते पण दोघांनाही (परस्परांचा) कंटाळा आला होता, त्यांना नवं थ्रिल, नवी एक्साईटमेन्ट हवी झाली.

मग काही स्त्रिया पुरुषांच्या स्ट्रिपटीज् क्लबात जाऊ लागल्या.

'वाईफ स्वॅपिंग'च्या कहाण्या 'मैत्रीण'पर्यंत आल्या, तेव्हा तर विश्वास ठेवणंच मुश्कील झालं होतं'- सुनीताताई हे असलं सांगतात; तेव्हा जरा अवघडच वाटतं ऐकणं, पण त्यांच्याकडच्या तपशीलाबाबत शंका तरी कशी घेणार? तरीही प्रश्न पडतोच, की हे 'वाईफ स्वॅपिंग' फक्त आपापल्या कम्युनिटीत की बाहेरसुद्धा?

'बाहेरचे लोक इन्व्हॉल्व्ह असले, तर सोपं जातं अगं. आपल्या-आपल्यातल्या गोष्टींचं 'खासगीपण' जपलं जाईल का याचं टेन्शन दुप्पट असतं'– 'मैत्रीण'चे धक्के संपत नाहीत. तपशील धक्कादायक; आणि त्या गुंत्यांमधून वाट काढण्याकरता धडपडणाऱ्या महाराष्ट्र फाऊण्डेशनच्या या 'मैत्रिणी'चा मार्गही तेवढाच बिकट.

इतके दिवस प्रश्न पहिल्या पिढीचेच होते.

आता दुसरी पिढीही 'मैत्रीण'कडे धाव घेऊ लागली आहे.

'आम्ही बायका आमच्या नवऱ्यांच्या मागे या देशात आलो. पावलापावलावर हट्ट सोडले. आग्रह सोडले. पडतं घेतलं. जमवून घेतलं. काळ्या/गोऱ्या सुना आल्या. काळे/गोरे जावई आले. त्यांनाही कुटुंबात सामावून घेतलं... मुलींनी मुलांशी आणि मुलांनी मुलींशी लग्नं करावीत एवढीच अपेक्षा उरली होती; तर आता लेस्बियन... होमोसेक्शुअल हे प्रकरण'– सुनीता धुमाळे सांगतात.

'मॉम-डॅडला समजावून सांगाल का प्लीज?'– अशी विनंती करायला मुला-मुलींचे फोन आणि 'मुलांना जरा सांग गं चार शब्द' म्हणून दुखावलेल्या, कळवळणाऱ्या आई-वडिलांची अजिजी.

नवऱ्याने डिवोर्सची मागणी करून परक्या देशात वाऱ्यावर सोडलं, म्हणून उद्ध्वस्त झालेल्या मराठी स्त्रीसाठी 'हक्काचं' कुणी हवं म्हणून 'मैत्रीण' ही हॉटलाईन सुरू झाली होती.

– आता त्याच स्त्रीच्या तरुण मुलीने आपल्या एका मैत्रिणीशीच केलेलं 'लग्न' मोडलं एकदाचं; म्हणून त्या डिवोर्सची 'आनंदवार्ता' सांगायला आलेला 'त्याच' स्त्रीचा फोन या हॉटलाईनवर वाजू लागला आहे.

– कधीतरी या कामाची गरज संपावी आणि हे हॉटलाईन प्रकरण बंद व्हावं; अशी महाराष्ट्र फाऊंडेशनची इच्छा होती.

...पण सुनीता धुमाळे यांनी जन्म देऊन सांभाळलेल्या या 'मैत्रिणी'ला सध्या श्वास घ्यायलासुद्धा फुरसद नसते.

■

'यू फूल, मी गॉड, टेक वन?'

शैला विद्वांस ही अमेरिकेतली एक प्रसन्न, बोलकी, हसरी आणि 'तरुण' मैत्रीण. न्यूजर्सीतल्या तिच्या घरी गप्पा रंगल्या होत्या. बोलता बोलता शैलाताई म्हणाली, 'आज संध्याकाळी आपण माझ्या मैत्रिणींना भेटायला जाऊ. फार धमाल आहेत. तुला खूप आवडतील.'

– त्या संध्याकाळी आम्ही खरंच गेलो.

शैलाताईच्या तीन मैत्रिणी. वय सत्तरच्या पुढचं. पण उत्साह तरुण. तरतरीत. आणि चेहऱ्यावर दुलईची चौघडी मायेने पांघरल्यासारखं पिकलेलं प्रसन्न हसू.

'अगं, मी १९७६ साली इथे आले ना, तेव्हा आमच्या हरीसबर्गात सगळं छान होतं. काऽऽही कठीण वाटलं नाही'– इंदिराबाई सहस्त्रबुद्धे हसून म्हणाल्या; तेव्हा त्यांच्या आवाजातला अस्सल कोकणी ठसका अंशभरानेसुद्धा उणावलेला नव्हता. वयाची नव्वदी उलटलेली. तब्येत टुकटुकीत.

सहस्त्रबुद्धे आजींचा एकुलता एक मुलगा १९७० साली अमेरिकेत आला. बाकीच्या नातेवाईकांवर कशाला भार म्हणून दादरची राहाती जागा विकून आजींनीही मुलामागोमाग अमेरिकेला जाण्याची तयारी केली. त्या काळात चक्क पोस्टाने घरी आलेलं ग्रीनकार्ड घेऊन आज्जी अमेरिकेला हॅरिसबर्ग नावाच्या उपनगरात राहायला आल्या. त्या गावाचा उल्लेख आज्जी अजूनही 'आमच्या हरीसबर्गात' असाच करतात. अमेरिकेत आल्या आल्या आज्जींना सिनियर सिटीझन पेन्शनचे चारशे डॉलर्स मिळाले; त्यामुळे त्या अमेरिकेच्या इतक्या प्रेमात पडल्या; की बस्स! शिक्षण फक्त मॅट्रीकपर्यंत. पण आज्जींचं अमेरिकेत

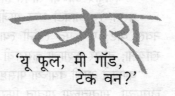

'यू फूल, मी गॉड, टेक वन?' । १५९

काही अडलं नाही.

'देश नवा. रीती नव्या. त्यानुसार आपण जुळवून घ्यायला हवं हे मनात ठरवलं होतं. तसंच वागले. माझी नात दूध न पिता असंच काहीबाही खाऊन बाहेर पडते; हे मला आवडायचं नाही. पण म्हटलं, ती आणि तिचे आईवडील काय ते बघतील. आपण मधे मधे यायचं नाही. सगळ्यांचं आवरून जो तो आपापल्या कामाला घराबाहेर पडेपर्यंत मी वरच्या माझ्या बेडरूममधून खालीच येत नसे.'– आज्जी सांगतात.

ज्योत्स्ना वणकुद्रे भेटल्या. सहस्त्रबुद्धे आज्जींची खास 'फ्रेंड'! यजमानांच्या निधनानंतर १९८५ साली त्या अमेरिकेत मुलाकडे आल्या. 'त्रास द्यायचा नाही, घ्यायचा नाही असं ठरवून आले होते. नातवंडं झाली; त्यांना सांभाळायची मदत केली. पण त्यातही सुनेचं म्हणणं मानलं. इथे बाळगुटी नाही, साधं सर्दी पडसं झालं तरी घरचे शेक-काढे चालत नाहीत. मुलांना मधाचं बोटसुद्धा चाटवलेलं चालत नाही... हे सगळं मी समजून घेतलं आणि मानलं. म्हटलं, नातवंडं आपली असली तरी या परक्या देशात जन्मली; या देशाच्या रीतीनेच वाढू देत.'

– वणकुद्रे आज्जी सांगत होत्या.

घरात रोज आमटी-भात-भाजी-पोळीचा स्वयंपाक होत नाही, याचं सुरुवातीला नवल वाटे; पण पुढे त्यांनी त्याचीही सवय करून घेतली. 'इथे इतकं असतं खायला; तक्रार कशाला करायची उगीच?' ही त्यांची स्ट्रॅटेजी.

वणकुद्रे आजी वयाच्या पासष्टाव्या वर्षी ड्रायव्हिंग शिकल्या. गाडी चालवायला लागल्या. गावातल्या गावात फिरता यायला लागल्यावर मन रमवण्याचे चिक्कार पर्याय त्यांना सापडले.

'भारताची आठवण येत नाही का?'– विचारलं तेव्हा क्षणभर गप्प झाल्या. मग म्हणाल्या, 'आठवण येऊन उपयोग काय? म्हातारा जीव; तिथे उगीच कुणावर भार टाकणार? तिकडेही भावंडं, दीर-जावा सारेच थकले आहेत आता. अमेरिकेत बरं. महाराष्ट्र मंडळाचे कार्यक्रम होतात; तिथे जाते. दर दोन वर्षांनी बी.एम.एम.च्या कन्व्हेन्शनला जाते. भरपूर मित्रमंडळी भेटतात. मध्ये एकदा मैत्रिणींच्या ग्रुपबरोबर अलास्काच्या क्रूझलासुद्धा जाऊन आले.'

– त्यांच्या ग्रुपमधल्या आणखी एक आज्जी भेटल्या. – पद्मजा मराठे.

या आज्ज्यांचा ग्रुप नुकताच तेरा दिवसांची युरोप टूर करून आला होता. मराठे आजी सांगत होत्या, 'आमच्या टूरमध्ये सगळे इंडियन्स होते. आमच्या वयाचे. आम्ही युरोपमध्ये 'लीडो'लासुद्धा गेलो होतो. न्यूड क्लब असतो ना; तो पाहायला. अश्लील काहीच नसतं त्यात. तू सुद्धा गेलीस तर अगदी जरूर पाहा.'

साहेबाच्या देशात जायचं म्हणजे आपल्यालाही झगे घालून राहावं लागेल...

तिकडे तपेली-बादल्या नसतात म्हणे... मग आंघोळ कशी करायची? आणि खायचं काय? – असे यक्षप्रश्न पडण्याच्या काळात (आणि वयात) अमेरिकेत आलेल्या या आज्ज्या! – आता म्हणतात, युरोपात 'लीडो' पाहाताना फार मजा आली. देश-काल-परिस्थितीनुसार यांनी स्वत:ला इतकं बदललं की बास!! या आज्ज्या एकत्र जमून पत्ते खेळतात. अल्झायमर नको व्हायला म्हणून शब्दकोडी सोडवतात. मॉलमध्ये फिरायला जातात. मजेत राहातात.

रोज सकाळी उठून भारतातल्या सांजा-पोह्यांची आठवण काढत बसलं आणि अमेरिकन 'सिरीयल'ला नाकं मुरडली; तर आपलं आयुष्य वैराण होईल; ही जाणीव पक्की आहे. आपलं तसं होऊ नये म्हणून धडपडही.

– पण कधीकधी फणसाच्या कुयरीची आठवण येते. घमघमून पिकलेले पिवळेधम्म गरे आठवतात. ऊसाच्या रसाची तहान लागते. भेळ खावीशी वाटते. भारतात असतो तर नातवंडं चार घटका जास्ती वाट्याला आली असती, असं वाटतं. पण मुलंच ती. मोठी झाली की घरट्याबाहेर उडायचीच. पाण्याचा प्रवाह पुढेच जायचा; असंही वाटतं.

गप्पा चालल्या होत्या; तर वणकुद्रे आजी मध्येच म्हणाल्या, 'आमच्या बायकांचं ठीक आहे. बाईचीच जात. जाईल तिथे जुळवून घेणं जमतं. पण अमेरिकेतल्या म्हाताऱ्या पुरुषांची अवस्था वाईट असते. त्यातून बायको गेली आणि तो एकटाच मागे उरला तर त्याचे हाल होतात फार. एकतर पुरुषांचे हट्ट सुटत नाहीत. वाकावं म्हटलं तर वाकवत नाही... मग बिचारे एकटे पडतात.'

आज्जींचं म्हणणं खोटं नाही.

दूर देशात उडून गेलेल्या मुलांमागे ओढ लागून अमेरिकेत आलेली आणि एकटी पडलेली किती म्हातारी माणसं...

आजोबा... आणि आज्ज्यासुद्धा!

● ●

१९६५ नंतरच्या लाटेतून अमेरिकेत स्थलान्तरित झालेली पिढी स्थिरावली. उद्योगधंद्यात, नोकरी-व्यवसायात रुळली. घरंदारं उभी राहिली. आर्थिक स्थैर्य आलं... आणि मग भारतातल्या एकट्या राहिलेल्या आई-वडिलांना अमेरिकेत आणण्याच्या हालचाली सुरू झाल्या.

ज्यांचा एकुलता एक मुलगा परदेशी होता; किंवा सारीच मुलं देशोदेशी विखुरली होती; अशा आई-वडिलांना मुलांमागून जाण्यावाचून पर्याय नव्हता.

काहींची मुलं भारतातही होती. पण अमेरिकेला गेलेल्या मुला/मुलीचं वैभव डोळे भरून पाहायला 'तिकडे' जाण्याची ओढ होती.

काही घरांमध्ये आई-वडील दोघे होते तोवर दोघं एकमेकांच्या आधाराने राहिले. पण दोघातलं एक माणूस कायमचं अंतरल्यावर उरलेल्या एकाला रिकाम्या घरातला एकांतवास कंठणं मुश्कील झालं.

१९८६ नंतर अमेरिकेत कायमच्या वास्तव्यासाठी स्थलान्तरित होणाऱ्या ज्येष्ठ (भारतीय) नागरिकांची संख्या वाढत गेल्याची नोंद अमेरिकन जनगणनेच्या अहवालात मिळते. १९८६ ते १९९३ या काळात अमेरिकेत स्थलान्तरित झालेल्या भारतीय इमिग्रन्टस्‌मध्ये पन्नास वर्षांपेक्षा जास्त वयाच्या स्त्री-पुरुषांचं प्रमाण वीस टक्क्यांहून जास्त होतं.

यातल्या काहींनी वारंवार करायच्या प्रवासांसाठी व्हिसाच्या रांगेत उभं राहायची कटकट नको; म्हणून निव्वळ सोयीसाठी ग्रीनकार्डं घेतली. आपलं 'बस्तान' भारतातून न हलवता (उन्हाळ्यातले) काही महिने अमेरिकेत आणि तिकडे हिवाळा सुरू झाला की भारतात अशी वाटणी केली.

काहींना उतारवयात देश सोडण्याची इच्छा नव्हती. पण मुलांना मुलं झाल्यावर त्यांचा सांभाळ करायला हक्काचं, मायेचं (शिवाय बिनखर्चाचं) माणूस म्हणून आजोबा-आजींची उचलबांगडीच झाली. बरं, नातवंडं हा दुधावरच्या सायीचा मुद्दा – 'नाही' तरी कसं म्हणणार?

अमेरिकेतल्या मुलांकडे/मुलींकडे येण्यावाचून दुसरा इलाजच उरला नाही म्हणून काही मंडळींनी वयाच्या साठीत देशान्तराचा पर्याय स्वीकारला.

– आणखी एक कारण होतं.

अमेरिकेच्या 'ग्रीनकार्ड'कडे डोळे लावून बसलेल्या (भारतातल्या) मुलांची सोय! हे कारण जरा किचकट आहे; आणि तितकंच मनस्ताप देणारंसुद्धा.

अमेरिकेत गेलेल्यांनी आपल्या भावंडांचं ग्रीनकार्ड 'स्पॉन्सर' करायचं ठरवलं; तर 'इमिग्रेशन ॲक्ट'नुसार सख्ख्या भावंडाचा प्राधान्यक्रम (प्रेफरन्स) बऱ्याच उशिराने येत असे. म्हणजे अर्ज प्रोसेस केल्यापासून प्रत्यक्ष ग्रीनकार्ड मिळेपर्यंतचा 'वेटिंग पिरियड' जास्त! पण मुलांनी आई-वडिलांना किंवा आई-वडिलांनी मुलांना स्पॉन्सर करायचं ठरवलं तर मात्र या बाबतीतला प्रेफरन्स अधिक वरचा असल्यामुळे हा 'वेटिंग पिरियड' बराच कमी होता.

त्यामुळे अमेरिकेत गेलेल्यांनी आपल्या भावंडांचं ग्रीनकार्ड लवकरात लवकर पदरात पाडून घेण्यासाठी; कानामागून घास घेण्याची शक्कल लढवली. म्हणजे अमेरिकेत गेलेल्यांनी आधी आपल्या आईवडिलांचं ग्रीनकार्ड 'स्पॉन्सर' करायचं. म्हातारा-म्हातारी दोघे अमेरिकेत गेले आणि त्या देशात आवश्यक तेवढ्या वास्तव्याची अट पूर्ण झाली; की त्या दोघांनी भारतात मागे राहिलेल्या मुलांची ग्रीनकार्डं स्पॉन्सर करायची.

दोन्ही वेळा 'आईवडील-मुलं' या नात्याच्या प्रेफरन्स क्लॉजचा फायदा, वेटिंग पिरियड कमीत कमी, आणि झट की पट 'फॅमिली रियुनिफिकेशन' पूर्ण!

ही शक्कल लढवणं व्यवहारात इतकं सोयीचं आणि फायद्याचं होतं; की अख्खा जन्म मुंबई-पुण्यात किंवा विदर्भ-मराठवाडा-कोकणात गेलेल्या, वयाच्या साठीत पोचलेल्या आई-वडिलांची इच्छा काय आहे? त्यांना कुठे राहाणं जास्त आवडेल? – हे फारसं कुणी विचारातसुद्धा घेतलं नाही.

अमेरिकेत मुलांच्या संसारात जाऊन पडलेले हे आई-वडील अनेकदा आपल्या इच्छेविरुद्ध मुलांच्या भल्यासाठी; मुलं म्हणतील तसं वागत राहिले.

– ज्यांना अमेरिकेशी जुळवून घेता आलं त्यांचं ठीक; पण ज्यांना हे कधीच जमलं नाही त्यांच्या मनाशी मात्र विषादाने भरलेला हतबल संताप साठत गेला. 'पोटच्या मुलांनी आपल्याला वापरून घेतल्या'ची खंत मरेपर्यंत टोचत राहिली.

काही सुशिक्षित आणि (भारतात) सुस्थापित आई-वडील वर्तमानाच्या रागरंगावरून भविष्याची पावलं ओळखण्याएवढे चतुर होते. वर्षा-दोन वर्षांनी होणाऱ्या अमेरिकेच्या ट्रिप्समध्ये त्यांनी मुलांचे संसार, घड्याळाच्या काट्याशी बांधलेली अमेरिकेतली एकूण लाईफस्टाईल पाहिली. आपण इथे कायमचं राहायला येणं मुलांसाठी आणि आपल्यासाठीही सर्व तऱ्हेने गैरसोयीचंच होईल, हे त्यांना कळून चुकलं. ही जाणीव झालेल्यांपैकी जे आर्थिकदृष्ट्या सुस्थितीत होते; त्यांनी कायमच्या वास्तव्यासाठी मुलांकडे अमेरिकेत जाणं शिताफीने टाळलं.

– पण काहींना स्वत:लाच अमेरिकेची हौस होती.

– काहींना मुलं घेतील त्या निर्णयापुढे मान तुकवण्यावाचून दुसरा पर्याय नव्हता.

● ●

अमेरिकेत गेल्यानंतरचे पहिले वहिले दिवस मुलांचं वैभव पाहून तृप्त होण्याचे, स्वप्नातही पाहिल्या नव्हत्या अशा सुखसुविधा आणि समृद्धीने भारावून जाण्याचे होते.

प्रत्येक गोष्टीचं नावीन्य... अगदी मॉल्सचंसुद्धा. शिवाय घरात तक्रारीला जागा उरू नये इतकी सुबत्ता. भारतात दिवस फटफटल्यापासून कलकलाट ऐकलेला. अमेरिकेतल्या घरात गार गार शांतता. दिवसभर वाचत बसावं. टी.व्ही. पाहावा. किंवा झक्कपैकी झोप काढावी. आरामच आराम.

– पण या नवलाईचे रंग पटकन उतरून जात.

मग आधी हवीशी वाटलेली गार, नि:शब्द शांतता अंगावर येई. एकांतवास नकोसा वाटे. दिवसभर कोंडून घालणारं राजवाड्यासारखं देखणं घर म्हणजे सोन्याचा

पिंजरा. कुठे जावं म्हटलं तर कुणाकडे जाणार? आणि जायला एखादं ठिकाण असलं तरी तिथवर कसं जाणार? ना बस, ना रिक्षा. फर्लांगभर जायचं तरी गाडीच हवी, म्हणजे मुलांवर भार टाकणं आलं. मुलं आठवडाभर कामाला जुंपलेली. त्यांना कसं म्हणणार?

तव्यावरच्या गरम पोळीवर पोसलेली जीभ. सायीचं ताजं ताक, गरम भाजी-भाकरी, वाफेवरला भात यांची जन्माची सवय. अमेरिकेतल्या श्रीमंत घरात सुनेने/मुलीने सकाळी करून ठेवलेलं ओलं, गिळगिळीत सॅण्डवीच दुपारी खायचं. वीक-एण्डचे दोन (ताज्या स्वयंपाकाचे) दिवस सोडले तर एकूण सगळा भर मॅकरोनी-चीज-सॉस किंवा पास्ता, पिझ्झा यावर. नाहीतर मग रविवारी करून फ्रीजमध्ये भरून ठेवलेली आमटी-भाजी रोज थोडी थोडी मायक्रोवेव्हमध्ये गरम करून खायची. चहाच्या पावडरची दोरा बांधलेली पुडी गरम पाण्यात बुचकळून केलेला हाफ-हाफ दुधाचा पाणचट चहा. त्याने तल्लफ कशी भागणार?

भल्या सकाळी धाडधाड सगळं आवरून मुलं घराबाहेर पडली, की संध्याकाळी साडेसात आठलाच ती उगवणार. मध्ये पसरलेल्या सुस्त, लांबलचक दिवसाचं करायचं काय? खिडकीशी उभं राहिलं तर कॉलनीतल्या सुनसान, शांत रस्त्यांवर माणसं दिसणंसुद्धा मुश्कील. इकडून तिकडे धावणाऱ्या गाड्यासुद्धा आवाज न करता हलकेच सुळसुळणार.

मुंबई-पुण्यातली गर्दी घामट खरी; पण दिवसभर कसं लवलवतं चैतन्य असतं. शिवाय शेजार पाजार. सारखी कुणाची ना कुणाची जा-ये. याच्यासाठी गरम थालिपीठ. तिच्यासाठी गरम कॉफी. शिवाय सणावाराची धूम. घरातून खाली उतरलं की हाताशी रिक्षा, टॅक्सी, कोपऱ्यावर बसचा स्टॉप.

– असल्या आठवणी काढत अमेरिकेतली शांत, निर्विकार, सुनसान समृद्धी कंठत रहायचं.

ज्यांच्यासाठी इतकं दूर येणं घडलं; ती मुलं आपापल्या व्यापात. धावपळीच्या वर्किंग डेजमध्ये आई-वडिलांशी संबंध मोजकाच. वीक एंडचे जेमतेम दोन दिवस. त्यातला एक आठवडाभर साठलेल्या घरातल्या कामाचे रगाडे उपसण्यात जाणार. उरलेला तरी मुलांचा मुलांना मिळू दे. त्यात कशाला आपली लुडबूड, म्हणून मन मारून गप्प बसणंच प्रशस्त. कुणाचा आवाज नाही. कुणाचा स्पर्श नाही. की कुणी दिसणार नाही. दिवसभर ताटकळत राहून मुलांची वाट पाहात बसायची. घरातली कामं उरकायची. नसली तरी उकरून काढून पुरवून पुरवून स्वतःचा वेळ जाण्यापुरतं काहीतरी करत राहायचं.

– हा असा सक्तीचा एकांतवास सोसणाऱ्या अमेरिकेतल्या आजी-आजोबांच्या व्यथा १९८० च्या दशकात हळूहळू उघडपणे बोलल्या जाऊ लागल्या. तक्रारखोर

म्हाताऱ्या माणसांचं 'गॉसिपिंग' म्हणून या विषयाकडे पाहू नये, ही आपल्या कम्युनिटीपुढली गंभीर समस्या आहे; याची जाणीवही याच काळात निर्माण झालेली दिसते.

'एकता'ने आपल्या अंकांमधून हा विषय लावून धरला. त्यावर साधकबाधक चर्चा घडावी म्हणून विनायक गोखले, विद्युल्लेखा अकलूजकर, दुर्गा पाच्छापूरकर या 'एकता'च्या संपादक मंडळींनी जारीने प्रयत्न केले.

'छातीवर धोंडा ठेवून आणि मुगाचे लाडू गिळूनच आम्ही मुलांच्या संसारात आलो. वाट्याला फक्त एकाकीपण आणि खिन्नता. सगळं जीणं परस्वाधीन. कुणी नात्याचं, ओळखीचं, मैत्रीचं भेटायला आलं तर पटकन उचलून सढळ हाताने एखादी वस्तू द्यावी; असं स्वातंत्र्य नाही. सगळी सून-मुलाची मर्जी. त्यांनी नेलं बरोबर तर घराबाहेर पडता येणार. दुकानात जाता येणार. सून विचारते, 'आई, काही हवंय का?' – पण मी तोंडभर हसून 'नाही' म्हणते.' – अशी मनाशी सलणारी व्यथा उघड करून सांगणाऱ्या कुणा 'माधवानुजा' आजींचा लेख 'एकता'ने प्रसिद्ध केला.

त्यांनी लिहिलं होतं,

'कसली सत्ता नाही. मोकळेपणाने बोलावं तर कुणी मैत्रीण नाही. मन मारूनच प्रत्येक गोष्टीत वावरायचं. घरात कुणाचं काही चुकतंय असं वाटलं तरी बोलायचं नाही. नापसंतीसुद्धा दर्शवायची नाही. अधूनमधून काहीबाही कानावर पडतं, ते थंड मनाने ऐकून सोडून द्यायचं. पाहिजे तिथे जाता येत नाही. कुणाशी काही बोलता येत नाही. इथे आजारी पडणंसुद्धा इतकं महागाईचं आहे.'

तोंड असून बोलता येत नाही, कान असून बहिरेपण आणि दिसत असून आंधळेपण अशी माझी अवस्था आहे, असं कळवळून सांगणाऱ्या या आजींनी लिहिलं, 'संसारात राहून वानप्रस्थाश्रम घेतल्यासारखी मी जगते आहे.'

– आपल्या मुलांबरोबर राहाण्याकरता परदेशी आलेल्या वृद्ध व्यक्तींची ही परवड टाळता येईल का? तोचतोचपणा, एकाकीपण, परस्वाधीनता, वैफल्य यांचे हे सैतान काबूत ठेवता येतील का? : असे प्रश्न उपस्थित करून 'एकता'च्या संपादक मंडळाने हा विषय मुक्त चर्चेसाठी खुला केला.

या चर्चेला प्रतिसाद खूप मिळाला. त्यातून अनेक मुद्दे पुढे आले. अनेकांनी आपली अवस्था या 'माधवानुजा' आजींसारखीच आहे, असं कळवलं.

'भारतात असतो तर सून आमच्या घरी आली असती, इथे अमेरिकेत आम्हीच सुनेच्या घरी आलो; त्यामुळे तिच्या म्हणण्याप्रमाणे वागणे भाग आहे. गरिबीत पण स्वाभिमानाने जगलेल्या जिवाला ही श्रीमंतीतली गुलामगिरी नको वाटते. म्हातारा सिंह दात पडून पिंजऱ्यात बसल्यासारखी अवस्था झाली आहे,' असं कुणी लिहिलं.

'कितीही डॉलर्स ओतले तरी सबंध दिवस मूल सांभाळणारी 'दासी' अमेरिकेत

कुठली मिळणार? त्यापेक्षा एकदाच विमानाच्या तिकिटाचा खर्च केला तर चोवीस तास जीव लावून मूल सांभाळणारी; वर मुलाच्या आई-बापालासुद्धा तिन्ही त्रिकाळ गरम जेऊ घालणारी घरचीच मोलकरीण मिळते नं; म्हणून हे मातृप्रेमाचे उमाळे' – असा थेट संतापही व्यक्त झाला.

'हा म्हातारपणचा विसावा की ही म्हातारपणाचीच क्रूर थट्टा?' – असे प्रश्न विचारले गेले.

'इथे सारं सुख आहे. साधनांनी घर नुसतं भरलेलं. तरी मन खिन्न का? कुरकुर का? इतकं अस्वस्थ वाटतं ते का?' – अशी हुरहूर व्यक्त झाली.

सहा-आठ महिन्यांसाठी न्यूयॉर्कला मुलीकडे आलेल्या श्यामराव वडारकर नावाच्या एका आजोबांनी तर स्पष्टच लिहिलं,

'सुरुवातीला चांगला रमलो; पण हळूहळू लक्षात येऊ लागलं, की इतके दिवस अमेरिकेत राहायला आलो, ही चूकच झाली. इथे कुणी बोलायला नाही. मी इंग्रजीचा ग्रॅज्युएट, पण टी.व्ही.वरचं इंग्रजी कळत नाही. बातम्या सामान्य. गाणी नाहीत. बाहेर फिरायला जावं तर गोंधळात पाडणारे वाहतुकीचे पन्नास नियम. मराठी/ हिंदी वर्तमानपत्रं नाहीत. कुणाला फोन करायचा तर फोनवर कुणी भेटतच नाही. आन्सरिंग मशीनवर निरोप ठेवायचा फक्त. एकाकी शुष्क जीवन. जो तो आपापल्या कामात, डॉलर्स कमावण्यात गुंतलेला. सगळं जेवढ्यास तेवढं. साचेबंद चाकोरीचं जीवन. अमेरिकेतली सामाजिक परिस्थितीच अशी आहे, की यापलीकडे कुणी वागू शकत नाही.'

'एकता'ने घडवलेल्या चर्चेत सहभागी झालेले काही आजी-आजोबा 'सुवर्णमध्य शोधता येतो, तो शोधावा' अशा विचारांचे होते.

ऑस्ट्रेलियाहून कमलिनी काटदरे यांनी लिहिलं, 'माझं घर, हे माझं, ते माझं... हे आता म्हाताऱ्या लोकांनी सोडायला हवं. एकदा परदेशात राहायचं ठरवलं, की जुने पीळ सोडले पाहिजेत. इंडियात राहिलो असतो; तरी कुरकुरणाऱ्या माणसांच्या नशिबी कुरकुरच आली असती. तिथेही मुला-सुनेच्या कलानेच सगळं घ्यावं लागलं असतं. वैफल्य, मरगळ या मनाच्या अवस्था आहेत. वृद्धावस्था कुठेही येणारच. म्हातारपणी आपली बदली चांगल्या सुधारलेल्या देशात झालीय असं समजायचं आणि या संधीचा आपल्याला वयोमानानुसार काय फायदा करून घेता येईल ते पाहायचं.'

दोन पिढ्यांना एकमेकांचा हात धरून अमेरिकेतल्या बर्फावरून न घसरता चालत राहायचं असेल तर दोन्ही बाजूंनी थोडी समजूत दाखवायला हवी; असा आग्रह धरणाऱ्या संध्या कर्णिक.

आई-वडिलांना अमेरिकेत आणताना जसा त्यांच्या हेल्थ इन्शुअरन्सचा विचार करायला हवा; तसंच त्यांचं रुटीन लावून देणंही महत्त्वाचं मानायला हवं. समवयस्क

स्नेही आणि जीवलग नातलगांच्या उणिवेची पोकळी तयार होते त्यांच्या आयुष्यात; शिवाय बदलत्या हवेचा त्रास. आई-वडिलांना अमेरिकेत आणण्यापूर्वीच त्यांना इकडल्या आयुष्याची खरीखुरी कल्पना द्यावी. आपल्या सोयी-गैरसोयी-अडचणी नीट समजावून सांगाव्यात. आपलं स्वातंत्र्य न गमावता त्यांनाही त्यांचं आयुष्य स्वतंत्रपणाने सुटं जगता येतं ना हे पाहावं – अशा अनेक सूचना संध्या कर्णिकांनी केल्या.

आणि नाण्याची दुसरी बाजूही स्पष्टपणाने मांडली.

आई किंवा सासूबाई कुणीही असो; मन रमवता रमवता मुलीच्या-सुनेच्या अमेरिकेतल्या संसाराची सूत्रं हाती घेऊ पाहातात. अधिकारापोटी निर्णय घ्यायला लागतात. अमेरिकन आयुष्याची काही कल्पना नसताना भारतीय सणवारांचे, रीति-रिवाजाचे, चारी ठाव स्वयंपाकाचे आग्रह लादू पाहातात. असं झालं तर ती गैरसोय चालवून घेणं मुश्कील होणारच. मग कडवटपणा आला. त्यातून भांडणं.

– असे हटवादी आजी-आजोबा अनिवासी मराठी लेखकांच्या लेखनात पुष्कळदा भेटतात. पीळ सोडायला तयार नसणारे. आपलं तेच खरं करून मुला-सुनेला सळो की पळो करणारे.

दिवसभर टी.व्ही.वरचे सोप ऑपेराज् बघत स्वेटर विणत नुसत्या बसून राहाणाऱ्या सासवा.

'घरात अंडंसुद्धा शिजलेलं चालायचं नाही हो' असा कठोर नियम करून अमेरिकेतल्या सुनेची परीक्षा पाहाणारे सासरेबुवा... आणि सकाळच्या कुडकुडत्या थंडीत खाली गॅरेजमध्ये कॅम्पिंग स्टोव्ह पेटवून त्यावर उकडलेल्या अंड्यांचा ब्रेकफास्ट मुलांना खाऊ घालणारी सून.

संध्या कर्णिकांनी एक भन्नाट 'मासला' सांगितला –

'मराठवाड्यातल्या खेड्यातून आलेल्या एक विधवा सासूबाई होत्या. मुला-सुनेबरोबर कुणाच्या घरी पाहुण्या म्हणून गेल्या, की दारात पाऊल टाकायच्या आतच खणखणीत आवाजात घरातल्या बाईला विचारायच्या, 'तुमची पाळी बिळी नाही ना चालू? मला शिवाशिव अजिबात चालत नाही.'

रोजच्या रोज कपडे धुतले पाहिजेत, रोज अख्ख्या घराचा केरवारा झाला पाहिजे, सकाळी अकरा वाजेपर्यंत भाजी-पोळी-चटणी-कोशिंबिरीसह गरम वरण आणि वाफेवरल्या भाताचं जेवण तयार पाहिजे अशा (अमेरिकन संदर्भात) भलत्या मागण्या करणारे सासू-सासरे काहींच्या नशिबी आले.

– पण हे असले अपवाद.

बहुतेक आजी-आजोबांनी प्रसंगी मन मारून मुला-सुनेच्या, लेक-जावयाच्या संसाराला होता होईतो हातभारच लावला. स्वतःचं मन रमवण्याचे मार्ग शोधले.

'यू फूल, मी गॉड, टेक वन?' । १६७

दिवसभराच्या वणवणीने दमलेली सून/मुलगी घरी यायच्या आत गरम गरम जेवण तयार ठेवणाऱ्या, गॅरेजची-बागेची साफसफाई स्वत:हून करणाऱ्या, वॉशिंग मशीन चालवणं शिकून घेऊन घरादाराची लॉण्ड्री आटोपून ठेवणाऱ्या आणि अमेरिकेतलं लाकडाचं घर... उगीच काळजी नको म्हणून बाहेर जाताना देवापुढे तेवणारा दिवा आठवणीने सारून जाणाऱ्या सासवा अनेक सुनांच्या भाग्यात आल्या.

अमेरिकेतल्या भयानक हिवाळ्यात पाय उघडे ठेवणारं नऊवारी पातळ उपयोगाचं नाही; हे लक्षात आल्यावर तात्काळ शर्ट, पॅन्ट, कोट, बुटांचा जामानिमा करायला तयार झालेल्या स्त्रियांनी मुली-सुनेचं काम सोपं केलं.

अमेरिकेत सिनियर सिटीझन्ससाठी चालणाऱ्या क्लबांमध्ये रमण्याची सवय केलेल्या आजोबांना त्यांच्या वयाचे नवे मित्र मिळाले.

स्थलान्तरित भारतीयांच्या संघटनांनीही या वृद्धांचं एकाकीपण घालवण्यासाठी गावोगाव वेगवेगळ्या योजना आखल्या. निरनिराळे उपक्रम चालवले. देवळं, गुरूद्वारा आदी धार्मिक ठिकाणांनी सत्संग, प्रवचनांचे पर्याय उपलब्ध करून दिले. विश्व हिंदू परिषद, चिन्मय मिशन यासारख्या संघटनांनीही अनेक उपक्रमांमध्ये पुढाकार घेतला. अनेक हौशी आजी-आजोबांनी स्वत:च धडपड करून आपल्यासारख्या एकेकट्या पडलेल्यांचे ग्रुप बांधले. ब्रीज आणि रमीचे डाव, भिशी, जवळपास छोट्या सहली, पार्कमध्ये बार्बेक्यू पार्ट्या असे मन रमवण्याचे उपाय शोधले.

– ज्यांना शक्य होतं अशा काही उत्साही आजोबांनी तर अमेरिकेत आल्यावर छोटीमोठी कामं शोधली आणि नवा देश अंगवळणी पडल्यावर मुलांच्या घराशेजारी रेन्ट केलेल्या छोट्या अपार्टमेंटमध्ये वेगळा संसारच मांडला. हौशी आजज्यांनी घरातच बेबी सिटिंग करून डॉलर्स कमावले.

'अशा उद्योगी वृत्तीने अमेरिकेतलं आपलं निवृत्त जीवन अत्यंत मजेत जगणाऱ्या एका रसिल्या गृहस्थांचं नाव सांगा?' असा प्रश्न अमेरिकेतल्या तमाम मराठी भाषकांना विचारला; तर शंभरातली पंच्याण्णव माणसं हटकून एकच उत्तर देतील – श्रीकृष्ण पाटील.

अमेरिकेतल्या संगणक क्षेत्रात उदंड यश-कीर्ती आणि संपत्ती कमावणाऱ्या पहिल्या दहा भारतीय उद्योजकांमध्ये ज्यांची गणना होते असे सुहास पाटील जगाला ठाऊक आहेत.

– पण अमेरिकेतल्या ज्येष्ठ मराठी माणसांच्या गोतावळ्यात त्यांची पहिली ओळख 'आपल्या पाटीलकाकांचा मुलगा' हीच!

सॅन होजेमधल्या त्यांच्या घरी पाटीलकाकांना भेटायला गेले तेव्हा ते आजाराने अंथरुणावर होते; पण 'गडी मोठा जंक्शन' हे गप्पांच्या पहिल्या दहा मिनिटातच

कळलं.

'टिस्को'मध्ये दीर्घकाळ नोकरी केल्यावर पाटीलकाका निवृत्त झाले. मुलं अमेरिकेत स्थायिक झाली होती. पाटीलकाका आणि काकी दोघंही मुलांकडे राहायला आले.

मुळात पाटीलकाकांचा स्वभाव उद्योगी, धडपड्या, कल्पक आणि जगण्यावर अपरंपार प्रेम करणारा. स्वयंपाकात हातखंडा. स्वेटर विणण्यात एक्स्पर्ट. उत्तम फोटोग्राफर, चित्रकार आणि व्यवसायाने-वृत्तीने इंजिनियर... असा माणूस! १९४१ साली भारतात घरोघरी रेडिओंचं पीक आलं आणि दुरुस्ती करणारी माणसं नव्हती; तेव्हा या गृहस्थांनी 'टिस्को'मधली नोकरी सांभाळून केवळ हौसेखातर जमशेदपूरमधल्या घरी रेडिओ दुरुस्तीचा उद्योग केला. महायुद्धाचा वणवा पेटला असताना, जमशेदपुरात शिंपी सापडेना; तेव्हा वैतागून या माणसाने स्वत:चा जुना शर्ट उसवून अभ्यास केला आणि महिनाभरात अख्खी शिवणकलाच अवगत केली. सर्वसामान्य माणसं बागेत फुलझाडं लावतात. पाटीलकाकांनी आपल्या बागेत द्राक्षाचे वेल वाढवले. डाळिंब, अंजीर आणि बेलफळं पिकवली. त्याहून कहर म्हणजे घरातल्या घरात द्राक्षाची, डाळिंबाची वाईन बनवली.

हा असला माणूस अमेरिकेत गेल्यावर 'काय हे एकाकी जीवन' म्हणून गप्प बसणं शक्य नव्हतं. तोवरच्या आयुष्यात कम्प्युटरशी संबंध नव्हता. पण लेकाने भलीमोठी सॉफ्टवेअर कंपनी सुरू केलेली. घरात तेच वातावरण. वयाच्या सत्तरीतल्या पाटीलकाकांनी बालवाडीतल्या मुलाच्या जिद्दीने आणि उत्साहाने कम्प्युटरची बाराखडी शिकायला घेतली. स्वयंअध्ययन. ढीगभर पुस्तकांच्या चवडीआड पाटीलकाका बुडून गेले. चुकत चुकत स्वत:च शिकायचं. बघता बघता ते कम्प्युटर टेक्नॉलॉजीत इतके माहीर झाले; की त्यांनी लेकाच्या कंपनीत मदत करायला सुरुवात केली. त्याच्या कंपनीकरता चक्क अकाऊन्टिंगचा प्रोग्रॅम लिहिला. त्या काळात कम्प्युटरवर देवनागरी लिपी लिहिण्याची व्यवस्था नव्हती. 'असं का?' म्हणून पाटीलकाकांनी रात्रंदिवस खपून मराठी अक्षरांच्या फॉन्टस्चं सॉफ्टवेअर स्वत: बनवलं आणि अमेरिकाभरच्या गोतावळ्याला (फुकट) वाटलं. टोरान्टोच्या विनायक गोखल्यांचं हस्ताक्षर देखणं. म्हणून पाटीलकाकांनी त्या हस्ताक्षराचाच फॉन्ट बनवला आणि गोखल्यांना भेट दिला. प्रारंभीच्या काळात 'एकता'चे अंक स्वहस्ते 'लिहून काढणाऱ्या' विनायक गोखले यांच्या हस्ताक्षराचा इतका हृद्य सन्मान पाटीलकाकाच करू जाणे! नातवाला कविता लिहायची आवड. त्याच्यासाठी पाटीलकाकांनी इंग्रजीत ऱ्हायमिंग डिक्शनरी (यमक कोष) तयार केली. संस्कृत साहित्य रोमन लिपीतून वाचता यावं यासाठी 'ऑटो ट्रान्सलिटरेशन' नावाचं सॉफ्टवेअर विकसित केलं. अमेरिकेत गेल्यावर तिथे मिळणारे जिन्नस वापरून नवनवे चवदार पदार्थ बनवण्याचा धडाका पाटीलकाकांनी जितक्या उत्साहाने लावला; त्याच वेगाने अमेरिकेतलं स्टॉक मार्केट अवगत केलं

आणि इन्व्हेस्टमेन्टच्या टिप्स देण्यापर्यंत मजल मारली.

त्यांच्या पत्नी – आशा पाटील या तर उत्साहाच्या बाबतीत नवऱ्याच्या एक पाऊल पुढेच असत. पाटीलकाकी अमेरिकेत आल्यावर इंग्रजी वाचणं-लिहिणं-बोलणं शिकल्या, ड्रायव्हिंग शिकल्या, सॉल्ट लेक सिटीत लेकाकडे राहाताना त्यांनी भारतीय पाककलेचे वर्ग घेतले; एवढंच नव्हे तर गोऱ्या अमेरिकन मैत्रिणीसुद्धा मिळवल्या.

या दोघांनी मिळून अख्ख्या अमेरिकाभर प्रचंड मोठा गोतावळा जमा केला. प्रेम करणारी इतकी माणसं... की बस्स! भरभरून प्रेम दिलं आणि त्याच्या कित्येक पटीत मिळवलं. मुलाइतकं प्रेम करणारे शेकडो मुलगे आणि मुलीइतका जीव लावणाऱ्या कित्येक मुली. याच गोतावळ्यातल्या ज्योत्स्ना खांडेकर पाटीलकाकांबद्दल सांगत होत्या, 'चौसष्ट कला अवगत असलेल्या या माणसाला आता या वयात पासष्टावी कला कोणती शिकावी असा संभ्रम पडला आहे. अशा माणसाची ओळख करून द्यायला कुठून सुरुवात करावी हा प्रचंड संभ्रम मी सोडवीपर्यंत पाटीलकाका सहासष्टाव्या कलेच्या जोपासनेला लागलेही असतील.'

– इतकं तृप्त, समृद्ध आणि रसरसलेलं आयुष्य! अमेरिकेसारख्या संपन्न देशात अधिकच जोमाने बहरलं.

उत्तर आयुष्यातले दिवस मुंबई-पुणे-नागपूर-औरंगाबादेत काढायचे, की न्यूयॉर्क-न्यूजर्सी-बोस्टन-ह्यूस्टनला; हा खरा प्रश्नच नव्हता... आणि नाही.

प्रश्न होता तो उत्तरायुष्याकडे पाहाण्याच्या वृत्तीचा! ती वृत्ती घडवण्याला भारतात घडलेलं 'व्यक्तिमत्त्व' जबाबदार होतं; हे मात्र खरं!

मुला-मुलींच्या मागून उत्तर अमेरिकेत स्थलान्तरित झालेल्या या ज्येष्ठ माणसांनी कोणत्या शारीरिक, भावनिक, मानसिक आणि आर्थिक अवस्थेत आपला देश सोडला; त्यावर परक्या देशातल्या त्यांच्या जगण्याची प्रत ठरली.

कायमच्या वास्तव्यासाठी मुलांकडे येण्याचा निर्णय स्वखुशीने घेतला की नाईलाजाने?

इंग्रजीचं ज्ञान कितपत होतं?

मुंबई-पुण्यातल्या शहरी आयुष्याची सवय होती, की सगळं आयुष्य छोट्या गावात-खेड्यापाड्यात गेलेलं?

मुला/मुलीच्या परदेशी घरात करण्याजोगी कामं या माणसांनी उचलली, की रागावून-घुसमटून कायम तळ्याच्या काठावर खिन्नपणे बसणंच पत्करलं?

प्रकृती कशी होती? सक्तीच्या एकांतवासात जोडीदाराची साथ होती, की वैधव्य-विधुरावस्थेतलं एकटेपण?

– असे कित्येक कळीचे मुद्दे.

तरीही शेवटी महत्त्वाची ठरली ती 'वृत्ती'च!

कारण सर्व सुविधा असलेली उच्चशिक्षित, संपन्न परिस्थितीतली सुदृढ ज्येष्ठ माणसंसुद्धा अमेरिकेत मुलांच्या घरी राहाण्याला विटली, वैतागली - त्यांचं आयुष्य तर वैराण झालंच; त्यांच्या मुलांनाही त्यांची डोकेदुखी झाली.

– म्हणून लक्षात राहातात ती श्रीकृष्ण पाटील आणि सुधा गुर्जर यांच्यासारखी अजोड माणसं.

पाटीलकाका निदान शिकलेले, मोठ्ठे इंजिनियर, आयुष्यभर 'टिस्को'मध्ये बड्या हुद्द्यावरची नोकरी केलेले... सुधा गुर्जर यांच्याकडे त्यातलं काहीच नव्हतं; तरी त्या 'भन्नाट' होत्या!

तिसरी यत्ता शिकलेली गरीबाघरची मुलगी. लग्नानंतरचं आयुष्य दादरच्या जगन्नाथाच्या चाळीत गेलेलं. मध्यमवर्गीय संसाराला हातभार लावण्यासाठी या अल्पशिक्षित स्त्रीने घरोघर फिरून वॉशिंग पावडर विकली आणि चूल चालवली. दहावीत उत्तम मार्क मिळवलेल्या आपल्या मुलाला पुढे शिकवणं परवडलं पाहिजे म्हणून इतक्या जुन्या काळात मुंबईतल्या एका जलतरण तलावावर 'स्वीमिंग इन्स्ट्रक्टर' म्हणून नोकरी धरली. स्टुडण्ट कोण? – तर चक्क वहिदा रेहमान, बेबी नंदा, पद्मा चव्हाण... आणि प्रभा अत्रे!

पुढे दिवस पालटत गेले.

मुलगा – सुरेश शिष्यवृत्त्या मिळवून आय.आय.टी.चा पदवीधर झाला. उत्तम शैक्षणिक यश गाठीशी बांधून १९६७ साली परदेशी रवाना झाला.

पतीच्या स्वर्गवासानंतर गुर्जर आजी कॅनडात – कॅलगरीला आपल्या मुलाकडे आल्या १९८७ साली. तेव्हा त्यांचं वय होतं साठ वर्षांचं. इंग्रजीचा ओ की ठो कळत नव्हता. त्यातून सून शेरी ही कनेडियन. आजींना इंग्रजीचा गंध नाही; आजींच्या गोऱ्या, परदेशी सुनेला मराठीचा गंध नाही अशी अवस्था. आजींनी आयुष्यात कोंबडीचं अंडंसुद्धा पाहिलं नव्हतं. त्या पक्क्या शाकाहारी; आणि घरात बीफ, चिकनशिवाय घशाखाली घास न उतरणारी नातवंडं.

– पण आजी इतक्या भन्नाट; की त्यांचं काहीसुद्धा अडलं नाही.

धुणं-भांडी-केरवारे-स्वयंपाकाचा धोशा नाही, शेजारच्यांशी ओळख नाही, बाहेर चिटपाखरू नाही, सुनेशी बोलावं तर भाषा समजत नाही... अशा भुतासारख्या अवस्थेत पहिले काही दिवस काढल्यावर आजींनी उपाय शोधण्याचा धडाका लावला.

मुख्य म्हणजे ऐकून ऐकून जमेल तसं तोडकंमोडकं तुटकं इंग्रजी न लाजता

बोलायला सुरुवात केली.

– आणि फिरायला जाण्याची टूम काढली.

रोज एक नवा रस्ता धरायचा आणि थंडीवाऱ्याची पर्वा न करता सरळ चालत सुटायचं.

हळूहळू मजा यायला लागली. एकटेपणा कमी झाला. मग आजींनी शिवणकाम सुरू केलं. जन्मात सुई हातात धरली नव्हती; पण एकमेकींची भाषा कळत नसताना खाणाखुणांची स्पेशल भाषा तयार करून सुनेकडून स्वेटर विणणं शिकून घेतलं. कॅनडात आल्याच्या पहिल्याच वर्षी लॉस एंजल्सला जाऊन योगासनं शिकल्या. जोडीला पोहणं होतंच.

आजींच्या ६२ व्या वाढदिवशी सुरेश आणि शेरी या दोघांनी आजींना चक्क 'सायकल' गिफ्ट दिली. मग तर आजींच्या उत्साहाला उधाणच आलं. त्या सायकल शिकल्या आणि सायकलवरून अख्खं एडमन्टन पालथं घालून त्यांनी अक्षरशः धमालच केली.

दुसऱ्यांसाठी झटण्याचा, अडीअडचणीतल्या माणसांना मदत करण्याचा स्वभाव. इंग्रजी बोलण्या-समजण्याची पंचाईत असताना कॅनडासारख्या परक्या देशात हे कसं जमावं?

– पण भाषेचा अडथळा आजींना रोखू शकला नाही.

जगातल्या प्रत्येक माणसाच्या काळजाला स्पर्श करणारी एक निःशब्द भाषा आजींना अवगत होती – प्रेम आणि सेवा!

तेवढ्या बळावर आजींनी रेड क्रॉस, साल्व्हेशन आर्मी, मेरिअन सेंटर अशा समाजसेवी संस्थांच्या उपक्रमात स्वतःला झोकून दिलं. सायकलवर स्वार होऊन त्या एडमन्टनच्या कानाकोपऱ्यातल्या सेन्टर्सवर व्हॉलन्टीअर म्हणून जायला लागल्या.

गावातल्या अख्ख्या इंडियन कम्युनिटीला तर आजींनी दत्तकच घेतलं होतं. एखाद्या घरी कुणी बाळंतीण आहे, कुणाचं मूल आजारी आहे... कळायचा अवकाश; की आजी धावल्याच मदतीला.

सुरेश गुर्जर तर गंमतीने म्हणत, 'मी आता इथल्या वर्तमानपत्रात एक जाहिरातच देऊन टाकतो, 'मदर फॉर हायर. कॉन्टॅक्ट सुरेश फॉर डिटेल्स.'

सून शेरी ही कनेडियन. पण आजींनी तिच्याशी पक्कं गूळपीठ जमवण्याइतकी घट्ट दोस्ती केली.

स्वतः कट्टर शाकाहारी होत्या; तरी नातवंडांना आवडतात म्हणून सोपे नॉनव्हेज प्रकार रांधायला शिकल्या.

अमेरिकेतल्या वृद्ध मराठी मंडळींनी आपल्या एकाकी आयुष्याच्या खिन्न, विषण्ण तपशीलाची चर्चा 'एकता'मध्ये सुरू केल्यावर गुर्जर आजी स्वस्थ बसणं

शक्य नव्हतं. त्यांनी 'केल्याने होत आहे रे' अशा शीर्षकाचा एक लेखच 'एकता'कडे धाडून दिला. त्यात आपले अनुभव लिहिले आणि समवयस्क लोकांना बजावून सांगितलं,

'जुन्या पुराण्या, बदलायला तयार नसलेल्या विचारांची वृद्ध माणसं बघितली, की मी स्वतःला बजावत असते, 'आपलं असं होता कामा नये.' काळाप्रमाणे विचार आणि परिस्थितीप्रमाणे दृष्टी बदलली, की माणसाची वागणूक बदलते आणि जीवन सुखावह होतं असा माझा अनुभव आहे मी त्यानुसार वागले म्हणूनच माझ्या इथल्या आयुष्याला सुसूत्रता, प्रसन्नता आली माझं जगणं अर्थपूर्ण झालं असं मला वाटतं.'

गुर्जर आजींनी जो भेटेल, बोलेल त्याच्यावर प्रेमाचा वर्षाव केला. एकेकट्या राहून शिकणाऱ्या विद्यार्थ्यांना डब्यात भरून चार घास धाडून दिले. आपल्याजवळची पुस्तकं, व्हीडीओ टेप्सचा खजिना लोकांमध्ये वाटला. अनेकांवर पोटच्या मुलांइतकी माया केली. त्यातले एक डॉ. जगन्नाथ वाणी. सुरेश गुर्जर हे वाणींचे मित्र... आणि गुर्जर आजी त्यांना स्वतःच्या आईइतक्याच प्रिय!

१९८७ साली आजी कॅलगरीत राहायला आल्या तेव्हाची एक आठवण डॉ. वाणी खळखळून हसत... पण पाणावलेल्या डोळ्यांनी अजून सांगतात.

उन्हाळ्याचे प्रसन्न दिवस. घरोघरी बागा फुलल्या होत्या.

गुर्जर आजींनी नुकतंच एकटीने फिरायला जाणं चालू केलं होतं. एके दिवशी फिरून घरी परत येताना शेजाऱ्याच्या बागेतल्या सुंदर फुलांचा त्यांना मोह पडला. वाटलं, पूजेसाठी यातलं एखादं फूल मिळालं तर किती छान होईल!! शेजारी गोरा कनेडियन. तो बागेत काम करत होता. आता त्याला कसं विचारावं... की एखादं फूल मी घेतलं तर चालेल का?

– पण आजींचा उत्साह प्रचंड. आणि हिंमत दांडगी.

त्यांनी मनातल्या मनात चार इंग्रजी शब्दांची जुळवाजुळव केली. पण डोक्याला फार ताण देऊनसुद्धा 'फूल' या गोष्टीला इंग्रजीत काय म्हणतात ते त्यांना आठवेना.

– तरीही हसत हसत गुर्जर आजी पुढे झाल्या. बागेत काम करणाऱ्या त्या कनेडियन शेजाऱ्याला त्यांनी खुणेने कुंपणाशी बोलावलं आणि प्रसन्न हसून आर्जवाने विचारलं,

'You fool (फूल), Me God, Take one?'

■

'पश्चिमे'तल्या घरी 'पूर्वे'ची दमछाक

अमेरिकेच्या पूर्व किनाऱ्यावरचं एक मोठं शहर.

एका मराठी कुटुंबाबरोबर चार दिवसांचा थोडा आरामशीर मुक्काम घडला. अतीव देखणं आणि भव्यतेचा एकूण अंदाज करणंच मुश्कील व्हावं असं समृद्ध घर. भोवती बहरलेली बाग. मागच्या अंगणात निळ्याशार निवळशंख पाण्याचा मोठा स्वीमिंग पूल. त्या पुलाच्या काठाशी पाय पसरून निवांत बसायला सुंदरसा डेक...

गृहस्वामीच्या चेहऱ्यावरून यशाचं ओसंडतं तेज. शून्यातून सुरुवात करून कमावलेल्या अपरंपार वैभवाचा सार्थ अभिमान.

कपड्यांची एक बॅग घेऊन सत्तरच्या दशकात अमेरिकेत आलेला ब्राह्मण घरचा हा मध्यमवर्गीय मुलगा. इंग्रजी धड बोलायला शिकण्यापासून सुरुवात होती. डोक्यावर शिक्षणाचं कर्ज. विमानाचं तिकीटसुद्धा उधारउसनवार करून काढलेलं. तिथून समृद्धीच्या मुक्कामाशी पोचलेल्या एका कृतार्थ आयुष्याचा एवढा मोठा प्रवास. त्या अपरंपार संघर्षाची कथा अंगावर काटा उभा करील एवढी थरारक होती.

उन्हाळ्याचे सुंदर दिवस होते.

एक अख्खा दिवस आम्ही बोलत बसलो. निम्मी रात्र सरली तरी गप्पा सरल्या नाहीत.

माझ्याशी समरसून बोलता बोलता ते गृहस्थ आपलं आयुष्य जणू पुन्हा नव्याने जगत होते. ना प्रश्नांची गरज उरली होती; ना मुलाखत देण्या-घेण्याच्या उपचारांची.

मोक्याच्यावेळी मदतीला धावलेल्या

इंडियन-अमेरिकन मित्रमैत्रिणींच्या आठवणीने भिजलेली ती कहाणी मधूनच यशाच्या प्रसंगांनी उचंबळून येत होती... अंत पाहाणाऱ्या अपयशाच्या भूतकाळातल्या खडतर वाटा पुन्हा एकदा चालताना आत्ताच सगळं घडत असल्यासारखी रक्तबंबाळ होत होती... मागे गेलेल्या आपल्या आयुष्यात डोकावून पाहात; भूतकाळाचा खजिना खोलून बसलेल्या त्या गृहस्थांच्या चेहऱ्यावर झरझरणाऱ्या भावभावनांचा विस्मयकारक खेळ सुरू होता. तो पाहात मी भारावल्यासारखी बसून राहिले.

अचानक जाणवलं,

या घराचा गृहस्वामी इतका उचंबळून बोलतोय; पण गृहस्वामिनी?

खायची-प्यायची व्यवस्था पाहात ती आजूबाजूला वावरत होती. देखण्या, प्रसन्न चेहऱ्यावर मऊ हास्य; पण नजरेत कसली लखलख नव्हती. एक संथ, शांत, सवयीची हालचाल. आपला नवरा पाणावलेल्या नजरेने इतक्या मनापासून सांगतोय, ती एखाद्या सिनेमाची कहाणी असावी; असा कोरा चेहरा. त्या घरात ती होती; पण तिचा नवरा सांगत होता त्या कहाणीत ती नव्हती. मनाने नव्हती. उल्लेखानेसुद्धा नव्हती.

साक्षात कुबेराने हेवा करावा असं ऐश्वर्य घरी आणणाऱ्या व्यावसायिक यशापर्यंत पोचण्याचा प्रवास माझ्यासमोर उलगडत होता. त्यात मानापमानाचे क्षण होते. आत्महत्येच्या टोकाशी नेऊन पोचवणारं वैफल्य होतं. तरीही चिवटपणाने टिकून राहिलेली जिद्द होती. अमेरिकेत मिळालेली पहिलीवहिली नोकरी सोडून, व्यवसायात उडी घेण्याच्या निर्णयाची उलघाल होती. टाचा घासायला लावणारा पहिल्या संघर्षाचा काळ... आणि नंतरच्या यशाची पहिली झुळूक होती. मग मात्र त्या कहाणीने मागे वळून पाहिलं नाही. यशाचे, मानसन्मानाचे टप्प्यामागून टप्पे घेत ती कहाणी अशक्य वेगाने दौडत राहिली.

या कहाणीत शेवटी कथानायकाच्या कंपनीचं काही शे मिलियन्स डॉलर्समधलं बॅलन्सशीटसुद्धा आलं; पण आला नाही तो तिचा उल्लेख. त्या कहाणीच्या नायकाला नायिका जणू नव्हतीच.

'त्याची' कहाणी समजल्यावर लक्षात आलं; 'ती'ची कहाणी त्याच्याहून जास्त संघर्षाची, जास्त वैफल्याची, अधिक कडवट संघर्षाची पण 'बाकी शून्य' अशा निष्कर्षाची असणार.

ती काहीच बोलली नाही.

तिची कहाणी तिने सांगण्याची गरजच उरली नव्हती. तिच्या वाट्याला आलेलं अपरंपार श्रीमंतीचं पोकळ आयुष्य तिच्या नजरेतूनच बोलत होतं.

माझा लॉस एंजेलीसला जाण्याचा दिवस आला.

त्या सकाळी ब्रेकफास्टच्या टेबलावर मात्र ती सहज सुचवल्यासारखं म्हणाली,

'तुझी फ्लाईट पाच वाजता आहे नं संध्याकाळी? आपण साडेबारा-एकपर्यंत निघू. मीच येईन एअरपोर्टवर तुला ड्रॉप करायला.'

– प्रत्यक्षात आम्ही त्याच्याही आधी घरातून निघालो.

तिच्या ड्रायव्हिंगमध्ये सफाई होती. घरात वावरताना विझल्यासारख्या दिसणाऱ्या नजरेतही दोन चमकते बिंदू लवलवताना दिसत होते.

'कॉफी घेऊया वाटेत?'

– हा प्रश्न येणार हे सकाळपासूनच मला वाटत होतं.

आम्ही थांबलो.

कॉफीचं गरम पॉट टेबलावर यायच्या आधीच; आवरता येऊ नये अशा आवेगाने ती म्हणाली, 'त्याने काल बॅलन्सशीट दाखवलं ना तुला आमच्या कंपनीचं? त्यात खर्चाच्या बाजूला त्याचं-माझं आयुष्य टाक... मग बघ... मिलियन डॉलर्स कसले, मिलियन चिंचोकेसुद्धा नाही उरणार शिल्लक.'

...मग खूप वेळ तिचा दुखरा जीव भळभळत राहिला.

नवरा मुलगा परदेशात असतो, म्हणून मोठ्या अप्रुपाने केलेलं लग्न. अमेरिकेत आल्यानंतरचे गरिबीचे, ओढग्रस्तीचे पण प्रेमाने, प्रणयाने बहरलेले पहिलेवहिले दिवस. गाठीशी अगदी थोडे पैसे असताना पाठीला बॅकपॅक लावून युरोपात जोडीने केलेली भटकंती.

'खूप सुंदर दिवस होते ते. आनंद छोटे छोटे होते; पण एकमेकांच्या साथीने त्यांची लज्जत चाखण्याची मजा होती. मग मुलं झाली. आम्ही आमचं पहिलं घर घेतलं. छोटंसं होतं. बॅकयार्डमध्ये मोगरीचं रोप लावून गृहप्रवेश करण्याची सुंदर कल्पना त्याला सुचली होती त्या काळात.'

– पुढे मात्र तो हरवतच गेला. त्याची स्वप्नं. त्याची महत्त्वाकांक्षा. त्याचे प्रोजेक्टस्. बघता बघता वेग वाढवून तो एकाएकी दिसेनासाच झाला. लांब तर गेलाच. पण उंचही गेला. ती मात्र तिच्याजागीच अस्वस्थशी घुटमळत राहिली.

'माझी झेप आवाक्यातली होती. वेग मर्यादित होता. त्याच्याशिवाय स्वतंत्र जग तयार करण्याची कुवत नव्हती, आणि इच्छाही. मी फरफटल्यासारखी त्याच्यामागून जात राहिले. जगत राहिले'- ती सांगत होती.

'भारतात असते तर हातपाय हलवण्याची हिंमत नक्की केली असती. पण इथे अमेरिकेत कसं जमणार? या देशात मी आले ती मिसेस सो ॲण्ड सो म्हणून. आल्यावर इथल्या पद्धतीचं इंग्रजी बोलायला शिकले. इथले मॅनर्स, खाण्यापिण्याच्या रीती शिकले एवढंच. शॉपिंग मॉलबाहेरच्या बाकीच्या अमेरिकेशी कधी संबंधच आला नाही... मग ठरवलं, घर तरी नीट सांभाळू. तेवढं मात्र मनापासून केलं. एकटी एकटीने त्यात आनंद शोधला.'

– आता त्यांची दोन्ही मुलं कॉलेजकरता म्हणून घराबाहेर पडलेली. आर्थिक, व्यावसायिक महत्त्वाकांक्षा पुऱ्या झाल्यावर स्लो डाऊन करण्याचं ठरवून 'तो' आता पुष्कळसा घराघरातच राहू लागला आहे. 'ती' तर घरातच होती इतकी वर्षं. आणि घरातच असेल.

'पण खरं सांगू, फाईव्ह स्टार हॉटेलात शेजारशेजारच्या खोल्या घेऊन राहिल्यासारखे असतो आम्ही. एकमेकांशी बोलायला जावं तर विषयच नसतो. ब्रेकफास्टला काय? लंचला घरी आहेस का? ग्रोसरीला जायचंय? वेदर किती छान आहे नं आज? – हेच बोलतो आम्ही. मधल्या इतक्या साऱ्या वर्षांनी लचके तोडले आमच्यातल्या नात्याचे. परकं परकंच वाटतं.'

तिला त्याचा राग नाही. तो मुद्दाम तसं वागला नसेल, हे तिला ठाऊक आहे. 'त्याची झेप मोठी होती, आपण त्याला साथ करू शकलो नसतो' याचीही तिला जाणीव आहे. आपली कुवत जेमतेम होती; त्यामुळे तोही आपल्यासारखाच एकटा पडला, याचं दुःखही आहे.

– पण मग तक्रार कशाची? चूक कुणाची?

'तेच तर नाही ना ठरवता येत' – ती कळवळून म्हणाली.

'नीट सांगता येणार नाही मला; पण परदेशात संसार मांडणं ही गोष्टच जरा जास्त कसरतीची आहे.' – तिने प्रयत्न सुरू केला,

'लग्न करून दोघांचं घर मांडलं, की त्या क्षणापासून दोघं-दोघंच असतात एकमेकांना. स्वतंत्र श्वास घेण्याइतकंसुद्धा अंतर राहात नाही. आई-वडील, भाऊ-बहीण, मित्र-मैत्रिणी ही सगळी नाती दूर देशी मागे राहिलेली. त्यामुळे दोघांनाही एकमेकांच्या आयुष्यात एवढे सगळे रोल करावे लागतात. सतत तोंडाशी तोंड. सतत एकमेकांचा सामना. मूळ नात्याचा धागा सारखा सुटत राहातो हातातून. तो सांभाळता सांभाळता नुसती दमछाक. त्यात मुलं.'

आणखी एक – यश मिळवण्याची सक्ती. पुन्हा त्यातही न संपणारे टप्पे. मोठं यश. त्याहून मोठं यश. एवढं सगळं सोडून परदेशात आलो; तर त्या तोलामोलाचं काहीतरी पदरात पडलंच पाहिजे अशी घाई सतत मागे लागलेली.

'त्या घाईपोटी माझा नवरा इतका सुसाट धावत सुटला, की विचारू नकोस. अपेक्षेपेक्षा कितीतरी जास्त यश मिळालं... त्याला जे हवं होतं ते कदाचित थोडं लवकरच मिळालं. आता तो विझल्यासारखा वाटतो मला. अजून त्याची साठी यायलासुद्धा चार वर्षं बाकी आहेत. मला तर काळजीच वाटते आजकाल. वाटतं, धावून धावून इतका दमलाय हा माणूस. इतकं सगळं मिळाल्यावर, 'मिळवायचं काही उरलं नाही फारसं' अशी तृप्ती मनाशी दाटल्यावर आता हा कशासाठी धावेल? आणि नाहीच धावला समजा; तर कसा जगेल?'

– ती सुन्न बसून राहिली. मग म्हणाली,

'डोन्ट टेक मी रॉंग, प्लीज... मलाही उगीचच्या उगीच किरकिरत बसणं आवडत नाही. बट इट्स अ टफ लाईफ. रियली टफ.'

तिच्या त्या नजरेत किती रंग होते, आणि किती अर्थ...

मला म्हणाली,

'तू अमेरिकाभर फिरतेयस ना सगळीकडे; आपल्या मराठी कम्युनिटीतल्या कपल्सकडे जरा बारकाईने बघ. एकतर इतके सारखे 'तुझ्यात मी... माझ्यात तू' असतात; की वाटतं, इतकी वर्षं झाली, कंटाळा नसेल का आला या दोघांना असं पायात पाय घालून जगण्याचा? – किंवा मग काही जोडपी इतकी दुरावलेली, की त्यांचं ते तुटलेपण बघवत नाही अगदी. एकमेकांबरोबर छान मजेत राहाणारी आणि तरीही सुटी माणसं म्हणून स्वतंत्र, छान वाढलेली, फुललेली माणसं 'इमिग्रन्ट' गटात इतकी कमी का असतात?'

– एल.ए.ला जाणाऱ्या माझ्या फ्लाईटने टेक ऑफ घेतला; तरी तिचा तो प्रश्न माझ्या डोक्यात घुमत राहिला. मग बसल्याबसल्या तोवरच्या प्रवासात भेटलेल्या जोडप्यांचे चेहरे नजरेसमोर तरळत राहिले.

आपापली आयुष्यं माझ्यासमोर मोकळेपणाने मांडणाऱ्या त्या दर्यापारच्या सुहृदांची वर्गवारी करण्याचा खेळ अख्खा प्रवासभर मनाशी चालू राहिला.

● ●

'प्रत्येक यशस्वी पुरुषाच्या मागे एक स्त्री असते' असं जे म्हणतात, तो निष्कर्ष उत्तर अमेरिकेत स्थिरावलेल्या मराठी जोडप्यांचे संसार बघूनच काढला असावा; इतक्या मागे असलेल्या स्त्रिया... आणि महत्त्वाकांक्षांची क्षितिजं पादाक्रांत करत पुढे गेलेले पुरुष!

सुदैव एवढंच, की 'मागे' असण्याची खुटखुट फार नाही. वागण्या-बोलण्यात-वावरण्यात साचलेपणाचा तवंग क्वचित कधी डोकावून गेला तर; पण स्वकष्टाने उभ्या केलेल्या भौतिक समृद्धीचं सुखावलेपण जास्त झळाळतं.

एकतर रांधा-वाढा-उष्टी काढा या जुन्याच वळणाचा 'चूल-मूल' छाप संसार करावा लागला; तरी या संसारकृत्याचा अमेरिकन चेहरामोहरा घरात कोंडून घातलेला, कंटाळवाणा नाही. त्यात घाई आहे. घराबाहेरची धावपळ आहे. पावलापावलावर छोटे छोटे का असेना; पण सतत निर्णय घ्यावे लागण्याची 'इगो' सुखावणारी जबाबदारी आहे. कोपऱ्यावरच्या 'सेवन इलेवन'मध्ये जाण्यापासून येणाऱ्या-जाणाऱ्या पाहुण्यांच्या ने-आणीसाठी विमानतळाच्या खेपा करण्यापर्यंत रोज गरजेचं असणारं भिरीभिरी ड्रायव्हिंग... शिवाय महाराष्ट्र मंडळाचे कार्यक्रम... कम्युनिटी टेम्पलमधलं

व्हॉलन्टीअरिंग... किती गोष्टी!

– आणखी एक महत्त्वाची जबाबदारी :

मुलं वाढवणं!

हे सगळं इतकं भरगच्च आणि धावपळीचं; की दिवस बघता बघता भुर्रर्र उडून जातात. मुलं मोठी होऊन युनिव्हर्सिटीत शिकायला घराबाहेर पडली, की मग मात्र या 'एम्टी नेस्टर्स मॉम्स' वेड्यापिशा होतात.

– पण तोवर चाळिशी उलटलेली; आणि इतकी वर्षं सतत बाहेर असणारा नवराही अमेरिकन स्टाईलने 'स्लो डाऊन' करत घरात घरातच करू लागलेला. भाग्य जरा जास्तच जोरावर असेल; तर 'या समरमध्ये क्रूझला जाऊ या का?' असंसुद्धा विचारणारा.

आधी साधी मध्यमवर्गीय असणारी पण अमेरिकेत आल्यानंतरच्या काही वर्षांतच आयुष्यात अनपेक्षित वळण घेतलेल्या आयुष्याची खूप जोडपी.

विशेषतः पुरुष.

'एक, दोन, साडे माडे दहा'... अशा गरगरून टाकणाऱ्या वेगाने भराभर कुठल्याकुठे पोचलेले.

– किंवा मग संधी मिळून, क्षमता असून वेळच्या वेळी काहीच न साधल्याने कुचंबलेले. आजूबाजूच्यांच्या यशाने आतल्या आत जळणारे.

– किंवा अमेरिकेत गेले तरी साधे नोकरदार राहिलेले. निवृत्तीपूर्वीच पुण्यात औंध-बाणेरला किंवा नव्या मुंबईत वाशी-सानपाड्याला एखादा फ्लॅट घेऊन आयुष्याची दुहेरी इतिकर्तव्यता साधणारे. अमेरिकन बिझनेसमध्ये गेलेल्या मराठी माणसांनी मारे बिलियन्स कमावले असतील; "बट डू दे हॅव 'लाईफ'?" असा स्वयंतुष्ट प्रश्न करून आपल्या आवाक्यातल्या 'अमेरिकन विहिरी'त सुखेनैव पोहणारे. (या गटात गर्दी जरा जास्त.)

– पण गंमत म्हणजे या तिन्ही गटातल्या पुरुषांच्या वाट्याला आलेल्या स्त्रिया मात्र एकसाची. एकीला झाकून दुसरीला काढावं इतक्या सारख्या. एकरंगी. गोऱ्या-गव्हाळ, उंचनिंच, देखण्या.

अमेरिकेतल्या पहिल्या पिढीच्या मराठी संसारांना लाभलेल्या गृहस्वामिन्या या बहुतेक 'निवडून'... 'वेचून' आणलेल्या. 'मुलगा अमेरिकेत असतो' या क्वालिफिकेशनवर सत्तरच्या दशकात 'बघून सवरून' जी लग्नं झाली; त्याची ही स्वाभाविकच परिणती होती.

– पण त्यामुळे एक मात्र झालं.

परदेशात-तेही अमेरिकेत संसार थाटता येणार आणि नवरा डॉलर्समध्ये पैसे कमावणार; यापलीकडे वेगळ्या जीवनाची अपेक्षा (आणि तयारी) नसणाऱ्या स्त्रियांच्या

आयुष्याची दिशा कल्पनातीत बदलली.

पहिल्यांदा देश सोडला तो (बहुतांश) पुरुषांनी.

त्यांच्या मनाशी काही स्वप्नं होती. काट्याकुट्यांची खडकाळ वाट चालावी लागणार याची कल्पना होती. परक्या भूमीवर आव्हानांचा सामना करण्यासाठी आसुसलेलं मन पडतील ते कष्ट काढायला तयार होतं. एवढ्या शिदोरीवर यातल्या काहींनी अमेरिकेत आल्यावर खूप दूरचा पल्ला गाठला.

– त्यांची सहचारिणी अमेरिकन जगण्याची उत्सुकता मनाशी धरून आली होती हे खरं; पण तिच्या स्वप्नांचा आवाका एवढा मोठा होताच असं नाही. चारचौघींपेक्षा जरा वेगळ्या, जरा जास्त श्रीमंत संसाराची स्वप्नं पाहात या स्त्रिया नवऱ्यामागोमाग अमेरिकेत आल्या. वॉशिंग मशीन-डिश वॉशर आणि व्हॅक्यूम क्लिनरने सुसज्ज संसाराच्या सुखाची गॅरंटी देणारी अमेरिकन जगण्याची एकच बाजू त्यांना ठाऊक होती. माहेरच्या मुळांपासून तुटल्याची उलघाल, नव्या संस्कृतीत रुळण्याची धांदल, घर चालवण्यासाठी नोकरी शोधण्याची जरुरी आणि दहा तासांच्या कामाने पिट्ट्या पडल्यावर घरी येऊन सुसज्ज यंत्रांशी झगडताना गळणारा घाम; हे अमेरिकन जगण्याचं वास्तव स्वीकारणं अपरिहार्य होतं... आणि निभावून नेणं प्रचंड कठीण.

– यातच बहुतेकींची शक्ती खर्ची पडली.

'अमेरिकन ड्रीम'वर पक्की मांड ठोकून ज्यांचे नवरे भराभरा उंच गेले, दूर गेले; त्यांचा तो वेग गाठणं अनेकींच्या आवाक्यातच नव्हतं.

– मग अंतर पडलं. वाढत गेलं. एकटेपणा आला. आदळआपट आणि कटकट करत बसणं झालं नाही; कारण तेवढा वेळच नव्हता. एरवीही स्वतःचा देश सोडून पृथ्वीच्या दुसऱ्या टोकावर संसार मांडणाऱ्यांना जुळवून घेण्याची, शक्य तो तडजोड करण्याची, केलेली तडजोड पटकन मनाआड टाकून आनंद शोधण्याची सवय लागतेच. ही सवय व्यक्तिगत आयुष्यातही उपयोगी पडत असावी. कारण रोज नव्या साडीची सुगंधी, कोरी घडी उलगडण्याच्या निर्भर उत्सुकतेने छोटे छोटे आनंद टिपत धावणाऱ्या प्रसन्न, प्रेमळ स्त्रिया उत्तर अमेरिकेत सर्वत्र मला भेटल्या. त्यांनी घरोघर मोठ्या प्रेमाने माझं आतिथ्य केलं. त्यांच्या डायनिंग टेबलांवर गप्पा रंगल्या.

...तसे अपवादही पाहिले.

ज्या काळात नगर-नाशिक-औरंगाबाद आणि नागपुरातल्या मुलींना उच्चशिक्षणासाठी मुंबई-पुण्यालासुद्धा जाणं मुश्कील होतं; त्या सत्तरच्या दशकात चक्क विमानात बसून युरोप-अमेरिकेत शिकायला गेलेल्या एकेकट्या तरुण, अविवाहित मुली.

कमरेपर्यंत पोचणाऱ्या दोन दोन लांब वेण्या घालून आणि सहावारी साडी नेसून

१९६४ साली कॅनडाच्या विंडसर विद्यापीठात पोस्ट ग्रॅज्युएशन करायला गेलेल्या मीना घाणेकरांसारख्या.

कसले कसले मसाले, पापड, लोणची यांचा पसारा बॅगेतून उघडून 'हे काय?' वगैरे प्रश्नांची सरबत्ती करणाऱ्या कस्टम्स अधिकाऱ्याला काय उत्तर द्यावं हे न कळलेल्या... डेट्रॉईटच्या विमानतळावर हताश उभं राहाणं नशिबी आलेल्या विद्या हर्डीकर-सप्रेंसारख्या!

या मराठी स्त्रिया अमेरिकेत आल्या त्या एकट्या. स्कॉलरशिप्स मिळवून शिकायला आल्या. त्यांनी आपले रस्ते आपण शोधले. हातातला नकाशा कसा वाचायचा ते शिकून घेत, विद्यापीठांच्या विस्तीर्ण कॅम्पसमध्ये पायपीट करून; या मुलींनी आपले फॉर्मस् आपण भरले. खिशाला परवडेल असं जवळपासचं अपार्टमेंट शोधलं.

'सगळी प्रेमाची माणसं सोडून मी या भलत्या देशात एकटी कशाला येऊन पडले? जीव कासावीस झालाय. डोळ्यातून पाणी घळघळतंय. माणसांची नावं लक्षात राहात नाहीत. दिशा समजत नाहीत. नाणीसुद्धा ओळखता येत नाहीत... काय करावं कळत नाहीये. समोरून एक जोडपं माझ्यादेखत ओठात ओठ गुंतवून चुंबन घेत चाललंय. क्षणभर एक धक्का आणि उरलेले तीस सेकंद मी ते दृश्य डोळे भरून पाहातेय'– असे दिवस काढले.

– पुढे या परक्या देशात जीव तोडून अभ्यास केला, पदव्या मिळवल्या, पाठोपाठ नोकऱ्या मिळवल्या, स्वत:च्या हिंमतीवर बळकटपणे पाय रोवले आणि आवडीचा नवरा पटकावून संसारही मांडले.

अशा स्त्रिया मोजक्या; पण त्यांच्या व्यक्तिमत्त्वातली निर्भयता पटकन् नजरेत भरते. त्यांच्या वागण्या-वावरण्यातला आत्मविश्वास, विचारांमधली स्पष्टता मोहक असते. साध्या गप्पा मारतानासुद्धा त्यांची अमेरिकेशी जास्त दोस्ती असणार, असं वाटून जातं. इतक्या वर्षांपूर्वी त्यांच्या कानांना ऐकू आली ती हाक युरोप-अमेरिकेची होती. या स्त्रियांनी देश सोडला; तोच सीमेपलीकडे पाय भक्कम रोवायला.

– त्यामुळे नवऱ्याने रेन्ट केलेल्या अपार्टमेंटमध्ये मेंदीच्या नाजूक पावलांनी गृहप्रवेश करणाऱ्या स्त्रियांपेक्षा यांचं अनुभवविश्व वेगळं.

म्हटलं तर अपवादाचंच.

आणखीही काही अपवाद.

बरोबरीच्या नात्याने ज्याचा हात धरून परक्या देशात पाऊल ठेवलं; तो जोडीदार त्याच्या स्वप्नांच्या वाटेने निघून गेल्यावर एकट्या पडलेल्या स्त्रियांचे.

भरल्या घरात कोऱ्या नजरेने वावरणाऱ्या 'ती'च्यासारखे. पण ते क्वचित.

तिच्या नवऱ्याइतकं अफाट यश मिळवणाऱ्यांची नावं 'अमेरिकेतले मराठी कीर्तिवंत' म्हणून सारखी नजरेसमोर असतात हे खरं; पण प्रत्यक्षात त्यांची संख्या फार नाही. एकूण कम्युनिटीचा विचार करता तुलनेने कमीच. उत्तर अमेरिकेतल्या मराठी कम्युनिटीतला मोठ्ठा हिस्सा उच्चमध्यमवर्गीयांचाच. या गटातली बहुतांश जोडपी मात्र 'तू तिथे मी' अशी.

सारखं बरोबर असणं... सारखा एकत्र विचार करणं... सतत एकमेकांना सांगणं-विचारणं... सगळं जोडीनेच! एकमेकांवर एकमेकांचा प्रभाव इतका गडद, की बहुतेकांच्या वागण्या-बोलण्याचा ढंगही एकमेकांसारखा झालेला. व्यावसायिक आयुष्य तेवढी वेगवेगळी; बाकीचं सहजीवन सयामी जुळ्यासारखं एका नाळेने जोडलेलं.

कुठली असेल ही नाळ?

कुठल्या रक्तबंधाची?

जवळच्या माणसांपासून हजारो मैल दूर परक्या जोडीने देशात काढलेल्या कष्टांची?

'इथे 'आपलं' असं कुणीच नाही' या निराधार पोरकेपणातून सावरण्यासाठी एकमेकांमध्येच शोधलेल्या आधाराची?

की सततच्या सहवासातून आलेल्या सवयीची?

– कदाचित हे सगळं खरं असावं थोडं थोडं.

पण एक नक्की.

एकमेकांशीच लग्न करून हीच जोडपी न्यूयॉर्क-न्यूजर्सी-एल.ए.-टोरान्टोऐवजी मुंबई-पुण्यात किंवा विदर्भ-मराठवड्यात राहिली असती; तर त्यांचं जीवनमान वेगळं झालं असतंच; पण त्यांच्यातल्या नात्याची वीणही आत्ता आहे त्यापेक्षा खूपच वेगळी घडली असती.

या जोडप्यांच्या गाठी पडल्या भारतात.

आणि पूर्वेकडे दिल्या घेतल्या आणा-शपथा निभावाव्या लागल्या त्या अर्धी पृथ्वी ओलांडून पार पश्चिमेला.

● ●

१९६५ नंतर अमेरिकेत आलेल्या स्थलान्तरितांच्या लोंढ्यात भारतीय पुरुषां-बरोबर भारतीय स्त्रियाही होत्या; हे या कम्युनिटीच्या सुस्थापित यशामागचं मोठं कारण आहे, अशी मांडणी बहुतेक सर्व अभ्यासक करताना दिसतात.

त्याआधी विसाव्या शतकाच्या पूर्वार्धात भारतीय शेतमजुरांचे तांडे अमेरिकेच्या पश्चिम किनाऱ्यावर आले. त्यात सगळे पुरुषच होते. आपापल्या बायकांना गावी

ठेवून आलेले सडेफटिंग चाकरमानी. शरीर कष्टाची कामं करायला आलेले. मिळालेल्या मजुरीतून जास्तीत जास्त पैसे गावाला पाठवले पाहिजेत, साठवले पाहिजेत ही ओढ. त्यामुळे हे पुरुष गटागटाने राहात. खुराड्यासारख्या घरात झोपत. खाणंपिणं धड नाही. औषधपाणी नाही. आंघोळसुद्धा करत नसत. त्यामुळे 'इंडियन इमिग्रन्टस्' ही एक घाणेरड्या जंगली पुरुषांची अस्वच्छ, ओंगळ जमात आहे; असा समज पसरला.

१९४६नंतर अमेरिकन इमिग्रेशन कायद्यात दुरुस्ती झाली; आणि अंगमेहनतीच्या कामासाठी भारतीय स्त्रियांचं येणं जरा सुकर झालं. 'तोवर इंडियन इमिग्रन्ट कम्युनिटी' मध्ये दर पंच्याहत्तर पुरुषांमागे एक स्त्री होती' अशी एक आकडेवारी उपलब्ध आहे. पण एवढ्याही भारतीय स्त्रिया त्याकाळात अमेरिकेत नसाव्यात असा दावा बहुतेक अभ्यासक करतात.

१९६५ नंतर अमेरिकेत आलेल्या उच्चशिक्षित पुरुषांच्या मागोमाग त्यांच्या बायका दाखल झाल्या. त्याही चांगल्या शिकलेल्या, किमान इंग्रजी समजणाऱ्या, मध्यम-उच्चमध्यम वर्गातल्या.

अमेरिकेत आल्या आल्या या स्त्रियांना जाणवली ती मोकळा, स्वतंत्र श्वास घेऊ देणारी स्वच्छ हवा. सासू-सासरे, दीर-जावा आणि नणंदांच्या शोधक नजरांपासून दहा हजार मैलांवर स्वतःचा स्वतंत्र संसार मांडण्याचा निर्भर आनंद. १९७०च्या जमान्यातल्या सुशिक्षित, मध्यमवर्गीय मराठी स्त्रियांना याचं अप्रुप मोठं होतं. स्वत्वाची जाण आलेली, स्वतंत्र महत्त्वाकांक्षा निर्माण झालेली तत्कालीन भारतातली शहरी नोकरदार स्त्री स्वातंत्र्याची, रुढी-परंपरांपासून जरा सुटवंगपणाची अपेक्षा बाळगून होती. त्याकरता झगडत होती. त्यातल्याच काहीजणी भाग्यवान निघाल्या. नवऱ्यामागोमाग अमेरिकेत पाऊल ठेवल्या ठेवल्या हे स्वातंत्र्य त्यांना अगदी आयतं मिळालं.

अर्थात त्या स्वातंत्र्याची किंमतही होती :

एकटेपणा.

– तरीही एकूण हिशेब फायद्याचा ठरला.

या स्वातंत्र्याची चव घेतलेल्या स्त्रिया पुन्हा फिरून भारतात जायचा विचारसुद्धा करायला तयार झाल्या नाहीत; कारण तेच- भारतात दुष्प्राप्य असलेलं स्वातंत्र्य.

घराबाहेरच्या 'डिस्क्रिमिनेशनला' विटून भारतात परत जाण्याचा पर्याय शोधणारे पुरुष आणि अमेरिकन घरातल्या मुक्त स्वातंत्र्याची सवय झाल्यावर पुन्हा भारतातल्या कौटुंबिक गोतावळ्यात अडकायला बिल्कूल तयार नसलेल्या स्त्रिया अशी रस्सीखेचही काही कुटुंबांमध्ये झाली.

छोट्या मोठ्या नोकऱ्या शोधून अमेरिकन वर्क फोर्समध्ये सहभागी झाल्यावर, या भारतीय स्त्रियांचं 'अमेरिकन लाईफ' खऱ्या अर्थाने धारेला लागलं.

स्वतःची इच्छा, आवड-निवड, सोय-गैरसोय बाजूला ठेवून कुटुंबाला हातभार

म्हणून पडेल ते काम इमानेइतबारे करणाऱ्या या भारतीय नमुन्याबाबत अमेरिकन स्त्रियांना सुरुवातीला प्रचंडच नवल वाटत असे.

पद्मा रंगास्वामी यांनी यासंदर्भातल्या संशोधनानंतर एक गंमतीचा निष्कर्ष मांडला आहे. त्या लिहितात, 'भारतीय बायकांचं हे असं त्यागाबिगाचं वागणं अमेरिकन स्त्रियांना सुरुवातीला समजतच नसे. त्यांना वाटे स्वत:ला काही मतच नसलेली, साडी नेसणारी ही बाई एकतर हिपोक्रॅटिक तरी असणार, नाही तर स्किझोफ्रेनिक तरी. भारतीय स्त्रिया एकतर करिअर तरी किंवा होममेकिंग तरी असा एकच पर्याय न निवडता; दोन्ही डगरींवर पाय ठेवून मजेत चालू शकतात... त्यांची नोकरी स्वत:च्या व्यक्तिविकासापेक्षा कुटुंबाला हातभार लावण्यासाठी असते; हे लक्षात आल्यावर मग मात्र अमेरिकन स्त्रियांना या 'इंडियन लॉट'बद्दल मोठीच उत्सुकता वाटू लागली.'

– मग सुरू झाली घर आणि ऑफिस या चक्रात सलग पाच दिवस पार पिट्ट्या पाडणारी चक्की. पण (परिस्थितीने) समजूतदार (झालेल्या) नवऱ्याच्या मदतीने – अनेकदा तर त्या मदतीशिवायसुद्धा – बहुतेकींनी आपापली कसरत धकवून नेली. मुलं जन्माला घातली. वाढवली. ती वाढत असतानाचे घरातले ताणतणाव निभावले. सासर-माहेराचा आधार नसलेला संसार निगुतीने केला. एकाकीपण सोसलं. सर्वांनी सोसलं. मनाला जरा जास्तच मुरड घालावी लागली... पण तेवढंच स्वातंत्र्य मिळालं... अधिक मोठ्या जगाकडे पाहाण्याची नजर, त्या जगाचा एक भाग बनण्याचा आत्मविश्वासही मिळालाच.

– अर्थात, सगळ्या कहाण्या अशा साध्या, सरळ, स्वाभाविक मार्गाने गेल्या नाहीत.

अमेरिकेत येऊन 'रांधा-वाढा-उष्टी काढा-मुलांना ड्रॉप करा-पिक अप करा' अशा अपरिहार्य चक्रात गरगरत राहाणं काहींच्या नशिबी आलं. त्यांच्या डिग्र्यांचे कागद क्लॉझेटमध्येच राहिले. महत्त्वाकांक्षा मनातच पुरल्या गेल्या.

सूर न जुळलेला अधमुरा संसार मन मारून रेटत नेणं नशिबी आलं.

नोकरी-व्यवसायातलं अपयश सहन न करू शकलेल्या, जॉब गेल्याच्या फेझमधून जाणाऱ्या चिडचिड्या नवऱ्यांची तंत्र सांभाळून वर संसारही सांभाळण्यासाठी पदर खोचून उभं राहाणं भाग पडलं.

सख्खी बहीण काय करेल; अशी निरपेक्ष माया करणाऱ्या मैतरणी मिळाल्या... पण तरीही अगदी मनातली खासगी गोष्ट बोलायला जवळचं कुणी नाही; याची रुखरुखही वाट्याला आली.

सांभाळण्याचा प्रयत्न करूनसुद्धा काही घरं दुभंगली.

कधी आयुष्याचा साथीदार अर्ध्या वाटेत सोडून गेला. परक्या देशात एकटीने आयुष्य उभं करताना हयात वेचावी लागली.

गोऱ्या अमेरिकन मैत्रिणींना 'होपलेसली ट्रॅडिशनल' वाटणारं आपलं आयुष्य भारतातल्या आत्या-माम्यांच्या नजरेत 'अगदी पक्की अमेरिकन झालीस हो' असं 'अल्ट्रा मॉडर्न' कसं असतं; हा प्रश्न सोडवता आला नाही तो नाहीच.

'इथे आलेल्या बायका खऱ्या गुंतल्या त्या मुलांमध्ये'– शोभा चित्रे सांगतात, 'मुलं मोठी झाली. आपापल्या दिशांनी उडून गेली... मग घरात फक्त दोघेच उरले. एकमेकांना. पर्यायच नाही दुसरा. अपरिहार्य एकांत.'

उत्तर अमेरिकेतल्या मराठी घरांमध्ये भेटणाऱ्या स्त्रिया कॅलिडोस्कोपहूनही विविधरंगी. जेवढी रूपं, त्याहून अधिक रंग. उत्साहाचे, आनंदाचे, समृद्धी आणि कृतार्थतेचे... विषादाचेसुद्धा!

– पण एक नक्की.

कुणाशीही बोला;

जिच्या तिच्या मनात खोल कुठेतरी अमेरिकेबद्दल कृतज्ञतेचा झरा झुळझुळत असतोच.

'मायदेश सोडला; त्यामुळे जीवाभावाच्या खूप गोष्टी गमावल्या हे खरं. पण अमेरिकेने जे स्वातंत्र्य दिलं, मोकळेपणा आणि आत्मविश्वास दिला, जग बघण्याची दृष्टी-संधी-ऐपत दिली; ते भारतात राहून नसतं नशिबी आलं'– हे बहुतेक जणींना कबूल आहे.

टोरान्टोला भेटलेल्या डॉ. अर्चना बापट सांगत होत्या, 'माझ्या मुलीचं लग्न ठरलं तेव्हा भारतातून सगळ्या बहिण-भावंडांना आग्रहाने बोलावलं होतं. फोनवर गप्पांमध्ये बहीण म्हणाली, 'अगं, तुझ्या कॅनडातल्या मैत्रिणींना आधी बोलाव. त्यांच्याबरोबर वाढली तुझी मुलगी. त्याच तिच्या खऱ्या मावश्या आहेत.'

● ●

'अलीकडे आम्हा पुरुषांना वाटायला लागतं अधूनमधून, की जावं परत भारतात. पण बायकांची तयारी नसते बिल्कुल. नाहीच म्हणतात'– डॉ. श्रीनिवास ठाणेदार सांगत होते.

का?

– तर 'स्वातंत्र्य' जाईल ना!

'खरं सांगू का?– व्यवसायात यश मिळवण्याकरता अखंड धडपडणं एवढंच पुरुषांना करता येतं त्यांच्या आयुष्यात. 'व्यक्ती' म्हणून पुरुष क्वचित बदलतात. अमेरिकेत आलेले मराठी पुरुष – थोडाफार फरक पडला असेल; आतून 'तसेच' आहेत पुष्कळसे. पण आमच्याच कम्युनिटीतल्या स्त्रिया पाहा. त्यांचं व्यक्तिमत्त्वच बदलून गेलंय पार. पुरुष आपले डॉलर्स कमावण्याच्या मागे.'

– डॉ. ठाणेदारांचं निरीक्षण थोडं गंमतीचं. पण पुष्कळसं खरं.

स्वत:च्या महत्त्वाकांक्षेच्या दावणीला बांधल्या गेलेल्या पुरुषांची दमछाक तरी झाली; नाहीतर परवड तरी. अपार यशाची कृतार्थ धुंदी नशिबी आलेले पुरुषोत्तम तुलनेने थोडेच. उरलेल्यांना मनातली खुटखुट चुकली नाही.

‘एखाद्या प्रश्नाची सामाजिक बाजू तपासून पाहाताना; सारी चर्चा होते ती त्या त्या विशिष्ट गटातल्या स्त्रियांना कराव्या लागलेल्या संघर्षाची. पुरुषांचे म्हणून स्वतंत्र संघर्ष असतात; त्याचा विचार का होऊ नये?’– असा हरकतीचा मुद्दा मांडणारे शिकागोचे डॉ. सुरेश तलाठी. ते सांगत होते,

‘अमेरिकेत आलो, संसार मांडला... इथवर ठीक. पण मिळवणारा मी एकटा. माझ्या जीवावर घर उभं. समजा, दुर्दैवाने माझं काही बरंवाईट झालं तर? या परक्या देशात बायको-मुलं उघड्यावर पडली, तर ती काय करतील? – याची प्रचंड भीती वाटे. कुणालाही विचार. जो तो हेच सांगेल. आपल्या देशात... चार माणसांत असतो आपण, तेव्हा हा असला विचार शिवत नाही मनाला. पण ‘सेफ्टी नेट’ सोडून एकदा बाहेर पडलं की शंकासूर हैदोस घालतात डोक्यात... जॉब गेला तर? उगीच कुठल्या अडचणीत आलो तर? थेट जीवाचंच काही बरं-वाईट झालं तर? मीच नसलो तर माझ्या कुटुंबाचं काय होईल? ही धास्ती जीव कुरतडणारी होती... कसे निभावले ते सुरुवातीचे दिवस; कोण जाणे!’

पुरुष एरवी बोलत नाहीत; पण डॉ. तलाठींना सतावणारा हा शंकासूर आपल्याही मनाला कधी ना कधी चाटून गेल्याचं अनेकांनी मान्य केलं.

‘त्यातून आम्ही इथे आलो तेव्हा भारतातला (त्याकाळचा) पुरुषी अहंकारही आलाच बरोबर. लाडावलेले होतो. कामाची सवय नाही, चहा करणं म्हणजेसुद्धा केवढा अपमान! तिकडे भारतातल्या घरी पाटावरून ताटावर करण्याची सवय. शिवाय शाळेपासूनच्या मित्रांचं मोठ्ठं सर्कल.’

– अमेरिकेतलं संसारी आयुष्य सुरू झाल्यावर बहुतेक भारतीय (मराठी) पुरुषांना बसलेला धक्का डॉ. तलाठींच्या अजून लक्षात आहे.

‘इकडे अमेरिकेत आल्यावर आमच्या बायकांनी भराभर ग्रुप केले. मैत्रिणी जोडल्या. आम्हा पुरुषांना तर मित्र मिळवणंही जमलं नाही तितकं भराभर. जॉब आहे; पण सुरक्षित नाही. ओळखीपाळखीचे, कलीग्ज आहेत; पण ‘मित्र’ नाहीत. ऑफिसात मान नाही. घरात बायको एकटी; त्यामुळे तिथेही रूबाब नाही – असा सगळा नन्नाचा पाढा होता सुरुवातीला.’

व्यक्तिगत पातळीवर ही अशी नकारघंटा.

स्वत:हून ओढवून घेतलेली ‘यशस्वी’ होण्याची सक्ती.

एकट्याच्या खांद्यावर कुटुंबाची जबाबदारी.

समोर अपरिचित अडीअडचणीच्या शक्यतांनी भरलेला भविष्यकाळ पसरलेला.
... आणि मोडला तरी न वाकण्याचे संस्कार झालेला अस्सल भारतीय 'पुरुषी' कणा.
पुरुषांची लढाई स्त्रियांपेक्षा कठीण होती.

दोन वेगवेगळ्या संस्कृतीच्या कचाट्यात सापडलेल्या 'एशियन इमिग्रन्टस्'
गटाचा अभ्यास करणाऱ्या क्लेरी चाव या चायनीज अमेरिकन लेखिकेने आपल्या
संशोधनासाठी अनेकांच्या मुलाखती घेतल्या. तिला भेटलेल्या मागरिट नावाच्या
एका मुलीचा अनुभव डोळ्यात पाणी उभं करणारा आहे.
या मागरिटचे वडील चीनमधून अमेरिकेत आलेले. इंग्रजीचा गंध नाही. कामचलाऊ
शिकून घेतलं तेवढंच. पण आपण प्रॉपर अमेरिकन ॲक्सेन्टने रुबाबदार इंग्रजीत
बोलू शकत नाही; या शरमेने, संतापाने सतत चिडचिड. तशा अवस्थेत त्या
गृहस्थांनी आपलं आयुष्य रेटून नेलं. मागरिटला आठवतो तो त्यांच्या घरी टेलिफोनचं
आन्सरिंग मशीन आलं तो दिवस. ती सांगते,
'त्या रात्री खाली हॉलमध्ये कुणीतरी बोलल्याचा आवाज आला. मला जाग
आली. इतक्या रात्री कोण कुणाशी बोलतंय म्हणून जाऊन पाहिलं; तर टेलिफोनला
नुकत्याच जोडलेल्या आन्सरिंग मशिनसमोर उभे राहून डॅड 'मेसेज' रेकॉर्ड करत होते.
फोन करणाऱ्या व्यक्तीसाठी एका ओळीचा मेसेज. पण तो परफेक्ट ॲक्सेन्टमध्ये
उच्चारला जावा म्हणून डॅड पुन्हा पुन्हा प्रयत्न करत होते. पहिला मेसेज पुसून पुन्हा
दुसरा रेकॉर्ड करत होते... त्यांची ती तडफड मला बघवली नाही. मी पाय न वाजवता
तशीच माझ्या खोलीत निघून आले.'
असे किती अनुभव.
सतत सोसलेली ओढाताण. मुकाट गिळलेले अपमान. बायको-मुलांना झळ
लागू नये म्हणून एकेकट्याने वाहिलेलं ताणतणावाचं ओझं... आणि मुख्य म्हणजे
'पुरुषत्त्वा'च्या भारतीय संकल्पनेचा चुराडा झाल्यावर; अमेरिकन संसारातल्या अमेरिकन
अपेक्षांशी जुळवून घेण्याची तडफड.
– हा शेवटला मुद्दा भारतीय पुरुषांना फार अवघड गेला; अनेकांना प्रयत्न
करूनही हा नाजूक सांधेबदल जमला नाही, अशी नोंद बहुतेक अभ्यासकांनी केलेली
दिसते.
अमेरिकेत स्थलान्तरित झालेले भारतीय पुरुष 'वर्स्ट ऑफ बोथ वर्ल्ड्स'ची
शिकार ठरले.
म्हणजे कसं?
– तर भारतात घडलेल्या त्यांच्या मनोरचनेत कुटुंबाची जबाबदारी एकट्याच्या
शिरावर घेणं होतं. धाकट्या भावंडांच्या शिक्षणाचा-लग्नकार्याचा लळालोंबा वाहून

नेणं होतं. आई-वडिलांच्या उतारवयात त्यांच्या सांभाळाची नैतिक जबाबदारी होती.

भारतीय पुरुष अमेरिकेत आले ते ही सगळी ओझी डोक्यावर घेऊनच.

देशान्तर केलं म्हणून परंपरागत रीतीने आलेल्या कोणत्याही कौटुंबिक जबाबदारीतून त्यांची सुटका झाली नाही. उलट भारतात मागे राहिलेल्या कुटुंबाचं आणि अमेरिकेत मांडलेल्या स्वत:च्या संसाराचं - असं दुप्पट ओझं डोक्यावर आलं.

– पण त्या बदल्यात भारतीय घरांमध्ये मिळणाऱ्या मानसन्मानाला, प्राधान्याच्या वागणुकीला मात्र ते मुकले. घरावर एकछत्री अंमल गाजवण्याची संधी मिळाली नाही. 'आंघोळीचं पाणी काढलंय... चहा तयार आहे... जेवायला येताय नं?' असं सुखावणारं कौतुक झालं नाही. 'गप्प बस' म्हटल्यावर तोंडून आवाज न काढणारी मुलं आणि नुसता स्वर बदलला किंवा साधी भुवई उडवली तरी नवऱ्याची 'नापसंती' जाणून मुकाट पडतं घेणारी बायको वाट्याला आली नाही.

भारतीय कुटुंबात... अगदी ऑफिसमधल्या अधिकाराच्या उतरंडीतसुद्धा 'कर्तबगार, कर्ता पुरुष' म्हणून मिळणारा मानमरातब सोडून हे पुरुष अमेरिकेत आले ते अधिक चांगल्या संधीच्या शोधात.

पण अमेरिकेत ते परके होते. 'इमिग्रन्ट' होते. कातडीचा रंग गोरा नव्हता. भाषा कळत होती पण 'प्रॉपर ॲक्सेंट'ने बोलता येत नव्हती. त्यामुळे अंगी गुणवत्ता असूनही कामाच्या ठिकाणी त्यांना झगडावंच लागलं. एवढं करून पाय नीट रोवले जातात न जातात तोच, 'डिस्क्रिमिनेशन'चं भूत मानगुटीवर बसलं. 'ग्लास सिलिंग' नावाचं कधी न ऐकलेलं प्रकरण आडवं आलं.

बायको-मुलांसाठी, स्वत:साठी उत्तम संधीच्या, गुड लाईफच्या शोधात या पुरुषांनी देशान्तर केलं. पण त्या गुड लाईफबरोबर मुलांमध्ये 'रोकडा व्यक्तिवाद' रुजवणाऱ्या, नीतिमत्तेचे वेगळेच निकष प्रमाण मानणाऱ्या एका पूर्णत: निराळ्या संस्कृतीचा आपण स्वीकार करतो आहोत; याची जाणीव फारच थोड्या पुरुषांना होती.

– या अशा बदलांशी त्यांच्या बायकांनी लवकर जुळवून घेतलं.

पण पुरुषांच्या हटवादी आग्रहाची कडक घडी फार वर्षं मोडता मोडली नाही.

अमेरिकेत आल्या आल्या त्यांच्या बायकांनी 'स्वातंत्र्या'ची चव अनुभवली. गोऱ्या अमेरिकन मैत्रिणींच्या घरातले नियम ('द फर्स्ट स्पाऊस अरायव्हिंग होम, स्टार्टस् डिनर प्रिपरेशन्स') आपल्या घराला लावण्याचा प्रयत्न केला; पण अमेरिकन स्त्रियांच्या तुलनेत तेवढ्या जबाबदाऱ्या क्वचितच उचलल्या.

त्यामुळे बायकोने प्रासंगिक 'कन्सर्न' दाखवला तरी घराच्या, गाडीच्या मॉर्गेजची जबाबदारी, टॅक्स, इन्व्हेस्टमेन्ट, रिटायरमेन्ट प्लॅनिंग असला सगळा भार मुख्यत: एकट्याने वाहायचा... आणि तव्यावरच्या गरम पोळीची आठवण काढीत स्पगेटी,

पिझ्झा, मॅकरोनीचे घास गळ्याखाली उतरवायचे अशी दुहेरी संकटाची परिस्थितीच अनेक पुरुषांच्या नशिबी आली.

डोळ्यांपुढे 'द ग्रेट अमेरिकन ड्रीम' – मर्सिडिस, स्वीमिंग पूल, सनडेक, टेनिस कोर्ट आणि बेसमेन्टमध्ये सुसज्ज बार असलेलं देखणं घर! त्यासाठी गरगरल्यासारखं अखंड धावणं.

'आय थिंक आय कुड, आय थिंक आय कुड' म्हणून सरपटणाऱ्या रेल्वेच्या जुन्या इंजिनासारखा निमूट घाट चढत राहायचं... पुष्कळसं अबोल आणि अनेकदा एकाकी सोसणं.

भारतीय स्थलान्तरितांच्या पहिल्या पिढीतल्या पुरुषांनी याही परिस्थितीत व्यक्तिगत धाडसाच्या वेगवेगळ्या 'टेरिटरीत' हिंमतीने पाय टाकलेला दिसतो.

त्यातलंच एक धाडस म्हणजे आंतरवंशीय विवाह. विदेशी स्त्रियांशी (विशेष करून गोऱ्या अमेरिकन किंवा युरोपियन) लग्नगाठ बांधून ते नातं यशस्वीपणे निभावणारे मराठी पुरुष या पिढीत आहेत. मराठी स्त्रियांनीही पूर्व-पश्चिमेचा अडसर ओलांडून मिश्र विवाह केले. पण १९६५ नंतरच्या पहिल्या पिढीत अशा स्त्रिया हाताच्या बोटावर मोजण्याइतक्या तुरळक दिसतात.

मराठी कम्युनिटीतल्या मिश्र विवाहांची दखल घेणारी एक विशेष लेखमाला 'एकता'ने परिश्रमपूर्वक प्रकाशित केली. शीर्षकासाठी प्रतिकं वापरली तीही अस्सल मराठमोळी – 'कृष्णा मिळाली कोयनेला'.

– गंमत म्हणजे यातली सगळी माणसं अनामिक राहिली. मुलाखत देणारी जोडपी आणि उत्तर अमेरिकाभरच्या अशा जोडप्यांच्या मागे लागून लागून त्यांना बोलतं करणारी व्यक्तीही. या व्यक्तीने स्वतःसाठी टोपण नाव घेतलं – 'मुळा-मुठा'!

मिश्र विवाहांवर लिहिण्याचं ठरवणाऱ्या या मुळा-मुठा बाईंनी सुरुवातीलाच म्हटलं, 'खरं तर 'मिश्र विवाह' म्हणजे नक्की काय या व्याख्येपासूनच मला सुरुवात करावी लागणार आहे.' देशस्थ ऋग्वेदी मुलीने देशस्थ यजुर्वेदी मुलाशी लग्न जमवलं तरी 'मिश्र विवाह' म्हणून (अमेरिकेतसुद्धा) चर्चा झालेली मुळामुठेने ऐकली होती.

– आणि 'भारतीय माणसं जरा जास्तच 'कॉन्झर्व्हेटिव्ह' असतात' असा वहिम असणारा मुळामुठेचा एक अमेरिकन ज्यू सहकारी तिची खिल्ली उडवत म्हणाला, 'मिक्स मॅरेजेस म्हणजे एक मुलगा आणि एक मुलगी यांच्या लग्नाबद्दल लिहिणार आहेस का तू?'

'कृष्णा-कोयना'मधले बहुतेक पुरुष मराठी आणि स्त्रिया गोऱ्या अमेरिकन, कनेडियन किंवा युरोपियन अमेरिकन.

युनिव्हर्सिटी कॅम्पसवर, नोकरी-व्यवसायाच्या निमित्ताने झालेल्या ओळखीतून फुललेलं प्रेम आणि त्याची स्वाभाविक परिणती लग्नात झालेली असंच सर्वसाधारण कथासूत्र.

भारतातल्या मुलीशी ठरलेली सोयरीक मोडून हॉलंडहून अमेरिकेत शिकायला आलेल्या 'हेनी'शी लग्न करणारा, त्याकरता भारतातल्या कुटुंबाचा तीव्र राग पत्करणारा दिलीप या लेखमालेत भेटतो... पुढे (नातवंडं झाल्यावर) घरचा विरोध मावळला, सगळं सुरळीत झालं; तरी प्रश्न उरलेच.

ते प्रश्न होते दोन विभिन्न संस्कृतींच्या संस्कारांचे.

आपल्या मुलांना 'इथल्या' शाळेत फारच बाळबोध अभ्यास देतात; त्यांना जास्त कष्ट करायला लावले पाहिजेत. अभ्यास चॅलेंजिंग असला पाहिजे, असा दिलीपचा (भारतीय) आग्रह होता. तर आपल्या मुलांनी मुलांसारखं मजेत वाढावं, त्यांच्यावर अभ्यासाचा विनाकारण ताण असू नये, अशी हेनीची (युरोपियन) धारणा होती.

'प्लीज', 'थँक्यू' म्हणण्याबाबत आग्रह असलेली (युरोपियन) मॉम आणि कुणाला चुकून पाय लागला तर नमस्कार करून 'सॉरी' म्हणायला लावणारा (इंडियन) डॅड यांच्या दुहेरी संस्कारात हेनी-दिलीपच्या (अमेरिकन) मुली वाढल्या.

या मिश्र विवाहांमधले मुख्य वादविषय होते तीन – धर्म, मुलांचं संगोपन आणि खाण्यापिण्याच्या सवयी.

काहींनी मुलांना दोन्ही भाषा शिकवल्या. दोन्ही धर्मांची ओळख-संस्कार दिले. काहींनी तर मुलंच होऊ न देण्याचा सावध पर्याय स्वीकारला.

सगळ्यात अधिक पंचाईत झाली ती (अर्थातच) लग्न करून दहा हजार मैलावरच्या मराठी कुटुंबाचा भाग झालेल्या 'विदेशी' सुनांची. या सुनांच्या संस्कृतीत 'हजबण्ड ॲण्ड वाईफ' एवढाच कुटुंबाचा परीघ होता. एका पुरुषाशी लग्न म्हणजे त्याच्या अख्ख्या कुटुंबाशी गाठ; याची कल्पनाही करता येणं ज्यांच्यासाठी मुश्कील होतं अशा स्त्रिया त्यात पडल्या... आणि अडकल्या.

'माझा नवरा त्याच्या लांबलांबच्या नातेवाईकांसाठीसुद्धा वाट्टेल ते करायला तयार असतो. त्याकरता स्वत:चं मन मारून आपल्या व्यक्तिगत आशा-आकांक्षा गुंडाळून ठेवू शकतो, हे मला समजूच शकत नाही'– अशी असहाय्य हतबलता बहुतेक स्त्रियांनी व्यक्त केली. 'सासू' नावाच्या प्राण्याबरोबर एका छपराखाली राहाणं ज्यांच्या नशिबी आलं; त्यांची अवस्था तर फारच दयनीय झाली.

'एक व्यक्ती म्हणून माझ्या मदर-इन-लॉचा मी आदरच करीन. करते. पण ती केवळ माझ्या नवऱ्याची आई आहे म्हणून माझं आयुष्य मॉनिटर करण्याचा हक्क तिला कसा असू शकतो?'– हा पेच गोऱ्या विदेशी सुनांना सुटणं शक्य नव्हतं... तरीही बहुतेकींनी जमवून घेतलं.

बायको आणि आई या दोघींच्यामध्ये सॅण्डवीच झालेला एक नवरा मात्र सुदैवी. त्याने 'एकता'ला दिलेल्या मुलाखतीत सांगितलं,

'माझी अवस्था इकडून थप्पड आणि तिकडून टप्पू अशी आहे. आई इतकी वृद्ध की या वयात ती बदलेल हे शक्य नाही. आणि माझ्या युरोपियन बायकोने आधीच इतक्या तडजोडी केल्या आहेत; की तिच्याकडून तरी आणखी किती अपेक्षा बाळगणार? मीच आपला धीराने घेतो. पण एक नक्की, माझी गाठ एखाद्या मराठी मुलीशी पडली असती; तरी एव्हाना नक्कीच तिने डिवोर्स मागितला असता.'

'मुळा-मुठे'ला भेटलेलं आणखी एक जोडपं असंच इंटरेस्टिंग. नवरा मराठी. बायको गोरी कनेडियन. नवऱ्याचं खरं नाव जयदेव; पण कॅनडात आल्यावर त्याने आपलं नाव बदलून 'डेव्ह' करून घेतलं. त्याच्या कनेडियन बायकोचं नाव 'मँडी'. लग्नानंतर ते नाव बदलून त्याने चक्क 'मंदा' ठेवलं.

या जयदेवने सांगितलं,

'मतभेद होतात; पण ते वेगळ्या संस्कृतीमुळे कमी; वेगळ्या व्यक्तिमत्त्वांमुळेच जास्त. मी विचाराने जगणारा माणूस. माझी कनेडियन बायको फार भावनाप्रधान. आम्ही फार भांडतो. पण त्या भांडणाचा तिच्या कनेडियन आणि माझ्या इंडियन असण्याशी काही संबंध नाही. पुष्कळदा भांडणाला सुरुवात होण्यापूर्वी आपण आज भांडणार आहोत, हे दोघांनाही कळतं. तरी भांडण होतंच.'

ज्यांच्या स्वभावाला सांस्कृतिक लळालोंबा मानणारी बंधनं नसतील आणि असली तर ती तोडण्याची इच्छा असेल; त्यांनीच या भानगडीत पडावं... हा जयदेवचा इशारा 'इमिग्रन्ट' आयुष्याच्या मूळ गाभ्याकडेच लक्ष वेधणारा आहे.

अशा मिश्र विवाहांचं आव्हान ज्यांनी यशस्वीपणे निभावलं त्या जोडप्यांमध्ये काही गोष्टी कॉमन होत्या – देवघेवीची तयारी, तडजोड, बराच कॉमनसेन्स आणि शहाणपण.

'मुलांची, बायकोची मातृभाषा इंग्रजी असताना त्यांनी माझ्याकरता मराठी शिकावं-बोलावं असले मूर्ख आग्रह मी धरले नाहीत. मला आवडतात म्हणून घरातली सगळी जेवणं मराठी पद्धतीचीच व्हावीत, असा हट्ट ठेवला नाही. तसंच मला कधीकाळी बागकाम आवडेल किंवा इतर गोऱ्या कनेडियन नवऱ्यांसारखं मी घरातलं प्लंबिंग-दुरुस्त्या करणं वगैरे शिकेन, अशा अपेक्षा तिनेही बाळगल्या नाहीत' – अशी समजूत टिकली; त्या घरांमध्ये वंशभेद आडवा न येता सुखाचं सहजीवन बहरलं.

एक मराठी नवरा आपल्या गोऱ्या बायकोबद्दल म्हणाला, 'ती मराठी लोकांकडे हळदीकुंकू-डोहाळजेवणं आणि सत्यनारायणाच्या पूजेला जाते. मीही काहीवेळा चर्चमध्ये जातो. कॅम्पिंग, हायकिंग, स्केटिंग, क्रॉस कन्ट्री स्कीईंग वगैरे करतो.

तिच्याबरोबर क्वचित सिम्फनी ऐकायला, नाचायलासुद्धा जातो... बस्स, जमतं आमचं!'

– पण एक खरं; की ही कहाणी '–अ‍ॅण्ड दे हॅपिली लिव्हड् एव्हर आफ्टर' अशा सुखी शेवटाची नव्हती.

जी जोडपी बोलायला तयार झाली; त्यातल्या बहुतेकांनी मनावरले ओरखडे बेमालूम लपवल्याचं मुळा-मुठेला दिसलं. अनेकांनी मुळात बोलायलाच नकार दिला. 'काही जोडपी नद्यांच्या संगमासारखी एकजीव होऊन जगण्याऐवजी; रेल्वेच्या रुळांसारखी समांतर जगतात... त्यांची मनं इतकी दुरावलेली, की शरीरांच्या एकत्र राहाण्याला काही अर्थच नसतो' – असा निष्कर्ष निघाला.

– खरं तर हे एक सार्वत्रिक सत्यच.

माणसांचा वंश काळा असो, गोरा असो की गव्हाळ; स्त्री-पुरुषांच्या नात्याचं भागधेय शेवटी कदाचित सारखंच असतं.

● ●

खूप लांबचा प्रवास करून अमेरिकेतली ही मराठी जोडपी आता आयुष्याच्या उत्तररंगात शिरू लागली आहेत.

मुलं आपापल्या संसारात. चारही दिशांनी पांगलेली. नातवंडं गावातच राहात असतील तर ठीक; एरवी भेटी फोनवरच.

हाय आजोबा, हाऊ आर यू?

आय मिस यू आज्जी...

एवढंच.

आता तारांबळ संपली. पूर्वीची दगदग उरली नाही. अमेरिकेत एक खुंटा आणि भारतात दुसरा खुंटा अशा पृथ्वीच्या दोन टोकांना बांधलेल्या झोपाळ्याचं झुलणं आता पूर्वीइतकी मनाची कोंडी करत नाही.

भारतातले बंधही आता तुटलेच आहेत पुष्कळसे. आई-वडील गेले. सामायिक मालकीचे जुने वाडे पडले तरी किंवा पाडले तरी. त्यामुळे तो भौतिक बंध संपला. आता सगळं स्मरणरंजन मनातच... ते तर काय अमेरिकेतल्या घरी बसूनही करता येतंच की! आता शिकागोच्या हिवाळ्याच्या तावडीतून सुटण्याकरता मुंबई-पुण्याऐवजी फ्लॉरिडात जाणं सोयीचं वाटतं. नको नको म्हणता म्हणता अमेरिकेचाही लळा लागलाच.

घरात दोघंच.

त्याला ती आणि तिला तो. सोबतीला आयुष्यभर जोडलेली मैत्रीची नाती. ती रक्ताच्या नात्याहून घट्ट. अधिक जवळची. अधिक भरवशाची.

घरात समृद्धी आहे. तिच्या जोडीने 'कंटाळा' कसा राहावा? म्हणून मग मराठी

घरंही मनोरंजनाचे अमेरिकन पर्याय शोधू लागल्याची बोलवा आहे. क्रूझला जाणं, युरोपच्या सफरी, कॅम्पिंग हे रुळलेले पर्याय. कुणी म्हणतं, आता ते करून झालं. त्याचाही कंटाळा येतो.

मग काय?

हाऊ अबाऊट बेली डान्सिंग?

आपल्या नवऱ्याच्या साठाव्या वाढदिवसानिमित्त जंगी पार्टी करून; त्यात चक्क मेक्सिकन बेली डान्सरचा कडूक परफॉर्मन्स घडवणाऱ्या मराठी स्त्रियांचे किस्से ऐकू येतात.

खरं-खोटं असेल ते असो.

पण एवढ्या सगळ्या कष्टाच्या, परीक्षा पाहाणाऱ्या आयुष्यातून सुखरूप निभावून गेल्यावर 'व्हेअर्स द पार्टी टुनाईट?' असा प्रश्न करण्याचा हक्कच आहे या जोडप्यांना.

कुणाचा जीव मनमुक्त प्रवासात रमेल, कुणाला पार्टीची नशा हवीशी वाटेल, कुणाला योगाभ्यासात मन:शांती मिळेल.

...त्यांच्या कहाणीचा उत्तररंग सुरू झाला आहे.

■

चौदा

उत्तररंग

'आम्ही अमेरिकेत, कॅनडात गेलेली मंडळी भारताच्या आठवणीने सारखे गळे काढतो हे माझ्या आईला अजिबात आवडत नसे. १९७६ साली तिने एकदा मला झापलं. म्हणाली, 'हे सारखं असं इकडे-तिकडे हिंदकळत राहाणं बरं नाही. वाहत्या नदीत बेटं केल्यासारखे बोळे घालून बसशील; तर ना इकडची राहाशील ना धड तिकडची होशील. बाहेर पड आणि जरा हातपाय हलव. आता मागे वळून पाहू नकोस.'

– टोरांटोला राहाणाऱ्या दुर्गा पाच्छापूरकर डोळे मिटून, हात जोडून अपार कृतज्ञतेने आईची ही आठवण सांगतात. म्हणतात, 'आईने वेळेवर कान धरला म्हणून बरं. नाहीतर तशीच लडबडत, ठेचकाळत राहिले असते.'

दुर्गाताई म्हणजे उत्साहाचं उसळतं कारंजं. त्यांच्या लहानपणी आजोबा म्हणत, कोंडून घातलं खोलीत तर भिंतीशीसुद्धा बोलेल ही मुलगी.

– अशा मुलीने झाडांचे खराटे करणाऱ्या कॅनडातल्या लांबलचक, कुडकुडत्या आणि एकाकी विंटरमध्ये दिवस कसे काढावे? पण दुर्गाताईंनी हिंमत केली. जिथे आलो तिथेच चिवटपणे जगायचं ठरवलं. मागचे दोर कापले, की तेवढ्यापुरतं रक्त सांडतं, पण पुढचा संघर्ष सोपा होतो; हे त्यांना अनुभवाने कळलं होतं.

...आता दुर्गाताई निवृत्त झाल्या आहेत.

दोन-चार वर्षांनी भारताची एखादी ट्रिप झाली की म्हणतात, 'इंडियात गेले

होते. गेल्याच आठवड्यात 'घरी' परत आले.' घरी म्हणजे टोरांटोला. तिथल्या विमानतळावर उतरलं, ओळखीची (शुद्ध) हवा खोल श्वासात भरून घेतली; की भारताच्या प्रवासाचा शीण विसरून त्यांना मस्त तरतरी येते.

बी.एम.एम.च्या कन्व्हेन्शनला, महाराष्ट्र मंडळाच्या कार्यक्रमाला नव्या ओळखी होतात. दुर्गाताईंच्या ऐसपैस, खळखळत्या स्वभावाच्या प्रेमात पडलेलं कुणीतरी विचारतं,

'का हो, तुम्ही कुठल्या? मुंबईच्या की पुण्याच्या?'

त्या सांगतात, 'मी टोरांटोची!'

– आता टोरांटो हेच त्यांचं गाव आहे, आणि कॅनडा हा देश.

'एकदा एका देशातून मुळं उचकटून आणली, इथे रुजवली, त्याचा हा थोरला वृक्ष झालाय. आता हा वृक्ष कसा उचकटणार पुन्हा? तो ज्या मातीचा आहे; तिथेच राहील मुळं धरून'– त्या स्वच्छ सांगतात. हसून म्हणतात,

'एक गोष्ट खरी खरी सांगू का?... भारत कधीतरी माझा देश होता.'

– म्हणजे आता परिस्थिती बदलली आहे. संदर्भ बदलले आहेत. खोटं कशाला बोला?– निष्ठाही बदलल्या आहेत.

हा मातृभूमीशी द्रोह नाही.

वस्तुस्थितीचा स्वच्छ, प्रामाणिक स्वीकार.

उलट नको ते इमोशनल घोळ घालण्याची सवय गेली; की जिथे जन्मलो त्या देशाकडे अधिक कृतज्ञतेने पाहू शकणारी निर्मळ नजर प्राप्त होते, असा दुर्गाताईंचा अनुभव आहे.

त्यांच्याइतकं स्वच्छ बोलणं सर्वांनाच साधेल असं नाही, पण उत्तर अमेरिकेत राहाणाऱ्या पहिल्या पिढीतल्या बहुसंख्य मराठी माणसांच्या मनाशी अशीच काही भावना आहे.

'दहा हजार डॉलर्स शिलकीत पडले, की आपण आपले आपल्या देशाला परत जाऊ' असे इमले बांधले होते कधीकाळी; त्यालाही आता किती वर्षं उलटली. नाहीच जमलं. मग ठरवलं होतं, रिटायरमेन्ट भारतातच. एकदा नोकरी-व्यवसायातून मुक्तता झाली, की परक्या देशातलं हे जीणं पुरे... गड्या, आपुला गाव बरा. परत जाऊ. इतकी वर्षं ज्याचा ज्याचा उपास घडला, ती सगळी तहान भागवू. नाटकं. सिनेमे. गाण्याच्या मैफली. सवाई गंधर्व तर दरवर्षी.

– पण प्रत्यक्षात तोही टप्पा येऊन गेला.

अजूनही जीव 'इकडे'च रेंगाळलेला. 'तिकडे' परत जाणं घडलंच नाही.

आता जाणवतं, की संदर्भ बदलले आहेत. जुनी जीर्ण पानं गळून नवी पालवी फुटलेलं जुनंच झाड एका पहाटे एकदम वेगळंच दिसायला लागावं, तसं काहीतरी.

भारतात जावंसं वाटतं; पण पूर्वीसारखं तिथेच राहावंसं वाटत नाही. आपला देश म्हणजे नकाशावरची आकृती थोडीच? आपला देश म्हणजे आपली माणसं. नातीगोती. आपल्याला आनंद देणारं ओळखीचं वातावरण.

ओढ होती ती पूर्वायुष्याच्या संदर्भांची. आई-वडील. घर. भावंडांच्या गप्पागोष्टींनी गजबजलेले सुट्टीचे दिवस. गारेगार स्पर्शाच्या शहाबादी फरशीचं स्वयंपाकघर. तिथे दरवळणारे आईच्या हातच्या चवीचे वास. कोपऱ्यावरचं झाड. ताज्या फडफडीत माशांच्या टोपल्या घेऊन तिथे कोळणी बसायच्या... आणि एक पेरूवाला.

– प्रत्येकाच्या भावविश्वाला जिवंत करणारे असे किती संदर्भ... आता त्यातलं काही उरलं नाही. दर इंडिया ट्रिपमध्ये काही ना काही गळलेलं असतंच. आई-वडील गेले. घर गेलं. आता भावंडांची चौकोनी घरं किंवा मग मुंबई-पुण्यात घेऊन ठेवलेला... एरवी बंदच असणारा आपला फ्लॅट.

पण आपल्याच गावात मन रमत नाही. जुनं नाहीसं झालेलं असतं. नवं घडलेलं परकं वाटतं. काळानुसार बदल होणार हे कळतं; पण नव्या शॉपिंग मॉलसाठी कोपऱ्यावरचं जुनं झाड तुटल्याची कळ उठतेच काळजात.

नात्यांचे बंध विरळ झालेले. जुने मित्र आपापल्या व्यापात गुरफटलेले. भूतकाळाच्या खुणा पुसलेल्या. नाटका-सिनेमांचे स्वभावही पूर्वीसारखे नाहीत. गाणी ओळखीची नाहीत. आपल्या मनात अजून रुंजी घालणारे पुलंचे शब्द आणि कानात ग.दि.मा. – बाबूजींची गाणी... आता हे कोण नवेच लेखक मराठीत लिहितात? भाच्या-पुतण्यांच्या मुलांना सहज विचारावं, तर त्यांना माहीतसुद्धा नसतं, की हे पु. ल. देशपांडे कोण?

दुर्गाताईंच्या म्हणण्याचा हाच अर्थ असावा कदाचित... भारत हा कधीतरी माझा देश होता.

आता ज्याने दत्तक घेतलं, त्या देशाचा लळा अधिक.

भारतातले बंध तुटले हे खरं... आता अमेरिकेतल्या सवयीच्या घराची ऊबच आश्वासक वाटते. शिवाय नातवंडांचा नवा बंध. चटके देत भाजून काढणाऱ्या उकळत्या दुधावर शांत, स्निग्ध साय धरावी तशी मुलांची मुलं. लांबलांबच्या गावांना असतात; तरी ती भेटायला येतील म्हणून वाट बघण्यात मन रमतं.

परतीच्या वाटा गोठून गेल्या आहेत.

आता या वयात पुन्हा नवे धक्के. पुन्हा नव्या तडजोडी. नव्या परिस्थितीशी नव्याने जुळवून घेणं नको वाटतं. एकदा केली उस्तवार तेवढी पुरे. आता आयुष्याच्या संध्याकाळी तरी जरा सुखाने निवांत राहू.

शिवाय काही वर्षांपूर्वीच मुलांकडे विषय निघाला होता. त्यांना म्हटलं होतं, तुमचं सगळं नीट रांगेला लागलं. आता आम्ही दोघे परत जातो इंडियाला. समरमध्ये

दोन-तीन महिने येऊन राहू तुमच्याकडे.

तर मुलं म्हणाली,

'डॅड, मॉम, नॉट अ गुड आयडिया. यू डिप्राईव्हड् अस ऑफ अवर ग्रॅण्ड पेरेन्टस्. नाऊ प्लीज डोन्ट डू धिस टु अवर चिल्ड्रन. त्यांना तरी त्यांचे आजी-आजोबा मिळू देत.'

जीव सुखावला.

वाटलं, या वयात मुलांना-नातवंडांना आपण हवेसे वाटतो, एवढी 'अखेर कमाई' पुष्कळ झाली.

पण मुलांना आपण हवे आहोत म्हणजे इथेच कुठेतरी ईस्ट-वेस्ट कोस्टवर जवळपास राहिलेले हवे आहोत. जाणं-येणं सोयीचं होईल अशा अंतरावर. पण स्वतंत्र घरात. वेगळ्या व्यवस्थेत. अमेरिका असो, कॅनडा असो; असा 'सुटे'पणा ही इथली रीत. संस्कृती.

...इथेच राहावं हे बरं.

उतारवयातली तब्येत. भारतात जाऊन काही झालं; तर मुलांना केवढा ताण. थकलेले आईवडील दूरदेशात एकटे असण्याची रस्सीखेच आपण सोसली तेवढी पुरे; आता आपल्या मुलांमागे नको तो झक्कू.

ज्यांनी निवृत्तीनंतर भारतात परत जाण्याचा पर्याय स्वीकारला; ते गेलेसुद्धा.

काही जण परतीची तजवीज करण्यात गुंग आहेत.

– पण ज्यांनी न जाण्याचा निर्णय घेतला; ते संख्येने पुष्कळ. काहींच्या रिटायरमेन्टच्या फेअरवेल पार्ट्या होऊन गेल्या. काही जण येत्या दोन-पाच वर्षांत 'अमेरिकन वर्क फोर्स'मधून बाहेर पडतील. १९६० आणि १९७० च्या दशकात जे जे आले; ते सगळेच आता एका नव्या गटात जाऊ घातले आहेत : सिनिअर सिटिझन्स!

उत्तर अमेरिकेतल्या आयुष्याच्या या उत्तररंगाचा आनंद लॉस एंजेलीसमधल्या अशोक सप्रेंना विचारा. ते सांगतील,

'इतक्या वर्षांपूर्वी सांताक्रूझच्या विमानतळावर अमेरिकेच्या विमानात बसलो होतो. आता रिटायरमेन्ट म्हणून आयुष्याच्या धकधकत्या पूर्वरंगातून शांत, निवांत उत्तररंगात जाण्याकरता पुन्हा एकदा विमानात बसण्यासारखंच. पुन्हा एकदा घरट्यातून उडून जाण्याच्या भावनेतला आनंद. आत्तापर्यंत मनातच राहिलेली सगळी स्वप्नं आता पूर्ण करता येणार. 'एव्हरी डे इज अ सन्डे'चा मुक्तपणा. हवा तितका प्रवास करावा. दिवस दिवस स्वत:च्या बागेत घालवावे... वर पुन्हा 'सिनिअर सिटिझन' म्हणून सवलती.'

– यादी भलीमोठी लांबलचक आहे.

पण 'रिटायरमेन्टनंतर पुढे काय?' या पेचात पकडणारं प्रश्नोपनिषद आनंदाच्या यादीहून दुप्पट लांब.

अमेरिकेत रिटायरमेन्टनंतर डाऊन सायझिंग करण्याची पद्धत आहे. मेन्टेन करायला कठीण, त्रासाचं झालेलं मोठं घर बदलून छोट्या सुटसुटीत घरात जायचं.

आपण बदलावं का घर?

पण हे विकून नवं घ्यायचंच तर मग पुणे किंवा नाशकातच एखादा फ्लॅट घेतलेला काय वाईट?... पण आता एकदा ठरवलंय ना, की भारतात परत जाणं नाही होणार सोयीचं म्हणून?

– पण मग दोन्ही डगरींवर हात ठेवले तर?

इकडे विन्टरचा कडाका सुरू झाला, की भारतातल्या गुलाबी थंडीत पळायचं. आणि तिकडे उन्हाळ्याचे महिने तापायला लागेतो इकडला देखणा, प्रसन्न समर सुरू होतोच.

– पण वर्षात दोनदा इतका लांबचा प्रवास. आणखी किती दिवस झेपेल?

तब्येत किती दिवस साथ देईल? ती खालावल्यावर मदतीला कोण? ड्रायव्हिंग जमेल का शेवटपर्यंत? आत्ताच रात्रीचं ड्रायव्हिंग नको वाटतं.

वेगळी जागा घेऊन मुलांजवळ राहाणं, हा बरा पर्याय. पण अडीनडीला मुलं मदत करतील का? आणि समजा मुलांनी नोकरी बदलून गाव बदलला, की मग काय करायचं?

केव्हातरी आपण एकटेच उरलो तर मग पुढे काय? बाकीच्या अमेरिकन म्हातारा-म्हाताऱ्यांप्रमाणे गावातल्या 'रिटायरमेन्ट कम्युनिटी'मध्ये जावं लागणार. तिथे सगळे अमेरिकन. आयुष्याच्या पूर्वरंगात अमेरिकन लोकांबरोबर काम करणं जमलं, आत्ता उत्तररंगात त्यांच्याबरोबर राहाण्याची वेळ आली तर मात्र अवघड आहे. जेवणखाण, गप्पांचे विषय, आवडी-निवडी, सवयी, स्वभाव कशातच सारखेपणा नाही. पूर्वी आपणही पिझ्झा-बर्गर हाणले. नाही नाही म्हणता बीफसुद्धा चापलं. पण आता गरम पिठलं-भाताची चवच बरी वाटू लागली आहे. आवडीनिवडी बदलू लागल्या आहेत. जुनी मराठी गाणी ऐकावीशी वाटतात. वरण-भात-भाजीचं साधं हलकं जेवण. सुखदुःखाच्या गोष्टी करायलासुद्धा 'आपली' माणसं हवीत जवळ, असं वाटतं. टॉम-डिक-हॅरी किंवा पॉला आणि डायनाबरोबर वॉलमार्टमधल्या सुपर सेलच्या, गोल्फ आणि बेसबॉलच्या गप्पांची पुष्कळ कसरत केली आयुष्यभर. आता एकशे ऐंशीव्यांदा वाचत असलेल्या पुलंच्या जुन्याच पुस्तकातल्या जुन्याच विनोदाला नव्याने खळखळून दाद देणारं कुणीतरी हवं सांगाती.

काय करायचं?

कसे सोडवणार हे प्रश्न?

कसं जमवणार?

– अशोक सप्रेंजवळ उत्तर अमेरिकाभर विखुरलेल्या सिनिअर सिटिझन्सनी पाठवलेल्या प्रश्नांची लांबलचक जंत्री आहे. एकेकट्याने हे प्रश्न सोडवणं कठीण आहे असं त्यातल्या अनेकांना वाटतं. उत्तर अमेरिकेतल्या मराठी कम्युनिटीला एकत्र येऊन काही करता येईल का, यावर विचार व्हावा अशी अनेकांची इच्छा आहे.

काहीजण म्हणतात, या व्यक्तिगत प्रश्नाशी कम्युनिटीचा काय संबंध? प्रत्येकाची आवड-निवड-अपेक्षा-ऐपत-कौटुंबिक स्थिती सगळं वेगळं वेगळं असणार. त्यामुळे ज्याने-त्याने आपापला मार्ग शोधावा हे बरं.

सरळ सरळ दोन मतं.

पण प्रत्येकाला जाणीव झाली आहे, की या प्रश्नाला तोंड द्यावं लागणार. विचार करावा लागणार. भारतात कसं, मुला-नातवंडांबरोबर म्हातारपण जाणार हे ठरलेलंच असतं. (म्हणजे पूर्वी. आता नाही.) गाठीशी पुरेशी पुंजी साठवलेली असली म्हणजे पुष्कळ.

अमेरिकन म्हातारपण इतकं सोपं नाही. पुंजी तर लागतेच; पण बाकीच्या हजार गोष्टी.

• •

उत्तर अमेरिकेतल्या मराठी माणसांच्या पहिल्या पिढीने निवृत्त जीवनाचा जाहीर उच्चार पहिल्यांदा केला १९८५ साली. एरवी स्मरणरंजनात रमणाऱ्या बृहन्महाराष्ट्र मंडळाच्या त्यावर्षीच्या अधिवेशनात अमेरिकेतल्या निवृत्त जीवनावर स्वतंत्र चर्चासत्र होतं... पण 'कशाला आत्ताच हा विचार?' असं म्हणून हा नकोसा विषय कानाआड, मनाआड करण्याच्या वयात बहुतेक जण होते... पुढचं पुढे बघू!

त्यानंतर १९९१ साली लॉस एंजेलीसच्या अधिवेशनात पुन्हा एक स्वतंत्र सेशन झालं. तोवर परिस्थिती पुष्कळ बदलली होती. चाळिशीतल्या लोकांनी चर्चेत हिरिरीने भाग घेतला. यापुढच्या आयुष्यात कोणकोणत्या टप्प्यांवर कोणकोणते प्रश्न येतील याची वेळापत्रकं मांडली. निवृत्तीनंतर भारतात जाणं विरुद्ध अमेरिकेत राहाणं, मुलं-नातवंडं, आर्थिक प्रश्न, आरोग्य आणि वैद्यकीय मदतीचे पर्याय, भावनिक आणि मानसिक प्रश्न, शारीरिक अपंगत्व आलं-विकलांग अवस्था झाली तर पुढे काय? दोघांपैकी एकच कुणीतरी मागे राहील; तेव्हा काय? – अशा अनेक प्रश्नांची तपशीलात चर्चा झाली.

अमेरिकेतल्या वृद्धत्वाकडे तोवर कुणाचं लक्षच गेलं नव्हतं फारसं. कुठल्याही गोष्टीची सिस्टीम लावण्यात अमेरिकन लोक पटाईत. त्यांनी म्हातारपणसुद्धा 'सिस्टीम'मध्ये बसवलेलं.

साधारणत: चार ढोबळ पर्याय.

पहिला पर्याय – घरी राहाणे, आणि जरुरीनुसार 'हेल्थ केअर' घरी मागवणे. सरकारी आणि खासगी संस्थांकडून अशी हेल्थ केअरची होम डिलिव्हरी मिळू शकते.

दुसरा पर्याय – अमेरिकन ॲक्टिव्ह रिटायरमेन्ट कम्युनिटी. 'फिफ्टी फाईव्ह प्लस' लोकांच्या मोठ्या वसाहती. उपहारगृहं, दुकानं, सुरक्षा यंत्रणा- सगळ्या सोयींनी सुसज्ज घर. निवृत्तांनी (भरपूर पैसे मोजून) त्यात जाऊन राहायचं.

शारीरिक दुर्बलतेमुळे स्वतंत्र राहाणं अशक्य झालं, की असिस्टेड लिव्हिंग किंवा थेट नर्सिंगहोमचा पर्याय. हे म्हणजे पैसे मोजून हॉटेलात जाऊन राहाणं.

चौथ्या पर्यायात वरचे तिन्ही प्रकार एकत्र. म्हणजे कंटीन्युईंग केअर कम्युनिटी. जेव्हा ज्याची जरूर असेल त्या त्या सुविधेत जाऊन राहायचं. पण हे प्रकरण जरा जास्तच महागडं.

– कुठेही जा; सर्वत्र अमेरिकन चवीचं जेवण. मनोरंजनाचे कार्यक्रमही 'त्यांचेच' आणि शेजारपाजारी सगळे गोरे-काळे-पिवळे लोक. पिकलेले-थकलेले.

यांच्यात आपलं कसं जमणार?

त्यापेक्षा निवृत्त झालेल्या किंवा निवृत्तीच्या उंबरठ्यावर असलेल्या उत्तर अमेरिकेतल्या मराठी मंडळींनी – किमान समस्वभावी, समवृत्ती भारतीयांनीच स्वत:साठी स्वतंत्र अशा वसाहती का स्थापू नयेत?

१९९१ साली बृहन्महाराष्ट्र मंडळाच्या अधिवेशनात हा विषय निघाल्यापासून अशोक सप्रे स्वस्थ बसलेले नाहीत. त्यांनी बृहन्महाराष्ट्र वृत्तात 'उत्तररंग' नावाचं सदरच सुरू केलं. परस्परांमध्ये विचार व्हावा, अनुभव वाटले जावेत, व्यक्तिगत पातळीवर शोधलेली उत्तरं सर्वांपर्यंत पोचावीत; असा ध्यास घेऊन प्रयत्न सुरू केले.

अमेरिकेतल्या परावलंबी, विकल वृद्धत्वाबद्दल स्पष्टपणे लिहिणारी-बोलणारी, स्वत:चे अनुभव मांडणारी मराठी कम्युनिटीतली महत्त्वाची व्यक्ती म्हणजे लता देशपांडे.

'तेलाची स्निग्धता संपत आली, की हलके हलके मंद होत सावकाश सरणाऱ्या वातीसारखं वृद्धत्व भारतातलं... पण अमेरिकेत मात्र गपकन् विझणाऱ्या विजेच्या दिव्यासारखी अवस्था असते. एकदा का शरीरस्वास्थ्य हरवलं; की पुढे मग सगळा काळोखच'– असं लताबाईंचं म्हणणं होतं. संधिवात आणि हृदयविकाराने सातत्याने हल्ले चढवलेल्या विकल अपंगत्वाशी लढणं त्यांच्या वाट्याला आलं. स्वत: बिछान्याला खिळून, त्यामुळे निवृत्त झालेला नवराही घराला जखडलेला. शेवटी त्यांनी हट्टाने 'असिस्टेड लिव्हिंग'च्या अमेरिकन व्यवस्थेत जाऊन राहायचा निर्णय घेतला आणि नवऱ्याला तीन आठवड्यांच्या सक्तीच्या सुट्टीवर भारतात जायला लावलं.

'अमेरिकन असिस्टेड लिव्हिंग'मधला त्यांचा अनुभव 'जीवन साहाय्य की असहाय जीवन?' असा प्रश्न पडण्याइतका विदारक होता.

जेवणगृहात, एलेव्हेटरमध्ये, बाहेरच्या बागेत दिसणारी सगळी मंडळी झुकलेली. लडखडत्या पावलांची आणि थरथरत्या मानेची. व्हीलचेअर्स बऱ्याच. काहीजण तर ऑक्सिजनची नळकांडी पाठीवर टाकून, नाकात नळ्या घालून फिरणारे. सगळे जण दर वीकेण्डला मुलांची वाट बघत. प्रेमाच्या चार शब्दांसाठी, मायेच्या एका स्पर्शासाठी आसुसलेली धडपड. बहुधा व्यर्थच.

हे सारं पाहाणं आणि मरण येत नाही म्हणून खुरडत जगणाऱ्या वृद्धत्वाच्या सहवासात राहाणं, हा अंगावर येणारा भीषण अनुभव होता. भरपूर पैसे मोजून विकत घेतलेली पंचतारांकित हॉटेलच्या तोंडात मारील अशी शाही व्यवस्था. पण 'हार्टलॅण्ड' अशा गोंडस नावाचं ते प्रकरण लताबाईंना मृत्यूच्या प्रतीक्षालयासारखं वाटलं. शिवाय 'पथ्याचा आहार' या नावाखाली खाण्यापिण्याची आबाळ झाली ती वेगळीच. बिंगो अगर पत्ते खेळण्याची आवड नाही, बार्बरशॉपसारख्या अमेरिकन संगीताचा कान नाही... एकटीने दिवसभर करायचं काय? – हा प्रश्न!

'आपण आपलं बहुतेक आयुष्य अमेरिकेत काढलं. इथल्या रीतिरिवाजांशी, खाण्यापिण्याशी रुळलो. पण तरीही व्हेकेशनला जाताना तोंड चाळवायला म्हणून चकल्या आणि चिवडे बरोबर नेणारे आपण लोक. सुट्टीवरून परत येतानासुद्धा वरण-भात, पिठलं-भाताचे वेध लागलेले असतातच. असं असताना उरलेलं आयुष्य अमेरिकन वृद्धाश्रमात कंठणं शक्य आहे का? जोडीदार बरोबर असेल तर ढकलता येतील दिवस; पण ते भाग्य नाहीच लाभलं तर?'

– असे प्रश्न लताबाईंनी तळमळीने मांडले. वाकलेल्या, लुळ्यापांगळ्या, समवयस्क वृद्धांच्या गर्दीत एकेक दिवस निराशेने कंठण्यापेक्षा तरुण मुलांच्या, नातवंडांच्या प्रसन्न संगतीची आस त्यांना होती... पण उपाय सापडणं मुश्कील होतं.

शेवटी लताबाईंना एक प्रश्न पडलाच,

केवळ सुख आणि ऐषारामासाठी आपण या परक्या देशात वास्तव्य केलं, आयुष्य झगडण्यात गेलं; त्या निर्णयाची ही अशी फळं असतील का?

'आपणही आपल्या व्यक्तिगत आकांक्षेसाठी थकल्या आई-वडिलांना भारतात एकेकटे सोडून असे दूरदेशी येऊन राहिलोच की! – ती पहिली चूक. आता आपलं म्हातारपण दिसायला लागल्यावर एकाकीपणाचा बाऊ करतो आहोत, ही दुसरी चूक! तेव्हा स्वार्थ पाहिला, आताही स्वार्थच पाहातो आहोत'- असा आत्मपरीक्षणाचा आरसा घेऊन या चर्चेत उतरलेल्या रीटा फ्रेंचमन-गवाणकर यांनी भारतातच निवृत्तांच्या वसाहती उभ्या करण्याचा पर्याय सुचवला. आपली मुलं आपल्याकरता फार काही करू शकतील, अशी अपेक्षाही न ठेवणं बरं असं त्यांचं मत.

– पण 'आपण अमेरिकेत स्थायिक झालो' ही चूक झाली, असं मानायला लताबाईंसह बहुसंख्य मंडळी तयार नव्हती. मुला-नातवंडांना अमेरिकेत सोडून भारतातल्या वृद्धाश्रमात जाऊन राहाणं ही सजा (न केलेल्या) चुकीबद्दल आहे का? – असे प्रश्न विचारले गेले.

पण ही अशी हताशा सगळ्याच मराठी मनांच्या वाट्याला आली, असं मात्र नाही. काही लोक विचार करत होते... 'पुढे कसं होणार?' याची चिंता करू लागले होते; त्या काळात काही मंडळींनी आपलं निवृत्तीचं आयुष्य धडाक्यात आणि आनंदात जगायला सुरुवातही केली होती.

महाराष्ट्रातल्या कानाकोपऱ्यात निरलस सेवा करणाऱ्या संस्था आणि व्यक्तींना शोधून काढून त्यांच्यापर्यंत आर्थिक साहाय्याचा हात पोचवण्यासाठी अखंड धडपडणारे कॅनडातल्या कॅलगरीचे डॉ. जगन्नाथ वाणी. त्यांनी 'महाराष्ट्र सेवा समिती'चा पसारा एकहाती उभा केला... रोटरीच्या टीमबरोबर आफ्रिकेच्या जंगलांमध्ये वैद्यकीय सेवा-कार्याला जाणारे डॉ. गंगाधर मद्दीवार... प्लॅस्टिक सर्जरीची मोफत शिबिरं घेऊन आपलं कौशल्य मुक्तहस्ते वाटणारे डॉ. शरदकुमार दीक्षित... महाराष्ट्रातल्या शाळकरी मुलांना विज्ञानाची गोडी लागावी म्हणून चाकावरची प्रयोगशाळा – 'विज्ञानवाहिनी' घेऊन खेड्यापाड्यातले धुळीचे रस्ते तुडवण्याकरता भारतात परतलेले मधुकर आणि पुष्पा देशपांडे, नोकरी-व्यवसायात असतानाच 'महाराष्ट्र फाऊण्डेशन'च्या कामात झोकून दिलेले सुनील देशमुख. राजन गडकरी, दिलीप चित्रे, सुनीता धुमाळे... आणि असे कित्येक.

त्यांनी आपली कौशल्यं, गुणवैशिष्ट्यं समाजाच्या कामी लावण्याचं ठरवलं.

'रिक्रिएशनल व्हेईकल' या प्रकारातली चाकावर चालणाऱ्या घरासारखी सर्व सोयींनीयुक्त गाडी घेऊन निवृत्तीनंतर जग फिरायला बाहेर पडलेल्या डब्लीन-जॉर्जियाच्या डॉ. आनंद साठ्यांसारखे किती कलंदर.

ॲरिझोनातल्या एका छोट्या, टुमदार खेड्यात जाऊन राहिलेल्या माधुरी बापट याही कलंदरांच्याच जातीतल्या. माधुरीताईंचं अमेरिकेतलं बहुतांश आयुष्य छोट्या गावांमध्येच गेलं. त्यामुळे मराठी कम्युनिटीशी फारसा संबंधच आला नाही. त्यांचं ॲरिझोनातलं गाव जेमतेम पंधरा हजार वस्तीचं. पण न्यूयॉर्क-एल.ए.मध्ये न राहाण्याचं दुःख कणभरसुद्धा नाही. उलट रोज संध्याकाळी गावातल्या लोकांच्या ओळखी करून घेत, त्यांच्या कुत्र्या-मांजरांशीसुद्धा गप्पा मारत पायी भटकत सुटण्याचा कोण आनंद. फिरायला जाताना गायी दिसतात... वाटेत मोरांचे थवे भेटतात याचं अप्रूप. आपल्या घरामागच्या बागेत गवार, दोडका, मेथी, दुधीभोपळा असल्या 'एक्झॉटिक' भाज्या वाढवून अमेरिकन शेजाऱ्यांना त्या चवीची चटक लावण्यात

माधुरीताई एकदम एक्स्पर्ट. शिवाय गावात भरणाऱ्या कौंटी फेअरमध्ये आलू पराठे आणि लोणची प्रदर्शनात मांडून त्याबद्दल बक्षिसांची लूट. रांगोळ्या, सतार, सिरॅमिक असले छंद, शिवाय घोड्यावरची रपेट, हायकिंग, गोल्फ, स्पॅनिश नृत्य असल्या अनेक आवडी.

आयुष्यभर शास्त्राचा अभ्यास झाला. आता कॉलेजातली प्रोफेसरकी संपल्यावर तरुण विद्यार्थ्यांबरोबर वर्गात बसून मानसशास्त्र, तर्कशास्त्रासारखे विषय शिकायचे आहेत. अमेरिकन लोकांबरोबर चर्चमध्ये जावं, त्यांना आपल्या घरी गणेश चतुर्थीला बोलवावं, गावातल्या नर्सिंग होममधल्या रुग्णांशी गप्पा करायला जावं – अशा कितीतरी गोष्टी त्यांनी मनात आखल्या आहेत. त्यांच्या छोट्याशा गावातला माऊंट ग्रॅहॅम पर्वत लेकाचा इतका सुंदर; की तो दोस्तच झाला आहे. चालणं, योगासनं, सूर्यनमस्कार हा व्यायाम वयाच्या शंभरीपर्यंतसुद्धा करता येतो असं म्हणणाऱ्या माधुरीताईंना किटकिट करत बसणं मुळातच आवडत नाही. त्यापेक्षा वेळ न जाणाऱ्या सेवानिवृत्त माणसांनी लहानपणापासूनच्या अधुऱ्या स्वप्नांची चक्क यादी करावी आणि एकेक विषय धडाधड हाती घ्यावा, असं त्या सुचवतात.

मुलाबाळांची साथसंगत सुटलेल्या विकल अमेरिकन वृद्धत्वाच्या एकाकी दर्शनाने सुपातल्या भारतीय माणसांना धडकी भरते. माधुरीताईंना मात्र एक उत्साही अमेरिकन आजीबाई भेटल्या आहेत.

एका संध्याकाळी कॉलनीतून चालत असताना बहात्तर वर्षांच्या अमेरिकन (तरुण) म्हातारीने आपली व्हॅन थांबवून माधुरीताईंना विचारलं,

'मी तुला रोज चालताना पाहाते. मला एकटीला चालायचा कंटाळा येतो. मी तुझ्याबरोबर चालायला येऊ का?'

माधुरीताई आनंदून म्हणाल्या, 'जरूर ये. मजा येईल.'

तिचं नाव ज्यूल. वीस वर्षांचा संसार संपल्यावर ती कॉलेजात गेली. कौन्सिलिंगमध्ये एम.एस.ची डिग्री घेऊन बारा वर्षं डोमेस्टिक व्हायोलन्स कौन्सिलर म्हणून काम केलं.

निवृत्तीनंतर काय करावं असा प्रश्न पडला तेव्हा स्वत:चं मेन्टल हेल्थ क्लिनिक काढायचं ठरवलं. त्याकरता जुनी जागा घेतली. ती स्वत: दुरुस्त करून रंगवली. बहात्तर वर्षांच्या ज्यूलबरोबर तिचं क्लिनिक रंगवायला गेलेल्या माधुरीताई म्हणतात, 'मला नाही वाटत रिटायर झाल्यावर माझा वेळ नुसता गोल्फच खेळण्यात घालवीन म्हणून!'

सेवानिवृत्तीनंतर फ्लॉरिडाच्या समुद्र किनाऱ्यावरल्या प्रचंड बिल्डिंगमध्ये एक कॉंडोमिनियम विकत घेऊन तिकडे राहायला गेलेल्या एका जोडप्याला अमेरिकन वार्धक्याचं चिअरफुल रूप दिसलं. सहा महिने आपल्या स्टेटमध्ये राहायचं आणि

हिवाळा सुरू झाला, की प्रवासी पक्षांसारखं फ्लॉरिडाकडे झेपावायचं असा क्रम त्यांनी वीसहून अधिक वर्षं चालवला. ते सांगतात, 'जगभरातले कुठून कुठून आलेले सिनिअर सिटिझन्स इथे राहातात. पोहतात. टेनिस खेळतात. फिशिंग आणि पिकनिक तर सारखं चालू असतंच. बहुतेक जण कुठे ना कुठेतरी व्हॉलन्टीअरिंग करायला जात असतोच.'

फ्लॉरिडात रहायला आल्यावर त्यांची वृद्धत्वाबद्दलची कल्पनाच बदलली. सत्तरी ओलांडलेले स्त्री-पुरुष डेटिंग करतात. आवडत्या व्यक्तीबरोबर लग्न न करता एकत्र राहातात – हे सगळं नवीनच होतं. खऱ्याखुऱ्या परावलंबित्वाची शेवटची काही वर्षं असतात हे खरं; पण त्या भीतीने कुणी हातात मिळालेले सुंदर, सुदृढ दिवस नासवून टाकत नाही. वृत्ती 'पॉझिटिव्ह' असेल तर उतारवय मजेत व्यतीत होऊ शकतं, हे मला अमेरिकन लोकांकडूनच शिकता आलं; असंही त्यांनी आवर्जून सांगितलं.

अमेरिकेत पहिला स्नो पडला, की विमान गाठून मुंबई-पुण्यात वास्तव्याला येणारे 'स्नो बर्डस्' पुष्कळ. पुण्यातलं ट्रॅफिक, मुंबईतली गर्दी, दोन्हीकडलं प्रदूषण हा एकूण त्रास; पण बाकी सेवानिवृत्तीनंतरच्या अशा भारतभेटी म्हणजे धमाल. शिवाय एन.आर.आय. खिशांवर नेमकी नजर असणाऱ्या मुंबई-पुण्यातल्या बिल्डरांनी या 'स्नो बर्डस्'साठी नवेनवे ऑप्शन्स काढले. त्यातून पुण्यातल्या 'अथश्री'सारख्या अभिनव वसाहतीही आकार घेऊ लागल्या. काही जणांनी भारतात परतून नव्या आयुष्याची नवी घडी घातली. काहींनी सहा-सहा महिन्यांचा 'कोटा' ठरवून टाकला. पण ही यातायात प्रकृती साथ देईल तोवर; पुढे काय?

शेवटचं घरटं अखेर अमेरिकेच्याच अंगणात असणार; हे आता बहुतेकांनी मान्य केलं आहे. त्या घरट्याची चर्चा सुरू झाली आहे.

प्रत्येकाच्या वेगवेगळ्या घरट्यापेक्षा निदान जवळपासच्या गावातल्या सगळ्यांचं मिळून एकच 'कम्युनिटी लिव्हिंग' असेल तर?

मराठी माणसं चर्चेचं गुऱ्हाळ लावून बसली होती तोवर अमेरिकेतल्या गुजराथी-पंजाबी-तमीळ-तेलगू माणसांनी मोडकेतोडके प्रयत्न करायला सुरुवातही करून दिली.

उत्तर अमेरिकेतल्या तमाम महाराष्ट्र मंडळांमध्ये, 'बृहन्महाराष्ट्र वृत्त' आणि 'एकता'च्या अंकांमध्ये चर्चा जारी आहे. अशोक आणि विद्या सप्रे यांच्यासारख्या मंडळींनी गेली अनेक वर्षं हा विषय लावून धरला. जपानी, इटालियन, चिनी अशा अन्य वंशांच्या 'इमिग्रन्टस्'नी आपल्या उतारवयाची व्यवस्था कशी केली याची माहिती मिळवली. चर्चेतून एखादी कल्पना नक्की व्हावी आणि तिला मूर्त रूप यावं म्हणून दोन स्वतंत्र कॉन्फरन्सही घेतल्या.

उतारवयात सोबत, आधार शोधणाऱ्या प्रत्येकाच्या नजरेसमोर तरळणाऱ्या चित्रातल्या रंगरेषा पुष्कळशा सारख्या आहेत.

सर्व तऱ्हेच्या खिशांना परवडतील अशा छोट्या सदनिकांचं एक मोठं संकुल. शहरी गजबजाटापासून दूर आणि शक्यतो गरम हवेच्या ठिकाणी. (म्हातारपणी तरी स्नोच्या त्रासातून सुटका.) घराची, बागबगिच्याची देखभाल, साफसफाई, दुरुस्ती परस्पर होईल अशी व्यवस्था. वाफाळता चहा, मसाला कॉफी आणि पिठलं-भातापासून सांबार-इडली-दोश्यांपर्यंत सगळे भारतीय जिन्नस पकवणारं स्वयंपाकघर. लायब्ररी. जीम. मनोरंजनाच्या कार्यक्रमांची व्यवस्था. गुलाब-मोगरा-जास्वंद-जाई-जुई अशी ओळखीची फुलं फुलवणारी बाग.

बहुतेकांच्या स्वप्नचित्रात आणखी एक कॉमन गोष्ट आहे-

पु.लं.ची पुस्तकं आणि ती वाचताना खळखळून हसायला बरोबरीचे सांगाती.

कुणाला वाटतं, अशा 'एकत्र' वसाहतीसुद्धा शेवटी कंटाळवाण्या होतील. त्यापेक्षा अमेरिकेत अपार्टमेन्टस्‌ची संकुलं असतात; त्यातल्या एखाद्या मजल्यावरचे सगळे ब्लॉक्स ओळखीपाळखीतल्या कुटुंबांनी मिळून घ्यावेत... आणि एकमेकांच्या सोबतीने राहावं.

– अशा किती योजना आणि खूपशी स्वप्नं.

काही लोक त्याकरता धडपडतात. काही वादविवादापुरते हिरिरीने चर्चेत उतरतात. काहींच्या मते, या स्वप्नरंजनाला काही अर्थ नाही. जोवर भारतातला किंवा अमेरिकेतला एखादा बिल्डर पुढे येत नाही; तोवर हे सगळे इमले चर्चेतच राहाणार.

कुणी म्हणतं,

इतक्या चर्चा चालल्या आहेत. विचारविनिमय काय फुकटच होतो. पण पैसे टाकायला आहे का कुणाची तयारी?

– या टोकापासून त्या टोकापर्यंतची मतं.

इतकी वर्षं उत्तर अमेरिकेत वास्तव्य घडलं. निवृत्तीची वेळ आली तरी अस्सल मऱ्हाटी बाणा कायम. वादविवादाची खुमखुमी. एखाद्या विषयाचा कीस पाडण्याची हौस. टीकेची धारदार शस्त्रं... आणि तरीही सगळ्याला पुरून उरत नव्या कल्पना, नवे विचार पुढे रेटायला जीवापाड धडपडणारी माणसं.

– हे सगळं 'मराठी'च तर आहे.

दुर्गाताई कसं म्हणतात, की 'भारत कधीतरी माझा देश होता'?

• •

टोरांटोमध्ये काशिनाथ घाणेकरांच्या घरी गप्पांची रात्र बहरली होती. बोलता बोलता घाणेकर म्हणाले,

‘हे बघ, इथे आलेल्या आम्हा भारतीयांच्या आयुष्याचे सरळ चार टप्पे पडतात. १९६०च्या दशकातली दहा वर्षं चुकत माकत, धडपडत शिकण्यात गेली. आम्ही सगळेच ‘स्टार्टर्स’ होतो तेव्हा. १९७०च्या दशकात जरा बूड स्थिरावलं. आम्ही ‘सेटलर्स’ झालो. पुढची दहा वर्षं प्रगतीची, बहरीची गेली... एस्टॅब्लीशर्स. आता पंख फुटलेली आमची कर्तबगार मुलं आपल्या चारापाण्याच्या शोधात उडून गेली. आम्ही आता ‘एम्टी नेस्टर्स’ झालो आहोत.’

– रिकाम्या घरट्यात रंग भरण्याची, अनिश्चित भविष्यासाठी पुरेसं चारा-पाणी साठवण्याची धडपड आता सुरू झाली आहे.

■

पंधरा

'तिकडले' ते आणि 'इकडले' आपण

'तेथे ज्या ठिकाणी आपण राहातां तेथील सोबत कशी काय आहे? आपण आपले दागिनेही संगत घेऊन गेला कीं काय? बाळकृष्णाची (मूर्ती) वाट काय केलीं? येथून लुगडीं घेऊन गेलां ती तेथें नेलीं कीं काय? परजातीमध्ये आपणास न जाण्याची जेवढी म्हणून पराकाष्ठा होईल तेवढी करावी. आपल्यामध्यें एक म्हण आहे, हात बाटवावा परंतु हाड बाटवूं नये. मीं सांगावें असें नाही.'

– आनंदीबाई जोशी अमेरिकेत शिकायला गेल्यावर त्यांच्या (साताठ वर्षांच्या) धाकट्या भावाने त्यांना पाठवलेलं हे खोचक पत्र. आनंदीबाईंच्या कार्य-काळाच्या अभ्यासक अंजली कीर्तने म्हणतात त्याप्रमाणे धाकट्या, अजाण विनायकाला पुढे करून आनंदीच्या माहेरच्या माणसांनी नथीतून मारलेले हे तीर आहेत.

अमेरिकेतली विपरीत हवा, न मानवणारं खाणं-पिणं, अजिबात अपरिचित असा अभ्यास आणि असह्य एकटेपणा या साऱ्याशी झगडत परक्या देशात पाय रोवण्यासाठी धडपडणाऱ्या आनंदीला सर्वाधिक त्रास दिला तो भारतातल्या 'तिच्या' माणसांनी. या साऱ्यांनी खोचक, भोचक पत्रांचा मारा करून आनंदीच्या तडफडत्या मनाचे अक्षरशः लचके तोडले. ती जे करत होती त्याला पाठिंबा देणं, तिचं मनोबल वाढवणं दूरच; उलट तिच्यावर कसकसले आरोप केले. वाट्टेल ते संशय घेतले. अंजली कीर्तने लिहितात,

'परभाषा, परदेश, परधर्मीय सहवास, परगृहवास, परान्न या तत्कालीन भारतीय समाजाने वर्ज्य मानलेल्या साऱ्या गोष्टी आनंदीने

'तिकडले' ते आणि 'इकडले' आपण । २०७

शिक्षणाच्या ध्यासापायी आपल्या मानल्या होत्या. सारे नेमनियम धाब्यावर बसवल्याने ती आरोपी ठरली होती. त्यामुळे तिचे कुटुंबीय, आप्तेष्ट, हितचिंतक, स्नेही आणि अपरिचितांनीही तिचा व्यक्तिगत ध्यास ही समाजविरोधी कृती मानली. संस्कृतीरक्षकाच्या भूमिकेतून ही मंडळी इतक्या दुरूनही आनंदीवर पहारा करत. 'आनंदी धर्मांतर करणार', 'आनंदी हिंदुस्थानला विसरणार', 'मांसान्न खाऊन धर्म बुडवणार', 'आनंदी आता नवऱ्याच्या हाती लागणार नाही' इत्यादी. मग आनंदीवर चौकशा करणाऱ्या, संशय घेणाऱ्या, आरोप करणाऱ्या पत्रांचा पाऊस पडे.'

या निंदेचा, अवहेलनेचा, टीकेचा सामना करण्यात आनंदीची निम्मी शक्ती खर्ची पडली. आनंदीला अमेरिकेत आपले पाय रोवायचे होते आणि भारतातील समाजाला आपल्याविषयी दुजाभाव, संताप, राग वाटू नये याचीही काळजी करायची होती. भारतातून तिच्यावर टीकेचा भडीमार करणारे सगळेच तिचे विरोधक होते असं नव्हे. त्यात तिच्या प्रेमाची माणसंही होती. अमेरिकेत जाण्याच्या तिच्या स्वप्नाचा निखारा ज्याने फुंकर घालघालून पेटता ठेवला तो खुद्द तिचा नवराच तिच्यावर टीका करणाऱ्यांचा, तिच्यावर भलते संशय घेणाऱ्यांचा म्होरक्या झाला होता.

ज्याच्या प्रेरणेने, साथीने अवघ्या समाजाशी युद्ध सुरू केलं तो जीवनभराचा साथीदार अर्ध्या वाटेत साथ सोडून विरोधकांना सामील झाल्यावर आनंदी पूर्णतः एकाकी पडली.

गोपाळरावांनी आनंदीला बेईमान ठरवलं. अमेरिकेत ती विकच्छ साडी नेसते म्हणून तिला 'छचोर' म्हटलं. अमेरिकेहून आलेल्या एका फोटोत आनंदीचा पदर थोडासा सरकल्याचं दिसताच तिला 'चवचाल' ठरवण्यापर्यंत गोपाळरावांची मजल गेली. या युद्धात हतबल झालेल्या आनंदीने गोपाळरावांना कळकळून लिहिलं,

'आपल्या अंतःकरणास इतका त्रास झाला त्याबद्दल स्वतःस दंड देण्यास मजजवळ अश्रूदेखील राहिले नाहीत. एखादा उसासा टाकीन म्हटले, तर त्यालादेखील मी समर्थ नाही. आपल्या गरम अथवा थंड बोलण्याने वितळणारे किंवा थिजणारे असे 'काळीज' मात्र मजजवळ उरलें आहे.'

आपल्या तरुण पत्नीने ज्ञानमार्गाची कास सोडू नये म्हणून झटणारा, अमेरिकेला जाऊन डॉक्टर होण्याचं तिचं स्वप्न तडीस जावं म्हणून समाजाचा रोष पत्करून आकाशपाताळ एक करणारा गोपाळराव जोशी हा तरुण सुधारक होता. आधुनिक विचारांचा होता. जुन्या, कालबाह्य परंपरांची जळमटं झटकून शतकानुशतकांच्या बंद दारं-खिडक्या सताड उघडाव्यात अशा मताचा होता.

– पण त्या तरुणामधला (सनातनी) 'नवरा' मात्र आपल्या पत्नीची प्रगती, तिचा झपाटा सहन करू शकला नाही. या नवऱ्याने आनंदीचे लचके तोडले. दहा हजार मैलांवरून विखारी पत्रं पाठवून पाठवून तिला टोचण्याचा, घायाळ करण्याचा उद्योग

केला. आनंदीच्या उन्नतीमध्ये आपल्याच विचारांचा, जीवननिष्ठेचा विजय आहे हे वास्तव नजरेआड करून सुधारक गोपाळरावांचं रूपांतर सनातनी पुरुषामध्ये करणारी विषवल्ली होती- तत्कालीन समाजातल्या नैतिक-अनैतिकतेच्या झापडबंद कल्पना.

आपण परंपरा मानतो म्हणून 'चारित्र्यसंपन्न' आहोत आणि चारित्र्यसंपन्न असल्याने समाजातल्या रुढ चालीरीती मोडणाऱ्यांना, समाजमान्य नसलेले भलते मार्ग धरणाऱ्यांना चार गोष्टी सुनावण्याचा आपला हक्कच आहे, या समजुतीतून तत्कालीन समाजाने आनंदीला छळलं.

– काळ लोटला,

शंभर वर्षं उलटून गेली,

तपशील बदलले; पण वेगळी वाट धरणाऱ्यांना हे असं खोचक, भोचक बाण मारून टोकत, टोचत राहाणं काही संपलं नाही.

१९६० आणि १९७०च्या दशकात अधिक चांगल्या संधींच्या शोधात परदेशी वाट धरणाऱ्यांच्या नशिबीही आप्तस्वकीयांनी दिलेले शालजोडीतले (घरचे) आहेर आलेच.

'सध्या चातुर्मास चालू आहे. निदान या चार महिन्यांत तरी गोमांस खाऊ नये' अशा तऱ्हेचे खऊट निरोप पत्रातून धाडणाऱ्या देशी संस्कृतीरक्षकांना परदेशी गेलेल्यांची धडपड, कुतरओढ आणि उलघाल समजणं मुश्कील होतं. घरादाराचा, आई-वडिलांचा, मातृभूमीच्या प्रती असेल्या कर्तव्यांचा विचार न करता केवळ स्वत:च्या सुखासाठी आणि डॉलर्स कमावण्याच्या मोहापोटी सारे देश सोडून गेले आहेत असं गृहीत धरूनच, अमेरिकेत उडून गेलेल्यांवर पहिला इल्जाम ठोकला गेला तो देशद्रोहाचा!

ते देशद्रोही सगळे,
त्यांनाच धरा अन् ठोका
ते संधीसाधू बगळे
त्यांच्यावर डागा तोफा

अशी सजा सुनावणारा स्वकीयांचा घोळका दिलीप चित्र्यांच्या 'अलीबाबाची हीच गुहा' या नाटकात संतापाने नाचतो. 'हा स्वर्ग सोडूनी इथला, 'ते' रमले पाताळात, विसरले दिवाळी-दसरा, परक्यांच्या नाताळात' अशी या स्वकीयांची रोखठोक हरकत आहे.

या हरकतीला 'संस्कृतीरक्षणा'चा वास येतो; तोच प्रारंभीच्या टीकेचा मुख्य मुद्दा होता. धर्म बुडवणे, (गोमांस भक्षणाने) बाटणे या प्रमुख हरकती होत्या. त्याबद्दल संताप होता. पुढे या विरोधाला/टीकेला वेगवेगळे आयाम येत गेले.

संस्कृती बुडवण्याचा ठपका पुसट होऊन या टीकेला आर्थिक-सामाजिक

उत्तरदायित्त्वाच्या प्रश्नाची धार आली आणि विरोध अधिक तीव्र झाला.

स्वदेश उभारणीची जबाबदारी झटकून निव्वळ स्वार्थापोटी परदेशाची वाट धरणाऱ्यांना पहिल्यांदा आरोपीच्या पिंजऱ्यात उभं केलं ते भारतातल्या समाजवादी विचारधारेने.

१९७०चं दशक. बंदिस्त. सामाजिक नफ्या-तोट्याची गणितं पार उलटीपालटी करून टाकणाऱ्या आर्थिक उदारीकरणाच्या जमान्याची चाहूलसुद्धा लागलेली नव्हती. 'जागतिकीकरण' हा शब्दसुद्धा सर्वसामान्यांच्या आवाक्यात/समजुतीत यायचा होता. त्यामुळे भारतात जन्मून, भारतात शिक्षण घेऊन परदेशात नोकरी धरणे म्हणजे परदेशाची धन करणे आणि स्वदेशाला खड्ड्यात ढकलून फक्त स्वतःचे खिसे भरणे; हा सरळ हिशेब होता.

नोकरी करायला परदेशी जाणाऱ्या नोकरदारांवरची टीका त्यामानाने काहीशी सौम्य, व्यक्तिगत स्वरूपाची होती.

महाराष्ट्रात खरा गदारोळ उठला तो उच्चशिक्षित शास्त्रज्ञांनी परदेशी जाण्यावरून!

१९६०च्या दशकातच 'ब्रेन ड्रेन'ची चर्चा सुरू झाली होती. अविकसित देशांकडून विकसित देशांकडे (मुख्यतः युरोप आणि अमेरिका) वाहणारा प्रज्ञावंतांचा लोंढा हा आंतरराष्ट्रीय काळजीचा विषय बनला तोही याच दशकात.

संयुक्त राष्ट्र संघटनेच्या खास निधी समितीने १९६६ साली इराणमधील मान्यवर समाजशास्त्रज्ञ डॉ. एहसान नाराघी यांना दरिद्री, अर्धविकसित देशांकडून प्रगत राष्ट्रांकडे वाहाणाऱ्या प्रज्ञावंतांच्या प्रवाहाचा अभ्यास करण्यासाठी अनुदान दिलं.

डॉ. नाराघी यांनी अमेरिका, ब्रिटन, फ्रान्स आणि खुद्द संयुक्त राष्ट्रांवरच दोषारोप करणारा अहवाल सादर केला; तिथून खरं वादाला तोंड फुटलं.

डॉ. नाराघी यांनी काही प्रमुख मुद्द्यांकडे जगाचं लक्ष वेधलं –

१. अर्धविकसित राष्ट्रांना अत्यंत आवश्यकता असताना तेथील बुद्धिवंतांना विविध प्रलोभनं दाखवून पाश्चिमात्य राष्ट्रं आपल्याकडे ओढून घेत आहेत.

२. ज्या राष्ट्रांमधून शास्त्रज्ञांची निर्यात होते, ती सरकारं या प्रश्नासंदर्भात अत्यंत उदासीन आहेत.

३. श्रीमंत राष्ट्रं स्वतःच्या विद्यार्थ्यांच्या शिक्षणाकडे दुर्लक्ष करतात, त्यामुळे ती 'आयात' ज्ञानावर विसंबून राहाण्यास सोकावली आहेत.

४. अर्धविकसित, दरिद्री राष्ट्रांबरोबर आखलेले 'विद्यार्थी देव-घेवींचे कार्यक्रम' हा प्रगत राष्ट्रांनी बुद्धिवंतांना आपल्याकडे खेचून घेण्यासाठी लावलेला सापळा आहे. अमेरिका पश्चिम युरोपातून मोठ्या प्रमाणावर शास्त्रज्ञांची आयात करते, त्यामुळे

ही तूट भरून काढण्यासाठी पश्चिमी युरोपीय राष्ट्रे आशिया आणि आफ्रिकेतून शास्त्रज्ञ ओढून घेतात, असंही डॉ. नाराघी यांनी आपल्या अहवालात सिद्ध करून दिलं. या लुटालुटीला अमेरिकेने जगावर चालवलेला 'बौद्धिक बलात्कार' अशी संज्ञा दिली.

चर्चेचे फड रंगू लागले होते.

वातावरण तापू लागलं होतं.

शैक्षणिक व सांस्कृतिक कार्यासंबंधीच्या संयुक्त राष्ट्रांच्या सल्लागार मंडळातर्फे 'बुद्धिवंतांची निर्यात' (ब्रेन ड्रेन) या विषयावर जिनीव्हा येथे एक परिसंवाद आयोजित केला गेला. १९६७च्या ऑगस्ट महिन्यात झालेल्या या परिसंवादात जगातील निवडक विचारवंत-अभ्यासकांसमोर भारताचं प्रतिनिधित्व केलं पुण्याच्या गोखले राज्यशास्त्र आणि अर्थशास्त्र संस्थेचे (तत्कालीन) संचालक वि. म. दांडेकर यांनी. दांडेकरांच्या या बहुचर्चित भाषणाचा मराठी अनुवाद 'माणूस'च्या दिवाळी अंकात (१९६७) प्रसिद्ध झाला आणि वादविवादांचं मोहोळ उठलं.

ही बुद्धिवान मंडळी आपापले देश सोडून नोकऱ्यांसाठी इतर देशात का जातात? या देशान्तराची कारणं स्वाभाविक आहेत का? हे देशान्तर अपरिहार्य आहे की थांबवता येणं शक्य आहे? ते विकसनशील देशांना हानीकारक आहे का? थांबवण्याचा प्रयत्न केल्यास होणारे दुष्परिणाम हानीपेक्षा अधिक असतील काय? – अशा अनेक प्रश्नांचा वि. म. दांडेकरांनी खोलात जाऊन परामर्श घेतला.

'परदेशी शिक्षणाला आणि तिकडल्या नोकरीला आलेलं महत्त्व हा पांढरपेशा व्यवसायांना मिळालेली अवास्तव प्रतिष्ठा आणि त्यातून होणाऱ्या अवाजवी आर्थिक प्राप्तीचा परिपाक आहे. त्यामुळे पांढरपेशा वर्गात उच्चशिक्षण, अधिकाधिक शिक्षण याकरता भयंकर संघर्ष पेटलेला दिसतो. त्यामुळे या वर्गात मागणीच्या मानाने अधिक पुरवठा होत असून, विशेषज्ञतेचा अतिरेक होत आहे. आमची अर्थव्यवस्था या सर्व लोकांना त्यांना अपेक्षित असलेली किंमत देऊन कामे देऊ शकत नाही. त्यातून साहजिकच वैफल्य व संताप निर्माण होऊन बुद्धिवंत माणसे परदेशी पळतात' अशी मांडणी वि. म. दांडेकरांनी आपल्या भाषणात केली. बुद्धिवंतांच्या या निर्यातीला तातडीने आळा घातला पाहिजे आणि त्याकरता विश्वविद्यालयीन शिक्षण, पदवी व त्यासंबंधातील व्यवसायांना मिळालेली अवाजवी प्रतिष्ठा आणि अवास्तव अर्थप्राप्ती यातच दुरुस्ती केली पाहिजे, असा उपायही दांडेकरांनी सुचवला.

'मानवी साधनसामुग्रीची निर्यात थांबवण्याकरता भारताने देशाच्या सीमा बंद कराव्यात, त्यात ओशाळण्यासारखे काही नाही. लोकशाहीत अभिप्रेत व्यक्ति-स्वातंत्र्याविरुद्धही त्यात काही नाही' असं सुचवणाऱ्या दांडेकरांनी परदेशात भरकटत गेलेल्या, अधांतरी लोंबकळत राहिलेल्या बुद्धिवंतांवर 'देशद्रोहा'चाच आरोप ठेवला.

त्यानंतर दोनच वर्षांनी प्रत्येक भारतीयाला अस्वस्थ करणारी, त्याचं मन एकाचवेळी अभिमानाने, संतापाने आणि शरमेने भरून टाकणारी एक घटना घडली.

– डॉ. हरगोबिंदसिंग खोराना या सेहेचाळीस वर्षांच्या तरुण भारतीय शास्त्रज्ञाला नोबेल पारितोषिक जाहीर झालं. खुरानांनी अमेरिकन नागरिकत्व स्वीकारलेलं होतं. 'नोबेल'च्या सन्मानानंतर डॉ. खुरानांनी 'मी भारतात राहिलो असतो तर हे संशोधन मला करता आलं नसतं' असं स्वच्छ सांगितलं. 'भारतात मला अत्यंत अपमानास्पद वागणूक मिळाली. तिथल्या 'लाल फिती'चा गळफास माझ्या अभ्यासाला लागू नये म्हणून मी नाईलाजाने देशत्याग केला' अशा आशयाच्या मुलाखती दिल्या.

– भारतात याची प्रतिक्रिया उमटणं स्वाभाविक होतं. महाराष्ट्रात तर गदारोळच उठला. दत्तप्रसाद दाभोळकर यांनी 'माणूस'साठी ज्येष्ठ शास्त्रज्ञांच्या मुलाखती घेतल्या. खोरानांनी भारताविरुद्ध एवढी आग ओकण्याची जरूर होती का? हे शोधताना दाभोळकरांनी देशान्तराचा मूळ प्रश्नही सर्व अंगांनी तपासून पाहिला. अमेरिकन विद्यापीठांमध्ये शिकलेले, तिकडल्या अत्याधुनिक प्रयोगशाळांमध्ये काम करून भारतात परतलेले, 'तिकडे' जाण्यास उत्सुक असलेले वेगवेगळ्या वयोगटातले शास्त्रज्ञ या चर्चेत हिरिरीने उतरले.

त्यांची मतं निरनिराळी होती, विचार परस्परांशी विसंगत होते; पण 'बुद्धीची निर्यात रोखण्यासाठी भारतासारख्या देशांनी आपल्या बुद्धिवान तरुणांना देशात कोंडून घालावं' या वि. म. दांडेकरांच्या मताशी कुणीही सहमत झालं नाही, हे विशेष.

बारा-चौदा वर्षं अमेरिकेत काम करून कायमच्या वास्तव्यासाठी भारतात परतलेले डॉ. श्रीकृष्ण दवे म्हणाले, 'तरुण देश सोडतात, ते अंगभूत गुणांच्या विकासासाठी; निव्वळ पैशासाठी नव्हे. भारतातल्या विद्यापीठांचा आणि अद्ययावत ज्ञानाचा संबंध संपून कित्येक वर्षं झाली आहेत.

अमेरिकेतल्या अद्ययावत ज्ञानाकडे ओढ घेणाऱ्या बुद्धिमत्तेला केवळ ती भारतीय आहे म्हणून तुम्ही इथल्या जुनाट चौकटीत कोंडून कशी घालू शकाल? – असा थेट प्रश्न डॉ. दवे यांनी केला.

'इच्छा नसताना या देशात डांबून ठेवून कुणी काही काम करील ही कल्पनाच चुकीची आहे' असं स्वच्छ सांगणारे डॉ. बा. शं. जोशी हे युरोप आणि अमेरिकेतून दोनदा डॉक्टरेट मिळवून १९५२ सालीच भारतात परत आलेले. ते म्हणाले, 'या बाबतीत देशप्रेम, राष्ट्र इ. शब्द पुढे करणं चुकीचं आहे. कारण या शब्दांचे अर्थ झपाट्याने बदलतात.'

डॉ. खोराना किंवा चंद्रशेखर यांच्यासारख्या शास्त्रज्ञांना भारतात परत बोलावणे म्हणजे देशप्रेम हे कुणी सांगितलं तुम्हाला? – असा प्रश्न करून डॉ. जोशी

म्हणाले, 'ते करतात त्या प्रगत संशोधनाचा (१९६८ सालातल्या) भारताला उपयोग नाही. त्यांना त्यांचे काम करू द्या. परदेशात राहून मानवजातीची सेवा करू द्या. ते भारतात जन्मले, या देशात वाढले याचा आपण अभिमान बाळगू.'

'ब्रेन रस्ट' होण्यापेक्षा 'ब्रेन ड्रेन' परवडला हे डॉ. जोशींचं मत १९३० साली लंडन विद्यापीठाची डॉक्टरेट मिळवलेल्या डॉ. कृ. श्री. नरगुंद या गांधीवादी शास्त्रज्ञाला मात्र मान्य नव्हतं. प्रगत राष्ट्रांकडे सक्तीने पाठ फिरवल्याशिवाय आणि त्या देशांकडे जाणाऱ्या वाटा बंद केल्याशिवाय राष्ट्रनिर्माण शक्य नाही, असं ठाम मत त्यांनी या चर्चेत मांडलेलं आढळतं.

१९६९ साली प्रसिद्ध झालेल्या या चर्चेत वेगळा दृष्टिकोन आहे तो डॉ. आखाराम काचरे यांचा. हे काचरे म्हणजे सातारा जिल्ह्यातल्या एका खेड्यातला गरीबाघरचा मुलगा. पंचक्रोशीतल्या धनगर समाजात पाटी-पेन्सिल हातात धरणारा पहिला बहाद्दर. एम.एस्सी. नंतर भाभा अणुसंशोधन केंद्रात नोकरी आणि तिथून पुढे भलीमोठी स्कॉलरशिप मिळवून अमेरिकेतल्या हवाई विद्यापीठात प्रयाण.

हवाईहून दत्तप्रसाद दाभोळकरांना धाडलेल्या पत्रात डॉ. काचरे यांनी लिहिलं होतं,

'माणूस म्हणून मला केवढा मान आहे हे अमेरिकेत आल्यावर, हवाई विद्यापीठात काम करताना मला पहिल्यांदा जाणवलं. आपण मनापासून लोकशाही स्वीकारणार असलो तर नोकरशाही यंत्रणा झपाट्याने बदलली पाहिजे. हे करणार नसलो तर मुळात 'खरं व्यक्तिस्वातंत्र्य म्हणजे काय?' हे तरुणांना समजणारच नाही, याची चीनसारखी खबरदारी तरी घेतली पाहिजे. आज आपल्या देशात राष्ट्रीयत्व नावाची गोष्ट शिल्लक नाही आणि याला अमेरिकेत आलेले भारतीय तरुण खचितच जबाबदार नाहीत.'

राजस्थान, आसाम, बिहार इथल्या तरुणांनी स्थानिक बेकारीला कंटाळून, अन्नपाण्याच्या शोधात कलकत्ता किंवा मुंबईची वाट धरणं हा पण 'स्थानिक ब्रेन ड्रेन'च नाही का? – असा प्रश्नही डॉ. आखाराम काचरे यांनी या चर्चेत १९६८ सालीच उपस्थित केला होता.

उलटसुलट चर्चेचा हा गदारोळ बराच काळ चालू राहिला.

राष्ट्रकार्य झिडकारून परदेशी चालू पडणाऱ्यांना सक्तीने देशातच बांधून घातलं पाहिजे, असं काहींना वाटत होतं.

– अशा सक्तीचा काही उपयोग होणार नाही. शिवाय त्यातून होणारा व्यक्तिस्वातंत्र्याचा संकोच लोकशाहीच्या मूळ धारणेलाच लांच्छन लावणारा आहे, अशी काहींची रास्त हरकत होती.

काहींना वाटे, गुणवंतांनी जगाच्या पाठीवर कुठेही राहावं, त्यांच्या ज्ञानाचा

अवघ्या मानव जातीला उपयोग व्हावा.

काहींचं म्हणणं होतं, अशाने जगभरातली बुद्धिमत्ता आपल्याकडे ओढून घेणारी प्रगत राष्ट्र अधिक श्रीमंत होतील आणि अर्धविकसित, दरिद्री राष्ट्रांना ओरबाडत राहतील.

काहींच्या मते उच्चशिक्षणासाठी परदेशी जाणं ठीक; पण त्या ज्ञानाचा उपयोग स्वदेशालाच झाला पाहिजे.

काहींना वाटत होतं, ज्यांना परदेशी जायचं त्यांना खुशाल जाऊ द्यावं... फक्त त्यापूर्वी त्यांच्या देशाने त्यांच्या शिक्षणावर खर्च केलेला पैसा त्यांच्याकडून वसूल करावा.

– एकूणच व्यक्तिगत संदर्भात 'अमूक तमूक परदेशी रवाना' या वर्तमानपत्री बातम्यांना अप्रुपाचं कौतुक असलं; तरी सामाजिक संदर्भात मात्र परदेशी उडून जाणाऱ्यांकडे बघण्याची दृष्टी टीका आणि संशयाचीच होती.

• •

१९८०च्या दशकात मात्र हे चित्र बदललं.

एकतर परदेशी स्थायिक व्हायला जाणाऱ्यांची संख्या वाढली होती. विमान प्रवासाचा खर्च थोडा आटोक्यात आल्यामुळे जा-ये सुरू झाली होती. पश्चिमेतल्या जगण्याचं, तिथलं संगीत-सिनेमा-खाण्यापिण्याचं आणि संस्कृतीचं आकर्षण भारतात रुजू लागलं होतं. डॉलर्समध्ये पैसे कमावणाऱ्या 'तिकडल्या' स्नेही सोबत्यांच्या भाग्याचा हेवा वाटू लागला होता. 'कोल्ह्याला द्राक्ष आंबट' या न्यायाने 'तिकडल्या' लोकांना देशद्रोही, संधीसाधू अशी शेलकी दूषणं देणाऱ्यांच्या मनात 'जमलंच तर आपणही अमेरिकेच्या ग्रीनकार्डाकरता धडपड करावी' असे बेत शिजू लागले होते.

भारतातल्या बंदिस्त, झापडबंद वातावरणाच्या किलकिल्या खिडक्या उघडणाऱ्या १९८०च्या दशकात पश्चिमेकडलं वारं घराघरात घुसलं. मध्यमवर्गाने कूस बदलली आणि 'परदेशगमना'कडे बघण्याची दृष्टीही!

आता मातृभूमीशी द्रोह करण्याची हरकत उरली होती ती फक्त 'तिकडे' गेलेल्या 'भाग्यवंतां'ना टोमणे मारून स्वतःच्या मनातली अतृप्तीची जळजळ शमवण्यापुरती.

अमक्या-तमक्यांचा मुलगा-सून 'परदेशी' असतात म्हणजे ते कसे पैशाच्या मागे लागलेले आहेत, माघारी एकट्या राहिलेल्या थकल्या आईवडिलांची त्यांना कशी पर्वा नाही, संस्कृतीची चाड नाही असं वाक्ताडन करणारे आप्तस्वकीय पुष्कळ होते. पण अमक्या-तमक्यांचा तोच मुलगा कुटुंबासह दोन-तीन वर्षांनी भारतभेटीवर आला; की त्या मंडळींचा 'जेट लॅग' जाण्याआधी हेच आप्तस्वकीय आशाळभूत

नजरांनी 'समाचारा'ला, ख्यालीखुशाली विचारायला हजर.

'समाचार' कसला?

– तर मालूताईंच्या भाचीला न्यूयॉर्क-न्यूजर्सीचं एखादं स्थळ मिळेल का?

– शरदकाकांच्या रोहितला 'तिकडे' एखादा जॉब मिळण्याचे चान्सेस किती आहेत?

आणि नजर विमानतळावरून नुकत्याच घरी येऊन पडलेल्या मोठमोठ्या अमेरिकन बॅगांवर.

कुणाकुणाला काय काय आणलं असेल? फॉरेनचा सुगंध असणाऱ्या इम्पोर्टेड गिफ्टस्?

– या देण्या-घेण्यावरून घडलेल्या छोट्या-मोठ्या रुसव्याफुगव्यांच्या कित्येक रसभरीत कहाण्या अनिवासी भारतीयांच्या लेखनात वाचायला मिळतात.

ललिता गंडभीर यांनी तर आपल्या एका खुमासदार लेखात 'महाराष्ट्रीय विरुद्ध अमेराष्ट्रीयन' वितंडवादाची जुगलबंदीच रंगवली आहे.

अमेरिकेहून येणाऱ्या मैत्रिणीच्या डॉलरमधल्या कमाईला रुपयाने गुणून अमेरिकेतल्या तिच्या 'श्रीमंती'चा भारतीय अदमासाने हिशेब करणारी मुंबईतली मैत्रीण... आपण तिला पाच-सहाशेची गिफ्ट द्यावी, वर हॉटेलात नेऊन दोन-अडीचशेचं जेवण घालावं; आणि 'ती' मात्र अमेरिकेतून काय आणणार? – तर फडतूस परफ्यूम; अशी तिची धुसफूस. अमेरिकेतल्या 'आळशी' बायका भारतातून कधी नव्हे तो आलेल्या अपुर्वाईच्या पाहुण्यांना फ्रीजमध्ये भरलेलं आठ आठ दिवसांचं शिळं अन्न वाढतात याचा राग. 'आम्ही एवढे गेलो; तर अमेरिकेत आमची जेवण्या-झोपण्याची व्यवस्था करण्यापलीकडे काहीऽऽऽ केलं नाही हो यांनी' याची फणफण!

– आणि अमेरिकेहून आलेल्या 'त्या' मैत्रिणीचे आश्चर्यचकीत, रागावलेले, थक्क होत विनवून केलेले खुलासे.

भारतात जाताना किमान शंभर तरी गिफ्टस् न्यायच्या; आणणार कुठून पैसे आणि करणार कधी शॉपिंग याचा ताण. व्हॅक्यूम क्लीनर, डीश वॉशर, दुपार सॅण्डवीचवर भागवून रात्री एकाच वेळचं जेवण शिवाय मॅकरोनी, नूडल्स आणि पिझ्झा असला तरी रोज दहा तासांची नोकरी करून कामाच्या बाईची मदत नसलेलं अमेरिकेतलं घर चालवणं किती दुष्कर असतं हे भारतातल्या मैत्रिणींना समजावताना तोंडाला आलेला फेस. अमेरिकेत आलेले पाहुणे यजमानाच्या खिशाला बिनदिक्कत चाट लावणार आणि अमेरिकतल्या त्याच यजमानांना मुंबई-पुण्यात 'होस्ट' करायची वेळ आल्यावर मात्र 'टॅक्सी करून या आमच्या घरी चहाला' अशा कोमट पाहुणचाराची परतफेड करणार – याचा डोकं तडकवणारा संताप.

– ही आरोप प्रत्यारोपांची लढाई प्रत्येकाच्याच वाट्याला आलेली!

प्रत्येक भेटीत असे चार-सहा फुटाणे फुटणार, लाह्या तडतडणार हे अगदी ठरलेलंच!

अमेरिकेहून येताना काय काय आणा याच्या लांबलचक याद्या पाठवणाऱ्या नणंदा-भावजया, 'ह्यूस्टनच्या त्या अमूक तमूक स्थळाची माहिती काढून आण गं' अशी फर्मानं सोडणाऱ्या आत्या-मावश्या, 'काही आणू नकोस... तू फक्त लवकर ये, आनंदाने राहा आणि सुखरूप परत जा' असा डोळ्यात पाणी आणणारा निरोप धाडणारी आई... भारतात आल्यानंतरचा धुमधडाका...

'तिकडे' राहाणाऱ्यांच्या भारतभेटी हा एक सोहळाच! – पण आठ-पंधरा दिवसांच्या या चुटपुटत्या भेटींनी जीव शांतवण्यापेक्षा ओरखाडल्याचे, बोचकारल्याचेच अनुभव जास्त!

कुणाला काय आणलं यावरून छुपे रुसवे. कुणाकडे जेवायला/चहाला गेलं/गेलं नाही यावरून नाराजी. कुणाशी मनमोकळं, खरंखुरं बोलायला जावं तर संभाषणाची गाडी भलत्याच रुळावर घसरून कडवटपणाचा नकोसा प्रसंग आणि कुणापासून चार हात दूरच राहावं तर 'खिशात डॉलर्स खुळखुळतात म्हणून माज चढल्या'चे आरोप.

– शिवाय भोवतीचं सगळं बदललेलं.

ना गाव ओळखीचं. ना दुकानं. ना शेजार-पाजार. ना पदार्थांच्या चवी.

इतका दीर्घ विरह सोसून दूर देशाहून आलेल्यांना ओळखीच्या 'जुन्या खुणा' शोधण्याची घाई; तर अमेरिकेत राहाणाऱ्यांच्या पाहुणचारात काही कमी राहू नये म्हणून धडपडणाऱ्या 'इकडल्यांना' आपली 'मॉडर्न लाईफस्टाईल' मिरवण्याची हौस.

त्यामुळे मग लसणीची चरचरीत फोडणी दिलेली लाल माठाची पालेभाजी-बाजरीची भाकरी आणि सायीचं घट्ट दही खायला उतावीळ 'अमेरिकन' भाऊ-वहिनीच्या ताटात बहिणाबाईंनी हौशीने केलेलं 'चायनीज फूड' येण्याचे प्रसंग फार.

पांढऱ्याधोप, नाजूक, पातळ पाऱ्यांचे उकडीचे मोदक आत्या फार छान करायची, या आठवणी काढून तिच्याकडे जेवायला जावं तर दादरच्या दुकानात 'ऑर्डर' देऊन आणलेले आयते मोदक पानात वाढून आत्या कौतुकाने सांगणार, 'आता आमच्या भारतातसुद्धा सगळं दुकानात मिळतं हो! अगदी उकडीचे मोदकसुद्धा मिळतात!!'

खाण्या-पिण्यात सगळं उलटंपालटं झालेलं. वागण्या-वावरण्यातही सगळे संकेत बदललेले.

'अमेरिकेहून निघताना मुलांना आणि ह्यालाही केस बारीक कापायला लावले होते. मी मात्र भारतात जायचं ठरल्यापासून चांगले वर्षभर केस वाढवलेले. पण भारतात आल्यावर बघितलं तर सगळ्या बायका स्टायलिश केस कापलेल्या, मुलींचे बॉयकट आणि मुलांचे मानेपर्यंत वाढलेले केस. क्रू कट केलेली माझी मुलं, नवरा

आणि केस वाढवलेली मी – आम्ही अगदीच गावंढळ ठरलो.'

– शोभा चित्रेंनी लिहिलेला हा अनुभव बहुतेकांच्या वाट्याला आलेला.

शिवाय कुटुंबातल्या धुमसत्या कुरबुरी. लांब राहाताना 'तुम्ही कसे आहात? आम्ही छान आहोत' यापलीकडे मुद्द्यापुराव्याचं काही बोलता येत नाही म्हणून जवळ असताना चार-आठ दिवसांत ओकलेलं गरळ. तीन वर्षांची साचलेली धुसफूस तीन तासांत उसळत्या ज्वालामुखीसारखी चटके देत भळभळणार. तेव्हाही 'तिकडून' आलेल्यांनी नुसतं ऐकून घ्यायचं. आधीच आपण 'दूर' राहातो या अपराधीपणाचं भूत मानेवर बसलेलं... शिवाय 'कशाला उगीच शब्दाने शब्द वाढवायचा? चार दिवस आलो आहोत घरी, तर असल्या गोष्टी कानाआड/मनाआड करून सुखाने राहू' – अशी स्वतःच स्वतःची समजूत काढायची.

– पण दर भारत भेटीत हेच.

देश सोडताना मनात जपून नेलेल्या चित्राचा एकेक धागा उसवलेला पाहाणंच नशिबी.

गाव बदललेलं. मूल्यं बदललेली. आपल्या माणसांचा 'आपलेपणा'सुद्धा पूर्वीचा नाही. चवी अनोळखी. कानावर पडणारे सूर वेगळे. 'तिकड'च्या परकेपणाला, धावपळीला कंटाळून सुखाच्या शांत विसाव्यासाठी भारतातल्या घरी यावं, तर 'आपल्या'च घराला परकेपणाचा वास आणि इथल्या नातेवाईकांना 'तिकडे' जाण्याची कोण घाई!! कुणाशी चार जिव्हाळ्याच्या गप्पा करायला जावं तर 'ग्रीनकार्ड, सिटीझनशीप, इमिग्रेशन' हेच विषय.

'कसे बाई राहाता तुम्ही त्या परक्या देशात? वर्षावर्षात ना माहेरपण, ना सासरच्यांशी गाठभेट. कसा जीव राहात असेल तुमचा, ईश्वर जाणे' – मनातल्या हुळहुळत्या जखमेवर हे असलं मीठ चोळून गेलेल्या कुणी साळकाबाई-माळकाबाई निरोपाची साखरपेरणी करायला येताना नुकत्या ग्रॅज्युएट झालेल्या नातीला बरोबर आणणार. 'हिला बघ बाई तिकडे असला कुणी ओळखीतला तर' असं साकडं घालणार.

'ग्रीनकार्ड' स्पॉन्सर करण्याची गळ घालणारे नातेवाईक. पंधरा-वीस वर्षांपूर्वीच्या मैत्रीचा हवाला देत जुनी ओळख नव्याने 'रिन्यू' करण्यासाठी धडपडणारे जुने स्नेही.

– साऱ्याच्या मुळाशी एकच : अमेरिकेची ओढ!

कसंही करून त्या स्वर्गात पाऊल ठेवण्यासाठी काडीइतका का असेना, पण आधार शोधण्याची धडपड.

एका बाजूला अमेरिकेला जाण्याच्या वेडाने पछाडलेला, 'अजी म्या ब्रह्म पाहिले' अशा भक्तीभावाने (अमेरिकेच्या पासपोर्टपुढे) हात जोडून उभा असलेला हा लोचट घोळका... आणि दुसरीकडे 'तिकडे जाऊन डॉलर्स कमावत असलात तरी तुमचं

एकूण 'सांस्कृतिक' जीणं आमच्यापेक्षा खालच्या प्रतीचंच' हे ठसवण्याची एकही संधी न सोडणारे भोचक नातेवाईक.

'तुमचं ठीक. पण त्या परक्या देशात तुमच्या मुलांचं भवितव्य काय?' – हा भात्यातला प्रमुख बाण.

मग तिकडची (असंस्कृत) संस्कृती. मोडकी कुटुंबं. उद्धट पोरं. एकटे आईबाप. ड्रग्ज. डेटिंग. डिवोर्स... कसलं मेलं ते फाजील जगणं!!!

'तिकडून' आलेल्यांशी 'इकडल्यां'चा सारा संवाद हा असाच. कृतक. वरवरचा. खरं बोलणं क्वचितच.

तिकडून येणाऱ्यांनीही खिशातल्या डॉलरला रुपयाने गुणण्याच्या नादात तिकडल्या आयुष्यातल्या प्रचंड धावपळीबद्दल, अखंड कष्टांबद्दल कधी स्वच्छ, स्पष्ट, खरं काय ते सांगितलं नाही. एन.आर.आय. स्टेटसवालं आपल्या अमेरिकेतल्या श्रीमंतीचं, ऐश्वर्याचं भारतातल्या नातेवाईकांनी रंगवलेलं (काल्पनिक) चित्र खोडून काढण्याचा प्रयत्न केला नाही. दहा-पंधरा दिवसांच्या वास्तव्यात घरच्या मंडळींना कशाला त्रास म्हणून 'सर्व सुखांनी समृद्ध आनंदाचे मुखवटे' विमानातून उतरल्या क्षणापासून चेहेऱ्यावर चढवले.

भारतात राहाणाऱ्यांना त्या मुखवट्यांचंच छुपं आकर्षण होतं.

– त्यामुळे समजून देण्या-घेण्याच्या, सुख-दुःखाच्या, मनातल्या, जिव्हाळ्याच्या गप्पा क्वचितच कधी घडल्या. ओरखडे, बोचकारेच वाट्याला आले. कळत-नकळत तोंडातून निसटून गेलेले तिरके, धारदार शब्द बोचले. त्या शब्दांचे व्रण आयुष्यभर मनात ठुसठुसत राहिले.

आणि अमेरिकेत गेलेल्यांकडे असं तिरक्या नजरेने पाहाता पाहाता स्वतःच्या मुलीला-मुलाला, स्वतःला 'इमिग्रेशन' मिळवण्याकरता मराठी माणसांनी(सुद्धा) त्या काळात काय खटपटी-लटपटी केल्या याच्या चित्तचक्षुवैचमत्कारिक कहाण्या इतिहासात अमर झाल्या.

याबाबतीत मराठी भाषकांचा इतिहास गुजराथी/पंजाब्यांएवढा कल्पक आणि रोमहर्षक नसला; तरी जेमतेम बी.ए. झालेल्या बंड्या/बाळ्याने अमेरिकेतल्या बहिणीने स्पॉन्सर केलेल्या ग्रीनकार्डावर अमेरिकेत घुसायचं आणि दोन-चार वर्षांत भारतात येऊन डॉक्टर/इंजिनिअर मुलगी बायको म्हणून पटकवायची – असले प्रकार पुष्कळ घडले. अमेरिकेतल्या मुलीशी नावापुरतं लग्न करून ग्रीनकार्ड मिळताक्षणी घटस्फोट घेणं, कसलातरी किरकोळ आधार पकडून एकाने अमेरिकेत प्रवेश मिळवणं आणि एकेक करत उरलेल्यांना 'तिकडे' ओढून घेणं, हेही घडलं.

'माझ्याबरोबर अमेरिकेत आलेल्या अनेकांच्या थोरल्या बहिणींची लग्नं निघाली,

तेव्हा खर्चासाठी 'इकडचा पैसा' हवा होता. धाकट्या बहिणी लग्नाला येईस्तोवर परिस्थिती इतकी बदलली होती, की त्या लग्नासाठी 'इकडचा नवरा'च हवा होता' – डॉ. सुरेश तलाठी सांगतात.

● ●

एरवी माहेरचा कावळा आला; तरी तो स्त्रियांना प्रिय असतो म्हणतात.

– पण आपलंच घरटं उचलून साता समुद्रापार दहा हजार मैलांवर नेल्यावर माहेरचा कावळा कसा येणार दारी?

उत्तर अमेरिकेतल्या गावोगावी पसरलेल्या मराठी माहेरवाशिणींचे, लेकी-सुनांचे, मुला-पुतण्यांचे, भाचा-भाचीचे पत्ते ना माहेरच्या कावळ्यांना सापडले, ना परसात पिंगा घालून माहेरी निरोप घेऊन जाणाऱ्या वाऱ्याला गवसले...

पण फुकटच्या पाहुणचाराला सोकावलेल्या पाहुण्यांनी मात्र कुठकुठल्या ओळखी काढून, नस्ती नाती चिकटवून अमेरिकेतल्या मराठी घरांत मुक्काम ठोकले... आणि वेळीअवेळी उगवणाऱ्या या अतिथींच्या स्वागताचा धर्म निभावता निभावता यजमानांच्या कमरेचे काटे ढिले झाले. त्यांच्या संडासातले कमोड मोडले, सिगारेटच्या थोटकांनी गालिचे जळले, गाडीतलं पेट्रोल संपलं, टायर झिजले, बेसमेन्टमधल्या बारमध्ये मांडलेल्या 'ब्लॅक लेबल'च्या बाटल्या संपल्या, उरल्या-सुरल्या गायब झाल्या... आणि अखखं अमेरिका दर्शन घडल्यावर परतीच्या विमानात बसताना उच्चारलेल्या 'कसली बाई तुमची ही अमेरिका? ना चव, ना ढव. तुमच्या मुलांना मराठी बोलता येत नाही. या इथल्या वातावरणात ती नक्की बिघडणार' असल्या भरतवाक्यांनी यजमान-यजमानिणीचे कान धन्य झाले.

– एका पाहुण्यांना विमानतळावर सोडून येईतो 'दुसरे कुणी' येत असल्याची वार्ता घरी पोचलेली असे... आणि तोवर जरा हुश्श करून श्वास घ्यावा तर आधीच्या पाहुण्यांनी नजर चुकवून/गुपचूप भारतात केलेल्या 'लाँग डिस्टन्स कॉल्स'चं भलं प्रचंड बील हजर!

पाहुण्यांच्या पहिल्या-वहिल्या बॅचमध्ये अमेरिकेहून तिकिटं पाठवून मुद्दाम बोलावलेले साहित्यिक, कलावंत तरी होते; किंवा भगवद्गीतेवर भाषण, ज्ञानेश्वरीवर प्रवचनं करीत गावोगाव फिरणारे गुरुजीतरी.

अमेरिकेत गेलेल्या पापी जीवांच्या धर्मरक्षणासाठी अवतरलेले कुणी आगटे गुरुजी शोभा चित्रेंच्या लेखनात भेटतात.

भाषेवर उत्तम प्रभुत्व आणि इतकं शुद्ध, अस्खलित मराठी ऐकण्याची सवय गेलेल्या एन.आर.आय. कानांना मंत्रमुग्ध करण्याची हातोटी... एवढ्या बळावर प्रवचनं हाणणारे आगटे गुरुजी! त्यांचा उद्देश एकच - उपदेश! अमेरिकेतल्या मराठी

माणसांनी कसं वागावं, देव-धर्म-संस्कृती-सणवार-उपासतापास सारं कसं टिकवून ठेवावं हे अखंड चालू! अमेरिकेतल्या मराठी घरांमध्ये पाहुणचार झोडायचा, दक्षिणा कनवटीला लावायची आणि भारतात परतल्यावर अमेरिकेच्या सांस्कृतिक अधोगतीच्या कहाण्या सांगत फिरायचं! महाराष्ट्रात परतल्यावर घरोघरी जाऊन अमेरिकेतल्या बायका कशी दारू पितात, सिगारेटी ओढतात, परपुरुषांना मिठ्या मारत हिंडतात असल्या गोष्टी रंगवून सांगणारे असले आगटे गुरुजी प्रारंभीच्या काळात पुष्कळ होते.

– शिवाय मुला-सुनेकडे/लेक-जावयाकडे/भाच्या-पुतण्याकडे राहून थोडी अमेरिका पहावी म्हणून आलेले नातलग.

कधी नव्हे ती ही मंडळी अप्रुपाने येणार. त्यांचं आगतस्वागत, खाणं-पिणं, अमेरिकेतलं साईट सिईंग नीट पार पडावं म्हणून जीवापाड धडपडणाऱ्या बहुतेकांच्या नशिबी आले ते असह्य कष्ट. कंबरडं मोडणारा खर्च आणि अशक्य तारांबळ.

अमेरिकेत राहाणारी आपली माणसं डॉलर्स कमावतात, यापलीकडे त्यांच्या राहाण्या-जगण्याच्या पद्धतींविषयी, आठवडाभर घाम काढणाऱ्या त्यांच्या कामाच्या ताणाविषयी येणाऱ्या पाहुण्यांना काही माहिती नव्हती, ही प्रारंभीच्या दिवसातली प्रमुख अडचण. अमेरिकन संडासातले कमोड कसे वापरायचे आणि बाथरूममधल्या नळांमधून गार-गरम पाणी कसं शोधायचं या साध्या गोष्टीही प्रारंभी अपरिचित होत्या. त्यातून बरेच घोटाळे झाले आणि किरकोळ गोष्टींना थेट मानापमानाचं रूप आलं. 'अतिथी देवो भव' असं मानणारी महाराष्ट्रातल्या मोकळ्याचाकळ्या आतिथ्याची संस्कृती अमेरिकन जगण्यात बसवणं मुश्कील आहे, हे मान्य न करता पाहुण्यांसाठी औरसचौरस स्वयंपाकाचा घाट घालणाऱ्या अमेरिकेतल्या गृहिणींनी स्वहस्ते मनःस्ताप, कष्ट ओढवून घेतले.

आणि 'उद्या अमूक फ्लाईटने येत आहे' इतक्या तातडीच्या पूर्वसूचनेवर महाराष्ट्रातून गेलेल्या पाहुण्यांनीही मागचापुढचा विचार न करता चांगलं ऐसपैस बस्तान ठोकलं.

यातून फक्त घोळ होणंच शक्य होतं. तोंड दाबून बुक्क्यांचा मार. बोलावं तरी पंचाईत. न बोलावं तरी पंचाईत.

मग हळूहळू 'एकता'मधल्या कथांमध्ये, बृहन्महाराष्ट्र वृत्तातल्या एखाद्या लेखात या पाहुण्यांच्या मनःस्तापाबद्दल चुकार उल्लेख येऊ लागले.

अमेरिकेत आल्यावर साध्या अंड्यालासुद्धा हात न लावता आपली शाकाहारी श्रद्धा नियमाने जपणाऱ्या कुटुंबांवर 'तुम्ही बीफ खाता. धर्मबुडवे आहात' असा आरोप करून जवळच्या गडूतलं गोमूत्र शिंपडून शुद्धीकरण करणारे आजी-आजोबा पाहुणे म्हणून राहून गेले.

'तुमच्या एवढ्या श्रीमंत अमेरिकेत आंबेमोहोर तांदूळ नाही वाटतं मिळत?'-

असे खोचक टोमणे उच्चारले गेले.

कुणा पाहुण्यांनी येताना जुन्या बॅगा आणल्या. अमेरिकेत केलेलं शॉपिंग त्यात मावेनासं झाल्यावर (यजमानांच्या खर्चाने) नव्याकोऱ्या दणकट बॅगांची खरेदी झाली. त्या डॉलर्सचे रुपयातले पैसे परत करणं राहूनच गेलं.

– असल्या गंभीर आणि गमतीदार अनुभवांबद्दल कुणी कुणी लिहायला लागलं.

पण आडपडदा न ठेवता पहिल्यांदा स्वच्छ, स्पष्ट लिहिलं ते शोभा चित्रे यांनी. आता इतकी वर्षं उलटून गेली तरी अमेरिकेतल्या घरोघरच्या गृहिणी अजून 'अतिथी देवो भव' या लेखाची कृतज्ञतेने आठवण काढतात. म्हणतात, बरं झालं शोभाने इतकं थेट लिहिलं ते. कुणीतरी बोलायला हवंच होतं.

आंघोळीच्या वेळी शॉवर घेताना प्लास्टिकचा पडदा टबच्या बाहेर सोडून खालच्या मजल्यावरच्या माणसाच्या घरात पूर आणणारे पाहुणे, टॉयलेटमध्ये सिगरेट ओढून अमेरिकन टॉयलेटला चाळीतल्या संडासाची कळा आणणारे पाहुणे, 'तपकिरीची टूथपेस्ट आणून द्या' म्हणून यजमानांचा जीव टांगणीला लावणारे पाहुणे अशा अस्सल नमुन्यांबद्दल शोभा चित्रे यांनी लिहिलंच, पण शॉपिंगसाठी हजारो डॉलर्स खर्च करण्याची 'ऐपत' मिरवणारे पाहुणे बाकीचे सगळे खर्च यजमानांवर टाकताना जराही कसे कचरत नाहीत, असा थेट प्रश्नही केला. शॉपिंग आणि साईट सीईंगच्या कष्टाने दमलेल्या पाहुण्या बायका हाश्शहुश्श करत कोकाकोलाची नाहीतर ड्रिंक्सची ग्लासं घेऊन गप्पांना बसतात; तेव्हा धुणं-भांडीवाली बाई, स्वयंपाकीण नसलेल्या अमेरिकन घरात दिवसभर नोकरी करून आलेली गृहिणी एकटी स्वयंपाकाला जुंपलेली असते, याबद्दलचा संताप तर आज इतक्या वर्षांनंतरही अमेरिकेतल्या मराठी घरांमध्ये ऐकू येतो.

येणाऱ्या माणसांकडून मागे राहिलेल्या मायदेशाच्या चार गोष्टी कळाव्यात, त्यांच्याबरोबर बसायला-बोलायला-चर्चा करायला मिळावी, अशा रंगलेल्या गप्पांमधून दोन देशांमधलं अंतर थोडं कमी व्हावं; म्हणून प्रारंभीच्या दिवसांमध्ये पाहुण्यांची असोशी होती. शोभा चित्रे लिहितात, 'आलेल्या पाहुण्यांच्या रूपात, त्यांच्या गप्पांत कुठेतरी आपले आई-वडील, भावंडं दिसतील. स्नेही भेटतील. नवीन स्नेहबंध जुळतील, अशी आशा असे.'

या आशेखातर अमक्या-तमक्याच्या काकांची मेहुणी, दूरच्या कुणा मैत्रिणीच्या चुलत सासूबाई, मुंबईतल्या शेजारणीच्या भावाचे मित्र... अशा कुणाकुणाला या घरांनी अगत्याचे 'होस्ट' केलं. त्यांच्याकरता विमानतळांच्या खेपा केल्या. स्वत:च्या खिशाला चाट लावून त्यांना साईट सीईंग करवलं. त्यांच्या शॉपिंगच्या पिशव्यासुद्धा उचलल्या.

– त्यातून आनंद मिळाला,

वर्षानुवर्षं जपावेत असे स्नेहबंध निर्माण झाले. काव्य-शास्त्र-विनोदाच्या मैफलींनी कधी कडाक्याच्या वैचारिक वादविवादांनी रात्री जागवल्या गेल्या. जीवाभावाचे मित्र मिळाले, तसा मन:स्तापसुद्धा!

पण सॅटेलाईट टी.व्ही. आणि इंटरनेटमुळे जग जवळ येण्यापूर्वीच्या त्या काळात, एखादं तरी मराठी गाणं कानावर पडावं... मराठी नाटक बघायला मिळावं... आपल्या घरात मराठी कविता वाचली जावी यासाठी असोशीने धडपडणाऱ्या या विदेशवासी मराठी कुटुंबांना खरा मन:स्ताप दिला तो 'लेखक-कवी-कलावंत' असण्याच्या गुर्मीत अमेरिकेच्या दौऱ्यावर येणाऱ्या सरस्वतीपुत्रांनी!

'माझं काहीच निश्चित नसतं. मनात येईल तसं वागतो. ठरवून काही करत नाही. तुमच्याकडे ना? कधी येईन ते कसं सांगू? इथून कदाचित शिकागोला जाईन. अलास्का किंवा मॉस्कोलासुद्धा जाईन. मला शक्य होईल आणि यावंसं वाटेल तेव्हा तुमच्याकडे येईन' अशा शब्दात अमेरिकेतल्या यजमानांशी वागणाऱ्या एका भारी-भक्कम सरस्वतीपुत्राचा 'कलंदरपणा' सोसता सोसता जेरीला आलेल्यांची चीड आणणारी कहाणी (नाव न घेता, पण 'हे गृहस्थ कोण?' ते कळेल अशा बेताने) शोभा चित्रे यांनीच लिहिली आहे.

'जॉनी वॉकर रेड लेबल'चे ग्लासवर ग्लास रिते करणाऱ्या, फुकट मिळाली म्हणून दिवस-रात्र अखंड ढोसत राहाणाऱ्या आणि वर 'कोणाच्याही घरात घुसून ओळखदेख नसताना वाट्टेल तेवढे दिवस त्यांचा पाहुणचार आपण कसा चापतो' हे स्वत:च्या कलंदर गुर्मीत गुरकावून बोलणाऱ्या या गृहस्थांना चित्र्यांच्या सुसंस्कृत, वाङ्मयप्रेमी घराने अखेर हाकलून लावलं.

– असे प्रसंग खरं तर अतिथी आणि यजमान; दोघांनाही लाज आणणारे. पण ते घडले. महाराष्ट्रात आणि अमेरिकाभर त्यांची उत्तरनाट्यंही मग कितीतरी दिवस रंगत राहिली.

अमेरिकेत राहाणाऱ्या झाडून साऱ्या मराठी माणसांना अगदी थरथरणारा संताप आणणारे आणि पंचवीस-तीस वर्षांपूर्वी केलेल्या 'लेखी' अपराधाबद्दल अजूनही खास ठेवणीतल्या शेलक्या अमेरिकन शिव्या खाणारे मराठी लेखक प्रामुख्याने तीन- रमेश मंत्री, सुभाष भेण्डे आणि बाळ सामंत.

'अमेरिका हा अधोगतीच्या चिखलात रुतत चाललेल्या, वेड लागलेल्या, भ्रमिष्ट माणसांचा 'बेपत्ता देश' आहे' असा एकारलेला आरोप ठोठावणाऱ्या पु. ल. देशपांडे यांनीही 'तिकडल्या' मराठी कुटुंबांचा संताप ओढवून घेतला होता; पण पुढे त्या अपराधाचं सव्याज परिमार्जन पुलंनी केलं. पुलंवर फार काळ राग धरणं शक्य नव्हतं; पण 'पुलंनीसुद्धा असं भलतंच काही लिहावं' याच्या आश्चर्यकारक रागाचे

व्रण अजूनही अमेरिकेतल्या मराठी मनांना सलतात.

गाठ-निरगाठ आणि उकल या गुंत्यात अडकलेल्या मराठी साहित्य विश्वात ज्या काळी (मध्यमवर्गीय) लेखकांच्या तोकड्या अनुभवविश्वाची चर्चा होत असे; त्याच्या आगे-मागे जग बघण्याची संधी मिळालेल्या मोजक्या मराठी लेखकांची 'दृष्टी' किती मर्यादित, संकुचित होती, याचे पुरावे या लेखकांनी स्वतःच लिहून ठेवले आहेत.

त्यातले पहिले रमेश मंत्री.

अमेरिकन सरकारच्या सेवेत – 'युसिस'मध्ये – अधिकारी असलेले रमेश मंत्री अमेरिकेत प्रवासाला गेले ते सरकारी खर्चाने. खिशात डॉलर्स घेऊन. पण १९७०च्या दशकात त्यांना 'दिसलेली' अमेरिका स्त्री-पुरुषांच्या मुक्त लैंगिक संबंधांनी गजबजलेली, दारूत बुडालेली, मादक द्रव्यांच्या अंमलाखाली झिंगलेली, गोऱ्या गुबगुबीत पोरींच्या अर्ध्या चड्ड्यांमध्ये झुलणारी आणि त्यांच्या उघड्या वक्षांमध्ये हिंदकळणारी अशीच होती. 'सुखाचे दिवस' हे रमेश मंत्रींचं पुस्तक म्हणजे केवळ शरीराच्या सुखोपभोगासाठी, जुगाराची झिंग अनुभवण्यासाठी आणि आंबटशौक पुरवण्यासाठी ओंगळ उत्सुकता घेऊन अमेरिका पाहाणाऱ्या/अनुभवणाऱ्या/भोगणाऱ्या रंगेल प्रवाशाची आंबटचिंबट डायरीच आहे.

मंत्रींमधल्या लेखकाला त्या काळच्या अमेरिकेत काय काय दिसलं असेल, कोण जाणे! पण त्यांना लिहावंसं वाटलं ते मात्र न्यूयॉर्कमधल्या लाईव्ह सेक्स शोबद्दल, वाय.एम.सी.ए. हॉस्टेलच्या बाथरूममध्ये नग्नावस्थेत आंघोळ करणाऱ्या स्त्री-पुरुषांबद्दल, 'आम्ही पुरुषांच्या मुताऱ्यांमध्ये जाऊ. ते आमच्यावर बलात्कार करतील तर आम्हीही त्यांच्यावर करू' अशी स्त्री-स्वातंत्र्याची भलती व्याख्या सांगणाऱ्या... 'सेव्ह द रेप, से येस' असा बिल्ला छातीवर लावून फिरणाऱ्या वॉशिंग्टनमधल्या कुणा पॅट्रिशियाबद्दल आणि नग्नावस्थेत नाचताना उभार स्तनांवर आईस्क्रीमचे गोळे ठेवून ते मटकावायला पुरुषांना उद्युक्त करणाऱ्या मायामी- न्यू ऑर्लीअन्समधल्या फटाकड्या नाईट क्लब डान्सर्सबद्दल.

मंत्रींमधला 'लेखक' अमेरिकतल्या 'ड्राईव्ह इन' थिएटरमध्ये जातो तो तिथला उघड्यावरचा चावट रोमान्स पाहण्यासाठी. 'लास वेगास'मध्ये रात्री घालवतो तो स्कॉच व्हिस्की पिऊन झिंगण्यासाठी.

शिकागोच्या विमानतळावर सात सेकंदाला एक विमान उडतं. आणि विमान कंपन्यांच्या हपिसात खुर्चीवर नुस्तं बसून राहिलं तरी दर मिनिटाला दोन अर्धे वक्ष दिसतात; म्हणजे एका तासाला साठ सुंदर स्तन पाहाता येतात – ही मंत्रींची अमेरिकेतली 'निरीक्षणं'!

रमेश मंत्रींनी अनुभवलेले हे 'सुखाचे दिवस' प्रसिद्ध झाले १९७५ मध्ये. त्याआधीच्या एक-दोन वर्षांत त्यांचा प्रवास घडला असणार, म्हणजे त्या काळात

अमेरिकेत मराठी कुटुंबांनी आपलं बस्तान बसवायला सुरुवात केली होती. गंमत म्हणजे, सरकारी पाहुणचारातली हॉटेलची व्यवस्था संपल्यावर उरलेला प्रवास मंत्रींनी गावोगावच्या मराठी कुटुंबांमध्ये पडशी टाकत टाकतच केला.

ई-मेल, टेलिफोन पूर्वीच्या त्या काळात, रमेश मंत्रींनी अमेरिकाभरचे पत्ते मिळवून वेगवेगळ्या मराठी कुटुंबांना चक्क पत्रं टाकली होती – 'अमूक तारखेला तुमच्या गावात येत आहे.' आपण पत्रं टाकली म्हणजे ती मिळालीच असतील आणि (एवढा मोठा मराठी लेखक आपल्या घरी येतो या अपूर्वाईने) स्वागतच होईल; अशा खात्रीने मंत्री अमेरिकाभर फिरले. ॲटॅचीमध्ये पत्त्यांची यादी टाकून केलेल्या या प्रवासात अमेरिकेतल्या मराठी कुटुंबांनी आपला कसा भरभरून पाहुणचार केला, याबद्दल मंत्रींनी लिहिलं आहे.

– पण त्यांना ना या दर्यापार गेलेल्या सहोदरांशी गप्पा माराव्याशा वाटल्या, ना त्यांचं जगणं, त्यातली आव्हानं समजून घ्यावीशी वाटली.

भारतात परतल्यावर त्यांनी लिहिली ती गोऱ्या अमेरिकन पोरींच्या उघड्या-वाघड्या शरीरांशी राकट, रासवट 'काळे' निग्रो पुरुष न्यूयॉर्क-शिकागोच्या भर रस्त्यात करतात त्या चाळ्यांची आंबट वर्णनं.

मद्यानंदात बुडालेला, लैंगिक सुखोपभोगात लडबडलेला स्वैर, स्त्रैण देश अशी अमेरिकेची 'एकरंगी' प्रतिमा रंगवणारे रमेश मंत्री परवडले म्हणावं; असा प्रमाद त्यांच्यानंतर दहा वर्षांनी केला तो सुभाष भेण्डे यांनी.

'प्रश्न निर्माण करायचे, ते सोडवायचे... मग पुन्हा नवे प्रश्न निर्माण करायचे आणि ते सोडवत बसायचं' असा मूर्ख खेळ खेळणारा अमेरिका हा भ्रमिष्ट, चक्रम माणसांचा वेडसर देश आहे' असा ठामठोक निष्कर्ष काढणारं सुभाष भेण्डे यांचं पुस्तक- 'गड्या आपुला गाव बरा'.

– ते प्रसिद्ध झालं १९८५ साली.

अमेरिकेतली (चक्रम) माणसं साध्या चौकाला 'बुलेवर्ड' म्हणतात, पेट्रोलला 'गॅस' आणि दुकानाला 'मॉल' म्हणतात, अर्धी चड्डी घालून रस्त्याने (वेड्यासारखे) धावत सुटतात; त्याला 'जॉग करणं' म्हणतात, अमेरिकेतल्या पोरी कम्प्युटरवर लग्नं जुळवतात, कुत्र्या-मांजरांना पलंग आणि गाद्यांवर झोपवतात, लग्नाला पाच-सात-दहा वर्षं झाली(च) तरी नवरा बायको जाता-येताना एकमेकांचे मुके घेतात, मिठ्या मारतात, ढुंगणावर फाटक्या पॅण्टी घालतात आणि त्याला फॅशन म्हणतात... अशा अनेकानेक गोष्टींची यथेच्छ टर उडवणाऱ्या या पुस्तकात सुभाष भेण्डे यांनी रंगवलेल्या अमेरिकेला आणखी एक चेहरा आहे –

निर्दय, खुनशी, एककल्ली आणि चक्रम!

वरवर सुखी, समृद्ध, श्रीमंत दिसणारा अमेरिका नावाचा सोनेरी पिंजरा हे एक 'एअरकण्डिशण्ड नाईटमेअर' – वातानुकूलित दु:स्वप्न आहे; हा भेण्डेच्या एकूण निरीक्षणांचा निष्कर्ष.

सतत परिश्रम करणाऱ्या, अखंड घाम गाळणाऱ्या दीर्घोद्योगी माणसांमुळे अमेरिकेला ऐहिक सुखाची परमावधी गाठता आली. या देशात माणसाला, माणसाच्या श्रमांना जी प्रतिष्ठा आहे; ती जगाच्या पाठीवर कुठेही नसेल – हे १९८५ साली आवर्जून सांगणारे भेण्डे अमेरिकेला 'चक्रम' म्हणतात... का? – तर पुन्हा तेच! शरीराचे भोग, मादक द्रव्यांची झिंग आणि मोडकी कुटुंबं!

तब्बल वीस-पंचवीस वर्षांपूर्वी मध्यमवर्गीय चौकटीतल्या मराठी लेखकाच्या कानावर गे-लेस्बियन असली समलिंगी संबंधांच्या वास्तवाची किटाळं पडल्यावर त्याच्या डोक्याची सांस्कृतिक शकलं उडणं स्वाभाविक होतं. भेण्डे याला अपवाद ठरले नाहीत.

त्यांनी अमेरिकेहून परतल्यावर 'अमेरिका हा आजच्या जगातला सर्वांत बलाढ्य, सर्वांत श्रीमंत आणि सर्वांत भयानक देश आहे' असा निष्कर्ष जाहीर करून टाकला.

– इथवर थांबते तर ठीक होतं.

पण सुभाष भेण्डे यांनी आणखी एक गोष्ट केली- अमेरिकेत राहाणाऱ्या मराठी कुटुंबांच्या यशापयशाचं, सुखदु:खांचं मूल्यमापन!

सुभाष भेण्डे लिहितात ती संस्कृतीचा, रुढी-परंपरांचा आधार हरवलेल्या, मुलांपासून तुटलेल्या, मातृभूमीच्या आठवणीने क्षणोक्षणी गदगदणाऱ्या, वरवर यशस्वी दिसणाऱ्या पण आतून पोखरलेल्या मराठी माणसांच्या बेगडी आयुष्याची (तद्दन खोटी, एकांगी) व्यथा.

साहित्यिक-सांस्कृतिक कार्यक्रमांची निमित्तं करून दारू प्यायला, गप्पा ठोकायला एकत्र जमणाऱ्या, समोर चाललेल्या गाण्या-बजावण्यातला, कथाकथन-कविता वाचनातला ओ की ठो न कळणाऱ्या अमेरिकेतल्या मराठी माणसांची त्यांनी टिंगल मारली; आणि उरस्फोड करून सांस्कृतिक कार्यक्रमांचा मांड मांडणाऱ्यांच्या हालअपेष्टांची कीवही केली.

अमेरिकेत गावोगावी राहून, फिरून, पाहून झाल्यावर भेण्ड्यांचा निष्कर्ष मोठा गंमतीचा आहे. त्यांनी लिहिलं, 'खावं, प्यावं, चैन करावी, मोटारी उडवाव्या, टी.व्ही. पाहावा हे म्हणजे जीवन असं ज्यांना वाटतं; त्यांच्यासाठी अमेरिकेसारखा दुसरा देश नाही. ऐहिक सुखापलीकडे ज्यांना काहीही नको असतं; त्यांनी अवश्य अमेरिकेत जावं.'

लेखनाच्या प्रारंभी ज्यांची कष्टाळू म्हणून प्रशंसा केली; त्याच अमेरिकन माणसांना सुखलोलूप म्हणून हिणवून वर भेण्ड्यांनी लिहिलं,

'अमेरिकेत ज्याला कायमचं राहायचं असेल त्याचा स्वभाव एकलकोंडा हवा. गर्दीपासून दूर राहाण्याची आवड हवी. 'इण्ट्रोव्हर्ट' माणसासाठी अमेरिका आहे... माझ्यासारख्या 'एक्स्ट्रोव्हर्ट'साठी नाही.'

– या सुखलोलूप, एकलकोंड्या (मराठी) अमेरिकन माणसांची मुलं बंद दाराच्या आत जगणारी कुढी असतात, त्यांना मराठी येत नाही, भारतातल्या हसत्याखेळत्या वातावरणाला (बिचारी) मुकतात, 'रबर प्लान्ट' वापरून वटसावित्री साजरी करणाऱ्या नॉस्टॅल्जिक पेरेन्टस्च्या गोंधळात हरवून जातात... गंजीफ्रॉक घालणाऱ्या, धोतर नेसणाऱ्या मुंबईतल्या आजोबांना 'हॉरिबल लुकिंग फनी गाय' म्हणतात... त्यांना भारत ही एक 'डॅम बोअरिंग कन्ट्री' वाटते...

'अशा' मुलांचं पुढे काय होणार?

त्यांना गणेश चतुर्थीचा अर्थ कळणार का?

– असले प्रश्न उपस्थित करणाऱ्या सुभाष भेण्डे यांच्या या लेखनाची अमेरिकेत तीव्र प्रतिक्रिया उमटणं स्वाभाविकच होतं.

तसंच झालं!

पण अमेरिकेत राहाणारी माणसं संतापाने अक्षरश: तुटून पडली ती 'अमेरिकेतील मराठी माणसं : कथा आणि व्यथा' हा लेख लिहिणाऱ्या बाळ सामंतांवर. अमेरिकेच्या प्रवासातल्या 'सूक्ष्म-दर्शना'च्या आधाराने सामंतांनी काढलेले निष्कर्ष मोठे मासलेवाईक होते.

– मराठी माणसांना अमेरिकेत द्वितीय-तृतीय दर्जाची वागणूक मिळते.

– मराठी माणसांचा अमेरिकन लोकांशी फार संबंधच येत नाही.

– मराठी लोक स्वस्त मालाच्या दुकानात जातात.

– मराठी लोक 'शिवास रिगल'सारखी उंची दारू पित नाहीत. कारण त्यांना ती परवडत नाही.

– विटा नाहीत, दगड नाहीत की काँक्रीट नाही. भारतीय लोकांची घरं चक्क लाकडाची असतात आणि मोठ्या शहरात राहाण्याची ऐपत नसल्याने ही मंडळी चक्क साठ-सत्तर मैलांवर असलेल्या छोट्या उपनगरात राहातात.

या पातळीवर जाऊन केलेली टीका (आणि तीही धादांत चुकीचे मुद्दे/माहितीवर आधारलेली) – हे त्या काळातल्या मराठी साहित्यिकांनी घडवलेलं अमेरिकेतल्या भारतीयांचं/मराठी माणसांचं जीवनदर्शन!

अमेरिकेत सगळीच घरं लाकडी असतात आणि मोठ्या शहरातल्या गर्दीपासून दूर साठ-सत्तर मैलांवरल्या निवांत उपनगरांमध्ये राहाणं हे अमेरिकन संदर्भात संपन्नतेचं/प्रतिष्ठेचं लक्षण मानलं जातं – अशा मुळाक्षरांपासून सुरुवात करून मग अमेरिकेतल्या मराठी माणसांनाच आपल्या जगण्याची बाराखडी दहा हजार मैलांवरून

समजवावी लागली.

आपण ज्यांना श्रीमंत (आणि सुखी) मानतो, त्या मराठी माणसांची मुलं शिकता शिकता हॉटेलात, दुकानांत किरकोळ नोकऱ्या करतात आणि त्यांच्या आईबापांना फावडी, कुदळी, खुरपी घेऊन घरापुढल्या बागेत (स्वत:) राबावं लागतं, याचीही बाळ सामंतांनी टर उडवली होती.

अमेरिकन जगण्याचं सूत्रच लक्षात न घेता अनमानधपक्याने मन मानेल तसे निष्कर्ष काढून परदेशस्थ आप्तांना झोडपणाऱ्या या असल्या बेजबाबदार लेखनाचा सीमेपार धिक्कार होणं स्वाभाविक होतं.

याबाबतीतली पहिली चूक सुधारून घेत दूरदेशी गेलेल्या या माणसांची मनं जिंकली ती पु. ल. देशपांडे यांनी!

'दृष्ट लागण्यासारखी घरं, सुंदर बगीचे, अन्नधान्य-फळफळावळ-फुलं-दुधदुभत्याची समृद्धी डोळे दिपावी अशी; सहस्त्र कुबेरांचं ऐश्वर्य अशी एकेक महानगरं... प्रथमदर्शनी वाटतं, काय ही भाग्यवान माणसं! – पण प्रत्यक्षात अमेरिका हा आतून सडलेल्या गुलाबी सफरचंदांचा सुंदर बगिचा आहे' असा निष्कर्ष काढणाऱ्या पु. ल. देशपांडे यांनी प्रारंभी अमेरिकेला स्वत:चाच पत्ता हरवलेला 'बेपत्ता देश' म्हटलं.

आई भाजीला गेली तर धाकट्या भावाकडे लक्ष दिल्याबद्दल 'बेबी सिटिंग'चा मोबदला आईकडून वसूल करणारी मुलं, एकटी मरायला सोडून दिलेली वृद्ध माणसं ('इथे फुलांचं निर्माल्य नाही, तर पाचोळा होतो.') न्यूयॉर्कसारख्या शहरात भर रस्त्यात गाठून डोकी फोडणारे 'मगर्स', स्वातंत्र्याच्या शोधात आईबापांना सोडून पळालेली सार्वजनिक बागांमध्ये कुत्र्या-मांजरासारखे देहाचे भोग भोगणारी तरुण व्यसनधुंद जोडपी, नाजूक भावनांच्या चिखलात रुजलेली निर्लज्ज कोडगी नग्नता या साऱ्या विश्वरूप दर्शनाने पुलंमधला संस्कृतीपूजक अस्वस्थ होणं स्वाभाविक होतं. 'अत्याहारामुळे अपचनाचा रोग झालेली अमेरिका हे अतोनात समृद्धीचं सैतानी अर्भक आहे. या देशाला 'रोज काहीतरी नवं, निराळं हवं असण्याचा रोग' लागला आहे, त्यामुळे रस्त्यातल्या वाहनांच्या भ्रमंतीपेक्षा या देशात वेड्या, भ्रमिष्ट मनांची भ्रमंती अखंड सुरू असते' – असं पुलंनी अत्यंत तीव्र संतापाने लिहिलं. विकत घेतलेल्या (लाकडाच्या) अमेरिकन घरात बॅगेत भरून आणलेल्या देवांची पूजा करणाऱ्या आणि अमेरिकेत भारतीय संस्कृती राखायची म्हणून आठवणीने लावलेल्या समईच्या ज्योतीवर नकळत सिगरेट पेटवणाऱ्या भारतीय माणसांच्या जगण्याची कीवही केली.

– ही १९७४ च्या आसपासची गोष्ट.

पण हेच पु.ल. १९८७ साली बृहन्महाराष्ट्र मंडळाच्या अधिवेशनाचे अध्यक्ष म्हणून अमेरिकेत गेले; तेव्हा न्यूजर्सीत जमलेल्या मराठी माणसांना म्हणाले,

'अमेरिकेतल्या डीप फ्रीजमध्ये घालून मराठी संस्कृती टिकवण्याची धडपड व्यर्थ आहे. त्या भानगडीत पडू नका. संस्कृती ही व्यवहाराबरोबर सतत बदलणारी गोष्ट आहे. सर्वांना मान्य अशा रोजच्या जीवनातल्या सवयी म्हणजे संस्कृती.'

न्यूजर्सीतल्या या भाषणात पुलंनी 'राईट टू एन्जॉय लाईफ' हा मूलभूत हक्क मानणाऱ्या व्यक्तिस्वातंत्र्यवादी अमेरिकेचं तोंड भरून कौतुक केलं.

अमेरिका म्हणजे 'मगिंग, ड्रगिंग आणि माफिया' एवढीच समजूत करून घेणं मूर्खपणाचं आहे; हे पुलंनी दहा-बारा वर्षांनंतर का असेना पण जाहीरपणे मान्य केलं आणि वर ते म्हणाले,

'ज्या भारतीय संस्कृतीचे आपण गोडवे गातो त्यात शंकराचार्य झाले, तसा भर दरबारात भावजयीला विवस्त्र करू धजणारा दुःशासनही झालाच की! तेव्हा अनीती, गुन्हेगारीचा मक्ता फक्त अमेरिकेनेच घेतलाय असं मानायचं काही कारण नाही.'

पुलंनी अमेरिकेतल्या विश्वविद्यालयांची, तिथल्या ज्ञानोपासनेच्या अमर्याद संधी आणि मार्गांची प्रशंसा केली. 'परक्या देशात मुलांवर कसले संस्कार होतील' या काळजीने हैराण झालेल्या आई-बाबांना ते म्हणाले,

'तुमच्या मुलांना मराठी भावगीतं नसतील आवडत, तर न आवडू देत. त्यांना कुमार गंधर्व नाही कळला म्हणून फार काही बिघडत नाही. तुमच्या मुलांचं बाख आणि बिथोवेनच्या सुरांवर प्रेम जडलं; तरी ती सुसंस्कृतच आहेत याची खात्री धरा.'

● ●

सुभाष भेण्डे, बाळ सामंत, अगदी रमेश मंत्री यांनीसुद्धा अमेरिकेबद्दल (आणि त्या त्या काळात तिथे राहाणाऱ्या मराठी माणसांबद्दल) जे जे लिहिलं; त्यातली अतिशयोक्ती-अतिरंजितता सोडली; तर त्यांच्या म्हणण्यात 'तथ्य' जरूर होतं.

गुन्हेगारी, व्यसनाधीनता, समृद्धीच्या अतिरेकातून येणाऱ्या कंटाळ्याचा तवंग, हा कंटाळा घालवण्यासाठी रोज नवी झिंग आणणारी काही ना काही फॅडं शोधण्याची केविलवाणी धडपड – या साऱ्या गोष्टी अमेरिकेच्या पाचवीला पुजलेल्या. हे प्रश्न तेव्हा होते, त्यातले काही तर आज आणखी गंभीर झाले आहेत.

योनिशुचितेच्या नैतिक कल्पनांचा पौर्वात्य गंध नसलेल्या त्या मुक्त संस्कृतीतल्या लैंगिक स्वैरपणाचा आणि सभ्यतेचे ('भारतीय') संकेत न मानणाऱ्या नग्नतेचा मराठमोळ्या, मध्यमवर्गीय बुद्धिवाद्यांना त्रास होणं स्वाभाविक होतं... पण आश्चर्य वाटतं ते एकाच गोष्टीचं. या निर्लज्ज, चवचाल हैदोसापलीकडची अमेरिका समजून घेण्याची गरज तत्कालीन मराठी लेखकांना का वाटली नसावी? महिना-पंधरा दिवसांच्या भटकंतीत वरवर पाहिलेली चित्रं आपल्या नजरेला इतकी 'विचित्र' दिसतात खरी; पण तरी या देशाचं आकर्षण जगभरातल्या लोकांना का वाटत

असेल? – याचा पडताळा घेणं या मंडळींनी का टाळलं? अमेरिका हे समृद्धीचं, भांडवलशाहीचं प्रतिक होतं; त्यामुळे अमेरिकेच्या (आंधळ्या, निर्लज्ज) श्रीमंतीवर प्रहार ही तत्कालीन 'मराठी बुद्धिवादा'ची गरज होती का?

अमेरिकेच्या या 'अशा' पार्श्वभूमीवर त्याकाळच्या लोकप्रिय मराठी लेखकांनी 'तिकडल्या' मराठी माणसांचं चित्र रंगवलं; याचा स्वाभाविक संताप परदेशस्थ मराठी भाषकांना आला, आणि आज पंचवीस-तीस वर्षांनंतरही तो विझलेला नाही.

अमेरिकेत (डॉलर्स कमवायला गेलेल्या) मराठी माणसांवर आडून आडून देशद्रोहाचा आरोप ठेवणं, वरवर समृद्ध दिसणाऱ्या त्यांच्या आयुष्यातला पोकळपणा (नसला तरीसुद्धा मुद्दाम) शोधून तिथल्या खपल्या काढणं आणि अखंड नोकरीला जुंपलेल्या, पोटच्या मुलांपासून तुटलेल्या, संस्कृतीपासून दुरावलेल्या त्यांच्या बिच्चाऱ्या, केविलवाण्या आयुष्यांची कीव करणं... एवढंच फक्त या साहित्यिकांनी केलं.

देशान्तर करून आलेल्या, नव्या संस्कृतीत रुजण्यासाठी धडपडणाऱ्या आपल्या भाषाबांधवांच्या मनात अखंड चाललेल्या संघर्षात डोकावून पाहावं, त्यांच्या आयुष्यातले निराशेचे-आनंदाचे क्षण स्पर्शून पाहावेत असं क्वचितच कुणाला वाटलं. 'गड्या आपुला गाव बरा' या आत्मकेंद्रित, संकुचित मराठी मनोवृत्तीच्या मर्यादांबद्दल इकडे महाराष्ट्रातल्या वैचारिक व्यासपीठांवर चिंतेचे सुस्कारे सोडले जात होते... पण त्याच काळात आपल्या भोवतीचं रिंगण तोडून थेट परदेशी झेप घेतलेल्या मराठीच्या या सुपुत्रांच्या, सुकन्यांच्या वेगळ्या जगण्याची, अनुभवविश्वाची गंभीर दखल फारशी कुणी घेतली नाही.

मराठी सरस्वतीपुत्रांचं/कन्यांचं लक्ष होतं ते कथाकथन-कवितावाचन-गायन-वादन-नर्तन किंवा नाटक करण्यासाठी अमेरिकेतल्या महाराष्ट्र मंडळांकडून येणाऱ्या आमंत्रणाकडे! फुकट विमानप्रवास, फुकट राहाण्या-जेवण्याची सोय, वरून एवढा मानसन्मान आणि दानावर दक्षिणा म्हणून मिळणारी (डॉलर्समधली) बिदागी.

एवढं सगळं मिळाल्यावर लिहिली गेली ती रंगेल अमेरिकेची रंगीन प्रवासवर्णनं.

– अगदी मोजके अपवाद आहेत.

त्यात प्रमुख स. शि. भावे.

गंमत म्हणजे सुभाष भेण्डे अमेरिकेत होते; त्याच काळातली अमेरिका स. शि. भावे यांनी अनुभवली. भेण्ड्यांनी जे पाहिलं, तेच – खरंतर त्याहून कितीतरी जास्त-भाव्यांनी पाहिलं! तरीही दोघांना 'दिसलेली' अमेरिका अगदी वेगवेगळी होती.

कारण?

– दृष्टी!

भावे लिहितात,

'स्वतःच्या विकासासाठी आणि सुखासाठी पुरेसे कष्ट करायला हवेत, हा या देशातला पहिला नीतिनियम. येथे आळसाला प्रतिष्ठा नाही. सबबींना सहानुभूती नाही. इतरांच्या स्वातंत्र्यात, सुख-विकासात आपण आड न येणे हा दुसरा नीतिनियम. एवढ्या मोठ्या समाजाचं स्वयंशासन केवळ या नियमातून आलेलं. सार्वजनिक न्याय, सभ्यता, स्वच्छता यासंबंधीची कर्तव्यं पार पाडण्यात स्वयंस्फूर्त कडक शिस्त आहे. अशी शिस्त न पाळणाऱ्यांना मान्यता अथवा प्रतिष्ठा नाही.'

'प्रयत्न' महत्त्वाचे मानणाऱ्या रामदासांना आणि आयुष्यभर कष्टांचं महत्त्व सांगणाऱ्या गाडगेबाबांना अमेरिका हा देश अत्यंत आवडला असता; असं मत स. शि. भावे यांनी नोंदवलं आहे.

अमेरिकन समाज आणि कुटुंबजीवनातले विचित्र (भारतीय मानसिकतेला 'ओंगळ' वाटणारे) प्रश्न भाव्यांना दिसतात. जाणवतात. पण कडक संस्कृतीरक्षकाची भूमिका घेऊन सोटे हाणत सुटण्याऐवजी त्या प्रश्नांचं मूळ शोधण्याची तळमळ भाव्यांमधल्या संवेदनशील लेखकाला आहे.

कार्यक्षमता, विकास यांच्या आग्रहाच्या अतिरेकातून येणारी धारदार-अमानुष स्पर्धा, त्या स्पर्धेच्या ताणात सतत वावरल्याने येणाऱ्या विकृती, असुरक्षिततेची भावना, व्यक्तिवैशिष्ट्यांचा ऱ्हास यावर स. शि. भावे नेमकेपणाने बोट ठेवतात.

आजच्या नव्या लाटेची उद्या चाकोरी होणं; मोठेपणासाठी सारखेपणा, सारखेपणासाठी समान नियंत्रण आणि या यांत्रिक सारखेपणाचा 'तेच ते आणि तेच ते' छाप कंटाळा हे सारे 'अमेरिकन दोष' त्यांना जाणवतात. सुविधांची रेलचेल, तंत्रज्ञानाची कमाल, व्यक्तिस्वातंत्र्य आणि विक्षिप्तपणाला वाव असलेल्या अमेरिकेत नवनिर्मितीचे धुमारे जोमाने फुलले पाहिजेत. पण प्रत्यक्षात चित्र विपरित दिसतं; याची नोंद भाव्यांनी केली आहे.

– पण त्यांना सर्वांत महत्त्वाची वाटते ती अमेरिकन लोकांची विकृतीला तोंड देण्याची वृत्ती.

विकृती उत्पन्न होतात म्हणून मूळ स्वातंत्र्याचं तत्त्व सोडून कृत्रिम नियंत्रणाचे वरवरचे उपाय न करता समाज म्हणून आपल्यातले दोष, चुका, विसंगती मान्य करायच्या. विकृती समजून घेऊन व्यवस्थित अभ्यास करायचा आणि तिचं निवारण करण्यासाठी प्रामाणिकपणे धडपडायचं या खास 'अमेरिकन वृत्ती'ला भाव्यांनी मनापासून सलाम केला. लपवालपवी केल्याने बदनामी टळते असं न मानणाऱ्या या वृत्तीमध्ये अमेरिकन संस्कृतीच्या श्रेष्ठ नैतिकतेची साक्ष आहे, असंही त्यांनी मोकळेपणाने कबूल केलं.

पूर्वेकडल्या संस्कृतीची, शिष्टसंमत वर्तनाची, सभ्यतेच्या कल्पनांची भिंगं घेऊन पश्चिमेतला असंस्कृत अनाचार शोधणारा बुद्धिभेद त्यांनी बिल्कूल केला नाही, हे

भावे यांच्या लेखनाचं अगदी ठळक असं वैशिष्ट्य.

दारं बंद करून आपापल्या खोल्यांमध्ये एकेकटी राहाणारी अमेरिकन माणसं एकटी, एकलकोंडी, कुढी असतात असा बाकीच्यांचा निष्कर्ष होता... स. शि. भावे यांना त्या एकटेपणात 'खासगीपणाचं मूल्य' दिसलं. स्वत:ला पारखण्याची, आवश्यक तर दुरुस्त करण्याची आणि पुन्हा हे सारं प्रकटपणे करण्याची अमेरिकन समाजाची क्षमता त्यांना महत्त्वाची वाटली.

अमेरिकेत वास्तव्य करून असणाऱ्या भारतीयांबद्दलही भाव्यांनी लिहिलं. पण ते त्यांना देशद्रोही ठरवण्याच्या अगर त्यांच्या 'पोकळ समृद्धी'ची कीव करण्याच्या हेतूने नाही. देशान्तर केलेल्या या माणसांमधल्या 'अमेरिकन भारतीयत्वा'च्या खुणा शोधण्याचा त्यांचा प्रयत्न होता.

'मायदेशाहून ज्या संस्कृतीचा वारसा आपण आणला, तो आपल्यापाशीच राहाणार. आपल्याबरोबर संपणार. तो वारसा आपली मुलं पुढे चालवणार नाहीत. ती पुरती अमेरिकन होणार' अशी हळहळ करणाऱ्या अमेरिकेतल्या भारतीयांसमोर स. शि. भावे यांनी आपल्या लेखनातून आरसा धरला. त्यांनी विचारलं,

'वीस-पंचवीस वर्षांपूर्वी तुम्ही तुमचा देश सोडलात, तेव्हाच हा विचार करायला हवा होता. पण त्यावेळी हा विचार तुमच्या आई-वडिलांना छळत होता आणि तुम्हाला हवा होता बदल. नवेपणा. आता तुमची मुलं नवेपणाची स्वप्नं पाहातायत, आणि तुम्ही तुमच्या आई-वडिलांच्या जागी जाऊन पोचला आहात.'

अमेरिकेत राहून सोवळ्या-ओवळ्याची, पूजा-अर्चेची संस्कृती टिकवून धरण्याची मराठी माणसांची धडपड हा अशा 'प्रवासी लेखना'तला कौतुकाचा विषय. पण स. शि. भावे यांना त्यात काही कौतुकास्पद वाटलं नाही.

अमेरिकेत वाढलेली आपली थोरली मुलगी आणि जन्माने भारतीय वंशाचा पण पक्का 'अमेरिकन' असा तिचा बॉयफ्रेंड या दोघांचं यथासांग, विधीवत् शुभमंगल लावून देणाऱ्या अमेरिकेतल्या मराठी मित्राच्या भाग्याचा 'कम्युनिटी'त हेवा चाललेला. पण त्याला भाव्यांनी प्रश्नात पकडलं. तो सांगत होता, लग्नाचा सोहळा छान झाला; बरं वाटलं.

भाव्यांचा प्रश्न – कशामुळे बरं वाटलं?

तो म्हणाला, 'अमेरिकेत राहून मी अगदीच काही साहेब झालो नाही याचं माझ्या आईला-बहिणींना बरं वाटलं... काही क्षण तरी आपण पुन्हा 'अस्सल भारतीय' झालो, याचं मला बरं वाटलं... शिवाय कद नेसताना, नथ घातलेल्या बायकोला पाहाताना काही तरी वेगळंच बरं वाटलं.'

एकूणच आई-वडिलांना 'बरं' वाटलं. पण ज्यांच्या लग्नासाठी हा एवढा विधी, त्यांना काय वाटलं?

– तर भाव्यांचा तो मित्र म्हणाला,

'त्यांना गंमत वाटली. कुतूहल वाटलं... पण निश्चित अशी काही भावना नव्हती तयार झालेली. आम्हाला मिळालं ते समाधान त्यांना नाही मिळालं.'

भावे लिहितात,

'माझ्या मित्राच्या मुलांना निदान गंमत वाटली, पुढे त्यांच्या मुलांना तीही नाही वाटणार. असं कमी कमी होत या माणसांचं वेगळं 'भारतीयत्व' पुरतं नाहीसं होणार. हे बरं होईल का? बरं असो, वाईट असो; हे असंच होणार. टळणार नाही. हे अटळ, अपरिहार्य असेल; पण हे पुरतेपणी होईल का?'

उत्तरोत्तर कमी कमी होत जाणाऱ्या तरीही सूक्ष्मरूपात शिल्लक उरणाऱ्या भारतीयत्वाची रूपंही स. शि. भाव्यांनी आपल्या प्रवासात शोधून काढली. लंडनच्या हिथ्रो विमान-तळावर भारतीय माणसांनी कंत्राटाने चालवायला घेतलेल्या कॅन्टीनमध्ये त्यांना या असल्या 'सूक्ष्म भारतीयत्वा'ची एक खूण सापडली. ते लिहितात,

'कॅन्टीनमध्ये सारी भारतीय माणसं. सगळी कामं अगदी अस्सल भारतीय सुस्तपणाने करतात. चेहेऱ्यावर मग्रूर थंडपणा. आम्हाला अगदी भारतात असल्यासारखं वाटलं. एकच फरक. गोऱ्या गिऱ्हाईकांपेक्षा आमच्याशी अधिक थंड मग्रूरी.'

अमेरिकेत राहाणारे भारतीय एकरसाचे नाहीत. त्यांच्यात मराठी, गुजराथी, शीख, बंगाली हे संकुचित शिक्के 'भारतीय' या मोठ्या शिक्क्यापेक्षा अधिक आवडते आणि चलनी आहेत, हे वास्तव वीस वर्षांपूर्वी चिमटीत पकडणं आणि त्याची उघड वाच्यता करणं सोपं नव्हतं; पण भाव्यांच्या विवेचनात तो परखडपणा होता.

अमेरिकेत राहाणारी मराठी कुटुंबं त्या परक्या देशातही सत्यनारायणाची पूजा करतात, दिवाळी-दसरा आणि ज्ञानेश्वरीचं पठण करतात या तपशीलाला 'तिकडे' आणि 'इकडे'ही विलक्षण कृतार्थतेचं ग्लॅमर असताना 'वेगळेपणा'चा हा आग्रह बरोबर नाही, असंच स. शि. भावे यांचं मत होतं.

'अमेरिका नावाचे प्रकरण' या आपल्या पुस्तकात त्यांनी लिहिलं,

'आज एक तर आपण परदेशी गेलेल्यांची टिंगल तरी करतो, नाहीतर हेवा तरी. आपण खरं तर त्यांना समजून घेतलं पाहिजे. त्यांना भावनेचा आधार आणि ऊब दिली पाहिजे. भारत आपल्यामागे आहे, ही विश्वासाची आणि गौरवाची भावना या परदेशी भारतीयांच्या मनात निर्माण होणं आवश्यक आहे.

अमेरिकन विद्यापीठात अध्यापनासाठी दोन वर्षं वास्तव्य करून राहिलेल्या स. शि. भाव्यांना जी 'अमेरिका' दिसली; ती पाहाण्याची नजर त्या काळात क्वचितच कुणा मराठी साहित्यिकाकडे होती.

● ●

पुढे दिवस बदलले. पाच-सात आठवड्यात उत्तर अमेरिकेचा धावता दौरा करून परतल्यावर नायगारा-न्यूयॉर्क-लासवेगासच्या प्रवासवर्णनाच्या अधेमधे चवीला 'तिकडल्या' मराठी माणसांबद्दल बरं-वाईट लिहिणाऱ्या 'इकडल्या' लेखकांवर अवलंबून राहाण्याची गरज संपली – कारण तोवर 'तिकडले' हात लिहिते झाले होते.

भारताबाहेर राहाणाऱ्या परदेशी भारतीयांनी त्या त्या देशातल्या अनुभवावर आधारित कथा लिहाव्यात आणि त्या संग्रहित कराव्यात, या कल्पनेचं बीज १९७५-७६च्या आसपास दिलीप चित्रे यांनी जगभर पेरलं. 'कुंपणापलीकडचं शेत' रुजलं आणि बहरलं ते १९८४ साली. तोवर चांगलं बाळसं धरलेल्या 'एकता' या त्रैमासिकाने तर 'केवळ परदेशी वास्तव्य करणाऱ्यांचंच लेखन स्वीकारलं जाईल' अशी अटच घातली होती.

– या प्रयत्नांमधून अनेक नवे लेखक पुढे आले आणि दोन विभिन्न संस्कृतींच्या झगड्यात स्वत:चा रस्ता शोधण्याची धडपड शब्दबद्ध होऊ लागली. यशवंत कानिटकर, दिलीप आणि शोभा चित्रे, अजिता काळे, संध्या कर्णिक, ललिता गंडभीर, विद्युल्लेखा अकलूजकर, अनंत लाभसेटवार, अरुण जतकर, गंगाधर मद्दीवार... अशी किती नावं.

एका मातीतून उपटून दुसऱ्या शेतात रुजवायला नेलेल्या रोपाची दुखावलेली मुळं, पहिल्यावहिल्या दिवसातलं त्याचं परकेपण, नवं पाणी चाखताना नव्या हवेत श्वास घेताना हरमळलेला त्याचा नवखा जीव... हे सारे टप्पे या लेखकांनी समरसून लिहिले.

पुढे ते रोप रुजलं. परकेपणा ओळखीचा झाल्यावर त्याने जीव धरला. विदेशाला 'स्वदेश' मानून तिथे राहाताना परकी माणसं 'आपली' वाटू लागली. पूर्वेकडल्या घरातून बांधून आणलेली जीवनमूल्यं पश्चिमेकडल्या संस्कृतीतही 'भेटू' लागल्यावर 'ओळखी'च्या नव्या खुणा तयार झाल्या.

...हा सारा प्रवास त्यातल्या चढउतारांसह, उन्हापावसाचे तडाखे सोसत पार केलेल्या अडीअडचणींसह या 'विदेशिनी' (शब्द विद्युल्लेखा अकलूजकरांचा) कथा-कवितांमध्ये, ललित गद्य लेखनामध्ये उतरला.

– पण यातलं बहुतांश लेखन भावनांच्या हिंदोळ्यांवर झुलणारं होतं. (अजूनही आहे.)

रोकड्या विचारांचा, परखड आत्मपरीक्षणाचा पहिला प्रयत्न (आणि आजवरचा कदाचित एकमेव) अमेरिकेतल्या मराठी माणसांनी थेट रंगमंचावर उभा केला तो दिलीप चित्रे यांच्या 'अलीबाबाची हीच गुहा' या नाटकाच्या रूपाने. 'आम्ही देश सोडून आलो असलो तरी आपला धर्म, आपली भाषा, आपली संस्कृती विसरलो नाही. आम्ही आजही 'भारतीयच' आहोत. 'मराठीच' आहोत... 'तुमचेच आहोत'

असा विलाप करून मायदेशातल्या आपल्या माणसांना 'धरून' राहाणारा, सतत त्यांना राजी राखण्यासाठी धडपडणारा 'अपराधीपणाचा डंख' भिरकावून देणारा हा पहिलावहिला प्रयत्न होता. या नाटकाने मायदेशातल्या माणसांच्या नाकदुऱ्या न काढता त्यांना चार परखड गोष्टी सुनावण्याची हिंमत केली आणि अवघड जागी ठणकणारं संस्कृतीचं गळू फोडलं.

जुन्याच अपुल्या संस्कृतीतुनी
नवे शिल्प घडवू,
अपुली आपण नवी दिशा
अन् मार्ग नवा ठरवू

थोर आमुची माय मराठी
मान्य असे आम्हां,
कसा येथल्या मुलांस ठावा
तुकया अन् नामा?

कशास त्यांना बंधन
अपुल्या भाषेचे हरघडी,
परक्यांच्या दुनियेतील त्यांची
अस्सल बाराखडी.

बहरू द्या येथल्या भुईवर
स्वच्छंदे रोपटी,
नका आवळू फास रुढींचे
आयुष्याभोवती

इतक्या रोखठोक शब्दांतलं उघड ऐलान करणाऱ्या या नाटकात 'गाडुनि टाका-बुडवून टाका संस्कृतीची प्रेते, तोडून-फोडून परंपरांचे नष्ट करा नाते' असं मुक्त श्वास घेणारं गाणं गात परदेशस्थ मराठी माणसांच्या दोन पिढ्या रंगमंचावर आल्या.

'इकडे' आलो... संसार मांडले... मुलांना जन्म दिला... 'इकडे' रमलो... 'इकडे' रुजलो, तरी संस्कृती 'तिकडची'... जीवनमूल्यं 'तिकडची'... गाणी-कविता 'तिकडल्या'... नाटकं 'तिकडून' आणलेली... ही माहेरची उधारउसनवारी आता बंद करण्याची गरज आहे, असं स्वच्छ सांगत दिलीप चित्रे यांनी अलीबाबाच्या गुहेचं दार आता बंद झालं असल्याची घोषणा केली; ते हेच नाटक.

स्थळ-काळाचे नवे संदर्भ विसरून जुन्याची पोपटपंची म्हणजे 'संस्कृती' नव्हे, 'इकडे' असताना 'तिकडले' उसासे काढत टीपं गाळणं म्हणजे 'देशप्रेम' नव्हे आणि

'इमिग्रेशन'चे अर्ज नाचवत गुहेच्या बाहेर रांगा लावलेल्यांनी गुहेच्या आत गेलेल्यांना देशद्रोहाची दूषणं देणं योग्य नव्हे; असं ठणकावणारा इतका रोखठोक प्रयत्न १९८९ नंतर पुन्हा घडला नाही.

• •

आता तर पुष्कळच काळ लोटला आहे.

संदर्भ आणखी बदलले आहेत.

फिरता रंगमंच गर्रकन् वळावा आणि रंगलेल्या नाटकातल्या सुष्ट-दुष्टपणाची 'एस्टॅब्लीश्ड' समीकरणं अचानक उलटीसुलटी झालेली दिसावीत; तसं काहीसं घडलं आहे.

पूर्वी दोन-पाच वर्षांतून एकदा भारतभेटीवर येणाऱ्या परदेशस्थ भारतीयांच्या ऐहिक समृद्धीचा छुपा हेवा मनात खदखदणारे (भारतातले) नातलग आतल्या आत चडफडत. मग स्वत:च्याच मनाची समजूत घालण्यासाठी 'त्यांच्या' (श्रीमंत) जगण्यातलं न्यून शोधून त्या दुखऱ्या जखमांवर नेमकं बोट ठेवत.

– आता ती खदखद थांबली आहे.

कारण भारतातल्या मध्यमवर्गाने ऐहिक समृद्धीची चव अनुभवली आहे. आता 'तिकडले' पर्फ्यूम्स, 'तिकडले' ब्रॅण्डस् 'इकडेच' आधी येतात. पूर्वी फक्त 'इकडल्यां'च्याच मुला-मुलींना 'तिकडल्या' नोकऱ्या, 'तिकडलं' ग्रीनकार्ड, गेलाबाजार 'तिकडला' एच वन् व्हिसा हवा असे. आता 'तिकडल्या' रिसेशनला विटलेली 'तिकडच्यां'ची मुलं इंडिया ही इमर्जिंग सुपर पॉवर आहे हे जाणून 'इकडल्या' बिझनेस अपॉर्च्युनिटीज्मध्ये इंटरेस्टेड असतात. 'इकडल्या' विप्रो, इन्फोसिस, टी.सी.एस., रिलायन्सच्या स्टॉक्सवर 'तिकडल्यां'ची नजर असते.

– आता पारडं फिरलं आहे.

किती?

तर कल्पनाही करता येऊ नये इतकं.

अमेरिकेत जन्मलेल्या, तिकडेच वाढलेल्या आपल्या मुलांना 'मराठी'चा एक शब्द नीट बोलता येत नाही अशी कुत्सित टीका करणाऱ्या मराठी लेखकांवर एकेकाळी दात धरणारी, संतापाचा फणा काढणारी अमेरिकेतली मराठी माणसं आता महाराष्ट्रात जन्मलेल्या 'कॉन्व्हेन्ट एज्युकेटेड' मुलांना 'मराठी' समजत नाही यावर स्वत:च कुत्सित टीका करतात.

'संस्कृती ही प्रवाही नसते का?' असा रास्त प्रश्न करून आपल्या आचार-विचारांना आलेल्या 'अमेरिकन' वळणाचं योग्य समर्थन करणारी हीच परदेशस्थ माणसं आता मायदेशाला लागलेल्या 'पश्चिमी ग्रहणा'बद्दल अत्यंत कुजकट,

विषारी उसासे टाकतात.

परदेशातून भारतभेटीवर आलेल्या मराठी माणसांना भेटावं; तर गप्पांच्या पहिल्या अर्ध्या तासात कुणी ना कुणी म्हणतंच,

'मराठी संस्कृती ना?– ती तर महाराष्ट्रापेक्षा आम्हीच जास्त चांगली जपतो. नाहीतर इथे महाराष्ट्रात... सगळा नुसता अनाचारच! एकाला चार शब्द शुद्ध मराठीत बोलता येतील तर शपथ!'

पुन्हा तेच.

म्हणण्यात तथ्य. तपशीलात चूक नाही.

पण त्यामागचा वरचढपणा, श्रेष्ठत्वाचा दर्प – तो कायमच!

पूर्वी इकडली (महाराष्ट्रातली) मराठी माणसं 'तिकडल्यां'ना हिणवत; आता 'तिकडली' माणसं संधी साधून 'इकडल्यां'ना टोमणे मारतात. पूर्वी हे अस्सल शालजोडीतले आहेर 'घरचे' असत; आता ते परदेशातून घरच्यांना मिळतात.

'ते' आणि 'आम्ही' असे वेगळे गट पडले तरी एकमेकांच्या जगण्यातून शिकत, समृद्ध होत जाण्याचा एक पर्याय असतो. पण हे असं समजून देण्या-घेण्यात देशा-परदेशातल्या मराठी माणसांना रस तसा कमीच. त्याउलट परस्परांमधलं 'न्यून' काय ते शोधून ती दुखरी नस नेमकी दाबण्यात कोण आनंद!

'त्यांना' आणि 'आम्हाला'ही!

समाज-काल-परिस्थितीचे संदर्भ बदलले की त्याबरोबर भाषेतला, पेहरावांचा, खाण्यापिण्याचा, आचार-विचारांचा... अगदी संस्कृतीतलाही बदल स्वाभाविक असतो. त्यातली अपरिहार्यता स्वत: अनुभवून, जगून झाली; तरी खुमखुमी कायम.

स्पर्धेचं मैदान बदललं,

पण ईर्ष्या कायम!

पंचवीस-तीस वर्षांपूर्वी 'तिकडल्यांचं' जे म्हणणं होतं; तोच आता 'इकडच्यांचा' मुद्दा आहे. आणि 'इकडल्यांच्या' ज्या हरकती होत्या; त्याच आरोपांचे बाण आता 'तिकडच्यांच्या' भात्यात भरलेले आहेत.

'बाजू' बदलली... पण वाद कायम!

संस्कृती समजून देते, प्रगल्भता देते म्हणतात.

मराठी संस्कृतीच्या रक्षणावरून गेली तीस वर्षं चाललेल्या या भांडणातून ना 'समजूत' आली, ना 'प्रगल्भता.'

...ना 'त्यांना', ना 'आम्हाला'...

■

‘भारतातून माणसं येतात ती अमेरिका बघायला... जमलंच तर अमेरिका भोगायलासुद्धा. मग ती जाता जाता आम्हाला भेटतात. पिंजऱ्यातल्या प्राण्यांकडे बघावं तशी आमच्याकडे बघतात. दोन-पाच प्रश्नबिश्न विचारतात. तसं करणार आहेस का तू?... त्या भानगडीत पडू नकोस. अमेरिकाभरची आम्ही मराठी माणसं इतकी बिलंदर आहोत; की तुला तेच तेच सांगून त्याच त्याच वर्तुळांमधून घुमवत राहू.’

– अमेरिकेची पहिलीच भेट. त्यात न्यूजर्सीत पाऊल ठेवल्या ठेवल्या असा खणखणीत इशारा मिळाला. इशारा देणारा माणूस रोज न्यूजर्सी ट्रान्झीटने न्यूयॉर्कला जा-ये करणारा. ‘मी तुला माझ्याबरोबर नेणार नाही. तुझी तू जा’ असं स्वच्छ सांगून याने मला एकटीला ढकलून दिलेलं. नॉर्मली अमेरिकेत येणाऱ्या पाहुण्यांना साईट सीईंग ‘करवण्याची’ पद्धत. पण या माणसाने न्यूयॉर्कचा भलामोठा नकाशा माझ्या हातात ठेवला. त्यावरल्या ‘सब वे’च्या तांबड्या-निळ्या-हिरव्या-पिवळ्या लाईन्स समजावून दिल्या. अख्खा दिवस न्यूयॉर्कमध्ये फिरायचं तर दिवसभराचा ‘फन पास’ काढायला सांगितला. कुठल्या (अण्डरग्राऊण्ड) स्टेशनच्या डोक्यावर काय आहे; अमूक एका ठिकाणी जायचं तर कुठलं स्टेशन हे सगळं सांगितलं आणि भल्या पहाटे न्यूजर्सीच्या मॉरीसटाऊन स्टेशनावर पार्किंग लॉटमध्ये गाडी लावता लावता मला म्हणाला,

‘आता तुझं तिकीट तू काढ आणि तुझी तू जा. संध्याकाळी साडेसातपर्यंत मॉरीसटाऊनला परत येऊन या एक्झीटशी

दहा हजार
मैलांचा
पूल

थांब. मी आलो की आपण घरी जाऊ.'

आम्ही दोघे साधारण एकाच वेळी न्यूयॉर्कला गेलो... पण वेगवेगळ्या ट्रेन्स घेऊन. परत आलो तेही असेच पंधरा-वीस मिनिटांच्या फरकाने...

न्यूयॉर्ककडे जातानाच्या प्रवासात जरा विक्षिप्त, थोडा तुसडाच वाटलेला हा माणूस.

– पण परत येताना त्याच्याविषयीच्या कृतज्ञ प्रेमाने मन भरून आलं होतं.

कारण?

न्यूयॉर्कमध्ये एकटीने मजेत घालवलेला पहिलावहिला दिवस! मॅनहॅटनचे स्ट्रीटस् आणि ॲवेन्यूज्‌मधून मुक्त फिरताना मला एकटीला गवसलेला निर्भर आनंद... न्यूयॉर्कवर जडलेलं आयुष्यभराचं प्रेम... आणि परदेशातल्या अपरिचित शहराच्या सगळ्या सिस्टीम्स समजावून घेत घेत मजेत भटकण्याचा आत्मविश्वास... एवढं सगळं एका दिवसात कसं मिळालं असतं एरवी?

'यू नो?... व्हॉट यू डिड टुडे इज टुली अमेरिकन' – ठरल्यावेळी ठरलेल्या एक्झीटशी माझ्याआधी पोचून माझी वाट पाहात थांबलेल्या त्या माणसाने चक्क माझं कौतुक वगैरे केलं.

हेच अमान मोमीन.

माणूस अस्सल कोल्हापुरी! कोणत्याही क्षणी पंचगंगेच्या तालमीत शड्डू ठोकून 'म्हैशी' पिळणाऱ्या गंगावेशीतल्या कट्ट्यावर कोरं दूध प्यायला जाईल इतका अंतर्बाह्य कोल्हापुरी!

– आणि तितकाच पक्का अमेरिकन. ब्रॉडवेवरचं एकही म्युझिकल न चुकवलेला, हॉलीवूडच्या सिनेमांची पारायणं करणारा. फुटबॉलच्या गेमसाठी पागल होणारा आणि आपला मुलगा अमेरिकन पॉप बॅण्डमध्ये लोकप्रिय कलाकार आहे, याचा प्रचंड आनंद – अभिमानसुद्धा असणारा!

'तिकडे' असताना 'इकडची' ओढ आणि 'इकडे' येऊन पोचल्यावर 'तिकडल्या' आठवणींची उलघाल असल्या अधांतर अवस्थेत लटकणं नाकारून ठामठोक उभी राहिलेली मोजकी मराठी माणसं मला अमेरिकेत भेटली. त्यातलं पहिलं नाव – अमान मोमीन.

'शाळेत असल्यापासून डोळ्यात पाणी आणून 'ए मेरे प्यारे वतन, तुझपे दिल कुर्बान' म्हणत आलो. मग वाचन झालं. विचार फुटले... डोळ्यात पाणी येण्याची कारणं बदलली... पण 'ए मेरे प्यारे वतन' अशी हाक घालताना पूर्वीसारखा कंठ दाटून येत नाही, याचा अर्थ 'आपण देशद्रोही झालो असा नाही' हे मला सव्वीसाव्या वर्षीच कळलं होतं' – इतक्या लहान वयात इतकी क्लॅरिटी असलेला हा माणूस अमेरिकेत आला तोच मुळी मोकळा श्वास घ्यायला मिळेल म्हणून!

'मी कुठल्या देशात जन्म घ्यावा हे बाय डिफॉल्ट ठरणार; हे उघड आहे ना? पुढचं काय ते ठरवायला माझा मी मोकळा आहे. अमेरिकेत आलो तेव्हाच जाणवलं, इथे अख्खं आयुष्य घालवायला मजा येईल. मग इथेच राहिलो. पहिल्यांदा वडगावला गेलो तेव्हाच वडिलांना स्वच्छ सांगून टाकलं, आता मी 'परत' येणार नाही. परत परत भेटायला मात्र येणार.'

मूळ वृत्ती कलंदर. 'मी... माझं स्वत:चं आयुष्य... माझा स्वत:चा आनंद याला 'प्रायॉरिटी' देण्यात कसलाही अपराध नाही' असं म्हणणाऱ्या आयन् रॅण्ड बाईच्या विचारावर पोसलेली.

मनाचं मुक्त पाखरू आभाळात उडालेलं; पण पाय जमिनीवर पक्के रोवलेले असा एकूण पैस.

'आम्ही लोक भारत सोडून अमेरिकेत आलो; ते चार जास्तीचे पैसे कमवायला. उगीच आम्ही 'कोलंबस' वगैरे असल्याच्या खोट्या अभिमानाने आमच्याकडे पाहू नका' असं तोंडावर सांगण्याचा स्वच्छ प्रामाणिकपणा हा अमान मोमीन यांचा 'खास' गुणविशेष.

महाराष्ट्र मंडळ, वीक-एण्डला साजऱ्या होणाऱ्या दिवाळ्या, दसरे आणि दांडिया सगळ्या प्रयत्नांबद्दल आस्था... पण त्यात मनापासून गुंतणं कधी झालं नाही. 'मान्सून वेडिंग' सिनेमाच्या तोंडात मारतील अशा थाटाची लग्नं होतात, अगदी मराठी लग्नातसुद्धा हौशीने गर्भरेशमी नऊवारी साड्या नेसलेल्या बायका दुप्पट उत्साहाने 'अमेरिकन वेडिंग डान्स' करतात... हे सगळं आम्ही आमच्या आनंदापेक्षा अमेरिकन समाजाला 'दाखवून द्यायला' म्हणून मुद्दाम करतो, की बघा; आम्ही अमेरिकेत पूर्ण 'ॲसिमिलेट' झालो आहोत; तरी 'आमचं' कल्चर 'तुमच्या'पेक्षा श्रेष्ठच आहे... – या असल्या दाखवा-दाखवीत मराठी कम्युनिटीची फार शक्ती उगीचच खर्ची होते, असं अमान मोमीन यांचं स्पष्ट मत.

'दिवाळी-दसरा वगैरे असला, की अमेरिकन काँग्रेसमन, सिनेटर येतात... आणि बिचारे गरीबासारखे बघत बसतात समोर काय चाललंय ते. शेवटी म्हणतात, 'आय ॲम थ्रिल्ड टु बी हिअर' – या प्रकाराचीही त्यांना फार कीव वाटे.

१९७०च्या दशकात पु. ल. न्यूयॉर्कमध्ये आले होते. सुनीताबाई म्हणाल्या, 'आपण 'बटाट्याच्या चाळी'चा प्रयोग लावू. अडीच डॉलर्स तिकीट.' – बरोबर अमान मोमीन. त्यांनी सुनीताबाईंना स्पष्ट सांगितलं, 'तिकीट-बिकिटाच्या भानगडीत पडू नका. फार लोक येतील असं नाही.'

सुनीताबाईंना ते पटेना. त्यांनी हरकत काढली, ब्रॉडवेला नाटकं बघायला जाता तेव्हा मोजता ना चांगले तीस-चाळीस डॉलर्स? मग? पु.ल. इज नो लेस.

शेवटी सुनीताबाईंना खरं काय ते सांगणं भाग पडलं. अमान मोमीन म्हणाले

, 'अहो सुनीताबाई, कुणी सांगितलं तुम्हाला, की इथली मराठी माणसं ब्रॉडवेची नाटकं बिटकं बघायला जातात असं?– आमच्यापैकी बऱ्याच जणांना इथलं थिएटर ठाऊक नाही, इथलं साहित्य आम्ही कधी वाचलं नाही. इथलं म्युझिकसुद्धा आम्ही ऐकत नाही फारसं. अमेरिकेतल्या म्युझिकचं जाऊ द्या एकवेळ; पण इथे लता मंगेशकरांची कॉन्सर्ट झाली तर त्यांनासुद्धा आम्ही गीता दत्तच्या गाण्यांच्या फर्माईशी केल्या.'

– आणि हे असं आहे म्हणजे अमेरिकेतली मराठी माणसं 'औरंगजेब' असतात, त्यांना कलेबिलेतलं काही कळतच नाही; असा निष्कर्ष काढणं चूक.

'हे पाहा, आम्ही आपापले जॉब किंवा फार फार तर व्यवसाय करायला आलेली सामान्य माणसं आहोत. आम्ही इतरांपेक्षा जरा जास्त हिमतीचे होतो एवढंच. पण बाकी 'यांना नाटक कळतं का? संगीतातलं समजतं का? देशप्रेमाची लेव्हल किती आहे?' – असले निकष लावून इमिग्रेशनवाल्यांनी 'निवडलेलं' नाही आम्हाला... आम्ही अमेरिकेत राहातो; म्हणून केवढ्या अपेक्षा करणार तुम्ही?'

– शांत स्वरातले असे नेमके प्रश्न, ही अमान मोमीन यांची खासीयत.

भारतातून आलेली माणसं; म्हणजे यांना रामायण-महाभारत पाठ असणार, वेदांचा अभ्यास असणार, आयुर्वेद-योगशास्त्राची माहिती असणार, संस्कृत तर नक्कीच येत असणार... असल्या (भलत्या) अपेक्षांना पुरे पडता पडता दमछाक झाली. बरं 'जे येत नाही ते येत नाही' म्हणून सरळ सांगावं ना? तेही नाही. त्याऐवजी लोकांनी मुखवटे चढवले. वेळ मारून न्यायची शेकडो तंत्रं... शेवटी ही कसरत स्वभावात इतकी मुरली, की सारखी दोन्हीकडे ओढाताण. 'इकडे' असताना 'तिकडल्या' संदर्भांसाठी डोक्याला ताण, 'तिकडे' असताना 'इकडल्या'सारखं वागण्या-बोलण्याची सक्ती – त्यातून माणसांचं माकड झालं. त्यांच्या वागण्या-बोलण्याची रीत, बॉडी लँग्वेजसुद्धा बदलली.

– ही अनावश्यक कसरत अमेरिकेतल्या भारतीयांनी – त्यातही मराठी माणसांनी उगीचच अंगावर ओढवून घेतली; असं अमान मोमीन यांचं म्हणणं.

शिवाय आपण हिंदू धर्माचा, भारतीयत्वाचा इतका अभिमान बाळगूनही शेवटी अमेरिकन माणसांनी आपल्याला लाज आणलीच. म्हणजे आपण मारे उत्तर अमेरिकेत राष्ट्रीय स्वयंसेवक संघाचं काम करणार, विश्व हिंदू परिषदेसाठी निधी जमवणार, अयोध्येतल्या राम मंदिरासाठी विमानाने 'तिकडे' जायच्या विटांची 'इकडे' पूजाबिजा करणार; आणि आपण बांधलेल्या कम्युनिटीतल्या हिंदू टेम्पलमध्ये 'रामचरित मानसा'वर अस्सल अवधी हिंदीतून प्रवचन करणारा कुणी जोशुआ स्वामी मात्र सोनेरी केसांचा गोरा अमेरिकन.

– या असल्या गोष्टी टिपणारी स्वच्छ, प्रामाणिक नजर कुठल्याही 'इमिग्रन्ट

कम्युनिटी'मध्ये तशी दुर्मिळच. – पण अमान मोमीन यांना इतकं काही दिसे... एकदा गप्पांच्या ओघात सहज मला म्हणाले,

'एक गोष्ट लक्षात आली का तुझ्या? इथल्या मराठी माणसांच्या लिव्हिंग रूममधलं फर्निचर बघ. काही घरांमध्ये त्यावरचे प्लास्टिकचे कागद, कोटिंगसुद्धा काढलेलं नसतं. का? – उगीच खराब बिराब झालं तर? महागाची क्रॉकरी मांडलेली असेल काचेच्या लखलखत्या कपाटांमध्ये; पण मंडळाचं गेट-टुगेदर वगैरे केलं घरात तर चहा-कॉफी-कोल्ड्रिंक्सकरता पेपर कप्स आणतील! काचेचे (महागडे) ग्लास उगीच फुटले बिटले तर? पार्टीसाठी लोकांना बोलावलं तर सरळ फ्रंट डोअर उघडणार नाहीत. 'गराजमधून यावे... चपला खालीच काढून ठेवाव्यात' असल्या सूचना देतील. हे का? – तर कार्पेट खराब होऊ नये म्हणून.'

– अमेरिकन माणसाच्या जोडीने कष्ट करणं, राबणं आम्ही शिकलो... पण ते 'भोगतात' तसं आयुष्य 'भोगणं' आम्हाला जमलं नाही, इतकी स्वच्छ, स्पष्ट कबुली द्यावी तर ती अमान मोमीन यांनीच!

भारतात असताना कट्टर डावं तारुण्य अनुभवलेली काही माणसं अमेरिकेतल्या वास्तव्यानंतर एकाएकी कट्टर उजवी... अगदी हिंदुत्ववादीच कशी होतात? – या प्रश्नाच्या उत्तराचा अमान मोमीन यांनी केलेला विचारही असाच पारदर्शी. ते म्हणाले,

'हे बघ, सोपं आहे. सुरुवातीचे सगळे दिवस झगडण्यात, पदोपदी मान तुकवण्यात, जमवून घेण्यात, 'आम्ही तुमच्यासारखे आहोत' हे अमेरिकनांना पुन्हा पुन्हा पटवून देण्यातच जातात. तेव्हा आठवतही नाही की आपण कोण? आपला धर्म कुठला? – पण एकदा का स्थैर्य आलं की मग वाटायला लागतं, अरे, हे काय? 'आपली' अशी काही वेगळी ओळख हवी की नको? मग देवळं. गुरुद्वारा. भजन-पूजन. सत्संग. इट्स अ गुड एक्स्क्यूज टु पुट यू अबव्ह. तुमचा असेल जीझस; पण आमचाही राम काही लहान नाही – असे लहान मुलांसारखे हट्ट सुरू होतात. मग सगळे सणवार दणक्यात करायचे. आपण जे करतो त्यात अजून पाच-पन्नास लोक बरोबर असतील; तर त्यांचा आधार वाटतो.'

– असे आधार न शोधता मजेत, मनमुक्त जगलेली माणसं विरळा. अमान मोमीन त्याच जातीचे. थँक्स गिव्हिंगला सगळ्यांना सुटी असते; म्हणून त्यांच्या घरात थँक्स गिव्हिंगच्या दिवशी 'ईद' साजरी करायची असं ठरलं. गप्पाटप्पा... एकत्र खाणंपिणं.. मजा!

'आधी आम्ही 'थँक्स गिव्हिंग'च्या दिवशी 'ईद'चा पुलाव करायचो. मग वाटलं, पुलावाऐवजी टर्कीच का शिजवू नये? शेवटी काय, गेट टुगेदर महत्त्वाचं' – मोमीन सांगत होते.

मग टर्की शिजायला लागली.

त्याला अजून फोडणी म्हणून मग चक्क शॅम्पेनसुद्धा आली.

– आणि मग 'ईद'च्या ऐवजी 'थँक्स गिव्हिंग'च साजरा व्हायला लागला.

सामावून जाणं... मिसळून जाणं... आणि मुक्त सामीलकीतला आनंद लुटणं हे इतकं स्वाभाविक असतं... जीवनाचा प्रवाह वाहाता असतोच, आपण फक्त त्यात बोळे घालून पाणी अडवू नये, अशी अमान मोमीन यांची धारणा.

'कल्चरल कॉन्फ्लिक्ट अशी काही भानगड खरं तर नसतेच अगं. मला पूर्वेची आणि पश्चिमेची दोन्ही संस्कृती महत्त्वाच्या वाटतात. मी दोन्ही ठिकाणी मजेत राहू शकतो. माझं जगणं कसं असावं हे ठरवण्याचा अधिकार कुठल्याही एका संस्कृतीला कसा असेल? प्रत्येकाने जगभरातून आपल्याला आवडेल ते निवडून आपली नैतिक धारणा स्वत: तयार करावी, असं मला वाटतं.' – मोमीन सांगत होते.

समोरच्याचं सगळं नीट ऐकून मग स्पष्ट शब्दात आपल्याला काय वाटतं ते सांगण्याची (कोल्हापुरी माणसाला न शोभेशी) ढब.

अमेरिकेचा प्रवास आटोपून परतीच्या टप्प्यावर मी पुन्हा अमान मोमीनना भेटले. माझ्याजवळही सांगण्यासारखं खूप जमलेलं. अमेरिकेतले भारतीय... अमेरिकेतले भारतीय हा परवलीचा शब्द चार-सहादा माझ्या बोलण्यात आल्यावर मोमीन म्हणाले,

'असं काही नसतं गं. या जगात माणसांच्या फक्त दोन जाती असतात – विचार करणारी माणसं आणि विचार न करणारी माणसं! त्यात तुम्ही कुठे आहात; त्यावर तुमच्या जगण्याची प्रत ठरणार. बाकी मग तुम्ही अमेरिकेत असा, भारतात असा की झुमरीतलैय्यात असा – डझन्ट मॅटर!'

● ●

खरंच.

हा असा विचार करणारी किती मराठी माणसं मला अमेरिकेत भेटली? – तर खूप. त्यांच्यातलं मराठीपण जितकं लोभस, मायाळू, लोणच्याच्या बरणीला धुवट कापडाचा दादरा बांधावा इतक्या निगुतीने जपलेलं... तितकंच त्यांचं 'अमेरिकन' असणंही अंतर्बाह्य नितळ. खरंखुरं.

कसली रुखरुख नाही, चुटपुट नाही, मानेवर अपराधीपणाची ओझी नाहीत. मुक्त, झुळझुळत्या झऱ्यासारखं उत्फुल्ल जगणं फक्त... आणि बांधीलकी?

– दोन्हीकडची!

त्यांच्या जगण्यात पूर्व आणि पश्चिमेला विभागणारी सीमारेषा नाहीच जणू. इकडून तिकडे, तिकडून इकडे सहज ये जा. आणि दोन्हीकडे तितकाच उत्फुल्ल वावर.

संध्या कर्णिक.

अमेरिकेतल्या स्वत:च्या नोकरदार आयुष्याला भक्कम पाया आणि सुंदर अर्थ

देण्याचं कसब तिने अशा कौशल्याने साधलंय की थक्क व्हावं.

अमेरिकेतल्या स्नोच्या ढिगात मुलांबरोबर खेळताना बदक बदक पाण्यातून मुक्त भिजत शाळेत जाण्याचे 'आपले' पावसाळी दिवस आठवणारी... अमेरिकन शेजारणींशी घट्ट मेतकूट जमवणारी... बाहेरगावी गेलेल्या अमेरिकन मैत्रिणींच्या फुलझाडांना पाणी घालून, त्यांची कुत्री-मांजरी-ससे सांभाळणारी... गीता दत्तसाठी जीव टाकताना जॉन लेननच्या सुरांसाठीही तितकीच पागल असणारी... कोमो आणि टोनी बेनेट ऐकताना कातर होणारी आणि मृत्युशय्येवरच्या माणसांचा 'शेवटचा दिस' गोड व्हावा म्हणून झटणाऱ्या 'हॉस्पिस'च्या अमेरिकन पथकात दाखल होणारी संध्या तिच्या लेखनातून झुळझुळत असते.

तिला भेटलं; की रात्र रात्र गप्पा रंगतात.

ती म्हणते, 'वाढत्या वयातल्या मुलांची माझ्याइतकीच काळजी करणाऱ्या अमेरिकन आयासुद्धा असतातच, अगं. काही फरक नसतो माणसा-माणसांमध्ये.'

थँक्स गिव्हिंगला घरात टर्की शिजली नाही आणि हॅलोवीनला 'पम्पकीन पाय' करायला वेळ मिळाला नाही; तर दिवाळीत पणत्या, आकाशकंदील न लावल्या-इतकी हुरहुर तिला लागते.

'प्रॉम नाईट? दॅट मीन्स ड्रिंकिंग, सेक्स, लाऊड म्युझिक, वाईल्ड बॉईज्, वाईल्ड नाईट... इफ युवर डॉटर इज गोईंग, मेक शुअर शी इज ऑन द पिल' – असले भयभीत करणारे सल्ले ऑफिसातल्या अमेरिकन मैत्रिणींकडून मिळूनसुद्धा आपल्या मुलीला विश्वासाने 'ज्युनिअर प्रॉम नाईट'ला पाठवणारी संध्या... पहाटे चार वाजता 'सुखरूप' घरी आलेल्या मुलीचा ओसंडून वाहाणारा आनंद शेअर करणारी तिच्यामधली 'आई'...

वाढत्या वयातली तिची मुलं स्वतःच्या खोलीचं दार बंद करून आत एकटी रमायला लागली; तेव्हा संध्याला बंद दाराआड काकोडकरांच्या कादंबऱ्या वाचून धाडधाड उडणारं आपलं हृदय आठवलं. उमलत्या वयात स्वतःला इतक्या अप्रुपाने हवीशी वाटलेली 'ब्रीदिंग स्पेस' तिने आपल्या मुलांना मुक्तपणे अनुभवू दिली. मुलांना विश्वास देऊन निर्भर बनवण्याचं तंत्र तिचं तिने शोधून काढलं. अगदी छोट्या छोट्या गोष्टीतदेखील मोकळेपणा, निर्भिडपणा न मिळालेलं आपलं बालपण आपल्या (अमेरिकेत वाढणाऱ्या) मुलांवर लादणं म्हणजे संस्कार नव्हे; हे भान संध्या अचूक ठेवू शकली. कारण ती स्वतःच अमेरिकेतल्या चांगल्या गोष्टींच्या प्रेमात पडली होती. मुलांना त्यांच्या मित्रमैत्रिणींकडे 'स्लंबर पार्टी'साठी रात्री निजायला कधी पाठवायचं, त्यांच्या पॉकेटमनीचा हिशेब कधी मागायचा नाही, 'सेक्स'बद्दल केव्हा बोलायचं, लायसन्स मिळाल्यावर मुलांना एकट्याने गाडी न्यायला-आणायला परवानगी कधी द्यायची हे सारे निर्णय संध्याने त्या त्या टप्प्यांवर केले. कारण

'स्वातंत्र्य' या संकल्पनेवरची तिची स्वत:ची श्रद्धा!

'काही वर्षांनी परत जाऊ' हा सुरुवातीचा बेत बाजूला पडून देशान्तराचा निर्णय पक्का झाला; कारण तोवर अमेरिकेचा लळा लागला होता. तिथलं साहित्य, संगीत, चित्रपट, रंग-गंध-चवी सगळ्यात जीव अडकला होता. दर वर्षी ऑक्टोबरमध्ये 'फॉल'चे रंग बघायला जाण्यातली भाविकता विठुरायाच्या भेटीसाठी व्याकुळलेल्या पंढरीच्या वारकऱ्यांइतकीच सच्ची असते हे उमजलं होतं. अगदी हाडं गोठवून टाकणाऱ्या थंडीतल्या पांढऱ्याधोप, नि:शब्द 'स्नो'वर सुद्धा जीव जडला होता. आणि मुख्य म्हणजे अमेरिकन समाजजीवनातल्या पारदर्शक, स्वच्छ 'सिस्टीम्स'बद्दलचा आदर अभिमानात परावर्तीत झाला होता.

– अशी 'अंतर्बाह्य' अमेरिकन झालेली संध्यासारखी कितीतरी माणसं. पण गंमत म्हणजे देशान्तर करताना बरोबर आलेलं त्यांच्या मनातलं 'माजघर' ही तितकंच आठवणींनी फुललेलं. मायदेशाच्या मायेने घमघमणारं.

● ●

न्यूयॉर्कमध्ये होते.

अनेकांनी आग्रहाने सांगितलं होतं, न्यूयॉर्कला राहाणार आहेस इतके दिवस; तर तारा पटवर्धन नावाच्या व्यक्तीला भेटल्याशिवाय निघू नकोस.

फोन नंबर होता. म्हटलं, बघू तरी भेटतात का; म्हणून एके दिवशी सहज फिरवला; तर शुद्ध मराठी ठसक्यातल्या इंग्रजीत रेकॉर्ड केलेला निरोप – हा अमूक अमूक नंबर आहे. आपण आपलं नाव आणि फोन नंबर या आन्सरिंग मशीनवर नोंदवून ठेवा. शक्य तितक्या लवकर मीच तुम्हाला फोन करीन.

– मी तेवढं करून रिसिव्हर खाली ठेवते; तेवढ्यात फोन वाजला... ताराताईच होत्या. ना ओळख, ना पाळख. तरी मला म्हणाल्या, कधी येतेस? लवकर ये. आणि तुला खायला काय आवडतं? अमेरिकेत येऊन खूप दिवस झाले ना?– तुला वरणभात नसेल मिळाला. ये तू. मी वरणभात करीन तुझ्यासाठी.

...मी गार!!!

त्या दिवशी सहज केलेला तो फोन मला न्यूयॉर्कमध्ये राहाणारी नव्वदीच्या घरातली इतकी तरुण, इतकी प्रसन्न आणि इतकी प्रेमळ मैत्रीण मिळवून देईल; असं खरंच नव्हतं वाटलं.

– पण तसंच झालं.

न्यूयॉर्कच्या पेरी स्ट्रीटवर एका जुन्या अपार्टमेंटमध्ये ताराताई राहातात. एकट्या.

– आणि मज्जेत!

वेस्टर्न म्युझिकवर जीवापाड प्रेम. आता प्रकृतीच्या कारणाने मॅनहॅटनमध्ये पूर्वीसारखं भटकणं होत नाही; पण ब्रॉडवे वरल्या एकूण एक 'शो'चा तपशील वर्तमानपत्रात वाचून पाठ. अमेरिकन प्रेसिडेन्टचं अमेरिकेत आणि त्याच्या फौजाचं तिकडे इराकमध्ये काय चाललंय यावर 'नेटीव्ह अमेरिकन सिटीझन'चं नसेल (नसतंच) एवढं बारीक लक्ष. वेगवेगळ्या स्टेट्सच्या फुटबॉल टीम्सचे परफॉर्मन्स अचूक लक्षात ठेवलेले आणि हॉलीवूडमधल्या नव्या नट-नट्यांची सगळी बित्तं-बातमी. वाचन अफाट. टेबलावर एका बाजूला सुधीर फडक्यांचं अपुरं आत्मचरित्र, दुसरीकडे भारतातून एअरमेलने मागवलेली कसकसली साप्ताहिकं आणि हाताशी थॉमस फ्रीडमनचं 'द वर्ल्ड इज फ्लॅट'सुद्धा.

– मी ताराताईंना पहिल्यांदा भेटले, आणि पहिल्याच भेटीत त्यांच्या प्रेमात पडून मग भेटतच राहिले.

खरंतर माझी पणजी आजी असावी, अशा वयाच्या. पण मला म्हणाल्या, 'न्यूयॉर्कमध्ये एकटी फीर. मध्यरात्री जा टाईम स्क्वेअरमध्ये. भटकून ये. मजा असते. यु विल गेट टू एन्जॉय द टू स्पीरिट ऑफ धिस बिग ॲपल.'

अख्खं मॅनहॅटन इतकं पायाखालचं की कुठूनही कुठे जायचं असलं तरी घरात बसून अचूक 'डिरेक्शन्स' देणार. वरून 'अगं, पाय जरा दुखतात ना, मग चालता नाही येत भरभर. नाहीतर मीच आले असते तुझ्याबरोबर' अशी चुटपूट.

राहातात एकट्या. पण घरात सारखी वर्दळ. आणि येणारे-जाणारे फोन. मित्रमैत्रिणींचा गोतावळा मोठा. शिवाय त्यात गोरे अमेरिकन स्त्री-पुरुषच पुष्कळ. स्वत:ची नात शोभेल अशा वयाच्या एखाद्या उत्साही मुलीची ओळख करून देतील ती सुद्धा 'शी इज माय फ्रेंड' अशीच.

न्यूयॉर्कला ताराताईंकडे राहात होते. एका संध्याकाळी घरी परत आले तर छान सिल्कची साडी नेसलेल्या ताराताईंनी दार उघडलं. गळ्यात मोत्याचा सर. ओठावर हलकी लिपस्टीकसुद्धा. मी आश्चर्याने विचारलं, 'काय हो? समथिंग स्पेशल?'

– तर हसून म्हणाल्या, 'अगं, तू आलीस ना हेच स्पेशल. सिल्कच्या साड्या नुसत्या कपाटात पडून असतात एरवी. म्हटलं, तू आहेस तर नेसू एखादी तुझ्यासाठी!'

– असा उत्साह!

दुसऱ्या दिवशी सकाळी पोस्टात जायचं म्हणून आम्ही दोघी बाहेर पडणार होतो; तर थंडीला बरी म्हणून चांगली जाडजूड पॅन्ट, टी-शर्ट, मोठ्ठा कोट आणि टोपी असा जामानिमा करून ताराताई तयार!

मी पाहातच राहिले.

ही पंढरपुरातल्या पटवर्धन वकिलांच्या घरची सून?

१९५२ साली न्यूयॉर्कच्या एका लायब्ररीत राहाणाऱ्या नवऱ्याचा संसार मांडायला

अमेरिकेत आलेली ही तरुण मुलगी. सोबत जाडजूड पत्र्याच्या अवजड ट्रंका. त्यात पोळपाट-लाटणं आणि खलबत्त्यासह भांड्याकुंड्यांचा संसार भरून आणलेला. न्यूयॉर्कच्या कुडकुडत्या थंडीत ही आली तीच मुळी जीन पियर्सन या हॉलीवूड नटीच्या अपार्टमेंटमध्ये. राम पटवर्धन नावाच्या तिच्या हरहुन्नरी नवऱ्याने जीनला संस्कृत शिकवण्याच्या बदल्यात भारतातून येणाऱ्या आपल्या तरुण बायकोसाठी जीनच्या घरात आसरा मिळवला होता.

ताराताईंच्या घरात आजही देखण्या जीन पियर्सनचा अप्रतिम सुंदर फोटो लावलेला आहे. त्या सांगतात, 'शूटिंग वगैरे नसलं की जीन घरीच असे. तिने अख्खं न्यूयॉर्क फिरून दाखवलं. ती माझी अमेरिकेतली पहिली मैत्रीण.'

ताराताईंनी भारतातून येताना लोणची, तूप, मेतकूट, साबुदाणे... असं काय काय आणलं होतं. हे कसले खायचे अजब पदार्थ म्हणून जीन नुसती बघत बसे. पण पीनट बटर घालून तव्यावर लावलेल्या साबुदाण्याच्या थालीपीठाची चटक ताराताईंनी तिला लावलीच. ताराताई स्वतः पक्क्या भातखाऊ. मग जीन तक्रार करी, 'राम, युवर वाईफ डझन्ट इट प्रोटीन्स. शी ओन्ली इट्स कार्बोहायड्रेडस्.'

जीनचा एक बॉयफ्रेंड होता. फिलिप्स स्प्रिंगर. तो प्रख्यात पियानोवादक. त्याच्या सुरांनी वेडावलेली जीन रात्ररात्र त्याच्या सहवासात बुडालेली असे. शिवाय संध्याकाळी हॉलीवूडमधल्या मित्र-मैत्रिणींचा राबता. अखंड जळत्या सिगारेटस्. किणकिणती ग्लासं.

सोवळ्या-ओवळ्याच्या कोकणस्थ ब्राह्मण कुटुंबातल्या ताराताईंना 'अमेरिका' भेटली ती ही अशी.

– पण गंमत म्हणजे आपल्या रीतीभाती न सोडता त्यांनी अमेरिकेतलं चांगलं ते ते तात्काळ आत्मसात करायला सुरुवात केली.

कॉलेजात नाव घातलं. शिक्षण पूर्ण केलं. पुढे राम पटवर्धनांच्या (नाना) जोडीने इंडियन कौन्सुलेटमध्ये नोकरी धरली... आणि बघता बघता पंढरपूरसारख्या क्षेत्राच्या ठिकाणाहून आलेलं हे जोडपं अस्सल न्यूयॉर्कर झालं. नाना अरविंदांच्या तत्त्वज्ञानाचे अभ्यासक. संस्कृतवर दांडगं प्रभुत्व. एका लग्नसमारंभाचं पौरोहित्य करण्याची जबाबदारी सहज म्हणून स्वीकारली आणि पाहाता पाहाता ते अमेरिकाभरच्या भारतीय समाजाचे पुरोहित झाले. मग नोकरी सोडून पूर्णवेळ तेच काम पत्करलं. हे भटजीबुवा मोठे भारी. खणखणीत उच्चारांतल्या मंत्रघोषासह साग्रसंगीत विधी झाला की उपरणं-पगडी उतरवून अस्सल स्कॉच व्हिस्कीचा ग्लास उंचावत पार्टी एन्जॉय करायला हजर.

नानांनी आपल्या पत्नीला अमेरिकन जगणं कसं आस्वादावं हे शिकवलं. तिथल्या साहित्य-कलांची, संगीताची गोडी लावली.

ताराताई सांगतात, 'आम्ही दोघे रोज फिरायला जायचो. किमान दोन ॲवेन्यू तरी पालथे घालायचेच. ब्रॉडवेवरची नाटकं, सिनेमे आणि म्युझिकच्या कॉन्सर्टस्. काही चुकवलं नाही. आमच्या ग्रीनिच व्हिलेजमध्ये आर्टिस्टस्, कवी, लेखक, फ्री थिंकर्स असल्या लोकांचा राबता असायचा. त्यांच्या घोळक्यात कितीतरी संध्याकाळी मजेत घालवल्या आम्ही दोघांनी.'

मराठी मित्रमंडळींमध्ये जीव रमायचा नाही फारसा. पण बाकी भारतभरातून आलेल्या कितीतरी जणांशी स्नेह जमला. शिवाय जीनमुळे मिळालेला अमेरिकन गोतावळाही जवळ आला. वाढत गेला.

स्वतःला मूलबाळ नव्हतं. पण हे दोघं इंटरनॅशनल हाऊसमध्ये जात. एकेकट्या राहाणाऱ्या तिथल्या विद्यार्थ्यांना भेटायला. त्यांना वीकएण्डला घरी बोलवायचं. प्रेमाने चार गरम घास खाऊ घालायचे... यात कोण आनंद!

निवृत्तीनंतर सगळ्यात मोठा आनंद कसला; तर आता 'सिनिअर सिटीझन' म्हणून ब्रॉडवेच्या नाटकांची तिकिटं स्वस्तात मिळतील आणि न्यूयॉर्कच्या लायब्ऱ्यांमध्ये दिवस दिवस बसून मनसोक्त वाचता येईल याचा.

ताराताई सांगतात,

'नाना नेहमी म्हणत, सारखी आपल्या-आपल्या ओळखीच्या लोकांमध्ये वावरू नकोस. ट्राय टू गो आऊट. ट्राय टू लर्न. थिंक. विचार करायला शिक. यू विल गेट अ ब्रॉडर आऊटलुक.'

या माणसाने आपल्या बायकोसाठी १९७०च्या दशकात केल्या, त्या गोष्टी आजच्या आधुनिक प्रेमवीरांनाही माना खाली घालायला लावतील इतक्या रोमॅन्टिक आहेत.

मॅनहॅटनच्या दुसऱ्या टोकाला मूव्ही हाऊस नावाचं एक थिएटर होतं. तिथे जुने क्लासिक सिनेमे लागत. कौन्सुलेटमधलं ऑफिस आटोपून अनेकदा ताराताई 'सबवे'ने थेट 'मुव्ही हाऊस'ला जात... तर सिनेमा एन्जॉय करणाऱ्या आपल्या बायकोला भूक लागली असेल म्हणून नाना मध्यंतरात येऊन भाजी-पोळीचा रोल देऊन जायचे.

– मग अचानक नाना गेले आणि ताराताई एकट्या पडल्या.

तेव्हापासून त्या एकट्याच राहातात.

... आणि मजेत राहातात.

आता वय झालं आहे. तब्येत फार साथ देत नाही. पण 'कशा आहात?' विचारलं की 'आय ॲम फन्टास्टिक. मज्जेत आहे' हेच उत्तर.

न्यूयॉर्कहून निघाले; तेव्हा ताराताईंचा निरोप घेताना डोळे भरून आले. त्यांना म्हटलं, इतक्या थकल्या आहात तुम्ही. भारतात परत जावं असं नाही का वाटत कधी?

– तर मला जवळ घेत त्या हसून म्हणाल्या,

'अगं, इतकी वर्षं इथे राहिले. पक्की न्यूयॉर्कर झालेय आता. आय गॉट युज्ड टु धिस सिटी... ॲण्ड माय इन्डिपेन्डन्स!'

● ●

ताराताईंनी माझ्या सगळ्या प्रश्नांची उत्तरं दिली... आणि मला नव्या प्रश्नांमध्ये अडकवून टाकलं.

अजूनही वाटतं,

पंढरपुरातून आलेल्या ताराताईंसारख्या एका मध्यमवर्गीय ब्राह्मण स्त्रीला स्वत:ला इतकं 'अंतर्बाह्य अमेरिकन' करणं कसं जमलं असेल? आणि तरीही त्यांच्या व्यक्तिमत्त्वाचा गाभा इतक्या अस्सल भारतीय रंग-गंधाचा कसा?

...पुन्हा हे सारं इतकं सहज, उत्फुल्ल, विहिरीच्या पोटातल्या जिवंत झऱ्यासारखं झुळझुळतं; की त्या प्रसन्न जीवनासक्तीचा हेवाच वाटावा.

...अशी माणसं मोजकी; पण भेटली.

● ●

काही जणांना जरा लांबचा वळसा पडला. मायदेशाहून येताना बरोबर आणलेल्या धारणा अखंड जपण्याचा धडपडाट केला; तेव्हा सारंच हरवत गेलं. रिक्त हाताने पराभवाची हताशा वाट्याला आली, पण मस्तक भडकलं नाही. आपल्या हातात जे होतं त्याच्या अस्सलपणाबद्दल कधी शंका वाटली नाही. विश्वास ढळला नाही.

...आणि उत्तरायुष्यातल्या एका टप्प्यावर हरवलेलं सारं पुन्हा गवसण्याचा अलौकिक आनंद अचानक वाट्याला आला.

– त्यातले एक अरुण जतकर.

त्यांनी रविवारच्या शाळा चालवून कम्युनिटीतल्या मुलांना मराठी शिकवलं. पण त्यांचा स्वत:चा मुलगा श्रेयस कधी त्यांच्या वाऱ्यालासुद्धा उभा राहिला नाही. जो जो सांगायला जावं, आग्रह धरावा तो तो श्रेयस भारतीय संस्कृतीपासून, भारतीय माणसांपासूनसुद्धा दूरदूरच होत गेला. मग चिडचिड. बाचाबाची. घरात वादविवाद असं सगळं झालं. परिणाम शून्य. श्रेयस जास्तच अबोल होत गेला.

जॉर्ज वॉशिंग्टन युनिव्हर्सिटीत बी.ए. करतानासुद्धा श्रेयस भारतीय वंशाच्या मुला-मुलींपासून कटाक्षाने दूर राहिला. महाराष्ट्र मंडळात जाणं... वगैरे गोष्टींचा तर त्याला तिटकाराच होता.

जतकर म्हणतात, ...तेव्हा मी प्रयत्नपूर्वक माझं तोंड बंद ठेवलं.

'इंटरनॅशनल अफेअर्स' असल्या भलत्या विषयात पदवी घेऊन हा मुलगा पुढे काय करणार (म्हणजे किती/कसे पैसे मिळवणार?) याचा भुंगा मात्र जतकरांच्या

डोक्याला कुरतडत होता.

बी.ए. झाल्यावर (पैशा-बियशांचा विचार न करता) श्रेयसने 'सेंटर फॉर इक्नॉमिक जस्टिस' नावाच्या स्वयंसेवी संस्थेत नोकरी धरली. तो न्यू मेक्सिको प्रांतातल्या अल्बुकर्की नावाच्या शहरात निघून गेला.

जतकरांना वाटलं, झालं, पाखरू घरट्यातून आभाळात उडालं.

अल्बुकर्कीतल्या विद्यापीठात भारतीय विद्यार्थी पुष्कळ. 'असोसिएशन फॉर इंडियाज् डेव्हलपमेंट – (एड)' या तरुण विद्यार्थ्यांच्या संघटनेने अमेरिकेत चांगला जोर धरला आहे. या कल्पनेचं बीज श्रेयसच्या मनात आपसुक रुजलं. त्याला 'एड'च्या कामात स्वारस्य वाटू लागलं. इतकं, की श्रेयस त्या संघटनेच्या अल्बुकर्कीतल्या बैठकांना जाऊ लागला. 'एड'करता निधी जमवण्यासाठी धडपडू लागला. पुण्यातून आलेल्या एका मित्राकडून त्याने चक्क 'मराठी'चे धडे घ्यायला सुरुवात केली.

हळूहळू श्रेयस 'एड'च्या कामात पूर्णत: गुंतला.

२००४ च्या डिसेंबरात वाढदिवसाच्या शुभेच्छा द्यायला म्हणून जतकरांनी आपल्या लेकाला फोन केला; तेव्हा तो म्हणाला,

'डॅड, माय फ्रेंडस् अ‍ॅण्ड आय आर होल्डिंग कँडललाईट व्हिजील धिस एन्टायर वीक' – का? तर भोपाळ गॅस दुर्घटनेला वीस वर्षं झाली होती... आणि अजूनही दुर्घटनाग्रस्तांना न्याय मिळालेला नाही, याची जगाला (विशेषत: अमेरिकेला) जाण राहावी म्हणून!

– जतकर थक्क झाले.

'जन्मभूमी' म्हणून ज्या देशाच्या आठवणीने डोळ्यांत पाणी तरळतं, त्या 'आपल्या' भारताचा 'असा' विचार त्यांच्या पिढीने कधी स्वप्नातसुद्धा केला नव्हता.

मग वर्षभर भारतात राहून रेनवॉटर हार्वेस्टिंगचा अभ्यास करायचा बेत श्रेयसने आखला. त्यासाठी राजस्थानातल्या भर उन्हाळ्यात राजेंद्र सिंहांबरोबर 'जोहड' खणायला जायचं ठरवलं.

– जतकर काळजीत पडले.

आपल्या या मुलाला हिंदी येत नाही. मराठी मोडकं तोडकं. आणि हा भारतात विहिरी खणायला जाणार म्हणतो.

– पण भाषेवाचून श्रेयसचं काही अडलं नाही. राजस्थानच्या वाटेवर श्रेयस पुण्यात थांबला. पुणे जिल्ह्यात रेनवॉटर हार्वेस्टिंगचं काम करणाऱ्या स्वयंसेवी संस्थांबरोबर त्याने तळी खणली. सोलापूर जिल्ह्यातल्या करमाळा, मढ या गावांमध्ये गावतळ्याच्या कामावर मातीने भरलेली घमेली डोक्यावरून वाहून नेली. इंग्रजीचं अक्षर न समजणाऱ्या खेडूत बायकांबरोबर खाणाखुणांची भाषा तयार करून विहिरीतून पाणी काढणं शिकला. करमाळ्याच्या गावतळ्यावर काम चालू असताना अचानक

दहा हजार मैलांचा पूल । २४९

आलेल्या पावसात गावकऱ्यांबरोबर मस्त नाचलासुद्धा.

वडिलांना पाठवलेल्या ई-मेलमध्ये श्रेयसने लिहिलं,

'आता मी कोल्हापूरजवळच्या रमणवाडीला चाललो आहे. तिकडून परत येताना ज्योतिबाच्या डोंगरावर नक्की जाईन आणि आपल्या सर्व जतकरांच्या वतीने ज्योतिबाला- आपल्या कुलदैवताला नमस्कार करून त्याची घंटा घणघण वाजवून येईन.'

● ●

अमेरिकेत राहाताना भारतातल्या खेड्यापाड्यात आतडं गुंतलेली सुनील देशमुखांसारखी माणसं हा श्रेयससारख्या तरुणांसाठी वारसा आहे.

अमेरिकन भांडवल बाजारावर स्वार होऊन कुबेराचं ऐश्वर्य कमावणाऱ्या सुनील देशमुखांच्या मनातला 'समाजवादी पीळ' किती सच्चा आणि घट्ट आहे; हे जाणून घ्यायचं तर महाराष्ट्र फाऊंडेशनच्या कामावर नजर टाकावी.

अमेरिकेत गेलेल्या मराठी माणसांनी कृतज्ञताभावाने मायदेशातल्या सामाजिक कामाची एखादी तरी पालखी खांद्यावर उचलावी म्हणून यशवंत कानिटकरांनी महाराष्ट्र फाऊंडेशनचा मार्ग आखला.

बघता बघता पालखीचे खांदेकरी वाढले. राजन गडकरी, सुनीता धुमाळे, विद्या हर्डीकर-सप्रे यांच्यासारख्या कार्यकर्त्यांच्या अथक प्रयत्नांमधून जमा होणाऱ्या निधीचे आकडे भराभर वाढले गेले... आणि महाराष्ट्रातल्या समाजोपयोगी कामांकडे वाहाणारा मदतीचा ओघही.

– स्थापनेपासूनच्या गेल्या तीसेक वर्षांच्या अवधीत महाराष्ट्र फाऊंडेशनने आजवर अक्षरश: अब्जावधी रुपयांचा मदतनिधी महाराष्ट्रात धाडला आहे.

कॅनडामध्ये 'महाराष्ट्र सेवा समिती'च्या रूपाने असंच एक काम डॉ. जगन्नाथ वाणी यांनी उभं केलं. आणि गेली तेवीस वर्षे या कामाचा अखंड वाढता पसारा अक्षरश: एकहाती सांभाळला. महाराष्ट्राच्या खेड्यापाड्यात स्वत: फिरून कामं पाहिली. माणसं पारखून घेतली. उत्तर अमेरिकाभरातून देणगीपोटी मिळवलेल्या प्रत्येक डॉलरला कनेडियन डेव्हलपमेन्ट एजन्सी (सीडा), वाईल्ड रोझ फाऊंडेशन-सारख्या संस्थांकडून 'मॅचिंग ग्रॅन्ट'ची जोड देत देत मोठी रक्कम गाठीशी बांधली... आणि सत्पात्री दान करावं तेवढ्या काटेकोर काळजीने गाजावाजा न करता अनेक सेवाभावी संस्थांच्या मागे मोठं पाठबळ उभं केलं. महाराष्ट्र सेवा समितीने आजवर सुमारे सोळा कोटी रुपये एवढी रक्कम महाराष्ट्राच्या कानाकोपऱ्यात धाडली आहे.

मायदेशाच्या आठवणींची रुखरुख मनात घेऊन सतत घालमेलीतलं आयुष्य जगणं मंजूर नसलेल्या या मंडळींनी मनातल्या कृतज्ञतेच्या भावनेला एक सुंदर 'अर्थ' दिला.

परक्या भूमीवर 'सांस्कृतिक उपासमार' सोसावी लागते म्हणून बरेच चुटपुटते लोक आयुष्यभर कोरडे राहिले. पण अशोक कामेरकर, मीना नेरूरकर, गोपाळ मराठे यांच्यासारख्या अनेक हाडाच्या कलावंतांनी स्वतःच्या मनातला गाता-नाचता-बहरता रंगमंच चक्क अमेरिकेतच उभा केला... आणि गाजवला.

डिस्क्रीमिनेशन, ग्लास सिलिंग असल्या अडथळ्यांचा काच लागून काही मराठी माणसं हळहळत होती... त्याच दरम्यान स्वाती दांडेकर आणि कुमार बर्वे अमेरिकेच्या संसदेत चक्क 'सिनेटर' म्हणून पोचले. त्यांनी गोऱ्या अमेरिकनांसह सर्व वंश-वर्णाच्या लोकांचा विश्वास कमावला. त्या बळावर आपापल्या डिस्ट्रिक्टमध्ये पुढल्या टर्म्सही जिंकल्या.

...ही सारी माणसं मराठीच होती, आणि आहेत. पण त्यांनी आपल्या व्यक्तिमत्त्वाला नवनवे आयाम जोडले. जिथे जाऊ तिथे रुजण्याची जिद्द धरली.

आणखी एक.

नोकरी 'धरली' आणि धंद्यात 'पडला' या मराठमोठ्या आव्हानाच्या परंपरागत अवजड शिवधनुष्याला थेट अमेरिकेत जाऊनच प्रत्यंचा लावली.

'धरलेल्या' नोकऱ्या सोडून धंद्यात 'पडण्याची' हिंमत दाखवणाऱ्या काही कर्तबगार माणसांनी आपल्या अपार कष्टातून आणि अविचल जिद्दीतून 'साम्राज्यं' उभी केली.

∎

सतरा

गोईंग दॅट 'एक्स्ट्रा' माईल...

लॉस एंजेलीसपासून काही तासांवरचं सान्ताबार्बरा नावाचं गाव. चौफेर शेतांनी बहरलेलं. हिरवंगार, डोंगरकुशीत लपलेलं एखादं अस्पर्श खेडं असावं इतकं देखणं.

नागमोडी वळणाच्या अरुंद रस्त्याने एका डोंगराला वळसे घालत घालत खूप उंचावर आलो... स्वच्छ मोकळी हवा... भणाणता वारा... भोवती डोंगर-दऱ्या आणि त्या अवर्णनीय दृश्याच्या मधोमध आडवा पसरलेला चमचमत्या पॅसिफिक महासागराचा निळा फैलाव.

– मी पाहातच राहिले.

श्वास घेण्याचंसुद्धा भान उरू नये असा मुग्ध क्षण.

मग कळलं, आपण आत्ता चढून आलो तो कॅलिफोर्नियातला एक अख्खा डोंगर, आपण आत्ता ज्याच्या घरी आलो आहोत, त्या मराठी माणसाच्या मालकीचा आहे.

मनोहर शिंदे.

अमेरिकेतल्या पहिल्या दहा आर्किटेक्चर फर्म्समध्ये ज्यांची कंपनी दीर्घकाळ आघाडीवर होती; असे सुप्रसिद्ध आर्किटेक्ट.

अमेरिकेत मॅनी शिंदे म्हटलं म्हणजे आर्किटेक्चरच्या क्षेत्रातल्या माना आदराने लवतात.

मॅनी अंकल १९७१ च्या जूनमध्ये अमेरिकेत आले.

का?

तर मेहुणे होते अमेरिकेत. ते म्हणाले, 'येतोस का?' – सहज म्हणून अर्ज केला तर व्हिसाही पटकन मिळाला. मग जायचं ठरलं.

मॅनी अंकल सांगतात, 'नशीब काढायला अमेरिकेत जातोय वगैरे काही डोक्यात नव्हतं. एक नवा अनुभव. त्याची ओढ वाटली म्हणून मुंबईत मांडलेला आर्किटेक्ट फर्मचा पसारा ठेवला गुंडाळून आणि गेलो.'

पुन्हा तेच.

खिशात आठ डॉलर्स.

ते इकडेतिकडे भटकण्यात संपले. मेहुण्यांच्या जिवावर जगणं मान्य नव्हतं. म्हणजे पैसे कमावण्याचा मार्ग शोधायला हवा. कुणीतरी विचारलं, टेलिफोनच्या डिरेक्टऱ्या वाटशील का? रोज अमूक इतक्या डिरेक्टऱ्या सर्क्युलेट केल्यास तर दिवसाचे पंचवीस डॉलर्स मिळतील.'

– आठवडाभर ते काम केलं. अमेरिकेतल्या जीवघेण्या हिवाळ्यात कुडकुडत रस्तोरस्ती भटकताना एका रेस्टॉरन्टच्या बाहेर 'हेल्पर वॉन्टेड' असा बोर्ड दिसला.

मग डिरेक्टऱ्या वाटणं सोडून ते काम धरलं. का? – तर एवढ्या थंडीत बाहेर भटकण्यापेक्षा बरं म्हणून!

एरिया गजबजता होता. आजूबाजूच्या ऑफिसात कामं करणारे लोक 'त्या' रेस्टॉरन्टमध्ये जेवायला यायचे. काही वेळा 'लंच मीटिंग्ज' असायच्या. मनोहर शिंदे या तरुणाने संधी हेरली. त्याने आपली स्टोरी ज्याला त्याला सांगायला सुरुवात केली. आय ॲम प्रॅक्टिसिंग आर्किटेक्ट फ्रॉम इंडिया. ॲम इन प्रॉब्लेम. ब्ला... ब्ला... ब्ला...

जेवायला येणाऱ्यांच्या गर्दीत एक इटालियन आर्किटेक्ट भेटला. तो म्हणाला, ये. तुझ्याकरता जॉब आहे.

रीतसर इंटरव्ह्यू झाला आणि काम मिळालं.

तो अमेरिकेतला पहिला जॉब.

हातात 'स्किल' होतंच. शिवाय गाठीशी अनुभव. वेगात काम सुरू झालं. फर्ममधल्या इतर लोकांपेक्षा कितीतरी जास्त आणि कितीतरी उत्तम 'परफॉर्म' करणाऱ्या या तरुणाचा पगार पहिल्या सहा महिन्यांतच दुपटीने वाढला.

मॅनी अंकल सांगतात,

'माझ्याबरोबर शिकागोचा एक लोकल आर्किटेक्ट होता. तो चिडला. रागाने म्हणाला, 'यू ब्लडी इंडियन्स, यू कम हिअर ॲण्ड टेक अवर जॉब्ज? जस्ट गेट आऊट ऑफ माय कन्ट्री.'

– पण तेवढंच.

मनोहर शिंदे या माणसाला अमेरिकेने दिलेला वंशभेदाचा हा पहिला आणि शेवटचा झटका. पुढे याच माणसाशी मॅनी अंकलची चक्क दोस्ती झाली. इतकी, की त्यानेच पहिलं घर घेण्याकरता उसने पैसे दिले. एरवी अमेरिकेत कुणी असे पैसे वगैरे देत नाही.

वर्षभराने पुन्हा पगार दुप्पट झाला. पण तोवर महत्त्वाकांक्षाही वाढली होती. नोकरीत जीव रमेनासा झाला. मग आर्किटेक्ट म्हणून रजिस्ट्रेशन केलं आणि नोकरी करता करताच स्वत:ची छोटी-मोठी कामं सुरू केली.

– मग 'जेकब इंजिनिअरिंग'ची ऑफर आली. बडी अमेरिकन कंपनी. तिथल्या कीर्तीच्या बळावर लॉस एंजेलीसमधल्या एका कंपनीने थेट व्हाईस प्रेसिडेन्टशिपच ऑफर केली.

– मग एल.ए. ला प्रयाण.

नव्या कंपनीला नेट लावून वर काढणाऱ्या या माणसाची कीर्ती अमेरिकेच्या पश्चिम किनाऱ्यावर पसरली. कंपनीचं काम, स्वत:चे प्रोजेक्टस् असा धडाका तीन वर्षं चालू राहिला.

'१९८०-८२ च्या सुमाराची गोष्ट. एका सिटी इंजिनिअरकडे मिलियन डॉलर्सचं कॉन्ट्रॅक्ट होतं. पण आमच्या कंपनीला ते काम द्यायला तो माणूस तयार नव्हता'- मॅनी अंकल सांगतात, 'तो म्हणाला, तू हा जॉब सोड आणि स्वत:चा स्वतंत्र बिझनेस सुरू कर. मी तुला काम देतो.'

– आयुष्याला वळण देणारा क्षण अचानक असा पुढ्यात येऊन उभा राहिला होता.

'ती' हाक ऐकू आल्यावर मग मागे हटणं शक्य नव्हतं.

तोवर मिळवलेलं सगळं सोडून रिस्क घेतली. स्वत:चा बिझनेस सुरू केला.

– पण सुरुवात सोपी नव्हती. मिलियन डॉलर्सचं पहिलं डील लांबत लांबत प्रत्यक्ष हाती आलं तेव्हा क्वार्टर मिलियनचंच झालं होतं. तरी नुकसान सोसून ते काम मिळवलं. नफा मिळणार नव्हताच पण बाजारात पत मिळवली. अमेरिकेच्या डिफेन्स डिपार्टमेन्टमध्ये शिरकाव झाला. एअर फोर्सच्या बेसची कामं मिळू लागली. त्याकरता जगभर भ्रमंती. काम उत्तम; त्यामुळे खूष झालेले डिफेन्स डिपार्टमेन्टचे लोक 'मॅनी शिंदे' हे नाव बड्या कंपन्यांना रेकमेन्ड करू लागले. व्यवसाय अशा प्रचंड गतीने सुसाट वाढत चालला; की विचार करायलासुद्धा वेळ मिळू नये. शून्यातून उभी केलेली कंपनी. ती बघता बघता इतकी मोठी झाली, की तिची आर्थिक उलाढाल अमेरिकेच्या पहिल्या तीस कंपन्यांमध्ये जाऊन पोचली.

व्यक्तिगत आयुष्यात जिवावरचे चढउतार सोसावे लागले. पत्नीचा अकल्पित मृत्यू, पदरात दोन मुलं... शिवाय स्वत:ची बायपास. १९९१ साली नीला पटेलच्या साथीने संसाराचा डाव पुन्हा मांडला, आणि मग मात्र सारा डोलारा सावरला.

– पण तोवर व्यवसायात मोठा निर्णय करायची वेळ आली होती. १९९० च्या दशकात अमेरिकन बिझिनेसची तंत्रं वेगाने बदलली. त्याचा ताण आला. 'डायव्हर्सिफिकेशन' करायला हवं असं वाटू लागलं. भारतात बिझिनेस करण्याची

शक्यता पडताळून पाहिली. पण तो पर्याय फार टिकला नाही.

मग १९९५ साली मॅनी शिंदे यांनी आणखी एक मोठा निर्णय घेतला.

केवळ आठ डॉलर्स खिशात घेऊन १९७१ साली अमेरिकेत आलेल्या या मराठी माणसाने लॉस एंजेलीसजवळच्या पर्वतमाथ्यावरची तब्बल २१७ एकर जमीन खरेदी केली. आजूबाजूला झाडी, खोल पायथ्याशी मैलोन्‌मैल पसरलेले शेतमळे आणि समोर पॅसिफिक महासागराची उसळती चमचम चांदी. स्वप्नच वाटावं अशा या जमिनीवर मॅनी अंकलनी अशी देखणी वास्तू उभी केली; की तिची गणना आज अमेरिकेतल्या सर्वोत्तम घरांमध्ये होते.

– आता धावपळ कमी केली आहे. अमेरिकन स्टाईलचा वानप्रस्थाश्रमच जवळजवळ!

ते पक्के 'इंडियन' आहेत, आणि तितकेच पक्के 'अमेरिकन'ही!

'आपल्याला नक्की काय हवंय हे ठाऊक असलं; तर तुमचं तुम्हाला तुमच्या मनासारखं जगता येतं. अमेरिकन संस्कृती कुणावरही काही लादत नाही, हेच या संस्कृतीचं वैशिष्ट्य आहे. अमेरिकेतल्या उत्तम त्या सर्व गोष्टी स्वीकारण्याचा मोकळेपणा माझ्याजवळ होता, म्हणून कदाचित माझं 'इंडियन' असणं मी इतक्या सहजतेने जपू शकलो' – ही कसरत अगदी सहज साधत जाते, असा मॅनी अंकलचा अनुभव आहे. ते म्हणतात,

''खरं सांगू का, तुम्ही 'परके' असता, तरीही हा देश तुम्हाला 'परक्या'सारखा वागवत नाही. उलट अमेरिका सगळ्यांनाच एक 'कम्फर्टेबल फील' देते. हा देश तुम्हाला तुमच्या 'कल्चर'सकट सामावून घेतो. तोडून वागतात ती 'आलेली' माणसं. काल जिंकल्यावरही ज्या माणसाला आजचं आव्हान पेलावंसं वाटतं आणि काल मोडून पडल्यावरही जो आज ताठ उभा राहून लढायला जाऊ शकतो तोच जिंकतो; हेच अंतिम सत्य आहे. तुम्ही भारतात असा, अमेरिकेत असा अगर जगाच्या पाठीवर आणखी कुठे; धडपड्या, जिद्दी माणसांना 'जगवते' ती त्यांची महत्त्वाकांक्षाच! ज्यांच्या मनात या निखाऱ्याची धग कधी फुलत नाही; तीच माणसं आधीच्या पन्नास तक्रारी असतील तर आणखी एक्कावन्नावी शोधण्यातच आयुष्य घालवतात.''

आपण आपल्या महत्त्वाकांक्षेच्या बळावर ज्या देशात आलो; तिथलं उत्तम ते स्वीकारत स्वीकारत आपल्याकडल्या 'उत्तमा'चा साठा वाढवत नेण्याची मॅनी अंकलची ही कला! ती ज्या ज्या 'अमेरिकन' मराठी माणसांना जमली; ते ते सारे 'उद्योजक' आहेत; हा योगायोग नक्कीच नसणार.

● ●

बेळगावच्या शाळेतून फक्त पंचावन्न टक्के मार्क मिळवून मॅट्रिक झालेल्या

आणखी एका मराठी तरुणाची 'अमेरिकन यशोगाथा' याच मार्गाने वळचणीतून थेट गगनाशी पोचली.

डॉ. श्रीनिवास ठाणेदार.

बेळगावातल्या दारिद्र्याशी झगडताना या महत्त्वाकांक्षी तरुणाला दोन वेळच्या भाकरीची चिंता होती; तरीही एकदा 'धरलेल्या' नोकरीला 'चिकटून' राहाण्याचा 'सुरक्षित मराठमोळा मार्ग' त्याने पत्करला नाही.

ध्येय पुष्कळ उंचावरचं होतं,

आणि झेप मोठी!

१९७९च्या फेब्रुवारी महिन्यात पीएच.डी. करायला म्हणून अमेरिकेत पाय ठेवताक्षणी हा माणूस अमेरिकेच्या चक्क प्रेमातच पडला.

मॅकडॉनल्डस्मध्ये गेल्यावर तिथली फटाकडी अमेरिकन पोरगी 'फॉर हिअर ऑर टू गो?' विचारते; त्या विचित्र प्रश्नाचा अर्थ काय; हे शिकण्यापासून सुरुवात होती.

– पण पहिल्या नजरेतलं 'प्रेम' कणभरानेही ढळलं नाही.

आपल्याला इथे राहायचं, शिकायचं, काहीतरी मिळवायचं असेल तर धीर सोडून चालणार नाही; याची जाणीव होती. या देशात आयुष्य घडवायचं तर पहिल्यांदा हा देश समजून घेतला पाहिजे, इथल्या संस्कृतीत आपला जीव रमला पाहिजे, हे भान होतं.

'मी अमेरिकेत आलो; त्याच क्षणी ठरवलं, आता इथेच राहायचं. भारतात परत जायचं नाही' – डॉ. ठाणेदार सांगतात.

'तळ्यात का मळ्यात'चा खेळ असा पहिलेछूट संपवून तुकडा तोडण्यामागे महत्त्वाचं कारण होतं – 'व्यक्तिस्वातंत्र्या'चं आकर्षण.

'आपल्या आयुष्यात आपण काय करावं, कसं वागावं हे आपलं आपल्याला ठरवता यावं, असं मला पहिल्यापासूनच वाटत असे. अमेरिकेत आल्यानंतरच्या पहिल्या आठवड्यातच मला जाणवलं, धिस इज रियली व्हॉट आय वॉन्ट. आता मी परत जाणार नाही.'

अमेरिकन विद्यापीठांमध्ये शिकायला आलेले भारतीय विद्यार्थी ज्या काळात आपापला कंपू करून राहात; त्या काळात ठाणेदारांनी मुद्दाम प्रयत्न करून गोऱ्या अमेरिकन मुला-मुलींच्या ग्रुपमध्ये प्रवेश मिळवला. त्यांच्याशी दोस्ती केली. इतर भारतीय विद्यार्थी दर वीकएण्डला कुणाच्या तरी अपार्टमेंटवर जमून भारतीय जेवण बनवत, हिंदी सिनेमाच्या कॅसेटस् जमवून गाणी ऐकत... तेव्हा श्री ठाणेदार नावाचा हा तरुण गोऱ्या मैत्रिणीबरोबर डेटिंगला, ट्रेकिंगला, बोटिंग करायला किंवा चक्क जंगलात भटकायला गेलेला असे.

नोकरीच्या निमित्ताने बेळगावातून मुंबईला आल्यावर तिथल्या सांस्कृतिक श्रीमंतीची चटक लागलीच होती. मुंबईतून अमेरिकेत पोचल्यावर या तरुणाने आपल्या मराठमोळ्या सांस्कृतिक आवडीनिवडींना अगदी सहज अमेरिकन अंगडीटोपडी चढवली. अमेरिकन साहित्य, थिएटर, सिनेमा, म्युझिक यात हा माणूस इतका नखशिखांत भिजून, बुडून गेला, की 'भल्या माणसा, तू इथे पीएच.डी. करायला आला आहेस. तुझ्या थिसिसचं काय?' अशी आठवण करून द्यायची वेळ त्याच्या प्रोफेसरांवर आली. ठाणेदार सांगतात,

'मी एकच गोष्ट केली होती – 'चांगलं-वाईट', 'नैतिक-अनैतिक' हे तोलून मापून पाहाणारा भारतीय तराजू भारतातून येतानाच फेकून दिला. मोकळ्या, स्वच्छ मनाने अमेरिकन लोकांमध्ये मिसळलो. त्यांच्या जगण्यात 'प्रॉब्लेम' आहेत हे खरं; पण त्याला लगेच 'अनैतिक' वगैरे लेबलं चिकटवणं मला कधीच पटलं नाही. सात लग्नं करणारी एलिझाबेथ टेलर नावाची बाई अमेरिकन आहे, म्हणजे 'अमेरिकेतले सगळेच स्त्री-पुरुष कालचं लग्न आज मोडतात आणि उद्या तिसऱ्याबरोबर झोपतात', असं नव्हे ही अक्कल मला खूपच लवकर आली.'

– या 'अंतर्बाह्य' अमेरिकन होण्यातून आणखी एक गोष्ट साधली असावी : 'इमिग्रन्ट' माणसाच्या पाचवीला पुजलेल्या न्यूनगंडातून सुटका!

डॉ. ठाणेदार सांगतात,

'सुरुवातीच्या त्या काळात माझ्या डोक्यात एक गोष्ट पक्की होती – 'आय वॉन्ट टु बी वन ऑफ देम... ॲण्ड आय वॉन्ट टु रिजेक्ट देम बिफोर दे रिजेक्ट मी. आय वॉज टोटली हॅपी बिईंग कम्प्लिट अमेरिकन.'

तिकडल्या 'डेटिंग'ला इकडल्यांनी नाकं मुरडण्याच्या त्या काळात 'आयुष्यात मनाजोगा जोडीदार निवडण्याचा याहून चांगला मार्ग असूच शकत नाही' अशा निष्कर्षावर डॉ. ठाणेदार (अनुभवान्ती) आले होते.

पीएच.डी. झाल्यावर डॉ. ठाणेदार पहिल्यांदा बेळगावात गेले; तर त्यांना मराठी बोलता येत नव्हतं.

'दाढी, केस वाढलेले. अंगात टॅटर्ड जीन्स. चुरगळलेला शर्ट. पायात टेनिस शूज. विमानतळावर हार घेऊन माझ्या स्वागताला आले; ते माझा हा अवतार बघून थक्कच झाले' – डॉ. ठाणेदारांना अजूनही त्यांच्या आयुष्यातली ती 'फेज' आठवते. भांडवलशाही आणि व्यक्तिवादाचं अमेरिकन आकर्षण मनाशी पूर्ण रुजलेलं... कॅम्पिंग, सिम्फनी, फुटबॉल, बेसबॉल यावरून जीव ओवाळून टाकण्याचे ते दिवस डॉ. ठाणेदारांच्या आयुष्यात आले, आणि गोवर-कांजिण्यांचा भर ओसरावा तसे कालांतराने ओसरलेही.

– पण एक नक्की.

त्या दिवसांनी डॉ. ठाणेदारांना अमेरिकन समाजाशी घट्ट जोडलं. तिथल्या जगण्याची रीत समजावली. 'दीज पीपल आर एथिकल टू... इनफॅक्ट मोअर एथिकल दॅन इंडियन्स' याचं भान दिलं.

या 'सामीलकी'च्या भावनेमुळे आपल्या मनातला 'न्यूनगंड' पुसला गेला. कातडीचा रंग सोडला तर 'वेगळेपणा'ची खुटखुट मनात राहिली नाही, असं डॉ. ठाणेदार आज कृतज्ञतेने सांगतात.

– यातून मिळालेल्या आत्मविश्वासावरच डॉ. ठाणेदारांनी अमेरिकेच्या चार राज्यात पसरलेल्या 'केमिर' कंपनीचा डोलारा उभा केला; हेही स्पष्टच आहे.

आज सुमारे दोन कोटी पन्नास लाख डॉलर्सची वार्षिक उलाढाल असलेली डॉ. ठाणेदारांची 'केमिर ॲनालिटिकल सर्व्हिसेस' ही कंपनी अमेरिकेत भारतीयांनी उभ्या केलेल्या यशस्वी कंपन्यांच्या यादीत दिमाखाने स्थान मिळवून आहे.

...पण 'केमिर'च्या प्रारंभाचा इतिहास मात्र ना (त्याकाळच्या) भारतीय मानसिकतेला साजेसा; ना मराठी मनाच्या (तत्कालीन) घडणीशी नातं सांगणारा.

बेळगावात सोसलेले गरिबीचे चटके आणि अमेरिकेतल्या प्रारंभीच्या दिवसांनी पदरात टाकलेले कष्ट... खरं म्हणजे खूपच परवड झाली होती. त्यामुळे पेट्रोलाईटसारख्या बड्या अमेरिकन कंपनीत मिळालेली उत्तम पगाराची नोकरी मनोभावे करून अमेरिकन सुखात डुंबण्याचा पर्याय खरंतर डॉ. श्री ठाणेदार नावाच्या माणसाला जास्त सोयीचा होता.

– पण या माणसाने वेडं साहस करायचं ठरवलं. स्वतःहून चिकटलेली, चांगली घट्ट धरून असलेली, दर सहा महिन्यांनी लठ्ठ पगाराचं प्रमोशन पदरात टाकणारी नोकरी 'सोडून' स्वतःहून धंद्यात पडण्याचं साहस!

– आणि तेही का?

तर कंपनीतले महत्त्वाचे निर्णय घेण्याचं स्वातंत्र्य कायम गोऱ्या अमेरिकन बॉसच्या हातात असतं; ते आपल्याला मिळावं म्हणून!

व्यावसायिक यशाचा एक विशिष्ट टप्पा गाठल्यानंतर वाट्याला येणारं 'डिस्क्रिमिनेशन' ही आपल्या 'इमिग्रन्ट' आयुष्याची स्वाभाविक परिणती आहे, हे मान्य करण्याचा इतका सरळ मोकळेपणा अमेरिकेतल्या मराठी माणसांमध्ये क्वचित दिसतो,

– तो डॉ. ठाणेदारांमध्ये होता.

म्हणून त्यांनी नोकरीला रामराम ठोकला. १९९० सालच्या ऑक्टोबर महिन्यात एक लाख डॉलर्सचं कर्ज डोक्यावर घेतलं आणि क्लॅरा क्रेव्हर नावाच्या अमेरिकन बाईंची 'केमिर' कंपनी विकत घेतली.

एका जुन्या इमारतीत दोन मजल्यांवर मिळून जेमतेम नऊशे चौरस फुटांची

जागा. वरच्या मजल्यावर जाण्यासाठी एक जुनीपानी, डळमळीत, मोडकी शिडी. म्हणायला प्रयोगशाळा; पण उपकरणं अगदी मोजकी, तीही जुनाट, आणि दोन फोन. एक काळा. एक लाल. एवढ्याच भांडवलावर सुरू झालेला 'केमिर'चा प्रवास आता यशाची नवनवी शिखरं काबीज करत वेगाने दौडतो आहे.

या प्रवासातली जिद्द अस्सल भारतीय पिळाची; पण रीती पाहाव्यात तर त्या साऱ्या पक्क्या अमेरिकन. एकदा बिझिनेसचा आवाका आल्यावर मग छोट्या मोठ्या कंपन्यांचं ॲक्विझिशन, मर्जर करत करत डॉ. ठाणेदारांनी ज्या झपाट्याने पसारा वाढवला; ते सारं 'अंथरूण पाहून पाय पसरण्याच्या' परंपरागत 'मराठी' शिकवणुकीशी पूर्ण विसंगत.

'चांगलं चाललेलं' असताना खुषीत गाजरं खात बसणं टाळून 'उत्तम... अधिक उत्तम चालावं' म्हणून धडपडत राहाणं... लावलेल्या 'सिस्टीम्स' मोडून कालानुरूप व्यवसायाची नवी घडी बसवणं... आणि एका विशिष्ट टप्प्यावर रोजचं दैनंदिन कामकाज विश्वासू सहकाऱ्यांवर सोपवून स्वत: 'स्ट्रॅटेजिक प्लॅनिंग'पुरतं कंपनीच्या नाडीवर बोट ठेवून असणं या प्रत्येक बाबतीत डॉ. ठाणेदारांमधल्या उद्योजकाची 'अमेरिकन बाजू' दिसते.

पण ते म्हणतात,

'धिस इज मोअर 'इमिग्रन्ट' दॅन 'इंडियन' ऑर 'अमेरिकन' '.

कपड्यांचे चार जोड, दोन हस्तक आणि एक मस्तक बरोबर घेऊन नव्या देशात जगायला आलेल्या कुणाही 'इमिग्रन्ट' माणसाला हा असा धडपडाट करण्यावाचून पर्याय नसतो.

...आणि काही माणसं तर त्याहून अशी बहाद्दर; की तुलनेने सोप्या हमरस्त्याने जाण्याचा पर्याय उपलब्ध असला; तरी मुद्दाम काट्याकुट्यांनी भरलेल्या चिंचोळ्या, चढणीच्या पाऊलवाटाच स्वीकारतात. हट्टाने, आत्मविश्वासाने, जीवाच्या कराराने ती चढण चढतात आणि अशा उंचीवर पोचतात; की माना उंचावून त्यांच्या जगण्याकडे पाहात राहावं...

त्यातले एक डलासचे सुभाष गायतोंडे.

● ●

'हे बघ, सोपं आहे. मुंबईतल्या मराठी, मध्यमवर्गीय चाळीत फणस विकायला आलेला माणूस तमीळ किंवा तेलगूमध्ये बोलला; तर त्याच्याकडे लक्ष देईल का कुणी? मी अमेरिकेत घरं बांधून लोकांना विकायला निघालो होतो. 'सुबास गायतोंडे' असल्या विचित्र नावाच्या, 'ब्राऊन' माणसावर कसा बरं पटकन् विश्वास ठेवील कुणी?'

ब्राऊन (म्हणजे 'भारतीय') माणसांचं 'इंटलेक्ट' पुरेपूर वापरून घेऊन वेळ आली की हुशारीने त्यांना बाजूला सारणाऱ्या गोऱ्या अमेरिकन बॉसेसच्या कहाण्या अख्ख्या अमेरिकाभर ऐकल्या होत्या. ग्लास सिलिंग, डिस्क्रिमिनेशन... त्यामुळे मागे ठेवलं जाणं, क्षमता असून संधी न मिळणं अशा तक्रारी, आयुष्यभर जिव्हारी झोंबत राहाणारी धुम्मस प्रत्यक्ष चरफडताना पाहिली होती.

– आणि हा एक भला (मराठीच) माणूस मला विचारत होता, तमीळ किंवा तेलगू बोलणाऱ्या माणसाकडून खात्रीने फणस विकत घेशील का तू?... मग एका भारतीयाने उभ्या केलेल्या कन्स्ट्रक्शन कंपनीवर विश्वास ठेवून त्याने बांधलेली घरं अमेरिकेतल्या गोऱ्या माणसांनी विकत घ्यावीत; अशी अपेक्षा बाळगणं हा मूर्खपणा नाही का?

– हे डलासमधल्या 'सीएमसी' नावाच्या प्रचंड मोठ्या कन्स्ट्रक्शन कंपनीची पहिली वीट रचणारे सुभाष गायतोंडे.

माणूस मोठा अजब. जिद्दीचा पक्का. भारतात असताना आई करायची त्या काळ्या मसाल्याच्या आमटीची चव नुसती आठवली, तरी त्या आठवणीने डोळ्यांत पाणी उभं राहील इतका हळवा... पण 'व्यवहारा'च्या वेळी भावभावना बाजूला ठेवून विलक्षण पारदर्शकपणाने निव्वळ 'व्यवहार' पाहू शकेल; इतका दक्ष!... आणि काटेकोर!!

अमेरिका हा देश 'लँड ऑफ अपॉर्च्युनिटीज्' असला; तरी एका विशिष्ट टप्प्यानंतर वंशभेदाची शिकार व्हावं लागणं; इथे येणाऱ्या स्थलान्तरितांच्या नशिबीच लिहिलेलं.

– जिव्हारी झोंबणारा हा अनुभव पदरी असलेली अन्य मराठी माणसं गोऱ्या अमेरिकन बॉसेसच्या नावाने चरफडत होती. त्याच काळात सुभाष गायतोंडे नावाच्या या अफलातून माणसाने आपल्या एका जुन्या अमेरिकन बॉसमधली गुणवत्ता अचूक हेरली... आणि त्याला चक्क स्वतःच्या कन्स्ट्रक्शन कंपनीत पार्टनरशिप ऑफर केली.

का?

– जस्ट टू गेट दॅट फर्स्ट पुश्!

जस्ट टू गेट द डोअर्स ओपन!!

'इमिग्रन्ट' आयुष्यातलं एक कडवं सत्य या माणसाने कोळून प्यायलं होतं : ॲडाप्टॅबिलिटी! आपण जिथे जाऊ तिथल्या रंगरूपात मिसळून जाणं!! तिथल्या-सारखंच होणं!!! – आणि त्याबद्दल अपराधीपणाचं शल्य चुकूनही मनात न शिरू देणं.

मायदेशाहून बरोबर आणलेलं 'स्वत्व' आपल्यापुरतं, आपल्यापाशी ठेवणं;

आणि ‘त्यांच्या’बरोबर ‘त्यांच्या’सारखं, ‘त्यांच्यातलंच एक’ होऊन जगणं.

‘त्यांच्या’ देशातला ‘त्यांचा’ खेळ खेळायला आपण स्वत:हून आलो आहोत तर त्या खेळाचे नियम ‘त्यांच्या’हून जास्त चांगले शिकणं... आणि जिंकणं!

– गायतोंडेंना हे धडे कुठल्या पुस्तकात वाचायला मिळाले नाहीत. ते त्यांच्या आयुष्याने त्यांना शिकवले.

हाता-तोंडाची जेमतेम गाठ घालणाऱ्या गरिबीला विटून देश सोडला. मनगटाच्या जोरावर कपाळावरची भाग्यरेखा बदलून टाकण्याच्या जिद्दीने अमेरिकेत खस्ता खाल्ल्या... आणि काय मिळवलं? – तर ‘आर्किटेक्ट’ म्हणून नोकरी!

आपल्या वडिलांनी भारतात केली, आपण अमेरिकेत करणार; एवढाच काय तो फरक. बाकी जगणं तसंच. तिकडे रुपयात. इकडे डॉलर्समध्ये. ओढाताण मात्र तशीच.

हे नकोसं झालं, तेव्हा गायतोंडेंनी पर्याय शोधायला सुरुवात केली. त्यात दोनाचे चार हात झालेले. पदरात दोन मुलं. पण जोडीदारीण मिळाली; ती यांच्याहून चिवट जिद्दीची. सरिता. संसारात जेवढी ओढग्रस्त; त्याच्या दुप्पट प्रसन्नता चेहेऱ्यावर. आणि पोटात अपार माया. ती म्हणाली, ‘तू कर तुला काय करायचं ते. जे होईल ते निभावून नेऊ आपण.’

गायतोंडेंचं बळ दुप्पट झालं.

मार्ग सापडत नव्हता... पण एक कळलं होतं – कन्स्ट्रक्शन कंपनीत नोकरी करीत राहिलो, तर ‘आर्किटेक्ट’ म्हणून नुसतं राबणं नशिबी येणार! मोठी उडी घ्यायची; तर स्वत:च ‘डेव्हलपर’ होणं, हाच एक मार्ग असू शकतो.

– मार्ग चढणीचा. कठीण. मिलियन्स ऑफ डॉलर्सची उलाढाल. जोखीम मोठी. शिवाय विश्वासाचा प्रश्न. इमारतींच्या बांधकामाची कॉन्ट्रॅक्टस्... तीही (त्याकाळच्या) अमेरिकेत... एका ब्राऊन इमिग्रन्ट माणसाच्या कंपनीला कशी मिळणार?

– पण मोठी स्वप्नं पाहाणं आणि ती सत्यात उतरवण्याच्या मार्गातले अमेरिकन अडथळे अनुभवाला आल्यावर स्वत:च्या ‘इमिग्रन्ट’ नशिबाला बोल लावत चरफडत बसणं हे गायतोंडेंच्या स्वभावात नव्हतं.

ते म्हणतात,

‘माझ्याही आजूबाजूला भारतीय... मराठी माणसं होती. पण सुरुवातीच्या काळात त्या कम्युनिटीत मी फारसा रमलो नाही. एकतर एवढे कष्ट करून, आपल्या माणसांचा दुरावा सोसून देश सोडायचा; आणि अमेरिकेत आल्यावरही पुन्हा ‘भारतीय...’ ‘मराठीच...’ राहाण्याची धडपड करायची; यात ‘लॉजिक’ काय? असाच माझा प्रश्न होता. आणखी एक. इमिग्रन्ट इंडियन्समधला सुपिरिऑरिटी कॉम्प्लेक्स. स्वत:चं अस्सल भारतीयत्व सिद्ध करण्याकरता येता-जाता अमेरिकेला शिव्या घालणारे

महाभाग खूप पाहिले त्या काळात. हे लोक फक्त डॉलर्स कमवायला आलेले... बाकी देशान्तराच्या अनुभवाचा परिणाम शून्य. मला वाटे, या लोकांना विचारावं, बाबांनो, असेल तुमचं कल्चर ग्रेट; पण मग इथे... या देशात का आलात तुम्ही? रामरक्षा आणि भगवद्गीता तोंडपाठ असेल; तर थोर आहात तुम्ही; पण इथे त्याचा काय उपयोग?'

अमेरिका नावाच्या या देशाने आमंत्रण धाडून आपल्याला बोलावलेलं नाही. आपण स्वत:हून इथे आलो आहोत; तर या देशाच्या स्वभावाशी जुळवून घेणं, त्यात मिसळून जाणं, या देशात असताना इथल्यासारखंच वागणं आणि या देशाच्या संस्कृतीला शिव्या घालण्यापेक्षा त्या संस्कृतीमधली थोरवी शोधून त्यातलं उत्तम ते सारं स्वत:मध्ये बाणवणं हे सुभाष गायतोंडे यांनी महत्त्वाचं मानलं.

– मुख्य म्हणजे आचरणातही आणलं.

वयाच्या तिशीत अमेरिकेत नोकरी मिळाली. तिथून पुढली दहा वर्षं विलक्षण संघर्षाची गेली.

'मोठं यश'... 'मोठा पल्ला'... 'मोठी उडी'... असं सारं साधण्याची जबरदस्त इच्छा. पण मार्ग दिसत नव्हता. हे सारं कसं जमणार काही कळत नव्हतं. स्वत:चा बिझिनेस सुरू करायचा तर गाठीशी पुंजी नव्हती.

– अशा कोंडीत सापडलेल्या माणसाने काय करावं?

'मी ठरवलं, आपली स्वत:ची कंपनी होईल तेव्हा होईल, त्याआधी स्वत:मध्ये इन्व्हेस्टमेंट करायला हवी.'

म्हणजे काय?

तर या देशात जे यशस्वी झाले आहेत; त्यांच्यात असं काय आहे जे आपल्यात नाही? – ते शोधून काढायचं! आणि आत्मसात करायचं.

आपल्या इंग्रजीला असणारा 'थिक्' ॲक्सेन्ट सरावानंतर फारतर थोडा पातळ होईल, पण तो जाणार नाही.

कातडीचा ब्राऊन (जवळजवळ काळाच) रंग बदलून गोरा होणार नाही.

काळेभोर केस पिकून पांढरे झाले तरी सोनेरी केसांचा रूबाब त्यांना येणार नाही.

आणि आपण 'आऊटसायडर' आहोत, हे सत्य कधीही बदलणार नाही.

– हे सगळं ठाऊक होतं. मान्यही होतं.

तरीही 'क्लायन्ट'बरोबर पहिल्या भेटीचा दरवाजा उघडतो तेव्हा 'युवर पर्सनॅलिटी सेल्स फर्स्ट... ॲण्ड देन कम्स युवर नॉलेज' हे अनुभवाने कळून चुकलं होतं.

'आय स्टार्टेड वर्किंग ऑन माय पर्सनॅलिटी'– गायतोंडे सांगतात. त्या काळात त्यांना कुणीतरी एक गुरूमंत्र दिला होता – यू हॅव टू फेक इट, बिफोर यू मेक इट!

– त्यातलं ‘तत्त्व’ त्यांनी अचूक उचललं.

– म्हणजे परवडत नसले तरी उत्तमात उत्तम कपडे घालायचे. ‘बेस्ट’ असेल तीच गाडी वापरायची. लंच/डिनर मिटिंग असेल तर चॉईसेस्ट वाईन ऑफर करायची.

‘एवढंच काय, बँकेत गेल्यावर रोज भेटणाऱ्या कॅशियरशी हसण्या-बोलण्याचीसुद्धा खास ‘अमेरिकन’ पद्धत असते, हे कळलं तेव्हा तसं वागणं-बोलणं मी सरावाने आत्मसात केलं’ – गायतोंडे सांगतात.

या सगळ्या गोष्टी म्हटल्या तर वरवरच्या; पण त्यामागची वृत्ती महत्त्वाची होती – ॲडाप्टेबिलिटी! प्राप्त परिस्थितीशी जुळवून घेण्याची क्षमता. त्या आधारावर या माणसाने परक्या देशात आपल्या आयुष्याचा पाया घातला.

‘आर्किटेक्ट म्हणून जॉब करत होतो, तेव्हाच आपल्यासाठी एका विशिष्ट टप्प्यावर ग्लास सिलिंग असणार, डिस्क्रिमिनेशन वाट्याला येणार हे मला ठाऊक होतं. त्याबद्दल काही तक्रारही नव्हती. मी विचार करायचो, परक्या देशातून आलेला एक परका माणूस आपल्या पुढे जातो याचा कुणाही नेटिव माणसाला त्रास होणारच. मग मला काय करता येईल? दुसऱ्याचे पाय खेचणं हा माझा स्वभाव नाही; पण मी दुसऱ्यापेक्षा जास्त गुणवत्तेचा आहे हे मला माझ्या कामातून सिद्ध करता येईल!’

– याच टप्प्यावर सुभाष गायतोंडेंना आपल्या ‘इमिग्रन्ट’ आयुष्याचं सूत्र पुन्हा नव्याने गवसलं : गोईंग दॅट एक्स्ट्रा माईल.

कंपनीतल्या मार्केटिंगच्या लोकांनी एखाद्या नव्या प्रोजेक्टचं प्रपोजल दिलं, की कामाला जुंपून घ्यायचं. डिटेल्स संध्याकाळी उशिरा मिळाल्या असल्या तरी सकाळी ऑफिसमध्ये जाताना डिझाईन तयार!

गायतोंडे सांगतात,

‘मी कंपनीतल्या यशस्वी, महत्त्वाकांक्षी लोकांच्या ग्रुपमध्ये सतत राहायला लागलो. गुणवत्तेच्या बळावर त्या ग्रुपमध्ये प्रवेश मिळाला आणि मग मात्र मी स्वत:ला त्यात झोकून दिलं.’

स्वत:च्या वेगळ्या चवी-ढवींची, रीती-संस्कृतीची वेगळी बोचकी घेऊन काठावर बसून राहाणं गायतोंडेंना मान्य नव्हतं.

त्यांनी नव्या चवी आत्मसात करायला सुरुवात केली.

‘अमेरिकेत वीकएंडला माणसं गोल्फ खेळतात. फुटबॉलच्या मॅचेस पाहातात. हन्टींगला जातात. कॅम्पिंगला जातात. आपण त्यातून बाजूला पडू नये म्हणून या सगळ्या गोष्टी मी प्रयत्नपूर्वक शिकलो. जंगलात जाऊन हरणाची शिकार करणं मला तत्त्वत: मान्य नव्हतं, आजही नाही – पण ‘हरीण मारणं बरं नव्हे’ असं चारचौघात म्हणून दाखवण्याचा मूर्खपणा केला नाही. मग मी रायफल्सबद्दल माहिती करून

घेतली. तो विषय काढला; की हन्टींग करणारा अमेरिकन खुलणारच. गोरे अमेरिकन बॉसेस, कलीग्ज, क्लायन्टस् बरोबर असले, की मीच बीफ स्टेक ऑर्डर करायचो. 'इंडियन्स, देअर स्कीन कलर, ॲक्सेन्ट ॲण्ड देअर होली काऊ' याबद्दल काही खास अमेरिकन जोक्स असतात. ग्रुप जमला की मीच ते जोक्स करायचो. आईस ब्रेकिंग. मग कुणीतरी गोरा अमेरिकन म्हणायचा, बट यू पीपल वर्क रिअली हार्ड... की माझी मान ताठ! मला माझ्या संस्कृतीचा कडवा अभिमान; पण वेळाकाळाचं भान सोडून चालणार नाही; हे कायम लक्षात ठेवलं.'

– नोकरी सोडून स्वत:ची सी.एम.सी. कन्स्ट्रक्शन कंपनी सुरू केली; तेव्हाही हे 'भान'च उपयोगाला आलं.

कंपनी सुरू करून चार-पाच वर्षं झाली, तरी मनासारखं यश हाताला लागेना. मग या 'लॉजिकल' माणसाने स्वत:चीच झाडाझडती घ्यायला सुरुवात केली... कमी पडतं ते नेमकं काय? ते आपल्याजवळ का नाही? नसलं तर ते कसं मिळवता येईल?

'यश हे चार पायांच्या आधारावर उभ्या राहाणाऱ्या स्टुलासारखं असतं हे मला ठाऊक होतं – ॲटीट्यूड, नॉलेज, पर्सनॅलिटी आणि हार्डवर्क. माझ्या ॲटीट्यूडबद्दल शंका घ्यायला जागा नव्हती. नॉलेज पक्कं होतं. कष्टांना कमी पडणं शक्य नव्हतं... राहाता राहिला माझ्या कातडीचा रंग. तो कधीच बदलणार नाही आणि तीन पायांच्या डुगडुगत्या स्टुलावर तोल सांभाळण्याची कसरत करत बसलो; तर धावणं सोडाच चालणंसुद्धा जमणार नाही; हे उघड होतं. शेवटी निर्णय घेतला - बिल्डिंग कन्स्ट्रक्शनच्या बिझिनेसमध्ये मोठी झेप घ्यायची तर अमेरिकन पार्टनर असणं गरजेचं आहे. मी जेसीला विचारलं. त्याला माझ्या क्वालिटिज् ठाऊक होत्या. तो आनंदाने 'हो' म्हणाला आणि स्टुलाचा चौथा पाय घेऊन माझा पार्टनर म्हणून जॉईन झाला' – गायतोंडे सांगतात.

जेसी प्रुट हा गायतोंडे काम करत त्या जुन्या कंपनीतला त्यांचा बॉस. उत्तम 'पब्लिक स्कील्स' असणारा.

'कन्स्ट्रक्शनच्या बिझिनेसमध्ये 'विश्वास' सर्वाधिक महत्त्वाचा. तो 'आपल्या' माणसावर आधी बसणार; हे उघड आहे. जेसीमुळे अमेरिकन क्लायन्टस्बरोबरच्या पहिल्या मिटिंग्ज – कीपिंग अवर फूट इन द डोअर – हे सोपं झालं... पुढे माझं स्कील, कामाची गुणवत्ता हे होतंच. एवढं अनुभवाने शिकलो होतो, की फक्त माझ्या एकट्याची गुणवत्ता इथे पुरेशी नाही. आय वुडन्ट गेट दॅट 'फर्स्ट मिटिंग' विथ् माय क्लायन्ट विदाऊट जेसी.' – गायतोंडेंनी मांडलेलं हे नवं समीकरण त्यांच्या पदरात भरभरून यश टाकून गेलं... आणि मग कुणीच मागे वळून पाहिलं नाही. ना गायतोंडेंनी, ना जेसीने, ना त्या दोघांच्या कंपनीने.

'जेसीला पार्टनरशीप दिली तेव्हा मी एक साधा हिशेब केला होता – फिफ्टी पर्सेन्ट ऑफ एनीथिंग वुड डेफिनेटली बी बिगर दॅन हंड्रेड पर्सेन्ट ऑफ नथिंग'– गायतोंडे सांगतात.

विमानाचं तिकीट काढण्याकरता बँकेकडून पैसे कर्जाऊ घेऊन पंचेचाळीस वर्षांपूर्वी अमेरिकेत आलेला फाटक्या खिशाचा, पण चिवट जिद्दीचा एक तरुण : सुभाष गायतोंडे.

त्यांनी उभ्या केलेल्या सी.एम.सी. रिॲल्टी लिमिटेड या कंपनीची वार्षिक उलाढाल आता शेकडो मिलियन डॉलर्सवर पोचली आहे. अख्ख्या टेक्सास राज्यामध्ये सी.एम.सी.चे अनेक प्रोजेक्टस् एकाचवेळी चालू असतात.

गायतोंडे सांगतात ते सत्य एरवी कुठल्या 'इमिग्रन्ट' माणसाला गवसणं जरा मुश्कीलच.

'अदर पीपल मेक यू रीच. यू कान्ट मेक युवरसेल्फ रीच. यू जस्ट हॅव टू हॅव स्कील्स टू मॅनेज अदर पीपल.'

जिद्द, आत्मविश्वास, आईचं प्रेम आणि वडिलांचे संस्कार याखेरीज सुभाष गायतोंडेंनी भारतातून कधी काही 'घेतलं' नाही. पण 'देण्याची अपार क्षमता' प्राप्त झालेले त्यांचे हात जे मिळवलं ते वाटून देण्यात अखंड गुंतलेले आहेत. एकच. त्याबद्दल बोलणं नाही. जे दिलं त्याचा चुकूनही कुठे उल्लेख नाही.

गंगेत डुबकी मारून 'पापक्षालन' करावं तसे काही धनवान एन.आर.आय. भारतातल्या सामाजिक संस्थांना डॉलर्स वाटून 'गिल्ट' धुण्याची धडपड करतात. गायतोंडेंना या वृत्तीची चीड आहे. ते म्हणतात, 'मी करतो आणि यापुढे करीन ते माझ्या व्यक्तिगत समाधानाकरता. माझ्या मायदेशाचा माझ्यावर जरूर हक्क आहे, ते 'ऑब्लिगेशन' मी मानतो, पण माझ्या मनात कसलाही 'गिल्ट' नाही. का असावा?'

● ●

सॅन होजे.

क्यूपरटिनो गावातल्या एका उंच टेकडीवर औरस चौरस पसरलेलं प्रशस्त, देखणं घर. खाली पसरलेल्या श्रीमंत, झगमगत्या 'सिलिकॉन व्हॅली' कडे उंचावरून बारीक लक्ष ठेवून असलेलं.

जिथे पंडित बिरजू महाराज मनसोक्त नाचून गेले, ज्या घरात कुमारांच्या मैफली रंगल्या, रशीद खान-संजीव अभ्यंकर आणि आरती अंकलीकरांचे तरुण स्वर जिथे पावसाळी ढगांसारखे बरसून गेले अशा त्या 'श्रीमंत' घराचा स्वामी हा एक दिलदार, इंदुरी दोस्त.

– डॉ. प्रकाश भालेराव.

अख्ख्या सिलिकॉन व्हॅलीत या नावाचा दबदबा आहे.

व्यवसायाने व्हेन्चर कॅपिटॅलिस्ट. नव्या कल्पना, कंपन्या पोटाशी घेऊन त्यांचं पालनपोषण करायचं. हात धरून त्यांना वर काढायचं, उंच वाढू द्यायचं आणि एके दिवशी धरलेलं बोट सोडून त्यांची सुस्थळी रवानगी.

टेलिकॉम, मायक्रो इलेक्ट्रॉनिक्स, ई-कॉमर्स अशा आय.टी. उद्योग क्षेत्रात आंतरराष्ट्रीय स्तरावर आघाडी घेतलेल्या डॉ. भालेरावांना जगाच्या बाजारपेठेत 'इंडियन वू फू चॅन' म्हणून ओळखलं जातं. सिलिकॉन व्हॅलीमधल्या अत्याधुनिक संगणक तंत्रज्ञान जागृतीच्या काळात – हायटेक आय.टी. रेनेसान्स – डॉ. भालेरावांनी पंधराहून अधिक कंपन्यांची स्थापना केली. क्रॉस पॉईन्ट सोल्यूशन्स, सिलिकॉन आर्किटेक्टस् अशा विख्यात कंपन्यांचे अध्यक्ष, सी.ई.ओ... सी क्यूब, डिजिटल इक्विपमेन्ट कार्पोरेशनमधली महत्त्वाची पदं... ते अगदी २०१० मधल्या अत्याधुनिक ऑडिओ-व्हिज्युअल तंत्रज्ञानाची पायाभरणी करण्यात गुंतलेल्या सध्याच्या वेरिस्मो नेटवर्क्सपर्यंत डॉ. भालेरावांची व्यावसायिक ओळख म्हणजे थक्क करून टाकणारी... आणि अगदी अमेरिकेतल्यासुद्धा मराठी माणसांच्या नावाशी क्वचितच जोडले जाणारे 'बिलियन' डॉलर्सचे आकडे; तेही डॉ. भालेरावांवर फिदा.

– पण आवाक्यात आणणं मुश्कील अशा व्यावसायिक यशाचा हा तपशील, ही काही डॉ. भालेरावांची पुरी ओळख नाही. त्यांच्याबरोबर ऐसपैस गप्पांची मस्त मैफल जमवावी. संस्थानी हिंदीचा आदबशीर लहेजा असलेल्या इंदुरी मराठीत त्यांच्याशी गप्पा अशा रंगतात, की या रसिकराज माणसाने आयुष्यभर कमावलेल्या अनुभवांच्या संपत्तीतल्या चार रेघा आपल्या पाठीवर उमटल्या; तरी रामाच्या खारी-सारखी ती खूण जन्मभर मिरवावी.

'देश सोडून येणाऱ्या स्थलान्तरित माणसांचं यश-अपयश पारखून पाहाते आहेस ना तू; तर माझी 'आईसक्यूब थिअरी' लावून पाहा' – गप्पांच्या ओघात प्रकाशकाकांनी एक नवा मापदंड माझ्या हाती ठेवला.

त्यांचं म्हणणं आधीच्या आपल्या आयुष्याला नवा आकार द्यायचा; तर वरवर थातुरमातुर सुधारणा करून, किरकोळ बदल स्वीकारून चालत नाही. असले तात्पुरते बदल हे मातीचे कुल्ले. ते किती चिकटवले तरी गळून पडणारच. बदल हा अंतर्बाह्य हवा. बर्फाच्या खड्यासारखा. म्हणजे समजा, बर्फाच्या एखाद्या खड्याला नवा आकार धारण करायचा असेल; तर आधी त्याला पूर्ण वितळून जाणं भाग असतं. हे वितळलेलं पाणी नव्या आकाराच्या नव्या ट्रेमध्ये घातलं, की त्यातून घडतो तो बर्फ नव्या आकाराचा. नवाच.

असं नवेपण स्वीकारणं हा 'इमिग्रन्ट' आयुष्याचा खरा धागा. तो ज्यांच्या हाती लागला; ते सुखनैव या अनुभवातून तरून गेले. जे उरले त्यांना ना धड आपला

आधीचा आकार राखता आला; ना नव्या आकारउकाराचं काही घडवता आलं.

'खरं सांगू का?– आम्ही सगळे या देशात आलो ते 'इकॉनॉमिक रेफ्यूजी' म्हणूनच' – प्रकाशकाका सांगतात, 'सगळ्यांना या समृद्ध देशात पहिल्यांदा एक अक्षयपात्र मिळवायचं होतं. त्यासाठी विरघळून जाण्याची मात्र तयारी नव्हती फारशी. मग या माणसांनी स्वत:भोवती आपापले कम्फर्ट झोन तयार केले. एखाद्या पक्ष्याने जन्मभर घरट्यातच बसून राहावं, तशी आयुष्यं काढली.'

...पण प्रकाश भालेराव नावाचा तरुण १९७२ साली अमेरिकेत आला; तोच मुळी मुक्त आकाशातल्या उंच भरारीची आकांक्षा मनात घेऊन.

भालेराव इंदूरचे. हिंदीबहुल प्रदेश. त्यातून संस्थानी वातावरण. ते सांगतात,

'आजूबाजूच्या चारचौघांपेक्षा वेगळा प्रयत्न, त्यांच्याहून जास्त कष्ट करण्याची सवय लागली ती इंदूरमध्येच. तिथेही आम्ही मराठी माणसं 'मायनॉरिटीतच' होतो ना! हे असं असणं बरं असतं. लोकांच्या नजरा सारख्या तुमच्यावर; त्यामुळे तुम्हाला कायमच चवड्यावर उभं राहाणं भाग!'

'आपल्या' माणसांच्या बंदिस्त, सुशिक्षित कम्युनिटीत वाढलेल्यांपेक्षा ज्यांना लहान वयापासूनच 'वेगळेपणा'चा सामना करावा लागतो; ते पुढल्या आयुष्यात वेगळं काहीतरी घडवण्यासाठी धडपडतात, असं डॉ. भालेरावांचं एक अनुभवसिद्ध प्रमेय आहे.

'परवरीश' झाली ती इंदौरच्या संस्थानी माहौलमध्ये. या गल्लीतून त्या गल्लीत सहज चालत गेलं तरी कुणी गातंय... कुठून सतार-सारंगीचे सूर... कुठे नृत्याचे वर्ग असा नुस्ता बहर. इंदौरच्या वेदिकाश्रमात दर रंगपंचमीला जलसा व्हायचा. दिवसभर सगळे रंग खेळायचे आणि तसे रंगलेले बसून गाण्या-बजावण्याची बहार. तुडुंब उत्साहाने चिंब भिजलेल्या या दिवसाची सांगता व्हायची कुमारांच्या गाण्याने.

इंदौरचे हे सूर, हे रंग बरोबर घेऊन भालेरावांनी वूस्टर पॉलिटेक्निकमध्ये शिकण्यासाठी अमेरिका गाठली. त्याला आता पस्तीस वर्षं उलटून गेली आहेत.

– पण भालेरावांच्या व्यक्तिमत्त्वामध्ये भिनलेल्या इंदौरी रस-रंग-गंधाची एक छटाही उणावलेली नाही.

ते तस्सेच आहेत!

अंत:करणापासून लावलेला सच्चा स्वर्गीय सूर कानावर पडला, की डोळ्यात पाणी उभं राहाणारे... गायन-वादन-नृत्याच्या आनंदाने गलबलून जाणारे... आपण कोण (म्हणजे 'अमेरिकन बिलिऑनर') आहोत, कुठून आलो आहोत हे कळू न देता कोकणातल्या आंबवली नावाच्या गावात सारवलेल्या जमिनीवर पडशी टाकून झोपण्याचा 'मजा' लुटणारे... श्री. ना. पेंडशांची 'गारंबी' प्रत्यक्ष 'अनुभवण्यासाठी' तिथल्या माडापेडातून भ्रमंती करून आलेले... खळखळून हसणारे... आणि जीव

तोडून प्रेम करणारे.

– फक्त एवढंच; की मधल्या पस्तीस वर्षांच्या काळात या माणसाने अमेरिकेच्या सिलिकॉन व्हॅलीत आपलं साम्राज्य उभारलं. जगभरातल्या आय.टी. इंडस्ट्रीत आपल्या नावाचा दबदबा निर्माण केला. अब्जावधी अमेरिकन डॉलर्सची उलाढाल केली. उदंड संपत्ती कमावली; पण ती फक्त डॉलर्समध्ये मोजता येणारी नव्हे... त्यांनी कमावला तो अमेरिकन उद्योग विश्वाचा आदर.

ज्यांच्या उत्तुंग कर्तृत्वाकडे पाहाताना आपलीच मान अभिमानाने उन्नत व्हावी असा हा लाखात एक माणूस, कुमारांच्या निर्गुणी भजनांसाठी आणि कबिराच्या दोह्यांसाठी जीव टाकतो तेव्हा वाटतं; पूर्व आणि पश्चिम दोन्हीकडे आपली मुळं घट्ट रुजवून हे असं उंच वाढणं, चोहो दिशांनी पसरणं कसं जमलं असेल यांना?

जसा विषय, तसं व्यक्तित्त्व.

इंदौरच्या रबडीची आठवण काढा; की अमेरिकन सलाडस् आणि ज्यूसच्या 'डाएट'वर (त्यांच्या भाषेत 'घासफूस') असलेला हा माणूस असा खुलून येईल की बस्स!

– व्हेन्चर कॅपिटॅलिस्ट, एन्जल इन्व्हेस्टर म्हणून जगाशी व्यवहार करायला बसला; की खुद्द साहेबाला लाज आणेल इतका पक्का अमेरिकन!

ग्लोबल बिझिनेस स्ट्रॅटेजीज् आखण्यात आणि अमेरिकन बिझिनेस सर्कल्समध्ये 'हा माणूस हात लावेल त्या कंपनीचं सोनं होईल' असा सार्थ लौकिक मिळवण्यात उमर खर्ची पडली; तर भालेराव म्हणतात, 'शिवाजी हा माझा आद्य बिझिनेस गुरू आहे. आणि राम व कृष्ण हे दोघे 'स्ट्रॅटेजिक प्लॅनिंग'मधले माझे ॲडव्हायझर्स.'

बिरजू महाराजांशी जानी दोस्ती. एकदा न राहवून महाराजजींना विचारलं, 'आप इतने सारे भाव दिखाते हो; आपको कैसे सूझता है?'... तर थोडा वेळ विचार करून महाराजजी म्हणाले, 'जब मेरे सामने कोई सवाल आता है, तो मै उसमे कृष्ण के जरिये जाता हूँ...' भालेरावांनी हे सूत्र उचललं आणि त्यातून एक बिझिनेस स्ट्रॅटेजी आकाराला आणली – इफ यू वॉन्ट टु बी सक्सेसफुल, यू हॅव टू थिंक थ्रू द प्रॉब्लेम!

'पूर्वे'ला असलेल्या मायभूमीच्या मातीत रुजलेली विचारधारा आणि पश्चिमेकडे उभारलेल्या नव्या जगातल्या 'स्ट्रॅटेजीज्' – या दोहोत अशी अखंड देवघेव.

पण 'इमिग्रन्ट' मनांमध्ये सदैव ठुसठुसणाऱ्या भाबड्या, भावुक (प्रसंगी आंधळ्या) 'परंपराप्रियते'चं टिपूससुद्धा नाही.

मराठी वाचवण्याचा-टिकवण्याचा विषय निघाला, की भालेराव सरळ सांगतात, भाषा कधी टिकते? – ती जर 'जेत्यांची' असेल तर! मराठी ही राज्यकर्त्यांची भाषा झाली; तरच ती टिकेल.

इंटरनेटच्या जमान्यात आंतरराष्ट्रीय संवादाची भाषा इंग्रजी आहे हे मान्य करून,

रोमन लिपी बहुसंख्यांना समजते हे लक्षात घेऊन रोमन लिपीत मराठी लिहायचा विचार करायला हवा; असं त्यांना वाटतं.

भालेराव स्वच्छ सांगतात, 'हे असलं भलतं सुचवतो म्हणून मराठी माणसं जोड्याने मारतील मला; पण जगाशी स्पर्धा करायची तर काही गोष्टी टाळता येणं अशक्य आहे. जगाशी संवादासाठी जे इन्फ्रास्ट्रक्चर उपलब्ध आहे, ते केवळ वेड्या अभिमानापोटी न वापरणं हा मूर्खपणा. वन कॅन फाईट इट, ऑर वन कुड युज इट.'

■

अठरा

...श्री शिल्लक!

—शेवटी काय,

तर हिशेब!

कमावल्याच्या बेरजा. गमावल्याच्या वजाबाक्या.

गुणाकार करू शकलेल्या (उद्योजक) मंडळींनी अमेरिकेतल्या 'इंडियन कम्युनिटी'त आदराचं स्थान मिळवलं. शिवाय मिलियन्स – अगदी बिलियन्स-सुद्धा – डॉलर्स! भागाकारातच गुरफटून राहिलेल्यांची 'बाकी कमाई' हा जरा चिंतेचा विषय.

एक मात्र दिसतं,

सुटी सुटी माणसं पाहावी तर आनंदी. उत्फुल्ल. रसरसून जगणारी.

– पण कम्युनिटीचा सार्वत्रिक चेहरा मात्र जरा वेगळा. कधी 'टेम्पररिली पर्मनन्ट... कधी पर्मनन्टली टेम्पररी' अशा रंगरूपाचा.

गावोगावची महाराष्ट्र मंडळं उत्साहाने चालतात खरी; पण त्यातही 'कोरडेपणा' झिरपू लागल्याचं जाणवून जाणती मंडळी अस्वस्थ आहेत. एकतर मंडळांचे संसार उभे राहिले तेव्हा एकमेकांना भेटण्याची-बोलण्याची-अगदी बघण्याचीसुद्धा ओढ होती. त्यातून मग कार्यक्रम घडत गेले. आता मंडळात जायचं ते कार्यक्रम 'अटेन्ड' करायलाच. पूर्वी क्वचित एखादा लेखक-कवी-कलाकार भारतातून यायचा. त्या दुर्मिळ भेटीगाठींचं अप्रूप होतं. पण आता कार्यक्रमच इतके आणि इतक्यांदा होतात; की 'जावंच' असं मनापासून वाटत नाही. तरीही नाईलाजापोटी जायचं. घाट घातला आहे; तर तो चालता राहिला पाहिजे. म्हणजे तिथेही पुन्हा उपचार!

शिवाय अमेरिकेतल्या इतक्या वर्षांच्या 'भांडवलशाही' प्रभावाने जरा जास्तीच 'उजवी' होत गेलेली मंडळी संघाच्या शाखेसारखी महाराष्ट्र मंडळं चालवायला जातात; असाही एक आक्षेप. पूर्वी कुजबूज असे; आता उघड चर्चा होते. महाराष्ट्रातून आलेल्या एका नामवंत व्यक्तीच्या हातून मंडळाच्या गणपतीची आरती करायचा प्रस्ताव 'त्या व्यक्ती'ची 'जात' पाहून परस्पर धुडकावला गेल्याची हकीगत अख्ख्या अमेरिकाभर चर्चेत आहे.

शिवाय काम करणाऱ्यांनी सतरंज्या झटकण्यापासून उस्तवार करायची; बाकी माणसं चुका दाखवायला आणि टीका करायला पुढे... हा 'मराठी बाणा' अमेरिकेतसुद्धा अगदी प्राणपणाने जपला जातो.

फुकटचे सल्ले पुष्कळ.

कौतुक मात्र 'बरं चालवतात हं मंडळ' इतपत कोमट.

'शी मेलं... जेवण तरी बरं द्यायचं'- हा आहेर ठरलेला.

महाराष्ट्र मंडळासाठी अखंड झटणारे एक गृहस्थ सांगत होते,

'आम्ही आपले हौशीने सारं ठरवतो. राब राब राबतो. पण अलीकडे वाटतं, कशाकरता करतो आपण हे सगळं? कार्यक्रम झाल्यावर शेवटी उरतं काय? – उरलेली कॉफी, लवंडलेले ग्लास आणि बराच कचरा.'

अमेरिकाभरच्या 'कम्युनिटी वर्क'मध्ये हौशीने रस घेतलेल्या, बृहन्महाराष्ट्र मंडळासाठी अखंड काम करणाऱ्या विद्या हर्डीकर-सप्रे यांच्यासारख्या हाडाच्या कार्यकर्तीलासुद्धा प्रश्न पडतात,

'बुद्धिमान, गुणसंपन्न, कर्तृत्ववान मराठी माणसं मंडळात एकत्र आल्यावर कादंबरीचं टेक्स्टबुक व्हावं, अशी अवस्था का येते? रसरशीतपणा संपून फक्त कोथिंबिरीच्या जुड्याच तेवढ्या का उरतात?'

– ही मरगळ येण्यामागचं कारण सर्वांनाच जाणवतं आहे : तेच ते आणि तेच ते. कालचा प्रयोग पुन्हा एकदा हा एकूण थाट!

शिवाय सासरी गेलेल्या, चांगला तीस-चाळीस वर्षांचा संसार झालेल्या पोक्त स्त्रीने 'अमक्या भाजीच्या फोडणीत कांदा घालू की लसूण?' असले प्रश्न माहेरी फोन करून आईच्या सल्ल्याने सोडवावेत, अशी बऱ्याच महाराष्ट्र मंडळांची अवस्था आहे. सारखं लक्ष मुंबई-पुण्यावर. आणि तिकडल्या उधार उसनवारीवर.

– अशी उधार-उसनवारी कधीची बंद करून स्वत:चं साहित्यिक-सांस्कृतिक जीवन संपन्न केलेली मराठी माणसं खरं म्हणजे पुष्कळ आहेत; पण ती महाराष्ट्र मंडळांकडे क्वचित, फिरकली तर.

म्हणजे ज्यांच्यासाठी मंडळं सुरू झाली; त्यांनी आपले 'ट्रॅक' कधीचे बदलले... पण मंडळं मात्र जुन्याच चाकोरीतल्या गोल रिंगणांमध्ये अडकलेली.

– अर्थात सगळीकडे औदासिन्यच पसरलेलं आहे, असं मात्र नाही.

काही मोजक्या महाराष्ट्र मंडळांच्या भाग्यात तरुण 'मराठी' रक्ताचा सळसळता सहभाग आहे. 'बृहन्महाराष्ट्र मंडळाच्या अधिवेशनात मुंबईतून व्यावसायिक नाटकं बोलावून त्यावर हजारो डॉलर्सचा चुराडा करण्याची गरज नाही. आम्ही घेऊ ती जबाबदारी' असं स्पष्ट सांगण्याची हिंमत काही महाराष्ट्र मंडळांनी परिश्रमाने कमावली आहे.

महाराष्ट्राचा घरंदाज, ठसकेबाज तमाशा मीना नेरूरकरांनी चक्क अमेरिकेतून आणून महाराष्ट्रात गावोगावच्या बोर्डावर नाचवला. 'Padara Varatee Jartareecha Mor Nachara Hava' असे रोमन लिपीतले ग.दि.मां.चे शब्द पाठ करून 'सुंदरा मनामध्ये भरली'च्या प्रयोगात बहारीची लावणी नाचणाऱ्या अमेरिकेतल्या मराठी मुली... त्यांना 'पदर' म्हणजे काय, हेसुद्धा ठाऊक नव्हतं.

– अशा अफाट कलासक्त तरुण मनांची अमेरिकाभरच्या महाराष्ट्र मंडळांना प्रतीक्षा आहे.

दर दोन वर्षांनी होणारी बृहन्महाराष्ट्र मंडळाची अधिवेशनंही आता जुनी कात टाकण्याच्या धडपडीत असल्यासारखी दिसतात. बदलत्या काळाशी, गरजांशी आणि अपेक्षांशी सुसंगत असा नवा 'फॉर्म्युला' शोधायला हवा; याची गरज सगळ्यांनाच जाणवते आहे.

'आम्ही आमच्यासाठी सुरू केलेली महाराष्ट्र मंडळं आमच्या पिढीबरोबरच संपणार' – याची खात्री वाटावी, असे दिवस पहिल्या पिढीने पाहिले आहेत. या पिढीच्या मुलांना 'मराठी' समजण्याचीच मारामार होती आणि १९८० नंतर एच-वन व्हिसा घेऊन अमेरिकेत आलेली मराठी तरुण-तरुणींची नवी बॅच डॉलर्स कमावण्यात इतकी गर्क; की त्यांना मंडळा-बिंडळांमध्ये शून्य इंटरेस्ट होता.

पण दिवस गेले.

वर्षं सरली.

अमेरिकेत वाढलेल्या, भारतातून आलेल्या मुलांना मुलं झाली... आणि महाराष्ट्र मंडळांचे ओस पडू लागलेले कार्यक्रम हलके हलके गजबजू लागले.

गर्दी होऊ लागली आहे, हे खरं.

...पण एकत्र येण्याचे उद्देश आणि गरजा बदलल्या आहेत. नव्या पिढीच्या डोक्यावर छळणाऱ्या 'नॉस्टॅल्जिया'चं ओझं नाही. अत्याधुनिक संपर्क साधनांमुळे भौगोलिक दुरावा पूर्वीइतका उरलेला नाही. आता 'एकत्र येणं' घडेल ते मुख्यतः सोशल (आणि कदाचित पोलिटिकलसुद्धा) लॉबिंग म्हणून!

पूर्वीच्या एकत्र येण्यामागे व्यक्तिगत ओढ, सांस्कृतिक गरज होती.

– आता सामाजिक आवश्यकता आणि राजकीय अपरिहार्यता म्हणून माणसं

एकत्र येतील... एकजुटीने राहातील.

पण एक मात्र खरं.

लाख लाख डॉलर्सची पे-पॅकेजेस घेऊनच अमेरिकेत दाखल झालेल्या 'एच-वन'वाल्या आय.टी. प्रोफेशनल तरुण-तरुणींचं जुन्यांना कौतुक वाटतं. आणि खोटं कशाला बोला? काळ किती बदलला या जाणिवेने या मुलांचा थोडा हेवाही वाटतो.

'अमेरिकेत संसार मांडायला आलेल्या नव्या तरुण जोडप्यांची घरं लावून देण्याकरता किती जिवापाड धडपड केली आम्ही' – विद्या हर्डीकर-सप्रे सांगतात, 'अगदी सुट्ट्या घेऊन मनापासून सगळं केलं. खाली भोकं पडलेल्या जुन्या गाड्या असत तेव्हा. त्या तसल्या खटारा गाड्यांमधून कुणाकुणाच्या ग्रोसरीकरता किती ट्रिपा केल्या असतील याचा काही हिशेब नाही. नव्याने आलेल्यांचे संसार लावून देणं, त्यांना या परक्या देशात उभं करणं ही त्यांच्याइतकीच आमचीही गरज होती कदाचित. आता सहा महिन्यांपूर्वी आलेली जोडपी इथे सराईतासारखी वावरतात तेव्हा कौतुक वाटतं खरं; पण पोटात तुटतंही. वाटतं, आता तेवढाही उपयोग नाही उरला आपला!'

लॉस एंजेलीसला राहाणाऱ्या अशोक सप्रेंना दोन-तीन वर्षांपूर्वी भारतातून एक फोन आला. त्यांच्या जुन्या स्नेह्यांचा मुलगा पुनीत अमेरिकेत – एल.ए.लाच येणार होता. नवा जॉब. नवा देश. स्नेही म्हणाले, प्लीज, त्याला मदत करा.

हे मदत करणं सप्रेंच्या रक्तातच.

ते मोठ्या उत्साहाने पुनीतला एअरपोर्टवरून पिक-अप करून घरी घेऊन आले. त्यांना वाटत होतं, आपल्या मुलासारखाच पुनीत. त्याचं सगळं नीट रांगेला लावून देऊ.

– पण पुनीत एकविसाव्या शतकातला मुलगा. त्याने विमानात पाऊल ठेवण्यापूर्वीच इन्टरनेटवर शोधाशोध करून एल.ए.मध्ये ऑफिसच्या जवळचं एक अपार्टमेंट रेंट करून ठेवलं होतं. अमेरिकेच्या बँकेत भारतातूनच अकाऊन्ट उघडलं होतं. अमेरिकेत चालणारा सेलफोन मुंबईतच खरेदी केला होता. एवढंच काय; ऑफिसला कसं जायचं, जवळ रेस्टॉरन्टस् कोणती, मॉल्स कुठले आणि डाऊनटाऊनमध्ये इंडियन ग्रोसरी स्टोअर कुठे आहे याच्या 'डिरेक्शन्स'सुद्धा पुनीतच्या लॅपटॉपला पाठ झालेल्या होत्या.

सप्रे सांगतात,

'पुनीत काल आला... आणि आजपासून एल.ए.मध्ये रुळला. त्याला कुणाची गरजच पडली नाही.'

● ●

काळ बदलला. जग तर फारच वेगाने बदललं.

– आता नव्याने नवी समीकरणं मांडायचं वय राहिलेलं नाही. तशी उमेदही नाही. पण जुन्या बेरजा-वजाबाक्यांचे हिशेब सगळ्यांच्याच मनात सतत चालू असतात.

तागडी सतत हलती.

कधी जमेची बाजू जड होते. कधी 'वजावटच फार झाली' असं वाटून मन उगीचच विषण्ण होतं.

आपण 'आपल्या' देशात असतो; तेव्हा एक 'आपलेपण' असतं, अधिकाराची निश्चिंत भावना असते... सेन्स ऑफ बिलाँगिंग!...

– ती मौल्यवान भावना गमावल्याचं दुःख बहुतेकांना छळतं.

लहानपणापासूनच्या मित्र-मैत्रिणींचे धागे तुटले. आई-वडील-भावंडांबरोबरची नाळ तुटली. दोस्तांबरोबर मध्यरात्री पानाच्या टपरीशी उभं राहून ऐकलेल्या 'बेला के फूल'चे स्वर पुसले गेले. हॉटेलबाहेर थांबून अनुभवलेला क्रिकेटच्या कॉमेन्ट्रीचा रोमांच हरवला. आपली भाषा, आपली माणसं, कुटुंब, आपल्या ओळखीचे रस-रंग-गंध-स्वाद यांचा विरह घडला. सुख-दुःखाच्या प्रसंगी आपल्या पाठीवरून फिरावेत असे मायेचे हात कायम दहा हजार मैल दूर. 'यशस्वी' होण्यासाठी कामाचा वाघ असा निर्दयपणे पाठीशी लागला, की चार निवांत क्षणांचं स्वास्थ्य हरवलं. पोटी जन्मलेली मुलं तासाला डॉलरच्या भावाने बेबी सीटरकडे वाढली. तेलाने माखलेला आजीचा हात त्यांच्या काळ्याभोर जावळातून फिरला नाही.

सुख-सोयींनी अक्षरशः ओसंडून वाहाणाऱ्या भरल्या घरात राहूनसुद्धा एक विचित्र एकटेपण वाट्याला आलं. असाहाय्यता. वेळेला हाक मारली तर एखादं आपलं माणूस 'ओ' देईल का, ही धास्ती जन्मभर छळत राहिली.

माणसाला एक मिळालं की त्याला दुसरं हवंसं होतं म्हणतात. अमेरिकेतल्या आयुष्यात तर हवं होतं त्याहून जास्त मिळालं. तरीही काहीतरी हरवल्याची बोच सतत मनाला टोचत राहिली.

'स्वतंत्रपणा' मिळाला,

भारतातल्या घरात कध्धी वाट्याला न आलेली 'प्रायव्हसी' मिळाली; पण अमेरिकन विचारातला 'आय कम फर्स्ट, आय लव्ह मायसेल्फ फर्स्ट' हा दृष्टिकोन स्वीकारणं जरा अवघडच झालं.

उंचावर झेप घेता आली.

मोठ्ठं क्षितिज दिसलं.

पण आणखी उंच-आणखी वर असा ध्यासही वाढतच गेला. सुखाच्या मागे धावत धावत पृथ्वीचं दुसरं टोक गाठलं. मग क्वचित कधी एक अस्वस्थ शंका मनाला चाटून गेली... ज्या सुखाच्या शोधात इतक्या दूरवर आलो; ते सुख जिथून

निघालो त्याच भूमीवर तर नसेल?

सुख म्हणजे तरी काय शेवटी?

– पैसा?

तो तर भरपूर मिळाला.

पण अमेरिकेत भौतिक यशाला काही वेगळी प्रतिष्ठा नाही. इथे मिळवलं त्याच्या निम्म्याने यश, इथे मिळवला त्याच्या निम्मा पैसा भारतात मिळवला असता; तर इकडच्या दुप्पट कौतुक वाट्याला आलं असतं. अमेरिकेतल्या शहरात राजवाड्याएवढं मोठं घर बांधलं. पण इथे सगळ्यांजवळच लहान-मोठे राजवाडे. मुंबई-पुण्यात-बेळगाव किंवा नागपुरात... जिथे आपल्या आई-वडिलांनी एका खोलीत दिवस काढले तिथे छोटीशी बंगली बांधली असती, तरी याहून जास्त सार्थक वाट्याला आलं असतं.

– अमेरिकेत आपण आपल्या विषयातले तज्ज्ञ आहोत; हे खरं. पण तज्ज्ञ म्हणजे अशा सुमारे पाच लाख तज्ज्ञ चेहेऱ्यातला एक चेहेरा. आपण भारतात असतो; तर याच क्षेत्रात मोजक्या तज्ज्ञांपैकी एक म्हणून मान्यता मिळाली असती.

म्हणजे शेवटी काय?

पाचशे वजा पाचशे – बाकी शून्य.

पाच हजार वजा पाच हजार – बाकी शून्यच.

फरक एवढाच, की दुसरं शून्य दिसायला जरासं 'मोठं'...

● ●

– ही शून्यं साऱ्यांच्याच हाती आली.

पण काही जिद्दीच्या माणसांनी त्या शून्यांच्या मागे आकडे लिहिले;

... आणि अमेरिकेतल्या आयुष्याचं मोल मोजताच येऊ नये इतकं वाढवलं.

ही माणसं म्हणतात,

अमेरिकेने काही गोष्टी हिरावून घेतल्या हे खरं; पण त्या बदल्यात जे दिलं ते इतकं अपरंपार की त्याचा काही हिशेबच नाही.

सगळ्यात महत्त्वाचं म्हणजे भारतातल्या कोमट मध्यमवर्गीय चाचरलेपणाची झापडं डोळ्यांवरून ओरबाडून काढली. नजरेला मोठा आवाका दिला. आपल्या 'आवाक्या'चा विचार न करता स्वप्नं पाहाण्याची आणि मग पाहिलेलं स्वप्न सत्यात उतरवण्यासाठी आवाकाच वाढवण्याची रीत शिकवली.

स्वतःची ओळख दिली.

स्वतःचा, स्वतःच्या आनंदाचा विचार करण्यात काही गैर नाही हे पटवलं.

...श्री शिल्लक! । २७५

हातपाय गाळून बसणाऱ्याला माफ न करता चार फटके लगावले; पण जीव तोडून धावणाऱ्याला मदतीचा हात दिला. त्याच्या वाटेत नको ते काटे पसरले जाणार नाहीत अशी 'व्यवस्था' तयार केली आणि काटेकोर पारदर्शीपणाने ती अंमलात आणली.

– मुख्य म्हणजे 'स्वच्छ' जगण्याची संधी दिली.

शिकण्याची अमर्याद संधी, ज्ञानप्राप्तीच्या हजार वाटा. कष्टाचं पुरेपूर दाम. प्रामाणिक प्रयत्नांना यश. सगळं मिळालं.

दुसऱ्याची कदर करायला शिकवणारी दृष्टी आली. दुसऱ्याची रेघ पुसून ती आपल्याहून छोटी करण्याकरता धडपडण्यापेक्षा आपली रेघ मोठी मारण्यातला आनंद पहिल्यांदाच अनुभवाला आला. दुसऱ्यांना सन्मानाने वागवणं शिकता आलं.

या देशाने संधी दिली.

बावळटपणा झाडून टाकून आत्मविश्वास दिला.

जे कमावलं त्याच्या तुलनेत जे गमावलं ते फार नाही. जुनं होतं ते थोडं लांब राहिलं, इतकंच.

भजी-बटाटेवडे-भरली वांगी आणि गोडाच्या शिऱ्याबरोबर केक, पेस्ट्रीज, बर्गर, पिझ्झा यांचे सुवास दरवळले स्वयंपाकघरात हे छानच झालं की! थँक्स गिव्हिंगची टर्की एरवी कशाला शिजली असती आपल्या घरात?

कधी स्वप्नातसुद्धा कल्पना केली नव्हती इतक्या वेगळ्या रीतीभातीचं वेगळं जीवन वाट्याला आलं; पण अंगावर पडल्या तशा गेल्या जमत एकेक गोष्टी. जबाबदारी आली. त्यातून मग आत्मविश्वासही आलाच. तोंड उघडल्याशिवाय पुढे जाताच येत नाही हे लक्षात आल्यावर एकलकोंडेपणा टाकून द्यावा लागला.

मुलं या देशात जन्मली. या देशाची म्हणूनच वाढली. त्यांचं आयुष्य मार्गाला लागलं.

घेतल्या होत्या त्या सगळ्या जबाबदाऱ्यांमधून पडत-धडपडत का असेना; पण सुखरूप पार पडलो.

– आता मायदेशही पूर्वीइतका लांब नाही राहिलेला. मनाचं पाखरू रोज तिकडल्या अंगणात पिंगा घालून येतं.

...असं वाटतं, तासाभरात पृथ्वीला अर्धी प्रदक्षिणा घालून पल्याड जाईल अशा वेगाचं एखादं विमान हवं. त्या विमानाने अमेरिकेतून भारतात घेऊन जावं... आणि तिथल्या रूप-रंगाने डोळे निवले, ओळखीच्या स्वरांनी कान भिजले, आठवणीतल्या चवींनी जिव्हा तृप्त झाली, मन निवलं, की परत आपल्या घरी-अमेरिकेत आणून सोडावं... आता याही घराचा लळा लागलाच आहे.

● ●

एक खरं,

की जिद्द मोठी. झगडा मोठा.

'परत येऊ' म्हणून सीमापार उडून गेलेले हे प्रवासी पक्षी. त्यांनी 'तिकडल्याच' झाडांवर आपली घरटी बांधली, 'तिकडे' जन्मलेल्या पिल्लांना 'तिकडल्याच' चारापाण्यावर वाढवलं. कष्ट खूप काढले. परक्या देशात काडी काडी जमवून घरटं उभारणं सोपं नव्हतंच. शिवाय इकडची 'ओढ' आणि 'तिकडचा' लगाव. अख्खं आयुष्य असं अधांतराला टांगलेलं.

जाताना खिशात आठ डॉलर्स होते, किंवा सहा पौंड... आणि वीस किलो सामान.

त्यातून सुख-दुःखाची, यशापयशाची, कर्तृत्वाची एक अख्खी दुनियाच या माणसांनी उभी केली.

आता 'फ्रिक्वेन्ट फ्लायर्स'च्या सवलती घेऊन हे 'प्रवासी पक्षी' मायदेशी येतात ते 'तिकडला' कडाक्याचा हिवाळा नको वाटतो म्हणून!... पण आता 'इकडचं' भाजून काढणारं ऊन तरी कुठे सोसवतं? 'इकडे' येतात तेव्हाही आजूबाजूला सगळं बदललेलं पाहून हरवल्यासारखेच दिसतात.

त्यांना 'तिकडे'च भेटावं.

'तिकडे' म्हणजे उत्तर अमेरिकेत. त्यांच्या 'तिकडल्या' घरी.

– मी इकडून तिकडे गेले. खूप भटकले. अखंड प्रवास केला.

किती माणसं... त्यांच्या किती एक कहाण्या.

पहिल्या काही दिवसातच एक गोष्ट लक्षात आली. आपण महाराष्ट्रात जन्मलो. तिथेच वाढलो; तरी महाराष्ट्राचा संपर्क सुटून पस्तीस-चाळीस वर्षं झालेली यातली बरीच माणसं आपल्यापेक्षा चांगलं, आपल्याहून शुद्ध मराठी बोलतात... पण दोन शब्दसमूहांचा जरा घोळ आहे.

आपण आणि ते.

आमच्यात आणि त्यांच्यात.

'विमानतळावर उतरल्यापासून एकतरी कपटा पाहिलास रस्त्यावर? ही अशी स्वच्छता असते आमच्याकडे. कायम. नाहीतर मुंबईत. 'सहारा'वर उतरलो, की नाक मुठीतच धरतो मी. एक्झिटमधून टॅक्सी बाहेर पडली, की रस्त्यावर टमरेल घेऊन बसलेली पोरं दिसणारच.'

– यावर आपण काही बोलायला जावं तर मोजून चौथ्या मिनिटाला तोच माणूस त्याच तावातावाने सांगतो,

'आमच्यासारखी नात्यांची कदर कध्धी जमणार नाही या लोकांना. घरातली मोलकरीण आजारी पडली, तरी आम्हाला तिची काळजी वाटेल; नाहीतर हे लोक. सख्खी आई मृत्यूपंथाला टेकली असेल; तर तिला हॉस्पिटलात टाकून व्हेकेशनला जातील लेकाचे.'

– ही दोन्ही वक्तव्यं सारख्याच तळमळीने केलेली. मनापासूनची. खरीखुरी.

फक्त पहिल्या वक्तव्यातल्या 'आमच्याकडे'चा अर्थ अमेरिकेत.

आणि दुसऱ्या वक्तव्यातल्या 'आमच्याकडे'चा अर्थ भारतात.

इकडे-तिकडे, ते-आपण, आमच्याकडे-त्यांच्याकडे या शब्दांचा वापर इतका सोयीसोयीने, आणि त्यातली मखलाशी इतकी सरावाची होऊन गेलेली, की 'आपण जे बोलतो त्यात काही मूलभूत गडबड आहे' हे कुणाच्या लक्षातसुद्धा येत नाही.

उत्तर अमेरिकेच्या रस्त्यांवरची, जगण्याच्या पद्धतीतली, 'सिस्टीम'मधली स्वच्छता 'आमची'.

– आणि उत्तर अमेरिकेतलेच नात्यांचे घोळ, व्यसनाधीनता, हिंसा, एकाकीपणा ही सगळी 'त्यांची' पापं.

भारतातला भ्रष्टाचार, घाणीत लडबडलेले रस्ते, भुकेलं दारिद्र्य हे सगळे 'तुमचे/त्यांचे' प्रश्न.

– आणि भारतातलीच योगशास्त्रं, वेद-उपनिषदं, परस्परांना धरून राहाणारी संस्कृती हा 'आमचा' वारसा.

अमेरिकेतले प्रश्न दिसतात हे खरं. पण त्यांच्याशी आपला संबंधच नाही; तर आपण कसे जबाबदार?

– आणि भारतात तर आपण राहातच नाही. तिकडले प्रश्न तिकडल्या लोकांनी निर्माण केलेले. ते सोडवावे त्यांचे त्यांनी; आपला काय संबंध?

तेल लावलेल्या पहिलवानाहून भारी स्ट्रॅटेजी. एखाद्या पेचात आपण अडकणार अशी नुसती शंका आली, तरी या बोटावरची थुंकी त्या बोटावर बदलून सुळकन् पसार.

कधी अगदी 'इकडले'.

कधी पार 'तिकडले'.

सतत खुलासे. स्पष्टीकरणं. 'इकडे' असताना 'इकडच्यां'साठी. तिकडे गेल्यावर 'तिकडच्यां'साठी.

त्यातलं दुखावलेपण अनेकांच्या चेहेऱ्यांवर स्पष्ट वाचता येतं. अवचित एखाद्या चुकार क्षणी नजरेत तरळताना दिसतं.

आणखीही पुष्कळ काही दिसतं....

यशाचं, समृद्धीचं तेज दिसतं. सार्थकाच्या खुणा दिसतात. 'उपरेपणा' कधी

होता तरी का, असा प्रश्न पडावा इतका सरावाचा 'स्वीकार' अंगवळणी पडल्याचं जाणवतं.

मुलं 'अमेरिकन'.

मुलांची मुलं तर पुरती अमेरिकन.

त्यामुळे मुला-नातवंडांच्या बाजूने आता अमेरिकेच्या खुंट्याला घट्ट बांधला गेलेला एक नवाच ठामठोक बंध तयार झाला आहे.

– 'मायदेशा'तले शेवटचे धागे म्हणजे आई-वडील. तेही आता तुटलेच आहेत.

आयुष्यभराची अधांतरी ओढाताण संपवणारी अवस्था.

एक विलक्षण हल्लकपण; आणि त्यातून निवृत्ती.

खूप केलं.

आता धडपडून करावं असं काही उरलं नाही. पूर्वी डोक्याला छळणारे प्रश्न तरी होते. ते एकतर सुटले... किंवा विस्मरणात तरी गेले. उरलेले निरर्थकच होते; याची जाणीव आता झाली आहे.

मनातली खळबळ निवलेली.

उगीचच टोचत राहाणारे डंख मोडलेले.

भविष्याची धास्ती पूर्वी वाटत असे. आता नाही. येणारे दिवस कसे असतील, याचा अंदाज बांधण्याएवढा अनुभव आहेच गाठीशी. धास्तावल्या मनाने भविष्याची चिंता करण्याचा टप्पा पुष्कळ मागे पडला.

...आता मागे वळून पाहाण्याचे दिवस आले आहेत.

तसं पाहिलं की वाटतं, खरंच आपण हे असे दिवस काढले?

विनायक गोखले म्हणतात ते खरंच.

'इथल्या माझ्या आयुष्याचा विचार मनात आला, की मीच थक्क होतो... वाटतं, डिड आय डू दॅट? हाऊ डिड आय डू दॅट?'

असे कृतार्थ समाधानाचे स्वर आता अमेरिकेतल्या मराठी घरांमध्ये उमटू लागले आहेत. त्या स्वरामध्ये आनंद आहे, अभिमान आहे; केल्या कष्टांचा शीणही आहेच.

अपवाद सोडले तर बहुतेक सारी मध्यममार्गी, नोकरदार माणसं.

'स्वदेश' सोडण्याचा निर्णय घेताना 'आपण नेमकं काय करतो आहोत' याची नीटशी जाणीवसुद्धा नव्हती बहुतेकांना.

चार जास्तीची बुकं शिकलेल्या कोकणातल्या मुलाने हिंमत धरून मुंबई गाठावी; तसाच होता १९६०-७०च्या दशकातला 'देशान्तरा'चा निर्णय. इतरांपेक्षा वेगळ्या अनुभवाची चव घेण्याची जिद्द. अज्ञाताला तोंड देण्याइतपत मनाचा हिय्या,

आणि जास्तीचे पैसे कमावण्याची आकांक्षा... एवढंच होतं जवळ.

तेवढ्या भरवशावर दहा हजार मैल लांब उडी मारली; तर रात्रीचा दिवस आणि दिवसाची थेट रात्रच.

सोवळं सोडलेलं आणि ओवळं हाती लागू नये अशी दैना उडायची वेळ आली.

– काही मोजके पक्षी परत फिरले. पण बाकीच्यांनी धीर सोडला नाही. काळाच्या ओघात हिंमत बांधून पुढे सरकत राहाणं भाग होतं. ते करता करता परिस्थितीने परीक्षा पाहिली. पावलापावलावर नवी आव्हानं फेकली. कधी कधी तर अंत पाहिला.

पण परत फिरणं शक्य नव्हतं आणि पुढे जात राहाण्याला पर्याय नव्हता.

ही 'अपरिहार्यता' हेच कदाचित 'द ग्रेट अमेरिकन ड्रीम'चं रहस्य असावं. जगण्या-मरण्याचा प्रश्न आला, की सामान्यातला सामान्य माणूसही जीवाच्या आकांताने चार उभे-आडवे हात मारतोच.

साठी उलटून गेलेल्या अमेरिकेतल्या मराठी माणसांच्या नजरेत अजून त्या 'आकांता'च्या चुकार खुणा दिसतात.

• •

टिकून राहाण्याच्या, तगून-तरून जाण्याच्या अपरिहार्यतेतून या माणसांनी अचाट, अफाट गोष्टी केल्या. तेवढी क्षमता नव्हती; तर ती प्रयत्नपूर्वक स्वत:मध्ये भिनवली. 'दोन वेळा' भागवणारा संसार चालवण्यापलीकडे लायकी नव्हती; ती कमावली. दुपारी साधा भात-फोडणीचं वरण, रात्री फोडणीचा भात-साधं वरण एवढीच कोमट 'मराठी' महत्त्वाकांक्षा असलेल्या अनेकांनी विदेशी कंपन्यांमध्ये नोकऱ्या केल्या. सन्मानाची अधिकारपदं मिळवली. नाटकात कामं करण्यापासून महाराष्ट्र मंडळांची अध्यक्षपदं निभावण्यापर्यंत मजल मारली. जगप्रवास केले. अपरिचित अनुभवांची चव घेतली. काळ्या-गोऱ्या-पिवळ्या कातडीच्या माणसांशी जिवलग दोस्ती जमवली... हे सारं नि:संशय 'अमेरिकेचं ऋण!'

ही माणसं मायदेशात राहाती; तर ओळखीच्या, सवयीच्या, सुरक्षित चाकोऱ्यांमध्ये फिरत राहिली असती.

अमेरिकेने त्यांच्या डोळ्यांवरची झापडं खेचली. एक अपरिहार्य संघर्ष त्यांच्या आयुष्यात ओतला. स्वत:मधल्या साऱ्या सुप्त शक्ती आणि क्षमता अक्षरश: खरवडून काढायला लावल्या.

चाळीस-पंचेचाळीस वर्षांपूर्वी मायदेशाच्या मातीचा निरोप घेऊन दहा हजार मैल लांबच्या वाटेवर पहिलं पाऊल ठेवणारी ही मराठी माणसं.

– त्यांच्या खांद्यावर झोळ्याच होत्या; आणि त्याही बहुदा फाटक्याच! पण

त्यांनी आपल्या आयुष्यालाच टाके घातले. एकेक करत तुकडे जोडले. उसवलं तिथे शिवण घातली. फाटत गेलेलं पुन्हा जोडत नेलं.

भूत-वर्तमान आणि भविष्यावरही 'क्लिक्' करणाऱ्या माऊसच्या शेपट्या पिरगाळून अख्ख्या जगाला एक 'ग्लोबल व्हिलेज' करून टाकण्याची जादू माणसाला गवसली नव्हती; त्या काळात हे सारं घडलं.

त्यानंतरही माणसं अमेरिकेला गेली.

जातच राहिली.

इतकी वर्षं अमेरिकेच्या वाटेवर फक्त 'जाणाऱ्या' पावलांचेच ठसे उमटत असत... आता तिकडून 'परतणाऱ्या' पावलांची वर्दळ सुरू झाली आहे.

जाणारे जाताना 'एच वन् व्हिसा'ची 'मास्टर-की', शिवाय वजनदार 'पे-पॅकेज' देणारं अपॉईंटमेंट लेटर घेऊन जातात... येणारे येताना अमेरिकन डॉलर्सना इक्विव्हॅलन्ट पगाराच्या ऑफर्स खिशात टाकून मगच परत येतात.

हे आजचं 'ग्लोबल' तारुण्य.

सॅटेलाईटला जोडलेली अल्ट्रा मॉडर्न नेव्हिगेशन सिस्टीम लावलेल्या सुपर सॉनिक विमानातून वेगवान प्रवास करणारं.

त्या माणसांचं कोण कौतुक,

आणि कर्तृत्वाचा केवढा डंका.

जगाचे डोळे दीपवणाऱ्या या आधुनिक जल्लोषात ऐकू येत नाही तो रात्रीच्या नीरव अंधारात समुद्राच्या पोटात घुसलेल्या वल्ह्यांभोवती उठलेला लाटांचा कल्लोळ.

ज्याचा ठाव लागणं मुश्कील अशा अफाट महासागरात पातळ शीड उभारलेली आपली होडी लोटून कित्येक नावाडी अर्धशतकापूर्वी 'देशान्तरा'च्या दिव्याला सामोरे गेले. लाटांच्या तांडवाशी त्यांनी एकेकट्याने झुंज घेतली ती निधड्या छातीत भरलेल्या हिंमतीच्या बळावर!

त्यांच्या दिमतीला ना आधुनिक तंत्रज्ञान होतं, ना अज्ञात किनाऱ्याची बित्तंबातमी शोधून देणारी 'सर्च इंजिन्स', ना मागे राहिलेल्या किनाऱ्याशी 'संवाद' कायम ठेवणाऱ्या कम्युनिकेशन सिस्टीम्स! त्यांनी ओळखीचा किनारा सोडला; तो अज्ञाताकडे झेपावण्याच्या उर्मीनेच!

चाळीस-पंचेचाळीस वर्षांपूर्वी हा असला प्रवास करून मराठी माणसांनी महासागर ओलांडले. पूर्वेहून निघून पश्चिमेचा किनारा गाठला; पण प्रवास संपला नाही.

त्या प्रवासातल्या एकाकी झुंजींची ही कहाणी.

साठा प्रश्नांची, पाचा उत्तरांची.

...तरीही सुफळ संपूर्ण!

■

कृतज्ञता

डॉ. प्रकाश आणि सुजाता भालेराव - सॅनहोजे, श्री. सुभाष आणि सरिता गायतोंडे - डलास, डॉ. श्रीनिवास आणि शशी ठाणेदार - सेंट लुईस, श्री. मनोहर आणि नीला शिंदे - सान्ता बार्बरा, डॉ. विश्वास आणि पल्लवी तडवळकर - लॉस एंजेलिस, डॉ. सुरेश आणि स्नेहिता तलाठी - शिकागो, श्रीमती तारा पटवर्धन - न्यूयॉर्क, श्रीमती मंदाकिनी टाटा - न्यूयॉर्क, श्री. सुरेश देशमुख - न्यूयॉर्क, श्री. राजन गडकरी - न्यूजर्सी, श्री. सुनील आणि प्रतिभा देशमुख - स्टॅम्फर्ड, श्री. अजय आणि मोना दालमिया - स्टॅम्फर्ड, श्री. गुल आणि ब्रीजबाला असनानी - ॲलन टाऊन, श्रीमती सुनीता धुमाळे - कनेक्टिकट, श्री. मनोज आणि अपर्णा नेरूरकर - न्यूजर्सी (आता हैद्राबाद), श्री. अशोक आणि प्रतिभा कामेरकर - न्यूजर्सी, श्री. सुधीर आणि गीता सवूर - न्यूजर्सी, श्री. अशोक आणि शैला विद्वांस - न्यूजर्सी, डॉ. प्रकाश आणि अलका लोथे - न्यूजर्सी, श्री. अमान आणि विजया मोमीन - न्यूजर्सी, श्री. भरत आणि सुप्रिया लागू - न्यूजर्सी, श्री. लक्ष्मण गणेश फडके - न्यूजर्सी, श्री. कौस्तुभ लेले - न्यूजर्सी, श्री. शैलेश जठार आणि अनुपमा यादव - न्यूजर्सी, श्री. मोहन आणि समिता रानडे - फिलाडेल्फिया, डॉ. अनिल आणि डॉ. मीना नेरूरकर - फिलाडेल्फिया, श्री. अशोक आणि मीना देवधर - फिलाडेल्फिया, श्री. दिलीप आणि शोभा चित्रे - वॉशिंग्टन, डॉ. सुरेश आणि डॉ. निर्मला लिमये - वॉशिंग्टन, श्री. संजय आणि रत्ना वाणी - वॉशिंग्टन, श्री. श्रीकांत साठे - वॉशिंग्टन, डॉ. गजानन आणि डॉ. शारदा सबनीस - वॉशिंग्टन, श्री. श्रीकृष्ण पाटील - सॅन होजे, श्री. कांचन आणि संध्या कर्णिक - सॅनहोजे, श्री. अद्वैत, अभिजित आणि अस्मिता तलाठी - सनीवेल, श्री. गोपाळ आणि नंदा मराठे - लॉस एंजेलिस, श्री. अशोक सप्रे आणि विद्या हर्डीकर-सप्रे - लॉस एंजेलिस, श्री. निषाद मराठे - लॉस एंजेलिस, श्री. अनिल आणि लता शिंदे - लॉस एंजेलिस, श्री. किशोर पाठारे - मायामी, डॉ. हनुमंत आणि मधुमती देशमुख - शिकागो, माधुरी देशमुख - शिकागो, श्री. शंकरराव आणि जयश्री हुपरीकर - शिकागो, श्री. श्रीधर दामले - शिकागो, श्री. अनिल लिमये शिकागो, डॉ. श्रीकांत केळकर - शिकागो, श्री. विनायक आणि प्रतिभा गोखले - टोरान्टो, श्री. गोविंद आणि दुर्गा पाच्छापूरकर - टोरान्टो, श्री. काशिनाथ आणि मीना घाणेकर - टोरान्टो, डॉ. अजित आणि डॉ. अर्चना बापट - टोरान्टो, श्री. विजय आणि विनिता रत्नपारखी - टोरान्टो, श्री. शशिकांत आणि गीता शेटे- टोरान्टो, श्री. जीतेंद्र कुलकर्णी आणि राधिका चारी - टोरान्टो, श्रीमती मानसी वैद्य - टोरान्टो, श्री. रमेश आणि विजय अगरवाल - एडमन्टन, डॉ. जगन्नाथ आणि कमलिनी वाणी - कॅलगरी, श्री. राजू वाणी आणि प्रतिमा पंडित - कॅलगरी, श्री. उदय आणि उमा ठाकूर - कॅलगरी, श्री. सतीश आणि मधु सहगल - एडमन्टन, श्री. जीवन आणि रोहिणी मेहेर - बॅम्फ

■

संदर्भ

ग्रंथालये-

- प्रिन्स्टन युनिव्हर्सिटी, न्यूजर्सी
- कोलंबिया युनिव्हर्सिटी, न्यूयॉर्क
- अमेरिकन इन्फर्मेशन ॲण्ड रिसोर्स सेंटर, मुंबई
- मुंबई मराठी ग्रंथ संग्रहालय, दादर
- माणूस प्रतिष्ठान, पुणे
- सार्वजनिक वाचनालय, नाशिक
- का. स. वाणी मराठी प्रगत अध्ययन संस्था, धुळे

संदर्भ सहाय्य-

- डॉ. नरेंद्र जाधव, पुणे
- श्री. मुकुंदराव किर्लोस्कर, पुणे
- श्री. धनंजय माजगावकर, पुणे
- श्री. आनंद अवधानी, पुणे
- डॉ. चंद्रकान्त वर्तक, नाशिक
- श्री. निळू दामले, मुंबई
- श्री. प्रकाश अकोलकर, मुंबई
- श्री. मंदार नेरूरकर, मुंबई
- श्री. सुदेश हिंगलासपूरकर, मुंबई
- श्रीमती चित्रा फडके, मुंबई
- श्रीमती मेघना ढोके, मुंबई
- श्री. जितेंद्र सोनगिरे, धुळे
- श्री. मिलिंद दीक्षित, धुळे

विशेष सहाय्य-

- श्री. सुधीर सवूर, न्यूजर्सी
- श्री. सुरेश देशमुख, न्यूयॉर्क
- श्रीमती स्वाती केळुस्कर, न्यूयॉर्क

संदर्भ साहित्य

नियतकालिके

- 'एकता'
- 'बृहन्महाराष्ट्र वृत्त'
- 'माणूस'
- 'किर्लोस्कर' आणि 'स्त्री'

या प्रकाशनांचे अंक

पुस्तके (मराठी)

- आनंदीबाई जोशी : काळ आणि कर्तृत्व - अंजली कीर्तने (मॅजेस्टिक प्रकाशन)
- मॅड मॅड अमेरिका - दि. वि. गोखले, (कॉन्टिनेन्टल प्रकाशन)
- अमेरिका नावाचे प्रकरण - स. शि. भावे, (मॅजेस्टिक प्रकाशन)
- मित्रहो - पु. ल. देशपांडे, (परचुरे प्रकाशन)
- जावे त्यांच्या देशा - पु. ल. देशपांडे, (श्रीविद्या प्रकाशन)
- सुखाचे दिवस - रमेश मंत्री, (विश्वमोहिनी प्रकाशन)
- गड्या अपुला गाव बरा - सुभाष भेण्डे, (श्रीविद्या प्रकाशन)
- कहाणी लंडनच्या आजीबाईंची - सरोजिनी वैद्य, (राजहंस प्रकाशन)
- अमेरिका - अनिल अवचट, (मॅजेस्टिक प्रकाशन)
- ही आपलीच माणसं, - मंगला खाडीलकर, गजानन सबनीस, (ग्रंथाली)
- अलीबाबाची हीच गुहा - दिलीप चित्रे, श्रीविद्या प्रकाशन
- हिमगंध - दिलीप चित्रे, (श्रीविद्या प्रकाशन)
- गोठलेल्या वाटा - शोभा चित्रे, (श्रीविद्या प्रकोशन)
- गौरी, गौरी कुठे आलीस? - शोभा चित्रे, (मौज प्रकाशन)
- विदेशिनी - विद्युल्लेखा अकलूजकर (संपादित), (एकता पब्लिकेशन, टोरान्टो)
- कुंपणापलीकडचं शेत - दिलीप चित्रे (संपादित), (श्रीविद्या प्रकाशन)
- येईल तो दिन माझा - यशवंत कानिटकर, (ग्रंथाली)
- पश्चिमवारे - यशवंत कानिटकर, (वरदा बुक्स)

- तारेवरची कसरत - ललिता गंडभीर, (श्रीविद्या प्रकाशन)
- पक्षी जाय देशांतरा - ललिता गंडभीर, (उत्कर्ष प्रकाशन)
- पश्चिमगंध - ललिता गंडभीर, (नीहारा प्रकाशन)
- दूरदेशीच्या गोष्टी - अजिता काळे, (श्रीविद्या प्रकाशन)
- देशान्तरीच्या गोष्टी सांगता - अजिता काळे, (मौज प्रकाशन)
- दिवा कुणाचा तेवत राही - संध्या कर्णिक, (श्रीविद्या प्रकाशन)
- कुणास्तव कुणीतरी - संध्या कर्णिक, (साधना प्रकाशन)
- यथा काष्ठंच काष्ठंच - विद्युल्लेखा अकलूजकर, (देशमुख आणि कंपनी)
- मावळतीची झाडे - जयश्री थत्ते-भट, (मॅजेस्टिक प्रकाशन)
- तमसा तटाकी - मुकुंद सोनपाटकी, (श्रीविद्या प्रकाशन)
- ही श्रीची इच्छा - डॉ. श्रीनिवास ठाणेदार, (मॅजेस्टिक प्रकाशन)
- ऊन-पाऊस आणि हास्यरेखा - डॉ. प्रकाश लोथे, (ग्रंथाली)

पुस्तके (इंग्रजी)

- नमस्ते अमेरिका - पद्मा रंगास्वामी,
  (पेनसिल्व्हेनिया स्टेट युनिव्हर्सिटी प्रेस, पेनसिल्व्हेनिया)
- बिकमिंग अमेरिकन, बीईंग इंडियन
  - मधुलिका खंडेलवाल (कॉर्नेल युनिव्हर्सिटी प्रेस, न्यूयॉर्क)
- लीविंग डीप वॉटर - क्लेरी एस. चाव
  (प्लम बुक - पेंग्विन ग्रुप, न्यूयॉर्क)
- ग्रोईंग अप एशियन अमेरिकन - मारिया हाँग (संपादन)
  (ॲवन बुक्स, न्यूयॉर्क)
- अ पार्ट, येट अपार्ट
  - लवीना धिंग्रा, शंकर आणि रजनी श्रीकांत (संपादित)
  (टेम्पल युनिव्हर्सिटी प्रेस, फिलाडेल्फिया)
- द कर्मा ऑफ ब्राऊन फोक - विजय प्रसाद
  (युनिव्हर्सिटी ऑफ मिनेसोटा प्रेस, मिनियापोलिस)
- द शॉक ऑफ अरायव्हल - मीना अलेक्झांडर
  (साऊथ एण्ड प्रेस, बोस्टन)
- फॉर मॅट्रिमोनियल पर्पझ - कविता दासवानी
  (जी. पी. पुट्नम्स सन्स, न्यूयॉर्क)
- सबर्बन साहिबस् - एस. मित्रा कलिता, (पेंग्विन बुक्स)
- अ पॅचवर्क शॉल - शमिता दास दासगुप्ता (संपादित)
  (रट्गर्स युनिव्हर्सिटी प्रेस, न्यूजर्सी)

- ब्रेकिंग द सायलेन्स - संध्या नानकानी (संपादित)
  (स्क्लिब्रिस कार्पोरेशन)
- कॉन्टॉर्स ऑफ द हार्ट
  - सुनयना मायरा आणि रजनी श्रीकांत (संपादित)
  (एशियन अमेरिकन रायटर्स वर्कशॉप, टेम्पल युनिव्हर्सिटी प्रेस)
- बॉर्न कन्फ्यूज्ड - तनुजा देसाई हैदर
  (स्कॉलॅस्टिक प्रेस, न्यूयॉर्क)